துறவி

துறவி

பாட்ரிக் லெவி

தமிழில்: சத்யானந்தன்

கிழக்கு

துறவி
Thuravi

Patrick Levy ©

Translation: Sathyanandhan

Authorised Tamil translation of "Sadhus: *Going beyond the Dreadlocks*"

First Edition: December 2017
376 Pages

ISBN 978-81-8493-830-2
Kizhakku - 1058

Kizhakku Pathippagam
177/103, First Floor,
Ambal's Building, Lloyds Road,
Royapettah, Chennai 600 014.
Ph: +91-44-4200-9603

Email : support@nhm.in
Website : www.nhm.in

Author's Email: levy.patrick@gmail.com

Kizhakku Pathippagam is an imprint of New Horizon Media Private Limited.

பிச்சைக்காரனோ அல்லது மகாராஜாவோ,
செல்வந்தனோ ஏதுமற்றவனோ
கூட்டத்திலிருக்கிறானோ காட்டிலோ,
பற்றற்ற ஒருவனுக்கு எந்த வேறுபாடுமில்லை
அவனது உள் இயல்பு எண்ணங்களற்று இருக்கும்

(அஷ்ட வக்கிர சம்ஹிதை 18 11)

உள்ளே

பாகம் ஒன்று

1. முதல் நாள் / 17
2. சொற்களாலான ஓர் உலகம் / 29
3. எதிர்ப்பட்டவர்கள் / 48
4. நீ பார்த்தது என்ன ? / 69
5. ஒன்றுமின்மை / 84
6. நான் அவரை வாராணசியில் சந்தித்தேன் / 102

பாகம் இரண்டு

7. வாரணாசி - ஐந்து வருடங்களுக்கு முன் / 123
8. ஓர் உள்ளடங்கிய தருக்கம் / 141
9. நரெஷ், லாவ்ரி, ஜேன் மற்றும் பிறர் / 171
10. பிரமைகளின் பயன்களை விட்டு நீங்குவாய் / 190

11. நீ இருக்கும் இடத்தில்தான்
நானும் இருக்கிறேன் / 208

12. சாந்தம் / 228

பாகம் மூன்று

13. தொடக்கம் / 249

14. பிச்சை எடுப்பது / 267

15. பாங் ஹந்தி மந்திர் / 279

16. திருவாளர் பிவெல் / 301

17. கனார் / 321

18. புஷ்கர் நகரம், கங்கை தீரத்தில் / 336

19. பணியில் ஒரு சாது / 344

20. அற்புதங்கள் செய்யும் சாதுக்கள்,
மந்திரவாதிகள் மற்றும் பிற மாயங்கள் / 354

21. பாபாஜி பாபா மற்றும் பாலயோகி / 362

22. சாந்தி குகை / 369

முன்னுரை

இந்த நூலுக்காகப் பலரையும் பேட்டி எடுத்தபோது, அவர்கள் ஒத்துழைப்புக்கு ஒப்புக்கொள்ளும் முன் என்னைக் கேட்டதெல்லாம் நான் அவர்களின் உண்மைப் பெயரை வெளியிட்டு விடுவேனோ என்னும் அச்சத்துடனான வினாவே. அவர்களுக்கு நான் எப்போதும் அவர்கள் பெயர்களை வெளியிட மாட்டேன் என்னும் உறுதியை அளித்தேன். எனவே, ஒரு வேளை இந்த நூலில் சிலரின் பெயர் மற்றும் இடங்கள் உண்மையாயிருக்குமென்றால் அது தற்செயலானதே மற்றும் கற்பனையே.

பலரின் ஒப்புதலுடன் ஹிந்தி மற்றும் சமஸ்கிருதச் சொற்களுக்கு இணையான தமிழ் எழுத்துருவில் தரப் பட்டிருக்கின்றன. ஆனால், ஆங்கிலத்தில் ஏற்கப்பட்டுப் புழக்கத்திலிருக்கும் மாயா, கர்மா, யோகா, ஆஷ்ரம், உபனிஷத், பாபா, ஆத்மன் மற்றும் ப்ராமின் ஆகிய சொற்கள் அவ்வாறே பயன்படுத்தப்பட்டுள்ளன.

மொழிபெயர்ப்பாளர் தரப்பிலிருந்து...

இந்த நூலில் இந்திய வாசகருக்கு இரண்டு புதிய கதவுகள் திறப்பதாக நான் கருதுகிறேன். முதலாவதாவது விமர்சனத்துக்கு அப்பாற்பட்டதாக இருக்கும் இந்து ஆன்மிக மரபு மேற்கத்தியத் தருக்கத்தின் கூர்முனையில் விவாதித்து விமர்சிக்கப்படுகிறது. அனேகமாக நம் இந்திய ஆசிரியர்கள் தமது புரிதலை முன்னிறுத்துவார்களே ஒழிய விமர்சிக்கவே தயங்குவார்கள். அடுத்ததாக இந்த நூல் திறக்கும் கதவு ஒரு மேற்கத்திய பார்வையில் இந்தியா எப்படித் தென்படுகிறது... ஆன்மிகமோ அல்லது பிற தளங்களோ நமக்கு நம் மிகைப் பெருமை அகலும்.

விரிந்த விவாதங்கள் மாயை எது மற்றும் செயலின்றி இருத்தலின் சிறப்பு என்ன என்னும் இரண்டு கேள்விகளை ஒட்டியே நிகழ்கின்றன. செயலின்மையே ஒரு பெரிய சித்தாந்தமாய் இந்து ஞான மரபில் மையப்படுத்தப்பட்டதில்லை என்பது என் புரிதல். இவரது நூலில் அதுவே பல உபநிடதங்களின் ஆதாரத்துடன் முன்வைக்கப்படுவதால் இது பற்றி மேலும் வாசிக்க நம்மைத் தூண்டும்.

இறுதி வரை அவர் தம் சந்நியாச வாழ்க்கையின் உண்மை நிலையை மற்றும் அதன் முடிவை ரகசியமாகவே வைத்து இறுதி அத்தியாயத்தில் மட்டுமே வித்தியாசமாய் அதை விளக்குகிறார். அஷ்ட வக்கிர சம்ஹிதை மற்றும் அவதூத கீதை ஆகிய இரண்டு நூல்களின் பல பாக்கள் இவரால் எடுத்தாளப்பட்டுள்ளன. அவற்றையும் படிக்கும் ஆர்வம் நமக்கு ஏற்படுகிறது.

ஆன்மிகத் தேடல் என்பது அரிதாகவே ஒருவருக்கு வாய்க்கும். 'விண்டவர் கண்டிலர்; கண்டவர் விண்டிலர்' என குறிப்பிடுவதுபோல அது தனிப்பட்ட அனுபவமாக, அனுபவத்தின்

வாயிலாக உணர்வதாகவே இருக்கும். ஒரு நிலையில் தமது தருக்க அணுகுமுறையைத் தாண்டி இதை அவரும் உணர்கிறார்.

ஞான மார்க்கம் என்பது மிகவும் கடினமானது. அதன் சாராம்சம் இதுதான் என்று காட்டுவதில் அவர் நிறையவே உழைத்திருக்கிறார். அத்வைதம் நம்மால் எந்த அளவு விளங்கிக் கொள்ளப்பட்டது என்று நாம் சுயவிமர்சனம் செய்து கொள்ளுமளவு அவர் அதன் ஆழத்தைத் தொடுவதில் வெற்றி கண்டிருக்கிறார்.

அறிமுக அத்தியாயம்

முன்னொரு காலத்தில் துபலா என்னும் பேரரசர் இருந்தார். அவர் தமது மக்கள் மீது அர்ப்பணிப்பு மிகுந்த அன்புடையவர். பிராமணர்களிடம் பெருந்தன்மை, குழந்தைகளிடம் மென்மை, அறிஞரிடமும், அறிவுலகம் மீதும் மரியாதை இவை துபலாவின் பெரும் பண்புகள். நல்லாட்சி நெறிகளைப் பின்பற்றினார் துபலா.

ஓரிரவு வேட்டையாடக் காட்டுக்குச் சென்றபோது, தமது படை வீரர்களை விட்டு முன்னே வெகு தூரம் சென்ற அவர் காட்டில் வழி தவறிவிட்டார்.

பொழுது விடியும் நேரம் ஒரு குடிசையை அவர் அடைந்திருந்தார். அதன் வாயிலில் ஒரு தீண்டத்தகாத குலத்தைச் சேர்ந்த பெண் கொல்லப்பட்ட எருது ஒன்றின் உடலைச் சுத்தம் செய்வதைக் கண்டார். தான் அங்கே சென்று சேர்ந்த வியப்புடன், அவர் அது எந்த தேசம் மற்றும் அதில் எந்த ஊர், இந்த இடத்துக்கு அந்த ஊரில் என்ன பெயர் என வினவ எண்ணினார். அப்போது கண்ணைக் கவரும் அழகு மிகுந்த ஒரு இளம் பெண் அவர் கண்ணில் தென்பட்டாள். எளிய தோற்றமும் புன்னகை மிகுந்த முகமுமான அவள் தெய்விகத்தின் மனித வடிவமாயிருந்தாள். அவள் மீது அவர் காதல் கொண்டார்.

காற்றைக் கிழித்துக்கொண்டு பாயும் அம்பு ஒன்றின் வேகத்தில் அவர் தமது வேட்டை, நாடு மற்றும் அரசாட்சி யாவற்றையும் மறந்துவிட்டார். அவருக்கு அந்தக் குடிலில் வெகு காலம் அவருக்கென்றே காத்திருந்தது போன்ற ஒரு வரவேற்பு கிடைத்தது. அவர் அவளை மணந்துகொண்டார். காட்டுவாசியானார். அவளுடன் மாமிசத்துக்காக வளர்க்கப்படும் பிராணிகள் வந்தன; எருமைகளைக் காலையில் புல்வெளிக்கு மேய்ச்சலுக்குக் கூட்டிப் போய்

மாலையில் திரும்ப அழைத்து வரவேண்டும். குடிசை வீடும் வந்தது; மழைக்காலம் முடிந்த பின் அதன் கூரையை மறுபடி வேய வேண்டும். தோல் பதனிடுதல், காடு இவையும் வந்தன. மழைக்காலம், அறுவடைக்காலம், முரட்டுத் துணி மற்றும் கயிற்றுக் கட்டிலும்தான். காட்டுவாசிகளின் வழிபாட்டு முறைகளை அவர் அணைத்துக் கொண்டார்; கிராமத்து மக்களுடன் ஒன்றாக சாமி கும்பிட்டார். வயற்காட்டில் நாள் முழுக்கப் பாடுபடும் கடின உழைப்பை அவர் அனுபவத்தில் உணர்ந்தார்; வானம் பார்த்து மனம் பரிதவிப்பதன் வலியையும்.

அவரது மனைவி அவருக்கு ஒரு ஆண் மகவை ஈன்றாள்; அடுத்ததும் அவனுக்கு அடுத்த மூன்றாவது குழந்தையும் மகன்களே. இந்த மகிழ்ச்சிக் காலகட்டத்தைத் தொடர்ந்து வந்த சோதனைக்காலத்தையும் அவர் அனுபவித்தார். முதலில் அவரது மூத்தமகன் உயிர் நீத்தான்; பின்னர் அவரது மாமனார். மாமனாருக்கு பதிலாக அவர் செய்து வந்த தோல் பதனிடும் பணியை இவர் மேற்கொண்டார். அடுத்த வருடம் பஞ்சமும் வறட்சியும்; அதற்கடுத்த வருடமோ கடுமையான வெள்ளம் வந்து கால்நடைகளை அடித்துச் சென்றுவிட்டது. மற்றொரு வருட மழைக்காலத்தில் அவரது அன்பு மனைவி ஏரியில் மூழ்கி உயிர் நீத்தார். பல வருடங்கள் கடந்தன. மேலும் பல இழப்புகள் தொடர்ந்தன.

ஒரு நாள் மாலை களைப்பால் புல்வெளியில் படுத்த அவர் கண்ணயர்ந்து ஒரு விசித்திரமான கனவைக் கண்டார். கனவில் நல்ல நீதிமானான அரசர் அவர்; ஒரு நாள் வேட்டையின்போது இரவு வழி மறந்து காட்டினுள் வெகுதூரம் வந்து ஒரு குடிசையின் முன் நிற்கிறார், ஒரு அழகிய பெண்ணைச் சந்திக்கிறார்; தனது அரண்மனையை மறந்து, அவளை மணந்து கொள்கிறார். மகனின் நோயும் மரணமும், மாமனாரின் மரணமும் அதன் பின் தோல்பதனிடும் வேலையும், வெள்ளத்தில் கால்நடைகள் அடித்துச் செல்லப்படு கின்றன, அதையும் தொடர்ந்து மனைவி ஏரியில் மூழ்கி உயிரிழக்கிறாள்...

ஒரு நாள் குடிசைக்கு வெளியே முற்றத்தில் இருந்தார் மன்னர். அவருடைய பிரதம மந்திரி வந்தார். மன்னரின் பாதம் பணிந்தார்.

''மன்னவா... நாங்கள் தங்களை இத்தனை நாளும் இடைவிடாமல் தேடினோம்; நாட்டையே சலித்து விட்டோம், வடக்கு மாகாணத்தி லிருந்து தெற்கு, பிற மாகாணங்கள் மற்றும் சிற்றூர்கள்; இந்தப் பெரிய காட்டையே ஓய்வொழிச்சல் இல்லாமல் அலசினோம்.

கடவுள் கண் திறந்துவிட்டார். உங்களைக் கண்டுபிடித்து விட்டோம். அவருக்கு நன்றி.''

பிரதம மந்திரி மற்றும் படை வீரர்கள் புடை சூழத் தமது ராஜ்ஜியத்துக்குத் திரும்பி வரும்போது மன்னர் கண் விழித்தார். அப்போது தாம் தமது அரண்மனை மஞ்சத்தில் படுத்திருப்பதைக் கண்டார்.

அவர் கண்டதெல்லாம் கனவே.

ஆம். அது எல்லாமே வெறும் கனவே. ஆனால் அந்தக் கனவின் அனுபவம் நிஜத்தின் வண்ணம், வடிவம் மற்றும் நிஜத்தின் வசீகரம் அனைத்தையும் கொண்டிருந்தது. அந்தக் கனவின்போது மன்னர் தாம் விழித்திருந்ததாகவே உணர்ந்தார். தற்போது உள்ள விழிப்புபோலவே முழுமையான விழிப்பு.

இந்த நொடியில் அவர் யார்? தனது அரண்மனையில் மன்னனா? கனவில் பார்த்த தோல் பதனிடும் ஆளா? இல்லை தூக்கத்தில் தோல் பதனிடும் ஆள் தன்னை ராஜா என கனவு காண்கிறானா? இல்லை கண்காணாத தொலைவில் உள்ள வேறு ஒரு உலகில், தானிருக்கும் அந்த உலகை முற்றிலும் மறந்து, தான் கனவு காண்கிறேன்... கனவு காண்கிறேன் என கனவிலேயே இருப்பவனா? அப்படியென்றால் அந்தக் காட்டுக் குடிசை? தீண்டத்தகாத பெண்? அவனது பேரழகியான மனைவி? எருமைகள்? முரட்டுக் கயிற்றுக் கட்டில்?அவன் மகன்கள்? முதல் மகனின் நோய்? மன அனுபவங்களா இவை? மூழ்கிய விபத்து? பல வருட அனுபவங்களா இவை அல்லது ஒரு இரவின் சில மணி நேரம் மட்டுமா? உன் வாழ்க்கை என்பதே ஒரு முடிவற்ற கனவின் ஒரு நொடி மட்டுமே ஆனதா? நாமெல்லாம் தூங்கும் ஒரு மனிதனின் கனவில் வரும் கதாபாத்திரங்கள் மட்டுமேயா? எது உண்மை என்று எப்போது ஒருவனுக்குத் தெரிய வரும்? எப்போது ஒருவன் விழித்தெழுவான்? உண்மை என்பது குழப்பத்தின் அலுப்புக்குள் நாம் காணும் ஒரு வார்த்தையா? அல்லது பிரித்துக் காண முடியாத, நெடுந்தொடர்ச்சி உடைய சிந்தனைகளின் கனவுகளின் பெருக்கா?

காலையில் கட்டுமஸ்தான நான்கு பிராமணர்கள் சுமந்த பல்லக்கில் மன்னர் தமது அரண்மனையில் இருந்து புறப்பட்டார். அவர்களில் ஒருவன் கவனமின்றி, அசட்டையாக, ஏறுமாறாக அசைந்து, பல்லக்கின் உள்ளே இருக்கும் மன்னரை நிலைகுலையச் செய்யவே, வெளியே எட்டிப் பார்த்து அரசர் ''யாருப்பா நீ? ஏன் இப்படி தாறுமாறாக நடக்கிறாய்?'' என கேட்டார்.

‘‘மகாராஜா, நான் ஒரு பிராமணனானாலும் உயரமாய், குண்டாய் பார்க்க அழகற்றவனாய் இருக்கிறேன். நீங்களே சொல்லுங்கள். நான் யார்? பின்னர், நீங்கள்? நீங்கள் யார்? உங்களை என்னவென்று அழைப்பது? நீங்கள் என்பது உங்கள் உடலா? நீங்கள் உங்கள் பிறப்பா? நீங்கள் ஏன் அரசராய் இருக்கிறீர்கள்? பல்லக்கு எங்கே இருந்து வருகிறது என்பதை நீங்கள் அறிவீர்களா? எந்த மரத்தால் அது செய்யப்பட்டது என்பது உங்களுக்குத் தெரியுமா? காட்டிலும் இது பல்லக்காகவே இருந்ததா? நீங்கள் அணிந்திருக்கும் பருத்தி ஆடையாகவே பருத்திப் பூ இருந்ததா? காற்று எங்கெங்கும் இருந்தாலும் ஒருவன் புல்லாங்குழலின் துளைகள் வழியே அதைச் செலுத்தும்போது ‘ல்’, ரீ அல்லது சோ என்னும் ஒலி வெளிப்பட்டு இறுதியில் இன்னிசையாகிறது. அதேபோல் ‘நீங்கள்’, ‘நான்’ என இரண்டு இல்லை. வாழ்க்கை என்னும் முடிவிலாப் பெருக்கில் இருப்பு என்ற ஒன்று மட்டுமே இருக்கிறது.’’

இவற்றைக் கேட்டதுமே அரசர் மனதில் உண்மையின் தாக்கம் ஆணித்தரமாய்ப் பதிந்தது. வேகமாகவும், அழுத்தமாகவும் துடித்தது அவரது இதயம். அவர் பிறப்பு மற்றும் இருப்பு பற்றிய நம்பிக்கையிலிருந்து விடுதலை அடைந்தார்.

ஒரு மின்னல் பிரகாசிக்கும் நொடியே உண்மை பற்றிய விழிப்புக்கான வழி வகுக்கும். அதன் பிறகு நாம் ஒரு அடையாளமோ அல்லது அதை இழப்பதான சாத்தியமோ இல்லாத இடத்துக்குப் போய் விடுவோம். அங்கே இருப்பு அல்லது இருப்பு பற்றிய நினைவு, பிறப்பு அல்லது இறப்பின் பேரிழப்பு இவை எதுவும் கிடையாது. அங்கே அனைத்தையும் கடந்து ஒருவன், வலுவுறும் முடிவில்லா விழிப்பில், இடையறாது தன்னைத் தானே கேட்டுக்கொள்வான், ‘நான் எங்கே இருக்கிறேன்?’

பாகம் ஒன்று

அத்தியாயம் 1

முதல் நாள்

கங்கை மீது இன்னும் இருள் கவிந்திருந்தது. எங்களுக்குப் பின் பக்கம் மங்கிய ஒளியுடைய 'பல்ப்' வெளிச்சத்தில் கோயிலின் வாயிலும் மற்றும் மூன்று பிணைந்து தூங்கும் நாய்களும் தென்பட்டன. வானில் இறங்கியது பிறை நிலா. நதியின் அலைகள் கரை மீது மோதி நின்றன. ஆனந்த பாபாவின் அருகில், அவரின் முதுகுக்குப் பின் அமர்ந்திருந்த எனக்கு, அலையும் துறவியாக நான் முதலடி எடுத்த நாள் நினைவுக்கு வந்தது. அன்று நான் ஒரு சாம்பல் நிறப் பருத்திச் சால்வையைப் போர்த்தியபடி, கோயிலின் முற்றத்தில் ஆலமரத்தின் கீழே குளிரில் நடுங்கியபடி அமர்ந்திருந்தேன். ஆனால், ஒரு பெண் எருமை மாடு என்னருகே படுத்திருக்க வந்து விட்டது. நாகப்பூக்களும் புற்களுமான நிலத்தின் அந்த அம்மன் எனக்கு அழகிய இரவை உறுதி செய்யவே அங்கே வந்திருந்தாள். அந்த மாட்டின் அசையாத பெரிய உருவும், பெரிய சத்தமான மூச்சும் எனக்கு ஒரு கிராமச் சூழலைத் தந்தது. நாங்கள் சாதுக்கள் 1, வீடற்ற பிச்சை எடுக்கும் சாமியார்கள், மாய நாடோடிகள், துறவறம் பூண்டவர்கள், செயலின்மையின் வழி நடப்போர், சிவனடியார்கள், கஞ்சா புகைப்பவர்கள், அதிசயங்களின் பணியாளர்கள், புனிதர்கள், சுவாமி ஆனந்த் விஷவாத்மா சரஸ்வதி பாபா 2 என் குரு, என் ஆசான். அவர் என்னை பிரசாதம் - நைவேத்தியம் என அழைக்கிறார்.

அவருக்கு வயது நாற்பது. பட்டினியால் ஒல்லி உடம்பு வாகு, மாநிறம், கண்ணைச் சுற்றி மெல்லிய கருவளையம் மற்றும் மெல்லிய நாசி. அவரது நீண்ட மெல்லிய முகம் எப்போதும் தீவிரமாயிருக்கும். அடிக்கடி அவர் சிரிப்பார். மூன்று விபூதிப்

பட்டைகள் அவரது நெற்றியில் நீள்வாக்காக நிறைந்திருக்க புருவங்களுக்கு இடையே செந்தூரத் திலகம் செங்குத்தாக அவற்றின் மீது இருக்கும். அவர் நெருப்பு நிற ஆடை பூணுபவர்; ஒரு வேட்டி, மற்றும் அங்கவஸ்திரம். அவரின் தலை மீது முண்டாசு, அதிலிருந்து ஜடா முடிக் கற்றைகள் வெளியே தொங்கும்.

சாதுவுக்கு ஐயாயிரம் ஆண்டு வரலாற்றுப் பின்னணி உண்டு. அவர்களது பாரம்பரியம் குரு-சிஷ்ய உறவில் அமைவது. அந்த ரிஷிகள் அசல் ஞானிகள். அவர்களது வரலாறு முதல் புராண நூல்களில் எழுதப்பட்டது.

அவர்கள் தம்மை பிரம்மாவின் முதல் வாரிசுகள் என்றே அறிவிக்கிறார்கள், கடவுளர்களை அவரது படைப்புத்திறன் மிகுந்த மூச்சில் இருந்து பிறந்தவர்களாய். கடவுளர்களின் வடிவங்கள் அவர்கள் மனத்தினுள்தான் கருக்கொண்டன. கடவுளர்களின் புராணங்களை அவர்களே உரைத்தார்கள். அவர்கள் எழுதிய ரிக் வேதத்தின் தொன்மையான மந்திரங்கள், அவர்களின் புகழ் பாடுகின்றன: 'தம் தோள்களில் பூமியையும் வானத்தையும் சுமப்பவர்களும், காற்றை வாகனமாக்கி அதன் மீது பயணிப்பவர்களும் ஆன அவர்களே இருப்பின் மற்றும் இருப்பின்மையின் தொடர்பை அறிவார்கள்...' கடவுளர்களுக்கு அவர்கள் போதனைகள் தந்தனர். இளவரசர்களுக்கு வழிகாட்டிகளாய் இருந்தனர். அவர்கள் முடிவின்படி யார் மரணமுறுவார்களோ, அவர்களை சபித்தனர். மாவீரன் அலெக்சாண்டர் அவர்களை 'நிர்வாண ஞானிகள்' என்றழைத்தார். அவர்களில் ஐவரோடு வாதிட்டுப் போராடி புத்தர் மூக்குடை பட்டு, அவர்களை விட்டு அகன்று நடு வழி என்னும் மார்க்கத்தை நிறுவினார். சங்கராச்சாரியார் அவர்களின் சிந்தனைகளை நெறிகளாய் வகைப்படுத்தினார்.

நாங்கள் முதல் நாள் விடியற்காலை வாரணாசியிலிருந்து பேருந்தில் கிளம்பி இருந்தோம். நண்பகலில் சமவெளியான ஒரு நிலப்பரப்பை அடைந்தோம். பச்சை நிறமும் பழுப்பு நிறமுமான வயல்களின் அழகிய காட்சி. கங்கையின் படுகை. கரடுமுரடான மண் சாலையின் ஒரு பக்கம் அறுவடைக்குப்பின் அடுத்த விதைப்புக்குத் தயாராகும் நெல் வயல், சாலையின் மறுபக்கம் இன்னும் முதிராத கோதுமைக் கதிர்கள் குலுங்கும் வயற்காடு. ஒரு பெரிய கிராமம் அது. நெருக்கிக் கட்டப்பட்ட தட்டையான மேற்கூரையுள்ள சிறிய வீடுகள். சிலவற்றுக்கு மாடியும் உண்டு. எல்லா வீடுகளின் முகப்பிலும் பெரிய முற்றம், அதில் நான்கைந்து எருமைகள். தெருக்களின் சமதரையான வழியெங்கும் பொன்னிறமான வைக்கோல். வீட்டுச்

சுவர்களின் மீது காய்ந்து கொண்டிருக்கும் வரட்டிகளின் மீது, சாணியைத் தட்டிய பிஞ்சுக் கைகளின் அடையாளம் இருந்தது.

புதியவர்களின் வரவு குழந்தைகளைக் குதூகலப்படுத்தியது. அவர்கள் சிரிப்பும் கேலியுமாய் எங்களைப் பின்தொடர்ந்தார்கள். விடலைச் சிறுவர்கள் அவர்களைத் தள்ளிவிட்டு எங்கள் அருகே வந்தார்கள். முதலில் ஒரு குடும்பத் தலைவர் ''ஹரி ஓம்'' என எங்களுக்கு வணக்கம் தெரிவிக்க, பலரும் வணங்கினர். சிவப்புச் சேலை அம்மா ஒருவர் ''பாபா, சாய் குடிங்க'' என்றார். ஒரு சிறுமி இளஞ்சூடான இனிப்புப் பால் நிரப்பிய கோப்பைகளுடன் அதற்குள் எங்கள் அருகில் வந்து கொண்டிருந்தாள். ''பால் குடிங்க பாபாஜி'' என தலை குனிந்து பணிந்து உபசரித்தாள்.

நாங்கள் கங்கையின் படித்துறைகளை நெருங்கிவிட்டோம். ஆனந்த பாபா இரண்டு கைகளையும் ஒன்று சேர்த்து, ''கங்கா மா...'' எனக் கூவி வணங்கினார். நானும் அதையே செய்தேன். கோயிலுக்கும் கங்கைக்கும் இடைப்பட்ட நிலத்தில் இருந்த சிறிய ஆல மரத்தின் கீழ் நாங்கள் இருவரும் சால்வையை மடித்து வைத்து அதன் மீது அமர்ந்துகொண்டோம்.

எங்களைப் பின்தொடர்ந்த விடலைகளில் சிலர் சம்பந்தா சம்பந்தம் இல்லாமல் ''யார் இவர்? எங்கேயிருந்து வந்தார்? எப்போது வந்தார்?'' என கேள்வி எழுப்பினர். ஆனந்த பாபா அவர்களுக்கு ''நான் ஒரு மேற்கத்தியன், ஃப்ரான்ஸ் நாட்டிலிருந்து துறவும், காவி உடையும் ஏற்க என இங்கே வந்திருக்கிறேன்'' என விளக்கினார். ''நான் துறவறம் இன்னும் பிடிபடாத புதியவன் என்பதால் வெள்ளை பைஜாமா-குர்த்தா* அணிந்திருக்கிறேன்'' என்றும் எடுத்துரைத்தார். எனக்கு ஹிந்தி தெரியும் என்பதையும். அவர்கள் மேலும் கேள்விகள் கேட்கும்போது ஒரு மந்திர சூத்திரத்தை எனக்குக் கொடுத்தார் பாபா. ''இது போன்ற கேள்விகளை நீங்கள் தவிர்க்க விரும்பினால் 'ஒரு சாதுவுக்கு இறந்த காலம் இல்லை' என்று தெளிவாகச் சொல்லுங்கள்.''

சில நாட்களுக்கு முன் அவரைப் பற்றிய என் கேள்விகளுக்கு அவர் அதே பதிலையே தந்திருந்தார். '''கல்' என்று ஒன்று இல்லை என்று ஹிந்தியில் கூறினீர்கள். ஆனால் ஹிந்தியில் நாளை என்னும் பொருளும் 'கல்' என்ற சொல்லுக்கு உண்டே'' என்று நான் கேட்க, ''ஒரு சாதுவுக்கு எதிர்காலமும் கிடையாது'' என்றார் பெரிதாகச் சிரித்தபடி. அனைவரும் சிரித்தோம்.

''நம சிவாய... சாந்தி... சாந்தி... சாந்தி'' என்னும் புனிதச் சொற்களை குரு உச்சரித்தார். மனதை அமைதிப்படுத்தும் அந்த உச்சாடனத்தால் அமைதி கவிந்தது.

படித்துறையின் படிகளுக்குக் கீழே மூன்று படகுகள் மென்மையாய்த் தம் துறைகளுக்குத் திரும்பின. கம்பீரமாய் அவசரமேதுமின்றிப் பாயும் கங்கை, சூரிய ஒளியில் தகதகவென மின்னியது. தூரத்தில் ஒரு மீனவர் தமது படகிலிருந்து வலையை வீசியபடி இருந்தார். மறுகரையில் விரிந்து பரந்த மணல்வெளி. காலம் மட்டுமே நிகழ்வாயிருந்தது.

எங்கள் இளம் நண்பர்களுக்கும் செயலற்றிருத்தலின் சிறு அனுபவம் கிட்டியது. அவர்கள் வேறு வேலைகளைப் பார்க்கக் கிளம்பிப் போனார்கள்.

ஆனந்த பாபா தமது ஜோல்னாப் பைக்குள் கையை விட்டு 'சில்லும்'மை* வெளியே எடுத்தார். அதன் பிறகு கஞ்சா மற்றும் புகையிலையை ஒன்றாக்கிக் கலக்கும் பணியைத் துவங்கினார். 'காவ்... காவ்...' ஒரு அண்டங்காக்கை தெருவிளக்குக் கம்பத்தின் மீது அமர்ந்து கூவியது. பதிலுக்கு மிகவும் கவனமாய் ''காவ்... காவ்...'' என அவர் கரகரத்த குரலில் சப்தமிட்டார். ''ராம்... ராம்'' மீனவர்கள் தொலைவிலிருந்து எங்களை வாழ்த்தினர். ''நமசிவாய'' என குரு பதிலளித்தார். நான் சிவனை வணங்குகிறேன்.

இரண்டு பூசாரி பிராமணர்கள், தலையில் பின்குடுமிக் கொண்டையும், வெற்று மார்பில் பூணூற் கயிறுமாய் எங்களிடம் ஆசி பெற வந்தார்கள். ''ஓம் நாராயண். ஓம் நமசிவாய...'' ஆனந்த பாபா ஒரு வெள்ளைப் பருத்தித் துணியை அவர்களிடம் கொடுக்க, அவர்கள் அதைத் தரையில் போட்டு அதன் மீது அமர்ந்தார்கள். ''நீங்கள் எங்கேயிருந்து வருகிறீர்கள் பாபாஜி? எங்கே செல்லப் போகிறீர்கள்?'' என துவங்கி என்னைப் பற்றியும் விசாரித்தார்கள்.

ஆனந்த பாபா அவர்களிடம் 'நான் ஃப்ரான்ஸ் பிரஜை, துறவி ஆவதற்காக இங்கே வந்திருக்கிறேன்' என்பனவற்றை விவரித்தார். அதன் பிறகு குரு அவர்களிடம் பேசத் துவங்கினார். ''ஒரு அரசனுக்கு தனக்கு ஏதோ கிடைக்காமற் போய்விட்டதென்ற மனக்குறை இருந்தால் அவன் வறுமையின் பிடியில் ஒரு பிச்சைக்காரனுக்கு இணையாக மாட்டி இருக்கிறான் என்றே பொருள். அதேபோல் தனது உடலே நான் என யார் நம்புகிறானோ, அவன் பிறப்பு, நோய் மற்றும் இறப்பு பற்றிய கவலைகளால் எப்போதும் அலைக்கழிக்கப்படுகிறான். ஆனால் அந்த நம்பிக்கையிலிருந்து தன்னை விடுவித்துக் கொள்ளும்போது அவனுக்கு மகிழ்ச்சி கிடைக்கிறது. மாயை பூரணமான சிந்தனை போன்ற தோற்றம் கொடுக்கும். ஆனால் அது அப்படிப்பட்டதல்ல.''

''இந்துத் தத்துவத்தின்படி, மாயை என்பதன் பொருள் அறியாமை அல்லது பிரமை ஆகும். மனதின் சக்தி, எது நிஜமாகத் தோன்றுகிறதோ அதை நம்பும்படி மனிதனைத் தூண்டுகிறது. இவ்வாறாக அடிப்படையில் இணையான இரு இணையான இரு தவறுகள் உருவாக்கப்படுகின்றன. நான் தனி உயிரினமாக இருக்கிறேன் என்னும் நம்பிக்கை மாயை.'' இது பற்றி ஆனந்த பாபா அடிக்கடி என்னுடன் பேசுவார்.

'''சூரியனும் ஒரு மனிதனும் ஒன்றே ஆனவர். வெவ்வேறல்லர்' என உபநிடதங்கள் கூறுகின்றன'' என்றார் வந்த இருவரில் ஒரு பிராமணர்.

''பாபாஜி ஒரு ஜீவன் முக்தர், ஞானி'' என மற்றவருக்கு ஒத்தூதுவது போலவும், அவரிடம் கேள்வி கேட்பது போலவும் பதிலளித்தார் உடன் வந்தவர்.

''எப்படி ஒன்றேயான, தனித்துவம் மிக்க ஆன்மா, இரண்டாகப் பிரிக்கப் பட முடியும்? அதன் பின் ஒன்று மற்றொன்றை புரிந்து கொள்ளாமல் இருப்பதும் சாத்தியம்...'' என என் குரு ஒரு புன்னகையுடன் பதிலளித்தார்.

''ஹரே... ஹரே...'' என கைத்தட்டி, பின் தலைகுனிந்து வணங்கினர் இரு பிராமணர்களும்.

''சில்லும் வேண்டுமா பண்டிட்ஜி?'' அன்பாகப் பரிந்துரைத்தார் என் ஆசான்.

அவரது கம்பளத்தின் மீது ரூபாய் இருபதும், எனதின் மீது ரூபாய் ஐந்தும் வைத்துவிட்டு அவர்கள் நகர்ந்தார்கள்.

ஆனந்த பாபா 'சில்லும்'மை கஞ்சா மற்றும் புகையிலை போட்டு தயார் செய்த பின், தனது முண்டாசிலிருந்து ஒரு தீப்பெட்டியை எடுத்தார். அதை என் கையில் தந்த பிறகு, கோபுர வடிவ புகைக்கும் குழலைத் தம் கையில் ஏந்திப் பிடித்தார். பிறகு உரத்த குரலில் நீண்ட மந்திரம்போல் ''ஆல்லாக்'' என்று இசைத்தார். அது கடவுளுக்கு அழைப்பு, ஒரு ஆசி, ஒரு நன்றி கூறல், ஒரு பிரகடனம், ஒரு சபதம் என எதுவுமானதாகத் தோன்றிற்று. அவரது அந்தச் சடங்கில் அதுவே பிரார்த்தனை.

''ஆல்லாக் என்றால் என்ன பாபாஜி?''

''காண முடியாத, வடிவில்லாத, அதி மேன்மையான நகை.'' அவர் பரவசமாய்த் தொடர்ந்தார் ''தரிசனம் பெறும் ஆவல். உயிரினத்தின்

நோக்கு மற்றும் தன்னை உணர்ந்தவனின் ஆவல். அவனால் இங்கே, இந்த நொடியில் உள்ள யாவையும் உணரப்படும். எல்லாமே தரிசனம். அனைத்திலும் மேலான தரிசனம்.''

'சில்லும்' கை மாறும் போதும், அதன் பின்பும் எல்லோருமே மௌனம் காப்பார்கள். கஞ்சா மூளையின் மீது செய்யும் தாக்கம் பழக்கமான பார்வையைக் கிழித்து, பிரமையைக் கடந்து நோக்கும் கூர்மையைத் தருகிறது.

திரையைக் கடந்து, நாங்கள் பிரமையைக் கிழித்து, கூர் நோக்கை வசப்படுத்தினோம்.

நிகழ் பற்றிய விழிப்பும், புரிதலும் கொண்டிருந்தோம். ஒரு குழந்தை இரு கோப்பைகள் தேநீர் கொணர்ந்தது. ''ஹரஹர மஹாதேவ. கடவுள் பெரும் சக்தியானவர். நம்மை எப்படிப் பார்த்துக் கொள்கிறார்?''

குண்டான, புட்டி மூக்குக் கண்ணாடி அணிந்த ஒரு பிராமணர் கோயிலில் இருந்து வெளியே வந்தவர் படித்துறைக்கு வந்து, அடிவயிற்றிலிருந்து வட மொழியில், கங்கையைக் கும்பிட்டுப் பிரார்த்திக்கலானார். ஒரே சமயம் பரிதாபத்துக்கும், நகைப்புக்கும் உரிய ஒரு காட்சியாய் அது இருந்தது.

''அவருக்கு கிட்டப் பார்வை. துர்க்கை அவருக்கு மிகவும் நெருங்கி வர வேண்டி இருக்கும். ஆனால் இவர் கத்துகிற கத்தலில், பயந்து அம்மன் ஓடி விடாமலிருக்க வேண்டும்'' என்றேன் நான்.

ஆனந்த பாபா கொல்லென்று சிரித்தார்.

''அம்மா என அவன் தன் அம்மாவையே அழைக்கிறான். துர்க்கை சிவனின் சக்தி. அவனின் ஆக்க சக்தி அவள். அதுவே எல்லா உயிர்களின், உயிரில்லாப் பொருட்களின் மூலம்.''

ஒரு வெள்ளைத் துண்டு போட்டு, அதன் மீது அமர்ந்த அந்த பிராமணர், இரு விரல்களிடையே கட்டை விரலளவு பெரிய ஒரு ஊதுபத்தியை ஏற்றி, பூஜை செய்யத் துவங்கினார். ''ஓம்'' என மூன்று முறை கூவி பூஜையை முடித்தவர், திரும்பிப் போகும்போது எங்களுக்கு லட்டு பிரசாதம் மற்றும் பொங்கல் பிரசாதமாகக் கொடுத்தார். கடவுளால் ஏற்கப்பட்டவை அவை.

சில நிமிடங்கள் கழித்து, ஒரு ஆள் எங்களிடம் பேச வந்தார். ''ஹரி ஓம் நமசிவாய'' அவர் மிகுந்த பணிவுடன் ஆனந்த பாபாவின் பாதங்களைத் தொட்ட விரல்களால், தனது கண்களைத் தொட்டுக்

கொண்டார். பாபா அவரைக் கண்டுகொள்ளவே இல்லை. அவர் என் காலில் விழ வந்தபோது, நான் வேண்டாம் என தடுத்தேன். 'எங்கேயிருந்து வருகிறீர்கள்? எங்கே போகிறீர்கள்?' என கிராமத்தில் விசாரித்த, நிலம் நீச்சுமாயிருக்கும் விவசாயிகளில் அவர் ஒருவர். என்னைப் பற்றி அவர் கேட்டதும் நான் வெளிநாட்டவன், சந்நியாசம் வேண்டி வந்தவன் என பாபா பதில் கூறி இருந்தார். 'அவன் அவனுக்கு சிரிப்பு மூட்டுபவன்' என்றே இவரைப் பற்றி பாபா என்னிடம் குறிப்பிட்டார்.

பாபா நான் என்றோ, நாம் என்றோ குறிப்பிடவே மாட்டார். தன்னை 'இந்த உடல்' என்றோ 'அவன்' என்றோதான் குறிப்பிடுவார். எல்லாமே தன்னை விலக்கிப் பொதுமையாய்ச் சொல்வதில் உள்ளடங்கி விடும். புத்தகம் முழுக்க அதை நான் மறுபடி மறுபடி பதிவு செய்யாவிட்டாலும் அவர் பேசும், தன்னைக் குறிப்பிடும் முறை அதுவே. அந்த ஆள் தனிமையில் எங்களைத் தரிசித்ததில் திருப்தி ஆகி எழுந்தார். பாபா அவருக்கும் எனக்கும் லட்டு கொடுத்தார்.

அதற்கு அடுத்ததாக 40 வயது ஆள் ஒருவர் வந்தார். ஹேமச்சந்திர வணிநாத் என்பது அவர் பெயர். அவர் சால்வை வியாபாரி. அவர் பாபாவுடன் 'சில்லும்' புகைக்க விரும்பினார். 'மௌனத்தின் மலையேறி உன் குருவை அறி' என்னும் கபீரின் குறட்பாவின் வரியை அவர்கள் இருவரும் விவாதித்தனர். ''எது மௌனம்? அவனால் கூற முடியுமா?'' வினவினார் பாபா. சில நொடிகள் சிந்தனையில் ஆழ்ந்த ஹேமச்சந்திரா பிறகு பணிவாக முடியவில்லை என்ற தொனியில் ''இதன் விடை என் சிற்றறிவுக்கு எட்டவில்லை பாபாஜி'' என்றார்.

''பம்பம் போலே ஆதி நாத்.'' 'சில்லும்' கைமாறியது. சந்திக்க வந்தவருடன் நாங்கள் அபூர்வமான, பேச்சில்லாத விழிப்பு மிக்க நொடியைப் பகிர்ந்தோம்.

புத்திக்குள் நடுங்குவதுபோல் ஒரு காற்று வீசியது. ஒரு அலையின் மீது மீனவர் ஒருவர் வலை வீசினார். ஒரு சுறா தண்ணீருக்கு வெளியே எட்டிப் பார்த்து மறைந்தது. சிட்டுக் குருவிகள் கூட்டமாக வானில் சிறகடித்தன.

''மௌனத்தை அவன் செவி மடுப்பதில்லை'' என்றார் ஆனந்த பாபா. ''அவன் காதுகளுக்கு கேட்காவிட்டாலும் மௌனம் அறிய முடியாத ஒன்றை அவனுக்கு தெளிவுபடுத்துகிறது.''

மௌனம்.

அனைத்தும் அசையாமல் அரவமின்றி இருந்தபோது ஆலமரத்தின் மேற்கிளையிலிருந்து வீழும் ஒரு பழுத்த இலை கிளைகளில் உரசும் சத்தம் பெரிதாகக் கேட்டது.

''இரு எண்ணங்களுக்கிடையே மௌனம் இருக்கிறது'' என்றார் ஆனந்த பாபா. ''அவன் உன்னிப்பாக இதைத் தொடர்ந்தால் அறிய முடியாதவற்றை அறியும் வாய்ப்பைப் பெறுகிறான். குரு எங்கும் இருக்கிறார். மௌனமே அவன் கண்டடையும் சிறந்த மார்க்கம்'' என நிறைவு செய்தார்.

ஹேமச்சந்திரா ஒரு 20 ரூபாய் நோட்டை பாபாவின் கம்பளத்தின் மீது வைத்தார். என் ஆசான் அவருக்கு ''சர்வம் கல்விடம் பிரம்மன்'' என ஆசி கூறினார். இவை யாவுமே பிரம்மம் ஆகும். ஒரு லட்டையும் ஹேமச்சந்திராவுக்குக் கொடுக்க, அவர் தம் பணிகளைப் பார்க்கக் கிளம்பிப் போனார்.

வழிப்போக்கர்கள் தொலைவில் இருந்தே எங்களுக்கு ''ஹரி ஓம். ராம்... ராம்... நமசிவாய'' என வணக்கம் தெரிவித்தார்கள். ஆனந்த பாபா உற்சாகமாயிருந்தார். உலகம் அவரை அன்புடன் வேடிக்கை பார்ப்பதாகத் தோன்றியது. வசந்த காலம் என்பதால் பகற் பொழுதுகள் அதிக வெப்பமில்லாமல் இனிமையாயிருந்தன.

கோயிலின் நிழல் மெல்ல மெல்ல, நீண்டு நீண்டு படித்துறை களையும் நதியையும் மறைத்தது.

நான்கு கைகளில் ஆயுதம் தரித்த, கோயில் மூலவரான விஷ்ணு புகழ் பெற்றவர். அவரது கோயிலின் தூண்கள் நிறைந்த மண்டபத்தில் மாலை, சூரிய அஸ்தமனத்துக்குப் பின், ஜடா முடியும் முண்டாசுமான பத்துப் பன்னிரண்டு துறவிகளை நாங்கள் சந்தித்தோம். தூண்களுக்கு இடைப்பட்ட நடைகளில், சாதுக்கள் தத்தம் போர்வைகளை விரித்து அமர்ந்த பின், இடைப்பட்ட இண்டு இடுக்கான நடைவழி, காட்டுக்குள் வளைந்து செல்லும் ஒற்றையடிப் பாதைபோல் ஆகிவிட்டது. ஒரு துறவி வடமொழியில் அமைந்த தத்துவ நூலைப் படித்துக் கொண்டிருந்தார். அவரிடம் அது ஒரு ஆர்வலர் மூலம் வந்து சேர்ந்திருக்கக் கூடும். மற்றொருவர் பத்து நொடிக்கு ஒரு முறை தனது மூக்குக் கண்ணாடியைச் சரி செய்தபடி 'டைம்ஸ் ஆஃப் இந்தியா' நாளிதழில் லயித்திருந்தார். ஏனையோர் சிறு சிறு குழுக்களாக மெல்லிய குரலில் உரையாடிக் கொண்டிருந்தனர்.

''ராம் ராம்.''

''ஹரி ஓம்.''

''நம சிவாய.''

''நீங்கள் எங்கிருந்து வருகிறீர்கள் பாபாஜி?''

''அவர்கள் அங்கே இருந்தார்கள். இப்போது இங்கே இருக்கிறார்கள்'' என் ஆசான் மகிழ்ச்சியோடு பதிலளித்தார். ''இதுவே மாயையின் மந்திரச் செயல். இருப்பினும் அவர்கள் என்றேனும் வேறெங்கேயும் இருந்திருக்கிறார்களா?''

''எனது பதில் நான் இந்தியாவிலிருந்து வந்திருக்கிறேன் என்பதாகும்'' என குறுக்கிட்டார் ஒரு இளம் சாது.

''பாபாஜிக்கு இங்கு ஆசனம் அமைத்து அமர விருப்பமுண்டா?'' என அழைத்த ஒரு சந்நியாசி அசப்பில் தாகூர் போலவே இருந்தார்.

''அவனால் தான் இல்லாத ஒரு இடத்தையும் கற்பனை கூட செய்து பார்க்க முடியாது'' என்று தன்னைப் பற்றிய ஒட்டுதல் இல்லாத தொனியில் சிரித்தபடி பதிலுரைத்தார்.

அந்த பதில், அவரை மதிப்புக்குரியவரென்ற புரிதலுக்குக் காண்போரைக் கொண்டுசென்றது. அவர் ஒரு அறிஞர் மற்றும் இங்கிதமானவர் என்னும் எண்ணம் சாதுக்களிடையே ஏற்பட்டது.

''உமது ஞானம் பத்து லட்சம் சூரியன்கள் பிரகாசமுள்ளது'' என இணையான அழகுத் தொனியில் தாகூர் பதிலளித்தார்.

ஆனந்த பாபா அவர்கள் பரிந்துரைத்து வரவேற்ற இடத்தில் அமர்ந்தார். அவரின் பின்னே அமரும் வகையில் என் இடத்தை நானும் மாற்றிக்கொண்டேன். எல்லா சாதுக்களுக்கும் வணக்கம் தெரிவிப்பதற்காக எழுந்து சென்றேன். ''எங்கிருந்து வருகிறாய்? எங்கே போகிறாய்? எதாவது உனக்குத் தேவைப் படுகிறதா?'' என்பதாகவே விசாரிப்புகள். ''என்றும் மாறா சத்தியமே சுதந்திரத்தின் வடிவத்தில் வருகிறது'' என்றார் வட மொழி தத்துவ நூலை வாசித்தவர். 'சில்லும்கள்' இங்கும் அங்கும் தாராளமாகக் கைமாறிக்கொண்டிருந்தன. கோயிலின் பிராமணர்கள் மற்றும் ஊழியர்கள் வயிறார உணவு படைத்தார்கள். ''சாதம் ராம்ஜி? கூட்டுப் பொரியல் ராம்ஜி? சப்பாத்தி ராம்ஜி? தயிர் ராம்ஜி?'' என உபசரிப்பில் திணற அடித்தார்கள். தாம் அமர்ந்திருக்கும் சிறிய இடத்துக்குள்ளேயே ஒவ்வொரு துறவியும் உணவருந்தினார்.

ஒருவரை ஒருவர் அவர்கள் 'மகாராஜ்', 'குருஜி', 'பண்டிட்ஜி' என விளித்துக்கொண்டனர். இருப்பதிலேயே இளம் சாமியாரின் வயது 14. மூத்தவருக்கு வயது 70. அவர்கள் வெவ்வேறு சமூகப் பின்னணி

உள்ளவர்கள். துணைக்கண்டத்தின் வெவ்வேறு மாநிலத்தைச் சேர்ந்தவர்கள். சந்தித்து இரண்டு மணி நேரம் மட்டுமே ஆகியிருந்தாலும், பலகாலம் பழகியவர்கள்போல உறவாடினார்கள். அவர்கள் தீவிரமானவர்களின் ஒன்று கூடலாய்த் தென்படவில்லை. புனிதத்துவம் பொதிந்த அசட்டையும், விட்டேற்றியான குணமுமே அவர்களிடம் வெளிப்பட்டன. மன அழுத்தமும் வருத்தமும் மிகுந்த காட்சியாக அது இல்லை.

நான் கட்டாந்தரையில் நட்சத்திரங்களைப் பார்த்தபடி என் விரிப்பின் மேல் படுத்தேன். வாழ்வில் முதன் முறையாக நான் பூமியின் மைந்தனாக என்னை உணர்ந்தேன். வானமே கூரை. பூமியே வீடு.

பொழுது விடிவதற்கு வெகு நேரம் முன்பாகவே ஆனந்த பாபா என்னை எழுப்பிவிட்டார். நாங்கள் குளிர்ந்த கங்கை நதியில் இருட்டில் நீராடினோம்.

இருவரும் படித்துறையில் கிழக்கு நோக்கி அமர்ந்து தியானம் செய்தோம். ''சூரியன் உதிக்கும் முன் பற்றும் ஒளியைக் கூர்ந்து நோக்கு. அதனுடன் நீயும் இந்த நாளுக்காய் உதயமாவாய்'' என்றார். ''சூரியன் வெளிப்படுத்தும் முதல் கிரணத்தைத் தவற விடாதே. அதுவே மாயையின் தரிசனம்.'' ஆனால் நான் அதைத் தவற விட்டு விட்டேன். என் தியானமோ உள்ளுக்குள்ளேயே ஒரு உரையாடலாயிருந்தது.

கதிரவன் மறு கரையில் தனது பளீரென்னும் வெளிச்சத்துடன் உதிக்கத் துவங்கினான். முதலில் தொடுவானம் கருநீலமாயிருந்தது. பிறகு ஊதா நிறத்துக்கு மாறியது. முற்றிலும் இருள் விலகாத ஈரப்பதமான விடியற்காலை.

படகோட்டிகள் ஒருவரை ஒருவர் ''ராஜர், கிருஷ்ணா, கோபால்'' என கூவி அழைக்கத் துவங்கினர்.

ஆனந்த பாபா எழுந்தார். இருவரும் பை மற்றும் போர்வையைத் தோளின் மீது போட்டுக்கொண்டு கையில் கமண்டலத்துடன் புறப்பட்டோம்.

வீட்டுக்குள் வசித்த காலம் போய், நாடோடியாய், படுக்கக் கூரையின்றி இருக்கப் போவது பற்றி எனக்கிருந்த அச்சத்தை ஒப்பிட, இந்தக் 'கூரையில்லா' அனுபவம் அப்படி ஒன்றும் மோசமாயில்லை. நம்மை நினைப்பு வாட்டுமளவுக்கு நிஜம் துன்பப்படுத்துவதில்லை. ஆனந்த பாபா தமக்கு எதுவுமே தேவையில்லை என்றும், இந்த உலகமே தனது உணர்தலின்

வடிவமே என்றும் கூறி வந்தார். ஆனால் என்னிடம் அவருடைய தன்னம்பிக்கையோ, அல்லது எனது சக சாமியார்களின் விட்டேற்றித்தனமோ, இரண்டுமே இல்லை.

★★★

''எங்கிருந்து வருகிறீர்கள் நீங்கள்? எங்கே போகப் போகிறீர்கள்? எங்களுடன் தங்கும் நோக்கமென்ன?'' நாங்கள் கடந்து செல்ல வேண்டிய கிராமத்துத் தலைவர் எங்களை வினவினார்.

அவர் தமது வீட்டுக்கு வெளியே, நண்பர்களுடன் ஒரு மரக்கட்டிலில் அமர்ந்து சீட்டாடிக் கொண்டிருந்தார்.

''எல்லோருக்கும் தாய் ஒருத்தியே. அவரிடமிருந்தே பிறந்தவர்களுக்கு அவளே உணவளிக்கிறாள். அவர்கள் எல்லாம் அவளிடமே சென்று சேருகின்றனர்'' என விடையளித்தார் ஆனந்த பாபா.

விருந்தோம்பலுக்காக அவசர அவசரமாக உணவைத் தயாரித்தார்கள் கிராமத்து மக்கள். தந்தையர் தமது தலை மகனுக்கு உத்தரவு பிறப்பிக்க, அவர்கள் தமது தம்பிகளுக்கு அதை எடுத்துரைத்தார்கள். தம்பிகள் அவற்றை சகோதரிகளிடம் கூற, அவர்கள் உத்தரவை நிறைவேற்றினார்கள். அழகிய இளம் பெண்கள் தேநீர், பிஸ்கட்டுகள், வாழைப் பழங்கள் மற்றும் சைவ பிரியாணி, பூரி ஆகியவற்றைக் கொண்டு வந்தனர்.

தகுதி அற்றவனான எந்தன் கால் தூசியை அவர்கள் தொட்டுக் கண்களில் ஒற்றிக்கொண்டது என்னை மிகவும் நெகிழ்த்தியது. இது நான் எனப்படும் மனிதனுக்கான மரியாதை அல்ல; பாரம்பரியமான இந்தப் பதம் பணியும் முறையானது ஒரு நொடிப் பொழுது, நான் வணங்கத்தக்க வடிவின் கருவியாகவும், முகவராகவும் இருந்ததற்காக.

ஹிந்து மதத்தின் புனித நூல்கள் அனைத்திலும் துறவியின் அண்மையை நாடுதல் மிகவும் பரிந்துரைக்கப் பட்டிருக்கிறது. சாதுக்கள் (இதற்கு ஒரு உணர்வுப் புலம் நல்லவர் மற்றும் துறவி என பொருள்) தெருவில் திரிபவர்கள், கோயிலின் அருகில் அமர்பவர்கள், புனித மரங்களின் கீழ் ஒண்டுபவர்கள், எங்குமிருக்கும் ஆசிரமம் அல்லது அகாராவில்* வசிப்பவர்கள். அவர்கள் எளிதாய்க் காணக் கிடைப்பவர்கள், நம்மோடிருப்பவர்கள் மற்றும் அணுகக் கூடியவர்கள். அவர்களுக்கு பாபா என பெயர். அதற்கு அப்பா என்று பொருள். ஒருவர் கோயிலுக்கு ஒரு கடவுளை பிரார்த்திக்கப் போவார். ஒருவர் துறவியிடம், கடவுளுடன் நெருங்கிய தொடர்புக்காகப் போவார். புனிதத்தில் வாழும் உதாரணத்துக்கு சேவை செய்யப்

போவார். அறிவுரை கேட்கப் போவார். கருத்துக் கேட்கவோ, அப்பாலுக்கு அப்பால் என்ன உள்ளது என ஆழ்ந்து விவாதிக்கவும் போவார். கண் வசப்படாத முழுமை பற்றியும், அன்றாட வாழ்க்கையின் வெறுமை பற்றியும் உரையாடப் போவார். ‘சில்லும்’ புகைக்கவோ அல்லது ஆசி பெறவோ போவார். தரிசனம் பெறுவது என்பது காண்பதால் ஆசீர்வதிக்கப்படுவது. அங்கே இருப்பதால் விழிப்பு நிலைக்குள் நுழைவது.

இனிமையான சூழல் இருக்குமானால், சரியான அறிவுரை கிடைக்குமானால், ‘தரிசனம்’ மேம்பட்ட ஒன்றாய் ஆகுமென்றால், புனிதமான ஒரு உணர்வுப் புலம் ஆகிய இவை அனைத்தும் இருந்தால் பாபா ஒரு நாள் அவருக்கு குரு ஆவார்.

இந்துக்கள் அன்பைச் செலுத்துவதை நேசிப்பவர்கள். வணங்குதல் என்னும் மனப்பாங்கு வழியே அகம் தேயும்போது இன்பம் அனுபவமாகிறது. மனமார மதிக்கும்போது ஒருவருக்கு அளித்ததற்கு இணையான அன்பு கிடைக்கிறது. மதித்துக் கொண்டாடுவது ‘நிர்வாணம்’ என்னும் விடுதலை நிலையை உள்ளடக்கியது. அது நம்புதல் பற்றிய கேள்வியே அல்ல. ஆசீர்வதிப்பதுடனேயே அடையாளப்படுவது.

இந்தியா நவீனத்துவத்தின் விளிம்புக்கே வந்துவிட்டது.

மாட்டுவண்டி - டிராக்டர், கிணற்றுத் தண்ணீர் - மைக்ரோவேவ் அடுப்பு, களிமண் குப்பி - பிளாஸ்டிக் பைகள், எண்ணெய் விளக்குகள் - தனி வீட்டின் ஜெனரேட்டர்கள் - அணுமின் உலைகள், இரும்புக் கொல்லர் - உலகின் முன்னணி எஃகுத் தயாரிப்பாளர், ரிக்ஷாக்கள் - கேபிள் டீவி, பாம்பாட்டிகள் - மின்னணு உதிரிப்பாகத் தயாரிப்புக் கூடம், ஊழல் - சந்நியாசம் (துறவு) அனைத்தும் இங்கே ஒன்றாயிருக்கின்றன. இரண்டு கோடியே பத்து லட்சம் பிச்சைக்காரர்கள் மற்றும் ஐந்து லட்சம் புதிதாய்ப் பட்டம் பெற்ற பொறியாளர்கள் ஒவ்வொரு வருடமும் வருகிறார்கள். இவர்களில் பெரும் எண்ணிக்கையிலானோர் ஒன்று கோயிலில் பிரார்த்திப்பவர் கள் அல்லது ஒரு சாதுவிடம் ஆசி பெறுபவர்கள். ஆண்களில் அரை சதவிகிதம் துறவு கொண்டோர் என்பது வெளிப்படை.

அத்தியாயம் 2

சொற்களாலான ஓர் உலகம்

ஒரு பெரிய கோயில், ஒரு 'தர்மசாலா' அல்லது 'அகாரா'வில் நாங்கள் ஒரு நாள் மட்டுமே என்றோ அல்லது மூன்று நான்கு வாரங்களோ தங்குவோம். தர்மசாலா என்பது வசதி படைத்த வியாபாரிகள் சிலர் பக்தர்களுக்கும், சாமியார்களுக்கும் தங்கும் வசதிக்கென கட்டிக் கொடுத்த சத்திரங்களாகும். ஒவ்வொரு சத்திரத்திலும் தங்கும் வசதிகள் ஒவ்வொரு விதமாக, அதாவது கூடக் குறைய இருக்கலாம். அவற்றைப் பராமரிக்கும் செலவுக்கும் அந்த செல்வந்தரே பணம் தருகிறார். ஒரு பாபா ஆசிரமம் அல்லது அகாரா என்பது ஒரு விதத்தில் மடாலயம். அதைப் பராமரிப்பவர்கள் பரபரப்பான வாழ்க்கையைத் துறந்த சாதுக்கள். அலைந்து திரியும் சாமியார்களுக்கு அது தங்க இடம் தரும். அங்கே கிரகஸ்தர்கள்*, வீடு வாசல் உள்ளவர்கள், புரவலர்கள் வெவ்வேறு நேரங்களில் வருவார்கள். அவர்களது நெல்லோ, கோதுமையோ சாகுபடி துவங்கி வளர்ந்து முதிரும் வரையான காலத்தில், நிதானமாக அங்கே 'சில்லும்' புகைத்து, பல விஷயங்களை அலசி, முடிவுகளை எடுப்பார்கள். சில பகுதிகளில் ஒரு கிராமத்தில் மூன்று அல்லது நான்கு பாபா ஆசிரமங்கள் இருக்கும். நகரங்களில் அவை கோயிலுடன் சேர்ந்திருக்கும். ஆலயத்தின் வருவாய் ஆசிரமத்தைப் பேணப் பயன்படும். பத்தாம் நூற்றாண்டு முதல் பன்னிரண்டாம் நூற்றாண்டு வரை, மிகப் பெரிய 'அகாரா'க்கள் நிறுவப்பட்டன. அவற்றுக்குப் பல கிளைகளும் உண்டு. இவை அனைத்திலும் வந்து போகும், இருக்கும் சாதுக்களின் எண்ணிக்கை பல ஆயிரங்களைத் தாண்டும். இந்த இடங்களில் நமக்கு ஒரு அறையே கிடைக்கலாம்.

அல்லது கோயிலின் சுற்றுப் பிராகாரமோ, கூரை வேய்ந்த கொட்டிலோ ஏதோ ஒன்று. நமது ‘ஆசனத்தை’ விரித்துப் படுத்துக் கொள்ள வேண்டியதுதான். பல சமயங்களில் 50 பேருடன் நாம் தங்கவேண்டி வரும்.

‘‘ராம் கிரி, தமது அறையில் இடம் உள்ளதா?’’

‘‘எங்கள் அறையில் நாங்கள் இருவர் மட்டுமே உள்ளோம்.’’

இப்படித்தான் தங்குமிடம் ஒத்துழைப்பாய் முடிவாகும்.

ஒரு துறவி திரிந்து அலையாத நாட்களில், அவரின் பகற் பொழுது வெட்டியாகவே கழியும். அவர் குளித்துத் துணி துவைத்து, மதச் சடங்கு நீண்டதோ குறுகியதோ ஒன்றில் இணைந்து கொள்வார்; முணுமுணுப்பாய் பக்திப் பாடல்கள் பாடுவார், மந்திரம்* ஓதுவார், ஒரு உபநிடதத்தின் பக்கங்களை வாசிப்பார், அரட்டையடிப்பார், வம்பு பேசுவார், மக்களை வரவேற்பார், செய்தித்தாள் வாசிப்பார், ‘சில்லும்’ புகைப்பார் மற்றும் தேநீர் குடிப்பார். நான் உன்னிப்பாய்க் கேட்கவும் வாசிக்கவும் செய்தேன். என் பையில் இரு சிறு நூல்களை நன் எப்போதும் வைத்திருப்பேன். ஒன்று அவதூத கீதை*, மற்றது அஷ்டவக்ர சம்ஹிதா. பழைய புத்தகக் கடையில் கிடைத்த ‘Andre Marlaux’ எழுதிய ‘Anti-Memories’ புத்தகமும் என் பையில் உண்டு.

ஆரத்தி* பூஜை, அனைவரும் ஒன்றுபட்டு வழிபடுகிற, குறுகிய நேரப் பூஜை ஆகும். சூரிய அஸ்தமன நேரத்தில் எல்லா சாதுக்களும் ஆரத்திக்கு ஒன்று கூடுவார்கள். மாலை நேரங்களில் உரையாடல்களும், பக்திப் பாடல்களும் மாறி மாறி இடம் பெறும். ‘சிவ ஓம் சிவா கல்பதரு’, ‘ஜெய் மா’; பிறகு ஒவ்வொருவராகத் தத்தம் படுக்கும் இடங்களில் விரிப்பின் மீது பையையே தலையணையாக வைத்துப் படுத்து உறங்கிவிடுவார்கள்.

எங்களுக்கு வள்ளல்கள் யார்? கூலி வேலை செய்வோர், வங்கி மேலாளர்கள், விற்பனையாளர்கள் மற்றும் வேலையில்லாப் பட்டதாரிகள். இவர்கள் அனைவரும் எங்கள் தரிசனத்துக்காகவும், புனிதமான புகைக்குழலுக்காகவும் வந்தனர். தனிமையில் வாடுவோருக்கும், சமூகத்துடன் ஒட்ட முடியாதோருக்கும், கட்டற்று கஞ்சா புகைப்போருக்கும் எங்கள் இடம் அடைக்கலமாயிருந்தது; பக்தர்களுக்கோ எங்களைக் காண்பதே பேறாக இருந்தது. நாங்கள் சதையும் எலும்புகளுமான கடவுளின் சிலைகள். நாங்கள் தத்துவ ஞானமுள்ள படிப்பாளிகளிடம் அறிவார்ந்த உரையாடல் புரிவோம். நாங்கள் கற்பித்தோம். அறிவுரை கூறினோம். ஆசீர்வதித்தோம். எங்களுடன் கலந்து பழகியவர்களின் நாட்களை எழிலானதாய்

ஆக்கினோம்.

நாங்கள் நதிக்கரை, திறந்தவெளி, பாறையடி அல்லது மரத்தடி என பல இடங்களில் ஒண்டிக் கொள்வோம். தொலைவிலிருந்த ஒரு பாபாவின் குடிலை* நாங்கள் பங்கு போட்டுக் கொள்வோம். நதிகள் அல்லது விவசாய 'பம்ப் செட்' தண்ணீரில் நாங்கள் குளித்துத் துவைத்துக் கொள்வோம். எங்களை வீட்டுக்கு அழைத்த விவசாயியின் வீட்டு வராந்தாவில் படுத்துக் கொள்வோம். அவர் அப்போதுதான் கறந்த எருமைப்பால் தந்து உபசரிப்பார். அன்பின் அடிப்படையில் ஒரு விழைவு மேலெழும் மக்கள் மிகவும் மகிழ்ச்சியானவர்கள். ஏனெனில் பிறருக்கு உதவுவது இன்பம் தருவது வேறு எதுவுமில்லை.

ஒரு நாள்போல மறுநாள் இல்லை என்றாலும் எல்லா கிராமங்கள் மற்றும் சில நகரங்களில் பாபாக்கள் அதிகமாய்ப் புழங்கும் இடங்கள் என சில வழக்கமாயிருக்கும். அவை பெரிய மரத்தடியோ, அல்லது கோயில்களோ அல்லது நதியின் படித்துறைகளோ, இவை யாவுமோ அல்லது இவற்றுள் சிலவாகவோ இருக்கும்.

சில சமயம் நாங்கள் தூனி* - 'புனிதத் தீ'யைச் சுற்றி வட்டமாக சாதுக்கள் அமரும் கூடலை ஒழுங்கு செய்வோம். ஏற்கெனவே அங்கே வசிப்போர் நாடோடிகளை வரவேற்பர். அவர்களிடம் சமையற் பாத்திரங்கள், ஸ்கூட்டர், டிரான்சிஸ்டர் ரேடியோ யாவுமிருக்கும். பிளாஸ்டிக் விரிப்புகள் கூரைகளாகும். கீழே ஒரு கல், இதுவே கோயிலாகும்.

ஒரு போர்வை, ஒரு வேட்டி, கயிற்றின் துண்டு மற்றும் குச்சியை வைத்து சுவரின் ஓரமாக ஒரு நல்ல வசிப்பிடத்தை ஒருவரால் உருவாக்க இயலும். இந்தக் கூடாரம் என்னை வெப்பத்திலிருந்தும், காலைப் பனித் துளிகளிலிருந்தும், போவோர் வருவோரின் பார்வையிலிருந்தும் என்னைப் பாதுகாத்தது. நான் உலகை அவதானித்து, இரவில் நிம்மதியாய் கூடாரத்தில் உறங்கினேன்.

பல சமயங்களில் இதை விட வசதியான தங்குமிடம் கிடைக்க வாய்ப்பிருந்தும் என் குரு வித்தியாசமாகவே முடிவெடுத்தார். இவ்வாறாக, தொடர்ச்சியாகப் பல்வேறு வாழ்க்கை முறைகளை நாங்கள் அனுபவத்தில் கண்டோம்.

நாங்கள் தெருவோரம் தங்கும் நாட்களில் நான் உணவு வழங்கு மிடங்களுக்குச் சென்று உணவை வாங்கிக் கொள்வேன். 'காலைப் பூஜைக்குப் பின் சிவன் கோயிலில் சோறும் காயும் பிரசாதம். மகாலட்சுமி கோயிலில் பூரி தருகிறார்கள்' என்றெல்லாம் வதந்திகள்

வரும். ஆனந்த பாபா போக விரும்பமாட்டார். உண்ணா நோன்பு இருக்கும் ஆசானை விட்டு நீங்கி, சீடன் போக இயலாது. நானும் 50 சாதுக்களைப்போல படுத்துக் கிடப்பேன்.

சில சமயம் உணவின் விலை 'ராம் சீதா, ராம் சீதா' என ஒன்றரை மணி நேரம், ராமர் சீதை புகழை நம்பிக்கையுடன் பாடுதலாகும். அது ஊழல்தானே. நான் கையில் காசில்லாவிட்டால் பட்டினியே கிடப்பேன். பணமிருந்தால் உணவகங்களில் நாங்கள் சாப்பிடுவதுண்டு. இந்தியாவின் வறுமை பயங்கரமானது. மிருகங்களைப்போல சைக்கிள் ரிக்ஷா ஓட்டுபவர், கூலிகள் இவர்கள் ஒரு வேளை உணவுக்காக உழைப்பதைக் காணலாம். தெருவிலேயே வசிக்கும் குடும்பங்கள் பல. கந்தலாடைக் குழந்தைகள் பிச்சையெடுக்கிறார்கள்.

ஆனால் துறவிகளாக நாங்கள் வறியோர் அல்லர். எங்கள் பைகளுக்குள் இருப்பவை எங்களுக்குச் சொந்தமான பொருட்களே. இருந்தும் எங்களுக்குத் தாராளமாக மக்கள் வழங்குகின்றனர். எனவே 'கவலையில்லா வாழ்வு' சாத்தியம். நிறைய வள்ளல்கள் மற்றும் நிறுவனங்கள் எங்கள் தேவைகள் பூர்த்தியாகத் தேவையான நிதியை வழங்குகின்றனர்; நீண்ட கால அடிப்படையில் பார்த்தால், எங்கள் அத்தியாவசியத் தேவைகளுக்கான தட்டுப்பாடு ஒருபோதும் இல்லை. எனவே வறுமையிலும் 'ராஜ குமாரர்கள்' நாங்கள். 'நீ செயல் புரியவேண்டும்' என கிருஷ்ணர் பகவத் கீதையில் மனிதனைப் பார்த்துக் கூறுகிறார். ஆனால் ஒரு சாது என்ன பதில் சொல்கிறார்? ''நான் என்ற ஒன்றே இனி இல்லை. நான் எதையும் செய்ய மாட்டேன். மனிதனாய் இருப்பதன் முக்கிய அம்சம் செயற்படுவதே என்றால், எதையும் செய்யாமல் இருப்பது மனித நிலையிலிருந்து விடுவித்து விடுகிறது. அகர்மா* ஒரு தபஸ்*, அதுவே எமது வழிமுறை.''

எனவே எங்கள் பாதை நேயம் மற்றும் பிறர் நலன் விழைதலை இலக்காகக் கொள்ளவில்லை. பிறருக்காகக் கடவுளின் பெயரால் பணியாற்றுவது என்னும் லட்சியவாதமில்லை. எங்கள் பாதை 'சந்நியாசம்'. ''துறவு என்பதன் பொருள் 'நான்' பொருட்களை வேண்டாம் என்கிறேன் என்பதல்ல'' என போதித்தார் ஆனந்த பாபா. ''ஏனெனில் 'நான்' என்ற ஒன்று இருக்கவில்லை. வைராக்கியம் என்பது மனோரீதியான உடமை மறுப்பு. அது நான், எனது, மாயை மற்றும் உலகம் தொடர்பான யாவும் மறைந்தன என்பதையே குறிக்கிறது.''

சில குடித்தனக்காரர்கள் எங்களுடன் எந்தத் தொடர்பும் வைக்க விரும்ப மாட்டார்கள். எங்களை நிராகரிப்பார்கள். அவர்களைப் பொறுத்தவரை நாங்கள் சோம்பேறிகள், நம்பத் தகாதவர்கள் மற்றும் போதைக்கு அடிமையானவர்கள். மேலும் நாங்கள் அப்பாவிகளை ஏமாற்றுகிறோம் என்றே எண்ணுகிறார்கள். இது முற்றிலும் தவறான எண்ணம் என ஒதுக்கிவிட முடியாது. ஏனையருக்கோ நாங்கள் புனிதர்கள். அவர்கள் இறைவனின் பெயர் சொல்லி எங்களுக்கு வணக்கம் சொல்லி எங்கள் பாதம் பணிகிறார்கள். புனிதமும் கருணையும் பற்றிய சிந்தனையில் ஆழவும், ஞானமும் அது தரும் பேரானந்தம் பற்றி அறியவும், எங்களை அணுகுகிறார்கள். நாங்களும் எங்கள் வழிமுறையும் இவற்றின் அடையாளமாக இருக்கின்றோம். தமது வசதிக்கேற்ப அவர்கள் எங்களுக்கு உணவு, உடை, பணம் எல்லாம் தருகிறார்கள். இவ்வாறாக, அவர்கள் கர்மாவின் நற்பலன்களுக்குப் பெருமை சேர்க்கிறார்கள். எங்களுக்குப் பயனுள்ளவராயிருப்பது கடவுளுக்கு அனுசரணையாயிருப்பதுவாகும். எங்கள் மூலமாகவே பரம்பொருளின் கருணை கடாட்சம் அவர்கள் மீது விழுகிறது. அவர்கள் எங்களையே கடவுளின் செவிகளாய்க் கருதுகின்றனர். எங்களுக்கு ஞானநுட்பம் மிகுந்த பார்வையும், ஒருவரை ஊடுருவி உணரும் திறனும், மனோரீதியாக ஒருவரை மாற்றும் சக்தியும் உண்டு என அவர்கள் நம்புகின்றனர். இந்த சக்திகள் பற்றி எனக்கு ஐயங்கள் அதிகம். நான் ஒரு துறவியல்ல. ஆனால் துறவு நிலையின் பிரதிநிதி ஆவேன். நாங்கள் சுய கட்டுப்பாடும், சுகம் தேடாப் புலனடக்கமும் கொண்ட செயலின்மையின் மனித வடிவாய்க் காணப்படுகிறோம்.

எங்களுக்கு மக்கள் தருவது காணிக்கை - பிச்சையல்ல.

நாங்கள் நன்றி சொல்லோம் - ஆசீர்வதிப்போம்.

கஞ்சா உபயோகிப்பது ஒரு தபஸ், அது ஒரு துறவுப் பயிற்சி முறை; புனிதத்துவத்தின் தலை வாயில். நான்காம் நிலை விழிப்பு என்பது ஒருவர் வெறும் சாட்சியாக மட்டுமே இருக்கும் நிலை. அது கஞ்சாவில் கிடைக்கிறது. கஞ்சா புகைப்பதில் சில்லும்-பாபா கடவுளின் ஒரு தொடர்பைப் பெறுகிறார். இறைவனின் மீதான அர்ப்பணிப்பு இன்னும் தீவிரமாகிறது. தனது பழக்கம் மற்றும் நம்பிக்கைகளால் அழுத்தப்பட்ட மனம் விடுபட்டு, தெளிவான பார்வை பெறுகிறது. இதை விரதம் இருந்து பெறுவது இன்னும் ஏற்கக்கூடிய வழியாகத் தோன்றுமா?

இந்தப் பழக்கம் தூயதா என்பதை முன்முடிவு அல்லது கருத்து வழி பாபாக்கள் அணுகுவதில்லை. எடை போடுவதோ, நல்லது தீயது

என பகுப்பதோ இரண்டையுமே அவர்கள் முற்றிலும் விட்டு விட்டார்கள். அசலானதே தூயது. மற்றும் அவர்களுக்கு இந்த நொடியின் விழிப்பே நிஜம். பழக்கமான முறைகளைத் தாண்டிச் செல்லுதல், குறுக்கு வழிகளை முயற்சித்தல், சகஜமான பயமின்மை இவையே இந்த ஆன்மிகப் பாதையின் அடையாளங்கள். இது ஒரு சாகசப் பயணம். சிவன் இறுக்கமான, இரவில் திரிபவரான, சில சமயம் பைத்தியமான வடிவங்களைக் கொண்ட கடவுள். அவர் அழிக்கும் கடவுள் என்பதால், அவர் கபாலமாலின் என அறியப்படுவார். கையில் மண்டை ஓடும், கழுத்தில் பாம்பும் தரித்தவர். அவர் இடுகாட்டில் வல்லூறுகளோடும், ஓநாய்களோடும், பொறுப்பற்ற ஆண்டிகளோடும் வசிப்பவர். புராணங்களில் அவர் பூத கணங்களாலும், பிசாசுகளாலும், பேய்களாலும், ராட்சசர்களாலும் நிறைந்த சபையில் வீற்றிருப்பதாகச் சொல்லப் பட்டிருக்கிறது. அவரில் நான் ஒரு அன்பான அளிப்போனைக் கண்டேன். அவரையே ஈஸ்வரனாகத்* தேர்ந்தெடுத்தேன். தெய்விகத்துக்கு என் தேர்வு அவரின் வடிவமே. ஆனால் அவர் ஒரு தனிமனித தவத்தில் 10000 ஆண்டுகளாக கைலாச மலையின் சிகரத்தில் தியானத்தில் இருக்கிறார். உண்மையில் விழிகளுக்குப் புலப்படும் பகுதிக்கு அவரே மையமாகி உலகைக் கண்காணிப்பவர். அசையாமலிருத்தல் வழி அவர் மாயையை வென்று, விழிப்பு உடல் மற்றும் புலன்களை வெல்லச் செய்கிறார். அவரது ஆன்மிகத்தின் விதையை நாங்கள் 'சில்லும்' மூலம், மூச்சில் உள்வாங்குகிறோம். 'சில்லும்' அவரது லிங்கத்தின் குறியீடு. அண்டத்தின் ஆண் குறியாய் லிங்கம் ஆக்கும், அழிக்கும் சக்தியின் பிரதிநிதியாயிருக்கிறது. அதுவே பிரபஞ்சம் அல்லது அறியப்பட்டது ஆகும்.

கனவுகளில் நாம் மனதுக்குள்ளே உருவாக்கிக்கொள்ளும் பொருட்கள் மற்றும் சூழ்நிலைகள்போல கஞ்சா அச்சுறுத்தும் மன பிம்பங்களை உண்டாக்குவதில்லை.

மாறாக, அது உள்ளதை உள்ளபடி காட்டுகிறது. நாம் எதைக் கண்டாலும் அதன் பயன்பாடு, புறத் தோற்றம் மற்றும் சாதாரணமாய் அதன் பிரதிநிதியாய் நம் மனதுள் உள்ள பிம்பம் இவற்றுடன் பொருத்தியே காட்சிப்படுத்திக் கொள்கிறோம். கஞ்சா இதைத் துளைத்து, நம் மனதின் மீது உலகம் மந்திரம்போல் வரைந்து வைத்திருக்கும் பிம்பங்களைத் தாண்டி, நிஜ வடிவத்தை நமக்குத் தருகிறது. அதனாலேயே இது தபஸ் என்று கருதப்படுகிறது. நம் மனதில் ஊன்றிப் போன உலகின் மந்திர வடிவ மன பிம்பங்கள், நிஜ வடிவத்துக்குப் பரிமாணமாகின்றன. இந்த உலகின் மந்திர வடிவத்தை இனம் காணும் விழிப்பு துடிப்பாக இருக்கிறது.

இதனால் கிடைக்கும் புதிய புரிதலால், நாம் நிஜமென்று நம்பி வந்தது ஆட்டம் காண்கிறது. நமது பழக்கங்கள் நம் பொருட்கள் இவற்றை, நாம் இதுதான் என மனதில் இருத்தி வைத்ததெல்லாம் மந்திரமாயம். அதிர்ச்சியான நிஜக் காட்சியே தெய்விகம்.

சார்ல் படுலே (Charles Baudilaire) என்னும் ஃப்ரெஞ்சுக் கவிஞர் இது புதிய உண்மையை உணரும் நகர்வில் முதலடி என குறிப்பிட்டார். அடுத்து நாம் காண்பவற்றின் 'தென்படும் பிம்பம்' தாண்டி, அவற்றின் வடிவைக் கண்டடைய இயலும். எல்லாமே இடம் மாறிப் போனதான ஒரு தாக்கம் நிகழ்கிறது. இந்தத் தாக்கம் நம்மைப் பற்றி நம் மனத்திலுள்ள பிம்பத்தின் முகமூடியைக் கிழிக்கிறது. சர்வ சாதாரணமான கட்டமைப்புகள் எவை எவை பிம்பத்தின் பின்னணி ஆகினவோ, அவையே இடம் மாறலில் தள்ளி விடப்பட்டு விடுகின்றன. மனதின் புதிய புரிதல் அதிர்ச்சியாயிருக்கிறது. நம்மை சிரிக்கவும் தூண்டுகிறது.

சரஸ்* அல்லது கஞ்சாவால்* (ஹஷீஷ்; கிராஸ்) வெளிப்படும் மாறுதலுக்காட்பட்ட, மாறிக் கொண்டே இருக்கிற, சுருதி கூட்டப்பட்ட, மிகவும் சொரணையாய் உணரப்படும் விழிப்பில் இயங்குவது எளிதானதல்ல. அதனால்தான் நான் 'சில்லும்'களை புகைக்காமல் அடுத்த ஆளிடம் தந்து விடுவேன். நரம்பு வலுவான பாபாக்கள், சில புனித நாட்களில் சூரியோதயத்துக்கு முன் பதினைந்து முறை கஞ்சா புகைப்பார்கள்.

அது ஒரு படையல். நிஜத்தை எரித்து விழுங்கும் தீ. அதுவே விழிப்பு நிலையைப் புலனாயும் வழி. கஞ்சா உண்டாக்கும் அரை மயக்க நிலைக்கு அடி பணிவதல்ல நான் முன் வைப்பது. அந்த நிலையில் மனதின் மீது, மாயையின் ஆதிக்கங்கள் பற்றிய புரிதல் நிகழ்கிறது. நடப்பவற்றின் தொடர்ச்சியில் ஆழ்ந்திருந்தாலும் மாயையை அவதானிக்க இயலுகிறது. விழிப்பை விட்டுவிடுவது தோல்வியாகும். மயக்கத்தில் ஆழ்ந்துவிடுவது என்னும் கேள்விக்கே இடமில்லை. போதையிடம் சரணடைந்து, பகுத்துணர்தலை இழப்பதுவோ, நன்னடத்தை தவறுவதோ அல்லது நடப்பவற்றின் வரிசையை நினைவிலிருத்திக்கொள்ள இயலாமற் போவதோ தவறாகும்.

ஆனந்த பாபா கஞ்சாவைத் தொடர்ந்து உபயோகிப்பவர் இல்லை. அவரிடம் சமநிலை, ஆனந்தம் என்னும் பிரவாகமாய் உள்ளே ஊற்றெடுத்துக் கொண்டிருந்தது. கஞ்சாவின் உதவி இல்லாமலேயே கூர்மையான விழிப்பு அவரிடம் இருந்தது. இருந்தும் 'சில்லும்' கைவசம் வந்தால் பயன்படுத்தி, மற்றவருக்கும் கொடுப்பார்.

மத நம்பிக்கைகளின் அடிப்படையில் கஞ்சா புகைப்பது சட்டத்துக்குட்பட்டது. எனவே இதை சாதுக்கள் வைத்திருப்பதை யாரும் ஆட்சேபிப்பதில்லை. நாங்கள் அரசாங்கக் கடைகளில் அதிகமும், அனுமதி பெறாதோர் வழி சிலசமயங்களிலும் வாங்குவோம். சில இடங்களில், கிராமத்து மதுக் கடைகள் அருகே ஒரு மரப்பலகைகளால் செய்த பெட்டிக்கடை திரை போட்டு இருக்கும். 'பங்க்' என்று அதற்குப் பெயர். இந்தக் கடைகளில், செய்தித் தாட்களில் பொட்டலம் கட்டப்பட்ட கஞ்சா 2 கிலோ, 1 கிலோ, 500 கிராம், 200 கிராம் மற்றும் அதைவிடக் குறைவானது சல்லிசு விலையில் என, விற்பனைக்கு அலமாரித் தட்டுக்களில் வைக்கப்பட்டிருக்கும். 'ஐஸ்' பெட்டிகளில் 'பங்க்' ," என ஐந்து ரூபாய்க்குக் கிடைக்கும். ஒரு நாள் முழுதும் புகைத்தாலும், மட்டமான இலைகளிலிருந்து கிடைக்காத போதை, புதிதாய்ப் பறிக்கப்பட்ட சரஸ்* இலைகள் வைத்த இந்தப் பந்தின் சரக்கை இழுக்கும்போது கிடைத்துவிடும்.

மற்ற இடங்களிலோ இது போன்ற கடைகள் இருக்காது. இப்படிப்பட்ட பொருளாதார உறவுகளால் எங்கள் தபஸ் சமூக சேவை ஆகிறது. எங்கள் புரவலர்கள் பக்தர்களே. மறுபக்கம் சில ராணுவ, காவல்துறை அதிகாரிகள் கூட எங்களுடன் நேரம் செலவழித்து, 'சில்லும்' புகைப்பார்கள். அடிக்கடி கொஞ்சம் வீட்டுக்குக் கொண்டுபோக வேண்டுமென்று எங்களிடம் கேட்டு வாங்கிச் செல்வார்கள்.

மாலையில், நாங்கள் வெட்டவெளியில், நட்சத்திரங்களுக்குக் கீழே, 'தூனி' நெருப்பின் அருகேயோ, அல்லது சிறிய கண்ணாடிக் குடுவைக்குள் உள்ள மெழுகுவர்த்தி அருகே ஒரு அறைக்குள்ளோ, அமர்ந்திருக்கும்போது ஆனந்த பாபா என்னுடன் பேசினார், அவரது தத்துவ சிந்தனையின் பள்ளி மற்றும் தத்துவம் பற்றி.

''பிரபஞ்சம் என்பது உயிரே'' என்றார். ''அதன் பெயர் பிரம்மன். நிலையானதும் அளப்பரியதுமாகும். அது பற்றி யாருமே எதுவுமே சொல்ல முடியாது. ஒரு சிறு குறிப்பாக சத்* (உள்ளது - இருப்பு - உண்மை) சித்* (விழிப்பு, அறிவு) மற்றும் ஆனந்தம் (உயர்ந்த இனிய அனுபவம்).''

விழிப்பு மையமான தத்துவம் ஒன்றையே அவர் கட்டமைத்தார். அதில் பல விசித்திரமான வடமொழிச் சொற்கள் இருந்தன. அவற்றை முழுமையாக எடுத்துவிட்டு, நான் மொழிபெயர்க்க இயலாது. ஏனெனில் ஒவ்வொரு சொல்லும் பல பொருள் கொண்டது. அந்தப்

பொருள் அனைத்தையும் உள்ளடக்கி எழுதுவது கனமான வாசிப்புக்கு வழிவகுக்கும். ஆனால் எல்லா முரட்டு விளக்கங்களின் செய்தி ஒன்றே: 'இரண்டாவது - என - எதுவுமே - இல்லாத - ஒன்றே ஒன்று.' அதன் நிரந்தரமான, மாற்றமற்ற முழுமையை நீ உணர்வாய்.

'ஆத்மன் - பிரம்மன்' (மாறாதது, பிரித்து அறிய முடியாதது, ஒவ்வொரு ஜீவனும் மிகவும் ஆழமாய் உள்ளே பகிர்வது; அதனுள்ளே உறைவது.)

மாயையுடன் (பிரம்மனின் முதலாவது மாற்றுத் தோற்றமே மாயை, முதலாவது 'மற்றொன்று' மாயை, இயங்குபவற்றை இயக்கும் சக்தி; பிரபஞ்ச பிரமை மாயை; அந்த பிரமையில் பெயர்களும் வடிவங்களும் உற்பத்தி ஆகும்) ஆக்க சக்தி படைப்பதே ஜீவன்* (மூலசக்தி, உயிர், தனி மனிதன், 'நான்' என்னும் எண்ணங்களுள்ள ஒருவன்) மற்றும் அதுவே ஈஸ்வரனையும் (கடவுள்) படைக்கிறது.

ஜீவனும் ஈஸ்வரனும் இணைந்து பிரபஞ்சத்தைக் கட்டமைக்கிறார் கள். ஈஸ்வரன் வடிவங்களின் குணம். ஜீவன் குணங்களின் வடிவம். கடவுளின் இருப்பு பற்றிய பிரச்சினைக்குத் தீர்வுபோல அமையும் புத்திசாலித்தனமான பதிலாகவே இது எனக்குத் தோன்றியது. காட்சிப்படும் உலகின் பணிகளின் நடுவே கடவுளை வைத்து, அவரையே உலகைப் படைத்தவராகவும் சித்தரிப்பது.

ஈஸ்வரன் மாயையின் சக்தியை ஒவ்வொரு புறவயமான பொருள் அல்லது மனிதனுக்குத் தனித்தன்மையாய் பரிணமிக்கச் செய்தார். ஒரேபோல இல்லாமல் ஒவ்வொன்றையும் படைப்பதில், காணப்படு வதற்கு இடையே வேறுபாடுகளைப் படைக்கிறார். பிரபஞ்சம், இயற்கை, வெளி உலகம், பூத உடல் அனைத்தையும் அவரே ஒழுங்கு செய்கிறார். கண்ணுக்குப் புலப்படுவது யாவையும் இருமை உள்ளவை. இருமையில் ஒன்று மாயை. மற்றது மூல காரணம்.

''கனவு காணும்போது ஜீவன் (மனிதன், நான்) கடவுளைப் போன்றவன். அவன் பிற மனிதர்களைப் படைக்கிறான். மிருகங்களை, மலைகளை, ஏன்? கடவுளர்களையும் படைக்கிறான். ஜீவனின் விழிப்பு நிலையில், மாயை படைப்பதோ ஈஸ்வரனை (கடவுள்கள், இயற்கை, பெயர்களால் ஆன ஒரு பிரபஞ்சம், வடிவங்கள் மற்றும் உணர்ச்சிகள்) மற்றும் ஜீவனையும்தான் (மனிதன் மற்றும் வாழ்க்கை) சித் விழிப்பு. அது நிஜமாகவே இருக்கிறது. அதைப் பார்.''

இது ஆனந்த பாபாவின் உரை.

அவருக்கு பௌதீகமான அல்லது உயிரணுக்களாலான நிஜம் ஏதுமில்லை. அவர் விழிப்பு, அதன் நிலைகள், வடிவங்கள், அதன்

கம்பீரம், அதன் சடங்குகள் மற்றும் அதன் மறு வடிவங்களின் உட்பொருள், ஒருமை பற்றி அவர் பேசினார். இதுபோல, நிஜத்தை விளக்குவது அதனினின்று ஒருவர் தன்னைத் தானே விடுவித்துக் கொள்ளும் வழி ஆகும்.

பலருக்கு உலகம் ஒரு கதை; உலகம் என்றுமே பிறக்காத ஒருவரால் உருவாக்கப்பட்டது. அவர் கருக்கொள்ளாமலேயே குழந்தைகளைப் பெற்றார். பல அவதாரங்களை எடுத்தார். பின்னர் பெரிய கதை தொடர்ந்தது. ஒருமைக்குக் கதைகளே இல்லை. தியானிக்கவும், சிந்திக்கவும், புரிந்துகொள்ள இயலவும் ஆன உங்களைப் போன்றோருக்கு, பிரம்மன் என்பது விழிப்பு என்பது பிடிபடும். அறியாமையின் திரையே பிரம்மனுக்கும் நமக்கும் இடைப்பட்டது. அதைக்கடக்க சாங்க்யா (அறிவுபூர்வ விசாரணை செய்யும் வழி) மற்றும் விசாரா (பிரித்துணர்தல்) மிகவும் பயனுள்ளவை. ஆய்ந்து விரித்துணர்ந்து ஒருவரால் 'இரண்டாவது- என - எதுவுமே - இல்லாத - ஒன்றே ஒன்று' என்னும் நிலையை அடைய இயலும்.

நாங்கள் ஒரு கிராமத்தைக் கடந்து கொண்டிருக்கும்போது, 'மோட்டார் சைக்கிளில்' வந்த ஒரு 'சாது' தமது குரு எங்களை அன்புடன் உபசரிக்க அழைக்கிறார் என வேண்டித் தெரிவித்தார். நாங்கள் மூவரும் அதே வண்டியில் பயணித்து அடைந்த இடம் ஒரு செவ்வக வடிவமாய் மூட்டைகள் அடுக்கப்பட்டிருந்த இடம். அதன் மூன்று பக்கமும் கித்தான் துணியால் மூடப்பட்டிருந்தது. பத்துப் பன்னிரண்டு சீடர்கள் சூழ ஒரு 'தக்த்'* மேல் அமர்ந்திருந்த பாபா முன் ஏற்கெனவே 50 விருந்தினர் இருந்தார்கள்.

'பல்லக்நாத் பாபா' என காதில் கிசுகிசுத்தார் எங்களை அழைத்துச் சென்றவர். பாபாவின் பெரிய தொப்பை அவர் தமது இடுப்பில் கட்டியிருந்த 'கொம்சா'*வையே மறைத்திருந்தது. அந்த வெள்ளை வேட்டி மிகவும் பழுப்பேறிப் போயிருந்தது. அவரது உடலின் மற்ற பகுதிகள் மிகவும் ஒல்லியானவை. ஆனால் அவரது முகம் சிதிலமானதுபோல இருந்தது. மூக்கின் மீது கொப்புளம், வாய் கோணலாயிருந்தது. சீராக்கப்படாத தாடியும், தலையில் இருந்து தொங்கும் ஜடா முடியுமாக இருந்தார் அவர்.

''ஒரு மாமலையையும் சிறிய குன்றையும் எப்படி ஒப்பிட முடியும்? ஒருவர் வானளவு உயர்ந்தவர். மற்றவனோ பாதாளத்தில் இருப்பவன்'' என்றபடி ஆனந்த பாபா அந்த குருவின் பாதங்களைப் பணிந்தார். இவ்வாறாகத் தன்னைத் தானே முக்கியத்துவ மற்றவராகக் காட்டிக்கொண்டார். பல்லக்நாத் பாபா அவரைத் தடுத்து ''இருவரும் ஒரே நிலையானவரே'' எனக் கூறி, தமது

பக்கத்தில் அமரச் செய்தார். நான் குழுமியிருந்தோர் நடுவே அமர்ந்துகொண்டேன். அவர்களது உரையாடல் தொடர்ந்தது. 'சில்லும்' கைக்குக் கை மாறிக் கொண்டிருந்தது. ''எங்கிருந்து வருகிறீர்கள்? எங்கே போக வேண்டும்? ஏதாவது வேண்டுமா?'' உபசரிப்புகள் அன்பாய் இருந்தன.

நாங்கள் குழுமியிருந்த பந்தலைத் தவிரவும், அந்த அகாரா★வில் ஒரு சமையலறையும் மேலும் சில அறைகளும் இருந்தன. இடது பக்கம் ஐந்து அடுக்குக் கோயில் கட்டப்பட்டுக் கொண்டிருந்தது. ஒரு சிறிய வெள்ளை 'மாருதி சுசூகி' ஒரு பக்கம் நின்று கொண்டிருந்தது.

அரைகுறையாக ஆனந்த பாபாவும், பல்லக்நாத் பாபாவும் பேசுவது கேட்டது 'விருப்பும் இல்லை. பற்றுதலும் இல்லை.' 'கோதுமையும் வெள்ளை முள்ளங்கியும்', 'இது யாராலும் அசைக்க முடியாத உண்மை...'

ஒரு இளைஞன் கூட்டத்தில் முண்டியடித்துக்கொண்டு நகர்ந்து வந்து, எங்கள் அருகே அமர்ந்தான். அவன் பெயர் பகவத் வர்மா. அவன் ஆங்கிலத்தில் பட்ட மேற்படிப்பு படித்துக் கொண்டிருந்தான். அவன் மூலமாகவே பல்லக்நாத் பாபா அதே கிராமத்தைச் சேர்ந்தவர், 9 வயதில் துறவறம் கொண்டவர், இப்போதுதான் திரும்பி வந்திருக்கிறார் என்பதைத் தெரிந்துகொண்டேன்.

''அவர் 40 வருடங்கள் கழித்து 1997ல் திரும்ப வந்தார்.'' பகவத் எளிதாய் விளக்கினான். ''அவர் எளிய வாழ்க்கையையே வலியுறுத்தினார். அவர் அன்பு, தோழமை, அமைதி, உதவுதல், வெவ்வேறு ஜாதிக்குள் ஒத்துப் போதல் இவற்றையே போதிக்கிறார். அவர் ஒரு பழக்கத்தை ஏற்படுத்தி இருக்கிறார். பிப்ரவரி மாதம் அமாவாசைக்கு மறுநாள், எங்கள் கிராம மக்கள் எல்லா அக்கம் பக்க கிராம மக்களுக்கும் விருந்து போடுவார்கள். பாபா இந்த காவாலி கிராமம் எங்களின் பணிகளின் மகத்துவத்தால் வாரணாசி போன்ற புனிதத்தலம் ஆகும் என்கிறார்.''

'தக்த்'தின் உயரமான இருக்கையிலிருந்து, பல்லக்நாத் பாபா அங்கொன்றும் இங்கொன்றுமாக உரையாடல்களை கவனித்தபடி 'சில்லும்' குழாயில், கஞ்சா மற்றும் புகையிலை நிரப்ப முயன்று கொண்டிருந்தார். ஒரு விரல் நீளமிருந்த 'ஹசிஷ்' துண்டின் முனையைக் கிள்ளிவிட்டு, அதைத் தமது வலப்பக்கம் இருந்த ஆளிடம் கொடுத்தார். 'சில்லும்' குழாயின் குழிவான (இலைகளை இட்டு நிரப்பும்) பகுதி ஒரு தண்ணீர்க் கோப்பை அளவு பெரியதாயிருந்தது. அதை இட்டு நிரப்பிக் கொண்டிருந்த அந்த ஆள், கைபேசி ஒலிக்கவே அதில் பேசப் போனார்.

பல்லக்நாத் பாபா ஒரு ஆசானாய்ப் பணியாற்றவில்லை. அவர் ஒரு கிராமத்து சாமியாராக, தமது மக்களுடன் வாழ்ந்தபடி, ஒரு சமூக ஒருமை மிக்க வாழ்க்கை முறையை உருவாக்கியபடி, ஒற்றுமையை மேம்படுத்தினார். விழிப்புணர்வை வளர்த்துக் கொண்டிருந்தார். அவருக்கு இடப்பக்கம், தாடியும் நரை முடியுமாய், மிகத் தீவிரமான முகபாவம் உடைய, ஒரு பெரியவரின் படம் தொங்கிக் கொண்டிருந்தது.

''அது அவருடைய குரு. அவரால் உருவமற்று உலாவி மக்களின் நோய்களைத் தீர்க்க இயன்றது'' என எனக்கு விளக்கினான் பகவத் வர்மா.

அவன் பக்கம் சற்றே திரும்பி ''அவரால் மழையையும் சூரிய வெளிச்சத்தையும் கட்டுப்படுத்த இயன்றதா?'' என்று கேட்டேன்.

''இந்த கிராம மக்கள் எளியோர். ஆனால் அவர்களது எண்ணமோ உயர்ந்தது'' என்றான் "ர்மா மிடுக்காய். ''இங்கேயும் வேறெங்குமே தன்னையும் பிறரையும் பாதிப்பது எது என்பது பற்றிய விழிப்புணர்வு அவர்களுக்கு உண்டு.''

எங்கள் கூட்டத்தில் வருவோரும் போவோருமாய் எண்ணிக்கை மாறிக்கொண்டே இருந்தது. கிராமத்து மக்கள் அந்த வழியே போகும்போது சிறிது நேரம் அங்கே அமர்ந்தார்கள். பல்லக்நாத் பாபா பிறகு ஆனந்த பாபா இருவரையும் வணங்கி, அதன் பின் எல்லா சீடர்களையும் வணங்கினர். பாதம் தொட்ட விரலால் தம் கண்களை ஒற்றிக் கொண்டார்கள். பிறகு தரையில் கூட்டத்துடன் அமர்ந்து, புதிய ரூபாய்த் தாட்கள் ஒன்று அல்லது இரண்டை விட்டுச் சென்றனர். ஒரு சீடர், ஒரு பெண்ணை, வெளியே முற்றத்தில் வைக்கப்பட்டிருந்த சிவலிங்கம் முன் இட்டுச் சென்றார். " பீலிகளால் ஆன ஒரு "ச்சத்தால் அவரது தலையை வருடி, மந்திரம்* ஓதி ஆசி கூறினார்.

''அவர் உகந்ததை உபதேசிக்கிறார். உருவ வழிபாட்டை அல்ல'' என்றான் "ர்மா. ''நீங்கள் இதைச் செய்தாலும் அதை மனித குலத்துக்காகச் செய்யுங்கள். உங்கள் சொந்த நன்மைக்காக மட்டுமாய் செய்யாதீர்கள்.''

காதைப் பிளக்கும் கூச்சலுடன் 4 வயது முதல் 14 வயதுள்ள குழந்தைகள் கும்பலாய் என்னைச் சுற்றி அமர்ந்து, என்னைப் பார்க்க முயன்றார்கள். அவர்கள் வெள்ளைக்காரன் ஒருவனைப் பார்த்ததே இல்லை. பலவிதமாக, ஒவ்வொருவரும், தன்னை கவனிக்கவும், தன் பெயரைத் தெரிந்து கொள்ளவும் என்னிடம் சூசகமாக வேண்டினர். அவர்களுக்கு நான் தரிசனம் தர வேண்டும். என் விழிப்பை, அவர்கள்

உற்றுப் பார்ப்பதன் மூலம், அதை நான் அவர்களுக்குச் செலுத்த வேண்டும். யாரையும் விட்டு விடாமல் ஒவ்வொருவரின் விழியை உற்று நோக்கினேன்.

இரவு கவிந்ததும், தலைக்கு மேலே 'ஒரு பல்பு' எரிந்தது. 'ஓம் நமசிவாய' என அதை ஆசீர்வதித்தனர். ஒரு ஆள், பெரிய அலுமினியத் தட்டில், நான்கு துண்டு வரட்டிகளைப் போட்டு, அதற்கு நெருப்பு வைத்தான். முண்டாசு அணிந்த 'தக்த்'தின் விருந்தாளிகளுக்கு, அவர்களைச் சூழ்ந்த 'சில்லும்' புகையும், இப்போது வரட்டிப் புகையில் மிதப்பதாகத் தோன்றியது.

அந்தக் காட்சி, கோயிலின் விதானத்தில் வரையப்பட்டிருக்கும் புராதன ஓவியம்போல், அமரத்துவம் பெறாத சாதாரண மக்களின் காட்சியாய், கடவுளின் உலகம்போல தோன்றியது.

சமையற்காரர் இரவு உணவு அளித்ததும், மற்றொருவர் எங்களை மெத்தைகள் குவியலாயிருந்த அறைக்கு அழைத்துச் சென்றார்.

மறுநாள் பகவத் "ர்மாவுடன் ஐந்து இளைஞர் குழு வந்தது. அவர்கள் என்னை கிராமத்துக்கு அழைத்துச் செல்ல விரும்பினர். முதலில் அவர்களில் ஒருவர் அறையில் வைத்து, எனக்கு ஒரு கோப்பை சூடான பால் தர விரும்பினார்கள். அந்த அறையில் கிரிக்கெட் வீரர் யுவராஜ் சிங்கின் புகைப்படம், சுவரில் நிறையவே ஒட்டப் பட்டிருந்தது. அந்த அறையின் பின்பக்கம் ஒரு வண்டி நிறுத்தும் கூடாரமிருந்தது. அதில் சிவப்பு நிற யமஹா இரு சக்கர வண்டி இருந்தது. அந்த வண்டி நிறுத்தும் அறைக்கான கதவு, ஒரு 'ஷட்டர்' என்னும் விதமான இழு கதவு, சாலைப்பக்கமாக இருந்தது. நாங்கள் அனைவரும் ஒரு பெரிய தக்த் மீது, ஒரு மெல்லிய மெத்தை விரிப்பின் மேல் அமர்ந்திருந்தோம். அவர்கள் 'குவில்ட்' எனப்படும் பஞ்சு அடைத்த பருத்திப் போர்வையைச் சுருட்டி, எனக்கு ஒரு திண்டு தயார் செய்தார்கள்.

''நீங்கள் ஏன் துறவியாக இருக்கிறீர்கள்? உங்களுக்கு மோட்சத்தில் நம்பிக்கை இருக்கிறதா?''

''பாபா, வாழ்க்கையே மோட்சம். எனக்கு ஒரு துறவியாயிருப்பதில் மோட்சம் கிடைக்கிறது.''

நான் அஷ்ட வக்ர சம்ஹிதையை என் பையிலிருந்து எடுத்துப் படித்தேன்:

'இருக்கும் எல்லாமே ஒரு ஜீவியினுள் உள்ளது
இதுவே அறியப்பட்டது

ஒருவர் யாராகவுமே இல்லாமல் ஆகும் போதும்
எதையும் சொந்தம் கொண்டாடாத போதும்.' (15.6)

''அச்சா'' அவர்கள் அனைவரும் பாராட்டினர்.

''ஆனால் அந்தப் புரிதல் உங்களுக்குள் நிகழ்ந்துவிட்டதா?'' பகவத் "ர்மா கேட்டதும், ''நான் அதைப் பற்றி நினைப்பேன். பிறகு மறந்துவிடுவேன்'' என பதிலளித்தேன். ''நான் ஒரு கத்துக் குட்டி.''

என் உபசரிப்பாளர் ஒரு விதமான 'சில்லும்'மைத் தயாரிக்கத் துவங்கினார். ஒரு பீடிக்குள் இருக்கும் புகையிலையை வெளியே எடுத்துவிட்டு, அதனுள் கஞ்சாவை அடைத்தார். ''பெரியவர்கள் சிறியவர்களுடன் சுதந்திரமாய் இருப்பதில்லை'' என்று அவர் அகாராவில் புகைக்காத காரணத்தை எடுத்துரைத்தார்.

''அவ்வாறெனில் இங்கு எல்லோருமே புகைப்பவர்களா?'' அவர்கள் சிரிப்பே பதிலானது.

''ஆமாம்.''

''எல்லோருமில்லை.''

''ஆண்கள் மட்டும்.''

''சிலர் சீட்டாடுவார்கள்.''

''கோதுமை, தானே விளையும்.''

இந்த கிராமத்தில் 2000 பேர் இருப்பார்கள் என்றால், அதில் சரிபாதி பெண்கள்; அதிலிருந்து 16 வயதுக்குட்பட்ட, குழந்தைகளைக் கழித்து, பிறகு சீட்டு விளையாடும் 200 ஆண்களையும் கழித்துவிட்டால், மீதமுள்ளவர்கள் 550. ஏறத்தாழ, கால்வாசி மக்கள் வழக்கமாக கஞ்சா உபயோகிக்கிறார்கள்.

''பெண்கள் என்ன பழக்கம் உள்ளவர்கள்?''

''சில சமயம் அவர்கள் பங்க்* உபயோகிப்பார்கள்.''

''எல்லா கிராமங்களும் இது போலவா?''

''எல்லா மாநிலங்களிலும் இது போலவா என்பது எனக்குத் தெரியாது. ஆனால் ஹரியானா, பஞ்சாப், மத்திய பிரதேச மாநிலங்களில் இதுவே நிலை. உத்திரபிரதேசத்தில் ஹிந்துக்கள் அதிகமான இடங்களிலும் பிகாரிலும் இதே நிலைதான்.''

கிட்டதட்ட இருபது கோடி மக்கள்.

நாங்கள் மரபணு மாற்றம் செய்யப்பட்ட நெல் மற்றும் இப்படிப் பட்ட விதைகளை விற்கும் மான்சாண்டோ நிறுவனம் பற்றிய

சர்ச்சை குறித்துப் பேசினோம். ''சட்டத்தின்படி அந்த நிறுவன விதை மேலும் விதைகளைத் தராது என்று இல்லை. ஆனால் ஒரு விவசாயி சென்ற வருடம் அறுவடை செய்த நெல்லில் இருந்து எடுத்து விதைத்தார் என்றால் அதன் பெரும்பான்மை விதைகள் முளைப்பதே இல்லை'' என்றான் ஒரு இளைஞன். ''இருபது சதவிகித சாகுபடியை இழப்பது எங்களுக்குக் கட்டுபடியாகாது'' என்றான் மற்றொருவன். ஒரு பையனின் அப்பா அமெரிக்காவி லிருந்து எருமையை இறக்குமதி செய்திருந்தார். தண்ணீர் பஞ்சமே கிடையாது. பல வருடங்களாக நல்ல அறுவடை.

சிமெண்ட் சாலைகள் மற்றும் தளமும் மாடிகளுமான வீடுகள், அந்த வீடுகளின் திறந்த முற்றக் கதவுகளைத் தாண்டி எங்கும் இருக்கும் சுவரின் மீதான வரட்டிகள்; ஒரு கல்யாண மண்டபத்தைத் தாண்டிச் சென்றோம். பிறகு பறையர்களின்* சிறிய வீடுகள், செங்கல் சுவரும் பிளாஸ்டிக் கூரையுமாய், அதன் பின் ஒரு தண்ணீர் மேல்நிலைத் தொட்டி - அதன் மீது அல்லிப் பூக்களின் படம் வரைந்திருந்தது. அதையும் தாண்டினால் ஒரு சிமென்ட் கூரைக்குக் கீழே ஒரு பாபாவின் சமாதி. அதன் மீது அவரது புகைப்படத்திற்கு மலர் மாலை சார்த்தப்பட்டிருந்தது. ''அவர்கள் மரணத்திற்குப் பின் அவர்களை புனிதத் துறவிகளை நாங்கள் போற்றி வணங்குகிறோம்'' என்ற சர்மா, ''ஆனால் அவர்கள் வாழும் காலத்தில் அவர்களை வெறும் துறவிகள் என்றே கருதுகிறோம்'' என கிசுகிசுத்தான். கோயிலின் அருகே செல்லும்போது எங்கள் புரிதல் 'பூசாரி ஒரு பணியாளர்; பல்லக்நாத் பாபா ஒரு துறவி'. அகாரா நிறைய சிரிப்புகளும் கிண்டல்களுமாய் இருந்தது. அவர்கள் பேசிய மொழி எனக்குத் தெரியாதது. எல்லோருமே சந்தோஷமாக இருந்தார்கள்.

அந்த இடத்தில்தான் ரோஹித் ஷர்மா, கணக்கு வாத்தியார் என்னைத் தள்ளிக்கொண்டு போய் ஒரு ரகசியம் சொன்னார். அவருடைய வயலுக்கு என்னைக் கூட்டிக்கொண்டு போய், தான் பாபாக்களைப் பொய்யர்கள் மற்றும் மோசடிப் பேர்வழிகள் என்றே கருதுவதாகக் கூறினார். அவர் அகாரா போனவர்தான். ஒரு நாள் பல்லக்நாத் பாபா அவரிடம் 20000 ரூபாய் கொடுத்து, ''நானே உன்னிடம் இதைப் பற்றி பேசும் வரை நீ யாரிடமும் இதைப் பற்றிப் பேச வேண்டாம்'' என்றார்.

''அப்போது நான் கடுமையான ஏழ்மையில் இருந்தேன். ஆயிரம் கூட இல்லாத ஆளுக்கு 20000 பெரிய தொகை. அதன் பின் எனக்கு அதிர்ஷ்டம் அடித்து நான் ஒரே ஆண்டில் ஒரு லட்சத்துக்கும் மேல் சம்பாதித்துவிட்டேன்.''

''அச்சா'' நான் வியந்தேன். கிராமத்துத் துறவிகள் கிராம மக்களுக்கு பொருளாதார ரீதியிலும் உதவி செய்கிறார்களோ! இது அதற்கு முன் நான் அறிந்திராதது.

நீண்ட வெள்ளை முள்ளங்கியை கணேஷ் ஷர்மா பிடுங்கிக் கழுவி சாப்பிடச் சொல்லி என்னிடம் கொடுத்தார். அதன் பின் அவர் தமது ரகசியத்தை என்னிடம் உடைத்தார். ஒரு நாள் மாலை அவர் அகாராவுக்குப் போயிருந்தார். ''என்னுடன் மூன்று ஆண்கள் இருந்தார்கள்'' அவர் அழுத்தமாகக் குறிப்பிட்டார். ''பல்லக்நாத் பாபா கணப்பு நெருப்பில் இன்னும் குச்சிகளை சேர்த்துக் கொண்டிருந்தார். 'வீட்டுக்குப் போங்கள் என எங்களிடம் திடீரென கத்திவிட்டு அறையின் உள்ளே கதவை சார்த்திக் கொண்டார். ஆனால் சற்று நேரத்தில் அவர் தெரு வழியே வந்தார்.''

அப்படி என்றால், பல்லக்நாத் பாபாவின் குரு, உருவமற்றவராய் மற்றவர்களை குணமாக்கினார். இவர் சுவர்களைக் கடந்து, யாருக்கும் தெரியாமல் நடமாடுகிறார்.

''இது ஏன் ஒரு ரகசியமாயிருக்கிறது?''

''காரணம் நான் சொன்னாலும் யாரும் நம்ப மாட்டார்களே...''

இந்த அதிசயத்துக்கு நான்கு பேர் சாட்சி. இருந்தாலும் நான் அதிகம் நம்பவில்லை. ஏன் பல்லக்நாத் பாபா உருவமற்றவராக வெளியேறி, கண்ணில் படும்படி திரும்பி வரவேண்டும்?

★★★

நான் ஆனந்த பாபாவை மறுபடி தேடிப் போனபோது, அவர் வயல்களில் எங்கேயோ இருந்தார். சிமென்ட் தொட்டியும் மோட்டாரின் செங்கல்லாலான அறைகளுமாக இருந்தன. அப்படிப்பட்ட அறைகளில் ஒன்றில், கயிற்றுக் கட்டிலில் அவர் படுத்துக் கொண்டிருந்தார். வரப்புகளுக்கு இடையே, இத்தனை வயல்களுக்குத் தண்ணீர் பாய்ச்சினார்கள். கோதுமை இலைகளின் பச்சையம் மற்றும் கீரையின் வாசனை காற்றை நிறைத்திருந்தன. ஈசல்கள், பறவைகளின் ஒலியும் காற்றில் கலந்திருந்தன. கோதுமை வயலின் அடர்த்தியான பச்சை நிறம் கண்களை நிறைத்தது.

''உங்கள் புராணங்களின்படி இவை யாவும் எப்படித் துவங்கின பாபாஜி?''

''தத் சிறிஸ்தவா தத் இவனுப்பிரவிஸ்தத்' என்கிறது தைத்ரிய உபநிடதம். 'பிரபஞ்சத்தை உருவாக்கியவன் அதனுள் நுழைந்தான்.'

அதனாலேயே அவன் விஸ்வம். யாவுமே'' என விளக்கினார் ஆனந்த பாபா.

''அந்த 'அவன்' யார்?''

தானியங்களின் காதுகள் அசையாது கேட்டுக் கொண்டிருந்தன. ''சிவப்பும் நீலமுமான வானில் பிரசன உபநிடதத்தில் பிரம்மா, படைக்கும் கடவுள், தனது படைப்பின் வெற்றிக்காக தியானம் மற்றும் தவத்தில் ஈடுபட்டார். முதன் முதலில் அவர் படைத்த ஜோடி ரயிம் மற்றும் ப்ராணா. அந்த சிருஷ்டிக் கடவுளை சிருஷ்டித்தவன் யார்?''

''ஆத்மன் (நான்) முதலில் தனியாகவே இருந்தான். அவனது முதல் வார்த்தைகள் 'நான் இருக்கிறேன்'. இது அவனுக்கு மகிழ்ச்சியானதாக இல்லை. வேறு எதையும் அவன் அறிந்திருக்கவில்லை. அதனாலேயே ஆண் இரண்டாய் இருக்க விரும்பினான். இரண்டாவதாக வந்ததே காமம். அந்தக் காமம் பல வடிவங்களை எடுத்தது.''

''சூரியன் தொடுவானத்தில் தன் காதை வைத்துக் கேட்டபோது இவை யாவுமே பிரம்மன். நீயே அவன். பிரசாத்ஜி, அவன், அந்த சிருஷ்டிக் கடவுள், சிருஷ்டிக் கடவுளின் சிருஷ்டிகர்த்தா, நீ ஒரு பிரபஞ்சத்தை முன் வைப்பாயாக. பின் அதனுள் நுழைந்து நிலவை சூரியனிலிருந்தும், உணவை உண்பவனிடமிருந்தும், விழைவை விரும்பப்படும் பொருளிலிருந்தும் வேறுபடுத்துவாயாக.''

''ஒவ்வொன்றினுள்ளும் தன்னுடைய வடிவையே காணும் பக்குவ நிலை வர ஒருவனுக்குள் அன்பு ஊற்றெடுக்க வேண்டும் பாபாஜி.''

அவர் கடகடவென சிரித்தார். ஒரு டிராக்டர் 'கரகர'வென ஒலியெழுப்பியபடி கடந்து சென்றது. ஒரு பையன் மோட்டார் சைக்கிளில், தனது வயலின் 'பம்ப்'பை இயக்குவதற்காக, வயலைக் கடந்து சென்றான். ஒரு மாட்டுவண்டி மெதுவாய்த் தொடுவானில் தேய்ந்து மறைந்து கொண்டிருந்தது. சூரியன் மறைந்தது. அதன் பிறகு இரவால், இருள் எங்கும் சூழ்ந்தது.

''குருஜி, நீங்கள் என்ன சொல்வீர்கள்? இவை யாவும் எப்படித் துவங்கின?''

''அறியாமை காலத்தால் அளவிட முடியாதது. அதன் துவக்கம் எப்போது என்றே கூற முடியாது. ஏனெனில் அறியாமையே காலத்தைப் படைத்தது'' என்றார் அவர். ''உலகம் என்ற ஒன்று தென்படும் முன்பாக, பிரம்மன் (இரண்டாவது எதுவுமே இல்லாத ஒன்று) மட்டுமே இருந்தது. மாயை (வேறுபடுத்துதல்) காரணமாக,

அது ஈஸ்வர் (கடவுள்கள்) மற்றும் உலகம் என இரண்டாகி, உலகினுள் ஜீவன் (நான், தனித்த ஒன்று - இதுதான் என பொருளாகும் ஒன்று இரண்டுக்குமான உறவில் இருக்கும் ஒரு ஆள்). அந்த ஜீவன் கடவுள்களை வழிபட்டது.

''ஆனால் ஜீவனுக்குத் தன் இயல்பு பற்றி விசாரணை செய்யும் அவா இருந்தது. ரிஷிகள் மாயை பற்றி ஒன்றைக் கண்டறிந்தார்கள். ஒருவர் ஆய்வாலும், தியானத்தாலும் மாயை பற்றிய புரிதல் அவருக்குள் துவங்கி, அதை அடையாளம் கண்டு விளங்கிக்கொண்ட பின் ஆத்மன் மட்டுமே மீதமாயிருந்தது. (ஒருவரின் தனி உள் வேறுபடுத்தாத விழிப்புடன்.)''

''தனது இயல்புக்குள்ளேயே உள்ளார்ந்ததாக இருக்கும் விழிப்புக்கு (பிரக்ஞை), அவர்கள் இட்ட பெயர் மோட்சம், விடுதலை. இந்த விழிப்பைத் தவிர்த்த மற்றொரு விழிப்பு அடிமைத்தனமான பிணைப்பு கொண்டது. அதற்கு அவர்கள் தந்த பெயர் சம்சாரம் (பிறப்புக்களின் சங்கிலி) மற்றும் மாயை (பிரமை, தவறான புரிதல்). சரியான விழிப்பு இல்லாததால் ஏற்படுவதுவே அடிமைத்தனமான உலகப் பற்றுதல். அது விழிப்பு வந்ததும் மறைந்துவிடும். பிரக்ஞையில் காணுவது எதுவோ அதுவே மற்றொன்றாய், காணப்படுவதாய் ஆகிறது. எனவே 'இருக்கிறேன், நான் அது*வாய் இருக்கிறேன்.

ஆத்மனின் பிரக்ஞை எப்படிப்பட்டது? ஒரே சமயத்தில் அகங்காரம், மனம், புலன்கள் அவை தேடும் பொருட்கள் மற்றும் அவை அனைத்தையும் ஒன்றோடொன்று ஒட்டித் தொகுத்துக் காணும் பிரக்ஞை.

அடுத்தடுத்து அமையும் மாற்றியமைப்புகளால் ஆனதே 'மனதின்' செயற்பாடு; உள்ளேயும் வெளியேயும். உள்ளே நிகழும் மாற்றியமைப்புகள் 'நான்' என்னும் வடிவமெடுக்கின்றன. வெளியே ஆன மாற்றியமைப்புகள் 'அது' என்னும் வடிவமெடுக் கின்றன. அது புறவயமான பொருட்களை வெளிப்படுத்துவது. புறவயமான பொருட்கள், புலன்கள் மற்றும் மனோரீதியான மனம் என அறியப்படுகின்றன.''

'எந்த பிரக்ஞை காண்போன், காணுதல் மற்றும் காணப்படுவதை, ஒரே சமயத்தில் உணரச் செய்கிறதோ, அதுவே சாட்சி அல்லது சாட்சிப் பிரக்ஞை என்று அழைக்கப்படுகிறது (துரியம்).'

'பொருட்கள் உடலுக்கு வெளியே உள்ளன. அகமோ உள்ளே. உள்ளே வெளியே இரண்டுக்குமான வேறுபாடு உடலுக்கு மட்டுமே, சாட்சிக்கோ அல்லது ஆத்மனுக்கோ அல்ல.'

ஆனந்த பாபா விசித்திரமான கருத்தாக்கங்கள் பற்றி வழி காட்டினார். அவற்றில் ஒரே சொல், மூளையின் செயற்பாடு, பிரக்ஞையின் ஒரு நிலை, ஒரு வகையான பிரக்ஞை அல்லது அனுபவம் இவை அனைத்தையும் விளக்கியது. அவர் தமது விளக்கத்தை நமக்குப் பொதுவாகத் தெரிந்த மூன்று பிரக்ஞை (விழிப்பு, கனவு நிலை, ஆழ் உறக்க நிலை) நிலைகளை வைத்து இவற்றை விளக்கி, நான்காவதை எடுத்துரைத்தார். அந்த நான்காம் நிலை இந்த மூன்று நிலைகளின் சாட்சி; இந்த மூன்றையும் கடந்து செல்வது; எப்போதும் விழிப்பானது; அடக்கிவைக்கப்பட்டுவிட முடியாதது; எப்போதும் இருப்பது; தோற்றங்கள் என்னும் திரைகளால் மட்டுமே மூடப்பட்டிருப்பது.

'கனவு காணும்போது, பிரக்ஞை காணப்படும் பொருளினின்றும் வேறானதல்ல. அது கனவு. கனவைப் போலவே, இந்த உலகம் மாற்றமே இல்லாத, அடக்கிவைக்கப்பட்டுவிட முடியாத பிரம்மனின் தோற்றம். ஆழ்ந்த உறக்கத்தின்போது, பிரக்ஞைக்குத் தன் நிலையே தெரியாது (ஆழ்ந்த உறக்கத்தில் இருப்பது). விழித்திருக்கும் நிலையிலோ, கண்டுணருதல்கள் மாறுகின்றன, எண்ணங்கள் அதே வழியில்தான் வருகின்றன, பிரம்மன் மாறுவதே இல்லை, ஆனால் மாயையோ ஒரு உலகத்தை மையப்படுத்துகிறது. உண்மையில், இது ஒரு மோசடியே. பிரக்ஞை விதி மட்டுமே ஒரே உண்மை. ஏதாத் ஆத்மியம் இதம் சர்வம். அவை யாவும் இந்த ஒன்றின் உள்ளுறையும் நான். (பிரம்மன்). அதைக் காண்பாய்.'

சரஸ்வதி பாபாக்கள் தேடுவதும் அங்கீகரிப்பதும் இந்தப் பிரக்ஞை ஒன்றே, உள்ளேயும் வெளியேயுமான, மனதின் படைப்புகளுக்கு ஒற்றைச் சாட்சியாக.

'அச்சா.'

அன்று அஷ்ட வக்ர சம்ஹிதை எனக்குச் சொல்லக்கூடியது என்ன?

> 'பொருட்களின் வடிவம் பொருட்கள்தான் என காண்பாய்,
> உண்மையில்
> அவை வேறொன்றுமில்லை. பிறகு, ஒரு நொடியில், இல்லாத
> தளைகளிலிருந்தும்
> விடுபட்டு, நீ உன் மெய்யான இயல்பாயிருப்பாய்.'

நான் அங்கே சில நேரங்களில் இருந்தேன். ஆனால் கண நேரம் மட்டுமே.

மறுபடியும் எங்கள் பயணம் தொடர்ந்தது, இரண்டு நாட்களுக்குப் பின்னர்.

அத்தியாயம் 3

எதிர்ப்பட்டவர்கள்

எங்கள் திரிதல்கள் எங்களை ஒரு கிராமத்தில் இருந்து மற்றொன்றுக்கு இட்டுச் சென்றன. ஒற்றையடிப் பாதைகள் வழி சிறிய சிறிய வயல்கள், வீட்டு மனைகள் மற்றும் சிறு கோயில்கள்... நாங்கள் வெண்கலத்தால் ஆன ஒரு சிவனை வழிபட்டோம். அவர் (ரோமானிய) கடவுள் அப்போல்லோவைப் போன்ற வடிவில் கைலாச மலை மீது தவம் இருந்தார். ஓம் மகாயோகி! மற்றும் கல்லால் ஆன விஷ்ணுவின் அவதாரம் கையில் வில்லம்புடன். ஓம் ஸ்ரீ* ராம். அடுத்ததாய் ஒரு தங்கத்தால் ஆன நான்கு கைகள் கொண்ட விஷ்ணு. ஹரி ஓம் நாராயண்! நாங்கள் சிற்ப வடிவில் மனித முகங்களுடன் இருந்த கடவுள்கள் முன் விழுந்து வணங்கினோம். மரங்களுக்குக் கீழே உள்ள நாகங்களின் சிலைகளையும் வணங்கினோம். ஓம் நாகராஜ்! நாங்கள் ஒரு துறவியை வணங்கினோம். ஓம் மகாராஜ் குரு!

ஒரே ஒரு நூலிழையே ஆடையின் ஒரு முனையில்
இருந்து மறு முனை வரை நெய்யப்பட்டிருக்கிறது
அதேபோல் தன்னை ஒருவன் பிரபஞ்சத்துக்குள்
உணர வேண்டும் (ஜானேஸ்வரி)

தமது வண்ணச் சேலைகளை, முழங்கால் வரை மடித்துவிட்டு, சேற்றில் இறங்கி பெண்கள், நாற்றுக்களைப் பிடுங்கிக் கொண்டிருந்தார்கள். ஹரி ராம் ராம்! நிர்வாணமான குழந்தைகள், புழுதி மிகுந்த களத்து மேட்டில் விளையாடிக் கொண்டிருந்தார்கள். எலும்பும் தோலுமான ஆண்கள் கோவணாண்டிகளாய்ச் சுற்றிக்

கொண்டிருந்தார்கள். மூன்று நான்கு குடிசை வீடுகள் உள்ள சந்தினுள், புகுந்து வந்து கொண்டிருந்தது ஒரு வெள்ளைக் கார். அந்த வீடுகளில் மேற்கூரை மேல் சுரைக்காய்க் கொடிகள் படர்ந்திருந்தன. அந்தக் காரின் பின்னிருக்கையில், அதன் முதலாளி குண்டு முகத்துடன் கறுப்புக் கண்ணாடி அணிந்திருந்தார். அவரது கார் புழுதி மண்டலத்தை விட்டுச் சென்றது. ஒரு வீட்டின் பக்கவாட்டில் ஒரு திறந்த வெளிச் சமையலறை, அதை ஒட்டி ஒரு சிறிய காய்கறித் தோட்டம். அதில் ஒரு சிறு கோடு போட்டதுபோல் பூக்களின் வண்ண வரிசை, மூன்று பெட்டைக் கோழிகள், ஒரு பசு மற்றும் ஒரு ஆடு இவை அதை ஒட்டி மேய்ந்து கொண்டிருந்தன. நிலைவாசலின் மையத்தில், எலுமிச்சம் பழம் - காய்ந்த மிளகாய் இரண்டின் மையத்தில் ஒரு கயிறு ஊடுருவிப் பிணைக்க, தொங்கிக் கொண்டிருந்தன. அம்மாக்கள் கரி அடுப்பை ஊதிக் கொண்டிருந்தார்கள், காய்கறி நறுக்கிக் கொண்டிருந்தார்கள், அல்லது குழந்தைகளின் பின்பக்கத்தைக் கழுவிக் கொண்டிருந்தார்கள் அல்லது நிலத்தைத் தோண்டிக் கொண்டிருந்தார்கள். இத்தனையையும் தாண்டி, கூந்தலை முடிந்தபடி என்னை நோக்கி ஒரு புன்னகையையும் உதிர்த்தார்கள். ஓம் நம சக்தி! ஹரி ஓம், மாதா! சின்னஞ்சிறுமிகளோ அம்மாவின் எல்லா வேலைகளையும் செய்வது மட்டுமன்றி, தமது குட்டித் தம்பியை இடுப்பில் சுமந்தார்கள். தண்ணீர் சேந்தினார்கள், புல் வெட்டினார்கள், மாடுகளுக்குத் தீனி போட்டார்கள், கல் திருகையில் மாவரைத்தார்கள், புது சாணி சேகரித்தார்கள், விறகுக் குச்சி, மரக்கிளை இவற்றைக் கொணர்ந்தார்கள் கிருஷ்ணரின் காலத்தில் இருந்ததுபோலவே. ஜெய் ஸ்ரீ கிருஷ்ணா.

> தனது கண்ணியம் பற்றிக் கவலையேதுமில்லாமல்
> அவன் தான் மதிப்பது மதிக்காதது என வேறுபடுத்தாமல்
> எல்லாவற்றையும் ஒன்றுக்குள்ளேயே உள்ளடக்கித்
> தலைவணங்குவதில் மகிழ்ச்சி கொள்கிறான் (ஜானேஸ்வரி)

நிஜாமாபாத்தில், கோதாவரி நதிக்கரையில், படகுகளைக் கட்டிப் போடும் மேடை ஒன்றின் மீது நாங்கள் அமர்ந்திருந்தோம்.

வெகு சீக்கிரமே, பிற சாமியார்களும் எங்களுடன் சேர்ந்துகொள்ள, நாங்கள் நெருக்கியடித்துக் கொண்டு, பத்து சதுர மீட்டர் பரப்புக்குள் அமர்ந்திருந்தோம். மூன்று செங்கற்கள் பீடமாக, இரண்டு வரட்டிகள் நெருப்புக்கான இரையாகின. அந்தத் தற்காலிக ஆசிரமத்துக்கு நாங்கள் ஆனந்த பாபாவை குருவாய்த் தேர்ந்தெடுத்தோம். அவருக்கு ஜகத் குரு மகாராஜ் (உலகின்

அரசரும் குருவும் ஆவார்) என்னும் பட்டமளித்தோம். எனவே அவருக்கே முதல் மரியாதை. 'சில்லும்' முதலில் அவர் கைக்கே போனது.

சாதாரண ஜனங்கள் ஆறு மணிபோல அங்கே வந்தார்கள். கிட்டதட்ட இருபது பேர், அந்த மேடையில் அமர்ந்திருந்தோம். கோடு போட்ட நோட்டுப் புத்தகத்தில், ராம நாமத்தை எழுதுவதற்கு, ஒரு பாபா, தனக்கு முன்னால் அமர்ந்திருந்தவரின் முதுகையே, மேஜையாகப் பயன்படுத்தினார். ஒவ்வொரு நோட்டுப் புத்தகத்தை நிரப்புவதற்கு ஒரு கோயில் அவருக்கு இருபது ரூபாய் கொடுத்தது.

மயிலின் கரடுமுரடான அகவல் போன்ற ஓர் ஒலியை மகேந்திர பாபா, தமது 'சில்லும்' குழாயின் வழி காற்றைச் செலுத்தி ஆரத்தி (மாலை தீபாராதனை) கொண்டாட்டத்தை நிகழ்த்தினார்.

அதன் பிறகு அவர் இன்னும் இரண்டு முறை நீண்ட நேரம் 'சில்லும்' குழாயை ஊதினார். அதன் பின் வரிசையாக சிறுசிறு ஊதல்கள், பிறகு இறுதியாக ஒரு நீண்ட ஊதலை நான்கு முறை மூச்சிழுத்து ஊதினார். ஓம் சங்கர சிவாய சம்பு மகாதேவா. அவர் இந்த மந்திரத்தைப்* பல முறை உச்சரித்த பின் அந்தச் சடங்கு நிறைவுற்றது. மாலைகளில், சமீர் பாபா புல்லாங்குழல் இசைக்க, மற்றவர்கள் ஹரி கிருஷ்ணா, ஹரி கிருஷ்ணா என கீதம் இசைத்தனர். காலைகளில், ராமதாஸ்ஜி பாபா, இந்தப் படகு மேடையில் ராமாயணத்தை சத்தமாக இரண்டு மணி நேரம் வாசிப்பார். ஏனெனில், அந்த இதிகாசத்தை முழுமையாகக் கேட்பவர்களுக்கு, பிறப்பு இறப்பு என்னும் சக்கரத்தில் இருந்து விடுதலைக்கான உத்திரவாதம் இருக்கிறது. அவர் அந்தப் பக்கமாகப் போவோருக்கு, அதன் பகுதிகளைக் கேட்கும் நல்வாய்ப்பைத் தரவும் செய்தார்.

''ஹரே ஹரே குருஜி'' ஒரு பாபா, உணர்ச்சிமிக்க குரலுடன் வந்தார். அவர் கூட்டத்துக்குள் முண்டி அடித்து வந்து, ஆனந்த பாபாவின் பாதம் பணிந்தார்.

''ஹரே ஹரே நிரஞ்சன் பாபா'' என் குரு பதிலளித்தார்.

''நான் குருஜியை சந்திக்கும் முன் ஒரு கொள்ளையன்'' அவர் விளக்கினார். ''கடைசியாக நான் ஒரு வீட்டுக் கதவை உடைத்து நுழைந்தபோது, பிடிபட்டேன். வெளியூர் போயிருந்த வீட்டுச் சொந்தக்காரர்கள் திரும்பிவிட்டனர். நான் சண்டையிடாமல் சரணடைந்தேன். அவர்கள் அக்கம்பக்கத்தாரையும் அழைத்து, என்னை அடித்து உதைத்தார்கள். என்னைக் கட்டி காவல் நிலையத்துக்கு இழுத்துச் சென்று கொண்டிருந்தபோது, ஒரு

மரத்தின் கீழே இருந்த குருஜி, எங்களைப் பார்த்ததும் என்னை இழுத்துச் செல்வோரை அழைத்தார்.

'இங்கே வாருங்கள்' அவர் கட்டளையிட்டார். 'நீங்கள் இந்த ஆளை அடித்தீர்கள்?'

'இவன் ஒரு கொள்ளையன் பாபாஜி; நாங்கள் இவனைக் கையும் களவுமாகப் பிடித்தோம்' அவர்கள் பதிலளித்தார்கள்.

'ஒரு மனிதனை அவனது மகன் அப்பா என அழைக்கிறான், அப்பா அவனை மகனே என அழைப்பார்' என்றார் குருஜி. 'கணவன் என மனைவியும், சகோதரன் என சகோதரனும்; அந்த ஆள் பொய்யர், கருணை மிகுந்தவர், தைரியசாலி... இருந்தும் அவர் அதே மனிதரே. நீங்கள் கொள்ளையன் என அழைக்கிற ஆள் அது மட்டுமே அல்ல.'

அவர் எங்களை அவரைச் சுற்றி அமரச் செய்து தொடர்ந்தார், 'கடவுள் ஒரு கற்பனையாகவே இருந்து விடக் கூடாது. அவரை ஒவ்வொரு முகத்திலும் நாம் காண வேண்டும். கடவுள் தன்னை ஒரு திருடன் வடிவத்தில் ஒளித்துக் கொள்கிறார், உங்களுக்குத் தெரியாதா?'

பின்னர் அவர் எங்களுக்கு ஒரு கதையைக் கூறினார். 'ஒரு பிராமணன், தினமும் மாலையில் ஒரு குலாப் ஜாமூனை விஷ்ணுவுக்குப் படைப்பார். காலையில் பார்த்தால் அந்த இனிப்பு உருண்டைகள் அவற்றின் பாகுவிலிருந்து காணாமற் போயிருக்கும். அவருக்கு அது ஆச்சரியமாய் இருந்தது. ஒரு நாள் மாலை அவர் யார் வருகிறார் என கண்காணிக்க முடிவு செய்தார். ஒரு ஆள் கோயிலுக்கு உள்ளே வந்தான். அவனை அவர் பிடித்தார். 'நீங்கள் ஏன் ஒளிந்து கொள்கிறீர்கள் விஷ்ணுஜி? நீங்கள் உங்களுடையதைத் தானே எடுத்துக் கொள்கிறீர்கள்?' என்றார் அவர்.

அதன் பிறகு 'பகவான் மட்டுமே ஒரே உயிர்' என்றார் குருஜி. 'அவரே பாவமும் பாவியும். அவரே கொள்ளையரும், பறிகொடுத்தவனும். அவர் தன்னைத் தானே தண்டித்துக் கொள்ளாமல் வேறு யாரையாவது எவ்வாறு தண்டிக்க இயலும்?'

என்னைக் கொண்டுவந்தவர்கள் சற்றே இளகி இருந்தார்கள்.

'நீ ஏன் திருடுகிறாய்?' குருஜி என்னைக் கேட்டார்.

'எல்லாமே கடவுளுடையதுதானே?' என நான் பதிலளித்தேன், தப்பித்துவிடலாம் என்னும் நம்பிக்கையில்.

'உண்மையில் எல்லாமே கடவுளின் படைப்பே, அவருக்குச் சொந்தமானவையே' என ஒப்புக் கொள்ளும் குரலில் பதிலளித்தார்

குரு. 'ஆனால் இதை நீ சொல்லும்போது, என் மூலமாகக் கேட்டதை திருப்பிச் சொல்லுகிறாய் ஒழிய, உனக்கு அதன் உட்பொருள் தெரியாது. அப்படி உனக்கு அது புரிந்திருக்குமேயானால், நீ உனக்குச் சொந்தமானது எல்லாவற்றையும் பிறருக்குக் கொடுத்திருப்பாய். ஏனெனில் உன்னிடம் இருப்பதும் அவர்களுக்குச் சொந்தமானது தானே. நீ உலகில் காணப்படும் பொருட்களையெல்லாம் வேண்டாம் என உதறித் தள்ளி இருந்தால் மட்டுமே 'எனக்கு எதுவும் சொந்தமில்லை. எல்லாமே கடவுளுக்குச் சொந்தம்' என்று கூற முடியும்.' அவரது இந்த அறிவுரையைக் கேட்ட பிறகு நான் காவி உடைக்கு மாறினேன். துறவு பூண்டு அவரது சீடனாக* ஆனேன். அவரது ஆசிர்வதிக்கும் தரிசனத்துடன் ஒரு ஆண்டு காலம் அவருடனேயே இருந்தேன். அப்போது அவர் எனக்கு அனைத்தையும் கற்பித்தார்.''

''மரத்திலிருந்து உதிர்ந்து வீழும் ஒவ்வொரு இலையும் தனது பாதையைத் தானே கண்டடைகிறது. துறவிகள் தயார்-பொருட்களாக உலகுக்கு வரவில்லை'' என நிறைவு செய்தார் பாபா.

''வால்மீகிதான் இருப்பதிலேயே பெரிய திருடனாக இருந்தார்'' என்றார் ஒரு பெரியவர். அதற்கு வலு சேர்க்கும் விதமாய்.

''ஒரு நாள் சிவன் அவர் முன்னால் தோன்றி கேட்டார்: 'வால்மீகி, என்னை ஏன் நீ திருடக் கூடாது?' வால்மீகி அதைத்தான் செய்தார்'' என்று குறிப்பிட்டார் ஆனந்த பாபா. ''வால்மீகி தனது திருட்டுத் தொழிலை விட்டார். துறவு பூண்டார். ராமாயணத்தை எழுதினார்.''

''கடவுளைக் கண்டறிய பல வழிகள் உள்ளன'' என்றார் ஒரு சாது உணர்ச்சிபூர்வமாய்.

''உங்களுக்கு பைத்தியக்காரனின் பாதை தெரியுமா? அவன் காலையும் மாலையும் கடவுளின் பெயரையே ஓலமிடுகிறான்'' என்றார் மகேந்திர பாபா.

''அதை விட அந்த ஆள், காட்டில் தனிமைத் தியானம் செய்வதே நல்லது'' என்றார் மற்றொருவர்.

புல்லாங்குழல் வாசிப்பவரான சமீர் பாபா ''கண்ணீரின் பாதையும் இருக்கிறது. கடவுள் அழும் பக்தனைக் கை விடுவதில்லை.''

''சந்தோஷமும்தான்'' என்றார் ஆனந்த பாபா, '' கடவுள் தனது உலகைப் பார்த்துச் சிரிப்பவனையும் விட்டுவிடுவதில்லை.''

என் குரு மேலும் கூறினார் ''எவன் ஒருவன் இறைவனின் நாமத்தை ஓதி, தனது மனதைத் தூய்மைப்படுத்திக் கொள்கிறானோ, அந்த

இதயத்தைக் கடவுள் தன் உறைவிடமாக்கிக் கொள்கிறார்'' என்றார் எழுத்தரான, ராம நாமத்தால் நோட்டுப் புத்தகத்தை நிரப்புபவர்.

''எல்லா முகங்களிலும் பகவானையே பார்க்கும் ஒருவருக்கு தனியாக எங்கே பகவானைத் தேட வேண்டி இருக்கும்?'' என்றார் திருடனிலிருந்து துறவியாய் மாறியவர் ''இந்த உலகமே பகவானின் உடலம்தான்.''

''வழிகள் இருக்கின்றன என அறியாதோரின் வழி என்றும் ஒன்று இருக்கிறது'' என நான் எடுத்துக் கொடுத்தேன்.

'சில்லும்'மில் ஒரு இழுப்பு இழுக்கும் முன் ஒரு பாபா ''காலையிலும் மாலையிலும் நம்மைக் கண்டுகொள்ளாமல் கோயிலுக்குள் போகிறார்களே, அவர்கள் வழி எத்தகையது?'' என்று வினவினார்.

கிருகஸ்தர்களில் ஒருவர், எனது தேசத்தின் பாடல்களுள் ஒன்றைப் பாடும்படி கேட்கவே, நான் பிரஸ்ஸெஸின் 'உவென்' என்னும் பாடலைப் (Auvergnat by Brassens) பாடினேன். அதைச் சற்றே மாற்றி மொழிபெயர்க்கவும் செய்தேன்: ''ஒரு நாள் பசித்திருந்த இந்த பாபாவுக்கு மூன்று சப்பாத்திகள் கொடுத்த கிரிகஸ்தரே, உங்கள் பாடல் இது.''

''நான் பிச்சை எடுக்கும்போது, வேதங்களில் இருந்து பாடுகிறேன்'' என்றார் முகுந்த பாபா. ''இல்லை. கடவுள் மரணத்துக்கு பசி ஒன்றே வழி என படைக்கவில்லை. முழு வயிறு சாப்பிடுவோருக்கும் பிற மரணங்கள் காத்திருக்கின்றன. கொடுப்பவரின் செல்வம் குன்றுவ தில்லை. ஆனால் கஞ்சன் மீது யாருமே கருணை கொள்வதில்லை.''

அது எங்கள் அனைவரிடமும் சிரிப்பை வரவழைத்தது.

தினமும் ஒரு விருந்து. தேநீர் வரவைத்து எங்கள் கால்களுக்கு அருகே அமர்ந்தார் எங்களை போஷித்த தாளாளர்.

எங்களுள் அர்ஜுன் யோகி பாபாவுக்கு கிரியா யோகாவின் மீது ஆர்வம் அதிகம். அவர் அதன் உறுதிமொழியைப் புகழ்ந்தார்: நாம் நம் உடலிலேயே அழிவற்றவராய் வாழ வழி சொல்லும் இந்த யோக முறை ரகசியமானது. ஆனால், பல ஆண்டுகள் ரகசிய வழிகளிலேயே இதை அர்ஜுன் அல்லது அவனது குருவின் வழிகாட்டுதலில் பெற இயலும்.

நான் அதை மறுத்தேன் ''இது உண்மையன்று, அழிவின்மையான நிரந்தரம் யாருக்குமே கிடையாது. அப்படி ஒன்று இல்லவே இல்லை.''

''கிருஷ்ணர் இதை அர்ஜுனனுக்கு போதித்தார். பதஞ்சலி இதைத் தம் யோக சூத்திரத்தில் குறிப்பிட்டுள்ளார்'' என்றார் அர்ஜுன் பாபா நம்பிக்கையளிக்கும் தொனியில்.

''நிரந்தரமாய் வாழும் விழைவானது உச்சகட்ட ஆசையின் பாதையே ஒழிய துறவு நிலை ஆகாது. இதைப்பற்றி சிந்தியுங்கள்'' என்றேன் நான்.

''உங்கள் கிரியா யோகாவில் நான் ஏன் ஆர்வம் காட்டவேண்டும்?'' கேள்வி எழுப்பினார் ஜெயராம் பாபா. ''நீங்கள் அந்த யோகாவில் என்ன செய்வீர்கள்?''

''புற உலக நிகழ்வுகளில் இருந்து விலகுங்கள்; பின் உங்கள் பார்வையை இரு புருவங்களுக்கு இடையே குவியுங்கள்; பிராண மற்றும் அபாணா மூச்சுக்களை (உள்ளிழுக்கும் மற்றும் வெளிவிடும் மூச்சுக்கள்) சமன் செய்யுங்கள்; அச்சம், ஆசை, கோபம் இவற்றை விட்டுவிட்டு, புலன்களை அடக்கி மனதையும் அடக்குங்கள்...'' அர்ஜுன் யோகி ஒப்பித்துக்கொண்டே போனார்.

யோகா எப்போதுமே எனக்கு சிக்கலானதாகவும் மிகவும் கவனம் கோரும் ஒன்றாயுமே இருந்திருக்கிறது.

''என்றும் நிலைக்கும் எதிர்காலம் பற்றிய அபிலாஷை ஒரு விதத்தில் உள்ளே ஒடுங்கும் தற்கொலை போன்றது. இந்த நொடியில் இங்கே இருப்பதைத் தவிர்க்கும் நிகழ் மறுப்பு'' என்றேன் நான் ஆணித்தரமாய். ''மேலும் அது பயனற்ற வேலை. எப்படியும் நீங்கள் சாவீர்கள். இந்த முனைப்பை விட்டுவிட வேண்டாம். என்றாலும் மனதளவில் தயாராயிருங்கள்.''

வழக்கம்போல ஆனந்த பாபா கடகடவென சிரித்தார்.

''எல்லோரும் கரியாகவும் புகையாகவும்தானே முடிக்கிறார்கள்'' என்றார் ஜெயராம் பாபா, வேறு எதுவாகவும் அது இருக்க முடியாது என அறுதியிடுவதுபோல்.

''எவ்வாறானாலும் அந்த இரண்டுமே துர்நாற்றம் மிகுந்தவை'' என்றார் மற்றொருவர்.

''கொள்ளைக்காரனாய் நிரஞ்சன் பாபா இருந்ததில் இந்தப் பயனுமில்லை'' யாரோ திடீரென புரிதலை வெளிப்படுத்தினார்.

★★★

சாலையோரத்தில், பிளாஸ்டிக் தாள்கள், மூங்கில் குச்சிகள், துண்டுக் கயிறுகள் இவற்றால் ஆனதே பினாகா பாபாவின் அகாரா. நான்கு கூழாங்கற்கள் மீது வைக்கப்பட்டிருந்த, காலி எண்ணெய் டப்பாவுக்குள் மண் மீது துளிர் விட்டிருந்த துளசி அந்த அகாராவுக்கு வெளியே தினசரி பாபா கும்பிட ஏதுவாயிருந்தது. பினாகா பாபா காலையிலும் மாலையிலும் அதற்கு செந்தூரப் பொடி மற்றும் செவ்வந்திப் பூவை வைத்து வழிபட்டார். அன்றைய தினம் நான்கு சோம்பேறி சாதுக்கள், நான்கு பயணிக்கும் சாதுக்களை வரவேற்றார்கள்.

நான் சக்தி புரி என்னும் நாகா* பாபாவுடன் பேசிக் கொண்டிருந்தேன். அவருக்கு வயது பதினேழு; அவர் லக்னோவின் ஜூனா என்னும் அகாராவைச் சேர்ந்தவர். அவரது அப்பா துணிக்கடையில் வேலை பார்த்தார். அவருக்கு மூன்று சகோதரர்கள். குழந்தையாயிருக்கும்போதே அவர் பள்ளிக்கூடம் போகாமல் பாபாக்களுடன் நேரத்தைச் செலவிட்டார். அவர் பிள்ளைப் பிராயமான ஒன்பது வயதிலேயே துறவறம் மேற்கொண்டார்.

''நீங்கள் தனியாகவேவா பயணிக்கிறீர்கள்?''

''நான் நதியின் நீர்போல நகர்கிறேன்'' அவர் பெருமிதத்துடன் பதிலளித்தார். ''ஆனால் தனியாக அல்ல, பகவானுடன்.''

அவர் இந்தியா முழுவதும் தனியே நடந்து திரிந்தவர். அவருக்கு எதைப் பற்றியும் பயமே இல்லை. தமது துணிச்சலால் தானே ஈர்க்கப்பட்டதைப்போல.

''அவர்கள் உங்களுக்கு ஜூனா அகாராவில் என்ன சொல்லிக் கொடுத்தார்கள்?''

''குருவிடம் அர்ப்பணிப்பான பக்தி, வாள் சண்டை, மந்திரம், தபஸ், அற்புதங்களை நிகழ்த்துவது எப்படி, நான் பஞ்ச தூனி தபஸ்யாவை அங்கே செய்து வந்தேன். அதன் சம்பிரதாய முறையில் நான் நான்கு பக்கமும் தீ சூழ நடுப்பகல் வெய்யிலில் அமர்ந்திருந்தேன்.''

''நீங்கள் என்ன அற்புதம் செய்திருக்கிறீர்கள்?''

''நான் பிற பாபாக்களுடன் சேர்ந்து ஒரு ரயிலை மனங்குவித்த ஒருமையால் நிறுத்தி இருக்கிறேன்.''

''அது உங்களுக்கு வெற்றியாய் முடிந்ததா?''

''ஆம்.''

நான் அவநம்பிக்கை மிகுந்த முகபாவத்துடன் அதைக் கேட்டுக் கொண்டேன். ஆனால் அவர் உறுதியாயிருந்தார்.

''அந்த ரயிலின் எஞ்சின் வெடித்துவிட்டது. அது இன்னும் அங்கேயேதான் கிடக்கிறது. உங்களுக்கு வேண்டுமென்றால் நீங்கள் லக்னோ அகாராவின் முன் அதைப் பார்க்கலாம்.''

சக்தி புரி மற்றும் நான் இருவருமே சாமியார்கள். ஆனால் எங்கள் நோக்கங்களும், ஈர்ப்புக்களும் வெவ்வேறானவை. அவர் மந்திரவாதிகளும் மற்றும் வழிகாட்டும் ஆசான்களுமானவர்களின் உலகத்தைச் சார்ந்தவர். நானோ, அலைந்து திரியும் தத்துவ ஞானிகளின் தடத்தை ஒட்டிச் செல்லுபவன். ஒருவர் அந்த வழியை ஒரு மதத்தின் அடிப்படை கட்டாயம் என்று தேர்ந்தெடுக்க இயலாது, ஒரு விருப்பத்தின் மேலே ஒருவர் அவ்வழி வாழ்கையில்...

''எந்த ஆளாலும் ஓடும் ரயிலைத் தன் எண்ணங்களை வைத்து நிறுத்த இயலாது'' நான் அறுதியிட்டேன்.

''இந்த நம்பிக்கையின் ஆணி வேரை நீயே கண்டுபிடிக்க முயலேன்'' என கேலியாகக் கூறினார் ஆனந்த பாபா.

''இது ஒரு நம்பிக்கை என்பதானது அல்ல பாபாஜி. இது ஒரு புரிதல்'' என நான் வாதிட்டேன். ''ஒரு வெள்ளைக் காக்கை, ஒரு ரோஜா நிற யானை மற்றும் மனித வடிவ கிறிஸ்துமஸ் தாத்தா - இவர்களை யாருமே பார்த்ததில்லை. ஒருவர் இது நடப்பதே இல்லை என முடிவு செய்யலாம்.''

''தமது மனதின் சக்திகளை மட்டுமே பயன்படுத்தி, ஒரு எஞ்சினை வெடிக்கச் செய்யும் முடிவுடன் எத்தனையோ பேர் இருக்கிறார்கள் என்பதை நீங்கள் அறிவீர்களா?''

''இல்லை. அப்படி யாரையும் எனக்குத் தெரியாது'' நான் ஒப்புக் கொண்டேன்.

''அவ்வாறென்றால் தாங்கள் இப்படி ஒரு நிகழ்வு பற்றி அறியாமற் போனதில் ஆச்சரியம் எதுவுமில்லை.'' அவர் தருக்க ரீதியாகத் தொடர்ந்தார், ''இந்த நம்பிக்கையின் மூலாதாரம், ஒரு பிரக்ஞை தன்னளவில் எந்த எல்லையை வகுத்துக்கொள்ள முடியும் என்பதே.''

''உங்களது எண்ணங்களால் உங்களால் ஒரு ரயிலை நிறுத்த இயலுமா பாபாஜி?''

''ஒருவர் தமது எண்ணங்களால் அல்ல, தமது சக்தியினால் மட்டுமே ஒரு ரயிலை நிறுத்துகிறார். எந்த ஒருவராலும் உலகையே நிறுத்த இயலும்.''

''இந்த ஜாடியை உற்றுப் பாருங்கள். அதன் உள்ளே பாருங்கள். தண்ணீர் ஜாடியினுள் உள்ள எல்லா வெற்றிடத்தையும் ஆக்கிரமித்திருக்கிறது. எனவே ஜாடியின் உள்ளே உள்ள இடம் யாவும் அந்தத் தண்ணீருக்குள் அடங்கி இருக்கிறது.''

''ஆம்.''

''இப்போது அந்தத் தண்ணீரின் மேற்பரப்பைப் பாருங்கள், அதில் நிலவும் நட்சத்திரங்களும் தென்படுகின்றன. அதாவது வெளிப்பரப்பும் தண்ணீருக்குள் அடங்கி இருக்கிறது. ஜாடியில் உள்ள தண்ணீர், வானில் உள்ள வெற்றிடம் இவை இரண்டுமே ஜாடியால் வரையறுக்கப்பட்ட இடத்துக்குள் உள்ளடக்கமாகி இருக்கின்றன. இது பிரமையில் ஒரு வகை விளையாட்டே ஒருவிதத்தில். அதே வழியில்தான் ஒருவர் தமது உடலுக்குள்ளும் மற்றும் ஒவ்வொன்றுக்குள்ளும் இருக்கிறார்.''

''இது ஒரு தரிசனம். தானே பிரம்மன் (ஆத்மன்) என்பதன் நேரடி அறிவு. எந்த இடத்தை ஜாடி வரம்புக்குட்படுத்தவில்லையோ அது தண்ணீரால் மறைக்கப்பட்டுவிட்டது. அதேபோல அது பிரதிபலிக்கும் வானமும் இடத்தை மறைக்கிறது. இவை போல மட்டுமே என்றும் மாறாத உண்மை, வீரியத்தால் மறைக்கப்பட்டுள்ளது. அதைக் காண்பீராக.''

ஆனந்த பாபாவின் உரை இது.

என்றும் மாறாத உண்மை அந்த இடத்தில் இருந்தது. எல்லாமே நின்றுவிட்டன. ஒரு நொடிக்கு.

அவதூத கீதையில்:

'பிரம்மன் மட்டுமே தூய பிரக்ஞை

சத்தியத்தில் ஜாடி இல்லை; ஜாடியின் கொள்ளிடமும் இல்லை

வடிவமுள்ள ஆன்மாவும் இல்லை; இயல்பும் இல்லை.'

மதியம் ஐந்து இளைஞர்கள் தாம் அடித்துக் கொன்ற பாம்பைக் கொண்டுவந்து காட்டினார்கள். பாவப்பட்ட ஜென்மம். ஒரு குச்சியில் தொங்கிக் கொண்டிருந்த அதன் தலை நசுங்கி இருந்தது. இன்னும் அது அசைந்துகொண்டும் இருந்தது. அவர்கள் தம் குரூரத்தில் பெருமை கொண்டிருந்தனர். அவர்களில் ஒருவன் தனது தந்தை எங்களைத் தமது வீட்டுக்கு அன்புடன் அழைத்ததாகக் கூறினான். ஆனந்த பாபா எங்கள் தூனி இங்கே இருக்கிறது என பதில் அளித்தார். அந்த இளைஞர்கள் எங்கள் அருகே

அமர்ந்தார்கள். ஒரு நாய் ஓடி வந்தது. அதை ஒருவன் ஓங்கி அடித்தான்.

''நீ ஏன் அதை அடித்தாய்?'' நான் அமைதியாகக் கேட்டேன்.

''அதெல்லாம் அதற்கு உரைக்காது'' அவன் பதற வைக்கும் வெகுளித்தனத்துடன் பதிலளித்தான்.

''அதற்கு உன்னையும் என்னையும்போல் உணர்வுகள் உண்டு'' நான் பதிலளித்தேன். ''அது உன்னைப் போலவே சதையும் நரம்பும் ஆன ஒன்றே.''

அவன் என்னை நம்பவில்லை. என் குரு பேசப் போவதால் நான் மௌனமாயிருந்தேன்.

''ஒரு ராட்சசனே காரணமில்லாமல் அடிப்பான்'' என்றார்.

அது அவனுக்குப் புரிந்தது.

அந்த நாயின் தாய் அதைத் தேடி வந்தது. ஒரு குப்பை மேட்டுக்கு அழைத்துச் சென்றது.

கொஞ்ச நேரம் கழித்து, என் குரு அவர் எதிரே என்னை அமர்த்திப் பேசலானார்:

''ஒருவர் ஆத்மனை இரண்டு விருத்திகளுக்கு (மன எழுச்சிகளுக்கு) இடையே காணலாம். அந்த எழுச்சிகளெல்லாம் அடங்கிவிடும் ஆழ்நிலை உறக்கத்திலும் காணலாம். மூன்று பிரக்ஞைகளும் சந்திக்கும் கூர் முனைகளிலும் காணலாம். (தூக்கம் முடிந்து விழிக்கும் நொடி; தூக்கத்தில் ஆழும் கணம்; கனவிலிருந்து ஆழ் உறக்கம் செல்லும்போதும்.) சூரியன் தன் பாதையின் திருப்பத்தைக் காணும்போது. இரவிலிருந்து பகலுக்கும் - பகலிலிருந்து இரவுக்கும்.''

நான் அந்த சந்திகளைத் தேடினேன்; அந்த இடைவெளி மற்றும் நகர்வு மற்றும் எல்லையில்லாமையின் அந்த நொடியை. அதுவே எண்ணங்கள் தாண்ட முடியாத விளிம்பு. வெளிப்புறமோ, மௌனமான பிரக்ஞையே, அனைத்தின் பின்புலமாய் இருந்தது. அனைத்தின் பின்புலமாயும், என்றும் மாறாததாயும், அடக்கிவிட முடியாததாகவும்.

அது சைக்கிள் ஓட்டக் கற்றுக்கொள்வது போன்றது. சமநிலையைத் தேடாது அது தானே தன்னைக் கண்டறியக் காத்திருக்க வேண்டும்.

மெல்ல மெல்ல, எனக்கு ஒன்று தெளிவானது; பிரக்ஞை, எந்த வழிகளில் ஒரு உண்மையை வெளிக்கொணர்கிறது மற்றும்

மறைக்கிறது என்பதை அவதானிப்பதன் மூலம், ஆனந்த பாபா, வார்த்தைகளால் ஆன ஒரு தரிசனத்தை உருவாக்குகிறார்; அது இருப்பு பற்றிய அறிவியல் அணுகுமுறை; செல்தான்சாவ் (Weltanchauung) என்னும் உலகை உற்று நோக்கும் முறை. அது அந்த நோக்கிலிருந்தே காண்பவை, தேவைப்படும்போது விடுவிக்கும் பிரக்ஞையைத் தூண்டக்கூடியது.

''அறிவு என்பது ஒன்று இருக்கிறது அல்லது இல்லை என்பதே ஆகும். அதன் பின்னே, அந்த அறிவின் பின்னே எதுவும் இருக்கிறதோ இல்லையோ, அந்த அறிவு அறிவாகவே இருக்கும்.''

இவ்வாறு ஆனந்த பாபா பேசினார்.

இந்த அளவு ரத்தினச் சுருக்கமான ஒரு விளக்கத்தை எப்படி ஒருவர் ஏற்க முடியும்?

''மகராஜ்ஜி, தங்கள் குரு யார்?'' இந்தக் கேள்வி, புரவலர்கள் அல்லது சாமியார்களிடம் இருந்து வருவதுதான்.

ஒருவர் பாபா வாழ்க்கைக்குள் ஒரு கதவு வழியே நுழைகிறார். அவரது குருவே அந்தக் கதவு. அதன் பின் ஒருவர் பாதையோ, திசையோ மாறலாம். துறவும், மாய வழித்தடமும் ஆன இவர்களின் பாரம்பரியம் மற்றும் நடைமுறை இவ்வாறாகத் தொடர்கிறது மற்றும் மாற்றங்கள் பெறுகிறது.

இத்தகைய கேள்விகளுக்கு ஆனந்த பாபா 'தாம் எதுவும் அறியாதவர் மற்றும் தமக்கு எப்போதுமே எதுவும் புரிந்ததில்லை' என்னும் பதிலையே தந்தார். அவரது குரு விஷ்வத்ம சத்குரு பாபா மற்றும் அவரின் குருவான மகரிஷி தயானந்த சரஸ்வதி இருவருமே, வாய்வழி சந்நியாசம் செய்து வைக்கும் பாரம்பரியத்தில் பெயர் பெற்றோர். அது இவருக்கு மரியாதையைத் தேடித் தந்தது.

ஆனால், ஒரு நினைவுச்சின்னமோ, ஆசிரமமோ, புத்தகமோ எதுவுமே இல்லை அவர்கள் வாழ்ந்ததற்கு சாட்சியாக. அவர்களது அறிவும் ஞானமும் அவர்களுடனேயே மறைந்துவிட்டன. சில கதைகள் மட்டுமே எஞ்சி இருந்தன. அவர்களது தத்துவத் தடத்தை ஆனந்த பாபா மட்டுமே இப்போது மேலெடுத்துச் செல்கிறார். ஆனால் தான் அதற்குத் தகுதியானவனல்ல என்றே அவர் கூறி வருகிறார் (இந்தப் பாரம்பரியத்தின் வழி வழியாய் வரும் பணிவான கூற்றே இது). அவரை அறிந்த சாதுக்கள், அவரைச் சந்திக்கும்போது, பணிந்து வணங்கி ஹரே ஹரே மகாராஜ்ஜி குரு என்று மரியாதை தருவார்கள்.

இவரது குருவின் குருவான மகரிஷி தயானந்த சரஸ்வதி, ஹரித்வாரின் கும்ப மேளா*வில் தமது கொடியின் மேல் 'மூட நம்பிக்கைகளின் நிராகரிப்பு- இங்கே' என எழுதி இருந்தார். அவர் உருவ வழிபாட்டை, பசவா எழுதிய 'தர்மவான்களின் நன்கொடையில் வாழும் கடவுள்களால் என்ன கொடுக்க இயலும்? கடவுள் ஒருவரே. நானும் ஒன்றே அதேபோல' என்னும் வரிகளை வைத்து எதிர்த்தார். சிலர் கூற்றின்படி அவர் ஒரு பிராமணர் தந்த விஷமான 'பான்' சாப்பிட்ட பிறகும் உயிர் தப்பித்தார்.

ஆனந்த பாபா நினைவு கூர்ந்தபடி, அவரின் குரு, விஷவத்ம சத்குரு பாபா முன்பாக பிரிட்டிஷ் போலீஸ் அதிகாரி ஒரு கைதியை நிறுத்தினார். திருட்டில் ஈடுபட்ட அவன் வழக்கை, முடிவு செய்யும்படி வேண்டினார். பாபா அவனை விடுவித்தார். ''நான் மக்களை விடுவிக்கவே வந்துள்ளேன். அவர்களை சங்கிலியால் பிணைக்க அல்ல. குரூரமானவர்கள் தமது குரூரத்தை விடாவிட்டால், நாம் ஏன் நமது நல்ல வழிமுறைகளை விட்டுவிட வேண்டும்?'' ஒரு ஆள் அவரைக் கத்தியால் வெட்ட வந்தபோது, அவர் அதை உடைத்தெறிந்து ''நான் ஒரு சந்நியாசி. உனது நன்மைக்கு உகந்ததல்லாதது எதையும் நான் செய்ய மாட்டேன். ஓடிவிடு. கடவுள் உனக்கு அறிவைக் கொடுக்கட்டும்'' என்றார் அவர்.

★★★

பசவா - பசவேஸ்வரா என்னும் பசவண்ணா (1134-1196) தத்துவ ஞானி மற்றும் சீர்திருத்தவாதி. அவர் ஜாதி வேறுபாடு மற்றும் பிராமண பழமைவாதத்தை எதிர்த்தார்.

எனது முன்னோர்கள் எனக்கு மிகவும் உத்வேகம் தந்தார்கள். எனது அன்பு மிக்க நாசகார மனோபாவத்துக்கு, இந்த மரபை மீறிய ஞானிகள் மிகவும் உகந்தவர்களாய்த் தோன்றினார்கள். ஊழ் என்னை இட்டு வந்திருக்கும் தத்துவ ஞானத் தடம் எனக்கு மிகவும் பிடித்தது.

ஆனந்த பாபா சைவர். எட்டாம் நூற்றாண்டில் ஆதிசங்கரரால் பத்து சைவத்துறவிகளின் பெயர்கள் பட்டியலிடப்பட்டன (தசநாமி சம்பிரதாயாஸ்). சரஸ்வதி அவர்களில் ஒருவர். சரஸ்வதி என்ற பெயருக்கு உயிர் - தரும் - ரசங்கள். சரஸ்வதி கல்வி, இசை மற்றும் கலைகளின் கடவுள் ஆவார். நான்கு கரங்கள் அவருக்கு. ஒரு புத்தகத்தையும், வீணையையும்* கையில் வைத்திருப்பார். ஒரு நதியாக நாம் அவரைக் காணும்போது அவர் நிலத்தின் வளம் மற்றும் தூய்மையின் குறியீடாகிறார். சொல்லின் கடவுளாய் அவர் ஞானம், ஆன்மிக அறிவு, (வித்யா) அறிவைத் தாண்டியதான ஞானோதயம் இவற்றுக்கு வழி காட்டுகிறார்.

சரஸ்வதி பள்ளியில் பக்திக்கு முக்கியத்துவம் கிடையாது. ஞானத்துக்கே முக்கியத்துவம். அது பிரகடனப்படுத்துகிறது: 'செயலை (கர்மாவை) விடவும், ஞானமே அறியாமையை அழிக்கும். அது அறுதியிடுகிறது 'அத்வைத★ தத்துவத்தைப் புரிந்து பயில்வதன் மூலம் மட்டுமே, இரண்டல்ல - ஒன்றே - என்னும் இறை நிலை பற்றிய மறைமுகமான புரிதல் நிகழும். ஆனால் இந்த மறைமுக அறிவை நேரடி அறிவாய் மாற்றுதல் சாத்தியம். அது வரையிலும் தருக்கம் இருளின் மற்றும் குழப்பங்களின் மூட்டங் களை விரட்டி அடிக்கும். ஆழ்ந்த சிந்தனை பிரகாசம் தரும், தியானம் மட்டுமே பிரம்மனை உணர்வதாகும். அந்த உணர்தல் பிரக்ஞை தனது வடிவிலேயே நிகழ்த்தும் சாதனை ஆகும். ரிக் வேதம், உபநிடதங்கள், அத்வைத (இருமையில்லாதது) ஆசான்களின் வேதாந்த* விளக்கங்களும் அவர்கள் அடைந்த தரிசனத்தை மாதிரிகளாய்த் தருகின்றன. அவர்களது கருத்து மற்றும் தத்துவத்தையும்தான்.

ஆனால் ஆனந்த பாபா ஒரு சைவர். நெருப்போடு விளையாடுபவர். 'சில்லும்'களை மதிப்பவர். காடுகளில் வாழ்ந்து, உயிர்ப்புடனும் விழிப்புடனும் இருப்பவர். அவர் நன்கு படித்து அறிந்தவர், மிகுந்த ஆராய்ச்சி செய்தவர், அல்லது ஒரு ஆசிரியர் என்றே என் கற்பனை இருந்தது. அவர் புத்தகப் புழுவான ஒரு வாழ்க்கையை, மேலும் தனது குடும்பத்தையும், அறிவுக்கு உள்ளேயே திரிவதற்காக விட்டவர். அறிவைப் பற்றி வாசிப்பதிலும் அதனுள் திரிவது மேல் என அவர் கருதினார்.

★★★

''பதினெட்டு வயதில் என்னிடம் திறன்கள் ஏதும் இல்லை. அதனாலேயே நான் சாமியார் ஆகி விட்டேன்'' என்றார் பாகல் பாபா.

வாட்டசாட்டமானவர் 40 வயதான பாகல் பாபா. சிறிய தலைமுடியும் மீசை தாடியில்லாத முகமும் கொண்டவர். தனது குழந்தைப் பருவத்தில் ஊர் விட்டு ஊர் போகவேண்டி வந்தது என்றார் அவர். அவருடைய அப்பா மின்சார சாதனமான 'சுவிட்ச் போர்டு' வேலையில் நிபுணர். எனவே பல ஊர்களில் அவர் பணி இருந்தது. எனவே தமக்கு அப்பாவிடமிருந்து வந்த அலையும் பழக்கத்தை அவர் தக்க வைத்துக்கொண்டார் என்றே தோன்றியது. அவர் ஒரு சாதாரண மனிதராகவே தோன்றினார் எனக்கு. எனவே நான் அவரைக் கேட்டேன்:

''உங்களை ஏன் பாகல், பைத்தியக்காரன் என அழைக்கிறார்கள்?''

ஒரு நொடி அவர் என்னை நான் ஒரு பதில் தருமளவு தகுதியானவனா என யோசிப்பதுபோல பார்த்தார். பிறகு சொல்லத் துவங்கினார்:

''பத்து ஆட்கள் ஒரு நதியைக் கடந்துவிட்டார்கள். இந்தப்பக்கம் வந்த பின் அவர்கள் ஒவ்வொருவரும் தலைகளை எண்ணி 'ஒன்பது பேர்தானே இருக்கிறோம்' என்று கணக்குப் போடுகிறார்கள். 'பத்தாவது ஆள் எங்கே போனார்?' என வியக்கிறார்கள். புலம்புகிறார்கள். ஒரு அந்தணர் அந்த வழியே போகிறார். அவர் 'பத்தாவது ஆள் கண்டிப்பாக உயிருடன் இருக்கிறான். அவன் சொர்க்கத்தில் இருக்கிறான்' என்கிறார். அவர்கள் அவர் சொல்வதை நம்பி அவருக்குப் பணமும் கொடுக்கிறார்கள். அவர்களில் தன்னையே மிகவும் புத்திசாலி என நம்பியவன் அவர்கள் அனைவரும் எப்போதுமே பத்து பேர் இல்லை என கண்டுபிடிக்கிறான். 'நாம் அந்தப் பக்கமே ஒன்பது பேர்தான் இருந்தோம். யாரும் காணாமற் போகவில்லை.' ஒரு சாது அவர்களைக் கடந்து போனார். அவர் இவர்களது பிரச்சினையைக் கேட்டு 'நீங்கள் மொத்தம் பத்து பேர்! தலைகளை எண்ணுகிற ஆள் தானே பத்தாவது என எண்ணிக் கொள்ள வேண்டும்' என்றார். ஆனால் அவர்களோ தாம் மொத்தம் ஒன்பது மட்டுமே என எண்ணிக் கொண்டிருந்தார்கள். பத்தாவதான தெரியாத ஆளைத் தேடிக் கொண்டிருந்தார்கள்... தனது பித்தை மறுக்கும் இந்தப் பைத்தியக்கார உலகத்தில், மனநிலை சரியில்லாதவனாக இருப்பதில் ஒரு இன்பம் உண்டு. அது ஒரு பித்தனுக்கே புரியும்'' என கூறி முடித்த அந்தச் சாமியாருக்கு மனம் எந்தக் குறையுமின்றியே இருந்தது. அவரது ஜிப்பாவின் நிறம் மட்டுமே அவரைச் சாதாரண நடுத்தர வர்க்க மனிதர்களிடமிருந்து வேறுபடுத்திக் காட்டியது.

பின்னர் அவர் ஒரு கஞ்சாத் துண்டை, 'சில்லும்' பயன்பாட்டுக்காகக் கொடுத்தார்.

''ஆண்டவனே! கடவுளே! உன் கருணையே கருணை'' என வியந்தார் ஒரு பாபா நன்றி கூறும் விதமாய்.

''கடவுளா? அவர் மீது நான் மலம் கழிப்பேன்'' படாரென தயக்கமே இன்றி பதில் அளித்தார் பாகல் பாபா.

''சூரியனைப் பார்த்து நாய் குலைத்ததாம்'' என்றார் மற்றவர், ஒரு கணம் சிந்தித்த பின். பிறகு என்னிடம் ''என்னைப் பார்க்கிறவர்கள் நான் நடிக்கிறேன் என கற்பனை செய்து கொள்கிறார்கள். அவர்களது கற்பனையைப் பற்றி நான் ஏன் கவலைப்பட வேண்டும்? நான் சுதந்திரமானவன்.''

மெய்தான். அவர் சுதந்திரமானவரே.

★★★

ஒரு மேற்கத்திய சாமியார், ரிஷிகேஷில் ஒரு கடையின் படிக்கட்டுகளில், பிரகாசமான முகத்துடன் தென்பட்டார். அவரது முகத்தில், இயற்கையான ஒரு அமைதி, மனதிலுள்ள சாந்தத்தை வெளிப்படுத்தும் விதமாய். அவருக்கு ஒரு பிரணாம்* சொல்லி வாழ்த்தி, ஆனந்த பாபாவின் பின்பக்கம் நடந்தபடி சென்றேன். பின்னர், அவர் 'லட்சுமண் ஜுலா' எனப்படும் தொங்கு பாலத்தின் அருகே, ஒரு கல் இருக்கை மீது அமர்ந்திருப்பதைப் பார்த்தேன்.

''விமானத்தில் இங்கே வந்தீர்களா!'' அவரிடம் வியப்புடன் கூறி அருகே அமர்ந்தேன்.

அவர் உயரமானவர். நீண்ட அலை அலையான பொன்னிற தாடி வைத்திருந்தார். ஆரஞ்சு வண்ண கொம்சா, மேலே கையில்லாத அதே நிறச் சட்டை போட்டிருந்தார். அது அவரது உயரமான கால்களுக்குச் சற்றே குட்டையானதே. அவர் நீண்ட கேசத்தை முடிந்து வைத்திருந்தார்.

அவரது முகம் ஏசுபிரானை ஒப்பிடும் அளவு அழகாயிருந்தது. ஆனால் சந்தோஷமான முகம். அந்த இனிய முகத்தின் நீலக் கண்களில் ஒரு மகிழ்ச்சியின் மிளிரல் எப்போதும் இருந்தது. அவர் சுட்டு விரலை, இதழ்களுக்கு மேலே வைத்திருந்தார். அவர் ஒரு முனி. எனவே மௌனமாகவே இருப்பார். ஆனால் அவர் என்னிடம் தனது 'பாபா' அடையாள அட்டையைக் காட்டினார். அவர் சூரிச், சுவிட்சர்லாந்தைச் சேர்ந்தவர். 38 வயதானவர்.

''நீங்கள் எந்த மொழி பேசுவீர்கள்? ஃப்ரென்ச், இத்தாலியன், ஜெர்மன், இங்கிலிஷ் அல்லது ஹிந்தி?''

அவர் வெறுமனே தலை அசைத்தார்.

''பேசாமலிருப்பது மனதை ஆசுவாசப்படுத்தக் கூடியதாயிருக்கும்.'' நான் ஆங்கிலத்துக்கு மாறினேன். அவருக்காகப் பேசுவதுபோல கூறினேன்: ''பேசிக்கொண்டே இருக்கும் இந்த உலகத்தில், ஒரு முனியாய் இருப்பது எவ்வளவு சந்தோஷம் அளிப்பது என ஒரு முனிக்குதான் தெரியும்...'' ஒரு நொடி நான் மௌனமாயிருக்கும் உறுதி ஏற்க விரும்பினேன். நான் பேசாதவனாயிருப்பதாய் நினைத்துக் கொண்டேன். வார்த்தைப் பயன்பாட்டையே நிறுத்தி விடலாம் என. எவ்வளவு பெரிய நிவாரணம்! நான் என் இருப்பை நிலைநாட்ட வேண்டி இருக்காது, எனக்குள்ளிருந்து 'நானை'

இழுத்து வெளியே கொணர வேண்டி இருக்காது. நான் பேசவே இல்லை என்றால் - நான் யார்? அமைதி. ஆனால் கடவுள்களின் தேர்வு அமைதியாக இல்லை. இந்த எண்ணம் அதற்கு முந்தியதை விரட்டி அடித்தது, உலகம் எனக்குள் நிம்மதியற்றே இருந்தது.

★★★

அடுத்து தூம கிரி பாபாவைச் சந்தித்தேன். பகலில் ஒரு செயற்கை இழைத்துண்டை தம் பருத்த இடுப்பில் கட்ட ஒப்புவார். இரவுகளில் விபூதியை மட்டுமே ஆடையாக அணிபவர்.

ஹரித்வாரின் படித்துறைகளுள் ஒன்றின் அருகே அவர் ஒரு ஆலமரத்தடியில் கோயில் கட்டியிருக்கிறார். வெள்ளையடித்த சுவர்கள் மீது கண்ணாடி வேலைப்பாடு செய்யப்பட்ட கோயில் அது. உள்ளே பளிங்கில் சிவனின் உருவம், சிங்கத்தின் மீது துர்க்கை, கறுப்பு நிறமான சிவலிங்கம் ஆகியவை இருந்தன. நல்ல லாபமான இடம்தான் அது. நிறைய பக்தர்கள் வந்து போகும் இடம். பிளாஸ்டிக் கூரை வேய்ந்த ஒரு இடம் கோயிலுக்கு எதிரே தூமகிரிக்கு இருக்கிறது. அதையொட்டி ஒரு பெரிய டீக்கடை. அவர் ஒரு துணி அலமாரிபோல குண்டானவர். நரையும் கறுப்புமான ஜடா முடிகளும் தாடியும் அவருக்கு ஒரு உருளை போன்ற முகத்தைத் தந்தன. செந்நிறமான அவர் ஒவ்வொரு கையிலும் நான்கு மோதிரங்கள் அணிந்திருந்தார். டீக்கடை அருகே ஒரு வெள்ளை பிளாஸ்டிக் நாற்காலியில் அமர்ந்து அவர் பிற சாதுக்களை தேநீருக்கு அழைப்பார்.

கடந்து செல்வோரை கணீரென்ற குரலில் ''யாரின் உடல் இது?'' என்று சத்தமாகக் கேட்பார். அவர் தெரு கூட்டுவோரிடம் அவர்கள் முக்கியமானவர்கள் என கருதிப் பேசுவார். முக்கியமானவர்களிடம் அவர்கள் சாதாரண ஜனங்கள் என்பதுபோல உரையாடுவார். ''நீ இப்படி அரசு ஊழியராக இல்லாமல், தெரு கூட்டுபவராகப் பிறந்திருக்க இயலும். வந்து ஒரு டீ குடித்து அதைப் பற்றி சிந்திப்பாய்!'' சாதுக்களை சாட்சிக்காக அழைப்பார்: ''கிளிப்பிள்ளைகள்போல பகவான் ஒன்றே உயிர் என இவர்கள் மறுபடி மறுபடி சொல்கிறார்கள். ஆனால் யாருக்குத் தெரியும்? உண்மையிலேயே தெரியும்?'' அவருக்கு அது, அந்தக் கிண்டல் மிகவும் வேடிக்கையாயிருந்தது. அவர் தொல்லை செய்து பிறருக்குக் கோபமூட்ட முயன்றார். ''என்ன உடல்? என்ன சுதந்திரம்? ஒன்றுமே இல்லை.'' அவர் ஒரே சமயத்தில் அட்டகாசமாகவும், கவருபவராகவும், யூகிக்க முடியாதவராகவும், விளையாட்டுத்தனமானவராகவும், தடாலடியானவராகவும், அன்பானவராகவும் இருந்தார். அந்தப் பெரிய கூரையின் கீழ் நாங்கள் எண்ணிக்கையில் மிகவும்

குறைவானவர்களாய், அவரது உபசரிப்பில் மகிழ்ந்திருப்பவர்களாய் இருந்தோம். 'சில்லும்'கள் கைமாறிக் கொண்டிருந்தன. அதேபோல் இரண்டு ஜாடிகளில், தேநீர் தொடர்ந்து வழங்கப்பட்டது.

தூம கிரி, அழுத்தமான கோடுகளுள்ள மேற்சட்டை, ஜீன்ஸ், ஷூ இவற்றுடன் மெல்லிய கிராப்பும், அழுந்த வாரிய தலையுமாயிருந்த ஒரு நாகரிக இளைஞனைப் பிடித்துவிட்டார்.

அந்த இளைஞன் மிகுந்த பணிவுடன் ''எது உண்மை பாபாஜி?'' என ஒரு துறவி முன் காட்டவேண்டிய அடக்கத்துடன் வினவினான்.

அவரது சாம்பல் பூசிய முகத்துக்குப் பின் தூமாவின் கண்களின் அசைவில் என்ன சிந்தனை ஓடியது என யூகிக்க இயலவில்லை. அவர் எதுவுமே பதிலளிக்கவில்லை.

அந்த இளைஞன் ரூபாய்த் தாளை அவர் முன் வைத்து, ''இது என் குரு தட்சிணை. இப்போது பதில் சொல்வீர்களா?'' என்றான்.

''இது டீச்செலவுக்கு'' என்றபடி அந்தக் காணிக்கையை ஏற்றார் தூமா. ''இப்போது நான் என்னய்யா சொல்லுவது? அவனுக்கு உண்மை வேண்டும். உண்மை! அதை வைத்துக்கொண்டு அவன் என்ன செய்யப் போகிறான்? செத்த பூனையால் எலிக்கு எந்தத் தொல்லையும் இல்லை. இதுதான் உண்மை.''

இது எல்லோரையும் சிரிப்பில் ஆழ்த்தியது. அவர் தனது வயிற்றைக் கீறிக்கொண்டே இன்னும் கிளம்பாமலிருந்த அந்த இளைஞனைப் பார்த்து ''ஒண்ணும் ஒண்ணும் சேர்ந்தால் ஒண்ணுதான். இந்த உண்மை உணரப்பட வேண்டியதாகும்'' என்றார்.

அந்த இளைஞன் கிளம்பிக் கொண்டிருந்தபோது பாபா கூறிய இந்த கணிதப் புதிரை, கண்கூடான நிரூபணமாக எடுத்துக்கொள்ள முயன்று கொண்டிருந்தான். அப்போது தூமா பாபா அவனது இரண்டு புருவங்களையும் தனது விரல்களால் நெருகிப் பிடித்து இழுத்தார். அவற்றை விடுவிக்கும்போது, உள்ளங்கையால் அவன் தலை மேல் ஒரு தட்டுத் தட்டினார். பிறகு தமது முஷ்டியால் அவன் முதுகில் ஒரு குத்து விட்டார். தடுமாறி விழ இருந்தவனை, கைகொடுத்துத் தூக்கிப் புன்னகைத்தார். தனது உபசரிப்பாளர், குத்து போதையில், ஆனால் புன்னகைக்கவும் செய்கிறாரே என, அந்த இளைஞன் விழித்தான். ஆனந்த பாபா சிரித்துக் கொண்டிருந்தார்.

''இது உண்மையை அடித்துச் சொல்லும் முறை. மற்றும் மிகவும் தெம்பான போதனையாகும்'' என்றார் என் குரு கடகடவென சிரித்தபடி.

''அவனுக்கு ஏதாவது விளங்கி இருக்குமா என்ன?'' நான் ஐயத்துடன் வினவினேன்.

''ஒண்ணும் ஒண்ணும் சேர்ந்தால் ஒண்ணு என்பது மிகவும் சக்தி வாய்ந்த மந்திரம். அதை அந்த இளைஞன் என்றுமே மறக்காத வண்ணம் போதித்தார்.''

★★★

ரிஷிகேஷில் ஒரு தூனியைச் சுற்றி நாங்கள் அமர்ந்திருந்தபோது சித்தானந்த பாபா, தாம் முதலில் ஜான்சன் அண்ட் ஜான்சன் குழுமத்தில் உயர் பதவி வகித்ததாகவும், பிறகு பிரஸ்டிஜ் பிரஷர் குக்கர் குழுமத்திலும் பிரியா பதவியில் இருந்ததாகவும் தெரிவித்தார். அவரது மனைவி இறந்த பிறகு, அவர் தமது 24 வயது மகளை, அவளின் மாமாக்களில் ஒருவரின் பொறுப்பில் விட்டார். தமக்குச் சொந்தமான மூன்று அடுக்குமாடிக் குடியிருப்புகளையும், பங்குச் சந்தையில் இருந்த பங்குகளையும் விற்று ஐந்து சகோதரிகளுக்கும் பிரித்துக் கொடுத்தார். பிறகு துறவறம் பூண்டார். ''சொத்துக்களில் இன்பம் துன்பம் இரண்டுமே உண்டு'' என்றார் அவர் என்னிடம். ''நிறைய சொத்துக்கள் இருந்தன. ஆனால் நான் வருத்தமாய் இருந்தேன். இன்று ஒன்றுமே இல்லை. ஆனால் மகிழ்ச்சியாக இருக்கிறேன். பதட்டம் ஏதும் இல்லை.''

''நாம் போதுமான அளவு பணம் இருந்தால், அது நம்மை, துன்பங்களிலிருந்து விடுவிக்கும் என நம்புகிறோம்'' என் மனது ஏற்கும் வகையில் அவர் கூறினார். ''ஆனால், அது உண்மையில்லை என நாம் உணரும்போதும், நிறைய பணம் இல்லாமலிருப்பதற்கு அஞ்சி, அதே சூழலில் கைதியாய் இருக்கிறோம்.''

ஆனந்த பாபா, தமது கூந்தலைப் பிடித்து இழுத்தபடி, கடகடவென சிரித்தார்.

''நீ வார்த்தைகளுடன் போராடுகிறாய். அது எதைப் பற்றியது?'' என வினவினார்.

''என் வாழ்க்கைக் கதை குருஜி.''

★★★

நாங்கள் காலைக் குளியலுக்குப் பின் வெய்யிலில் காய்ந்து கொண்டிருந்தபோது, ஜீன்ஸ் அணிந்த கண்ணாடி போட்ட ஒரு இளைஞன் நின்று எங்களை உற்றுப்பார்த்தான், பிறகு அருகே வந்தான்.

''ஓம் நமச்சிவாய'' எங்களை பணிவுடன் வணங்கினான்.

''ஜெய் சிவா'' என பதிலளித்தார் ஆனந்த பாபா.

''நீங்கள் எல்லோரும் இன்று என்ன சாப்பிட்டீர்கள் சாதுஜி? தாங்கள் என்ன சாப்பிடுவீர்கள் என நான் தெரிந்து கொள்ளலாமா?''

''நீங்கள் அவர்களுக்கு பகவானாய் இருக்க விரும்புகிறீர்களா பாபுஜி? அவர்கள் எதிரே இருப்பது எதையும் சாப்பிடுவார்கள்.''

அவர் விரைந்து சென்று இரண்டு பிளாஸ்டிக் பைகளில் சோறும் பருப்புமாய் வாங்கி வந்தார்.

பிறகு இந்த மனிதநேயம் மிக்கவர் எங்களுக்கு உபசரிப்பும் செய்தார்.

''கடவுள் உங்களை அனுப்பி இருந்தால் அவ்வாறே ஆகட்டும்'' என அனுமதித்தார் என் குரு.

மோசஸுக்கு இப்போது முப்பது வயது. அவர் பிறந்த உடனேயே அவர் ஒரு கோயிலின் அருகே அனாதையாய் விட்டுவிடப்பட்டவர். அந்தச் சிறிய இடுப்பில், அரைஞாண் கயிற்றில் ஒரு தகட்டில் 'தலித்' என எழுதி மாட்டியிருந்ததால், எந்த உயர்சாதிக்காரரும் தமது சாதி அந்தஸ்தை இழக்காமல் அவரைத் தத்தெடுக்க முடியாது. கொஞ்ச காலம் ஒரு சாது அவரைப் பார்த்துக் கொண்டார். பிறகு ஒரு கிறித்தவக் குடும்பத்தில் அவரை ஒப்படைத்தார். வளர்ப்புக் குடும்பத்தால் தன்னைக் கிறித்தவராகவும் மற்றும் பிறப்பால் இந்துவாகவும் மோசஸ் உணர்ந்தார். ஆரம்பத்திலிருந்தே தம்மை ஒரு அலைந்து திரிபவராய் எண்ணினார். எப்படியோ அவர் தாம் தெருக்களில் அலையாமல் நிறுத்திக் கொண்டார். சாதுக்களை உபசரித்தார். தமது வீட்டின் ஒரே ஒரு அறையை மட்டுமே அவர் தமக்கு என வைத்துக்கொண்டு, மற்ற மூன்று அறைகளை, கடந்து செல்லும் துறவிகளுக்கு அல்லது தாம் அழைப்பு விடுத்த துறவிகளுக்குத் தந்தார்.

''நான் கிருஷ்ணநாம ஜபம் செய்து நான் கடவுள் என நினைவில் கொள்கிறேன். அதை அடிக்கடி மறந்து என்னை நானே சிறியோனாய் உணர்கிறேன்'' என்றார் அன்று இரவு மோசஸ்.

''அது அத்தனை தீவிரமான ஒரு விஷயம் ஒன்றும் இல்லை'' என்றார் ஆனந்த பாபா, ''உனக்கு நினைவில் வைத்துக்கொள்ள வேண்டும் என்று நினைவில் வைத்திருப்பதால், அந்த விதத்தில் அவர் உன்னுடனேயே இருக்கிறார், இருந்தார், இருப்பார். ஏனெனில் அவர் உன்னுள் உறைபவர்.''

மாலை நேரத்தில், சில சமயம் அவர் தன் கண்களை மூடிக் கொள்வார். ஒரு பிரகாசமான புன்னகை அவரது இதழ்களில் வடிவம் கொள்ளும். அவரது முகம் ஒரு விடலைப்பையனது முகம்போல மென்மையானதாக மாறும். அவர் மனதிலிறுத்திக் கொள்ளவேண்டிய, ஆசீர்வதிக்கப்பட்ட ஒரு ஆன்மாவின் காணும் வடிவம். உலகின் எல்லா மனிதரும் காண அவர் போலவே இருந்தால் எவ்வளவு நன்றாய் இருக்கும் என நான் விரும்பினேன்.

அத்தியாயம் 4

நீ பார்த்தது என்ன ?

ஹிந்து மதத்தின் சனாதன தர்மத்தின் மூன்றாவது அடிப்படைக் கருத்தாக்கம் கர்மா ஆகும். ஏனைய இரண்டு மோட்சம்-பிறப்பு, பிறப்பிலிருந்து விடுதலை மற்றும் மாயா - காண்பவை உண்மை என நம்பும் பிரமை. ஒரு சங்கிலித் தொடர்போல ஒரு மனிதனின் ஒவ்வொரு செயலும் அதன் பின் விளைவுகளால் அவனை பாதிக்கும். அது உடனடியாகவும் இருக்கலாம். பின்னரும் இருக்கலாம். இந்தப் பிறவியிலும் இருக்கலாம். பின்வரும் பிறவிகளில் நிகழலாம். நன்கு தேர்ந்த தத்துவப் பாதையிலிருந்து விலகாத சுவாமி எனக்கு வாரணாசியில் ஒரு நாள் கூறினார்.

கண்கூடானவை பற்றியதோ, பொருட்கள் பற்றியதோ அல்லது தார்மிக உலகம் பற்றியதோ 'எதுவுமே எப்போதுமே மறைவதில்லை' என்னும் சித்தாந்தம் இவை யாவற்றுக்கும் பொருந்தக்கூடியது. எனவே அது நிர்தாட்சண்யமான, இதயமற்ற, கடுமையான நீதியை முன்வைக்கிறது. கர்மா பன்முகமான, இரக்கமற்ற பிரபஞ்சத்தை நம்முன் கட்டமைக்கிறது. அண்டத்தின் மருந்து விற்பன்னனாக, அது ஒருவரின் செயல்களை சீர் தூக்குகிறது. ஒருவரின் நற்தகுதிகளை ஒருபக்கமும், கெட்ட செயல்களை மறுபக்கமும் எடை போடுகிறது. பின்னர் மேம்பட்ட நல்லுலகத்துக்குப் போவார் அவர் அல்லது மீண்டும் பிறப்பு. அதுவும் பல தீயூழ்களுடன் கழுதை, குரங்கு, பிச்சைக்காரன் அல்லது அதிர்ஷ்டம் கெட்டவனாகப் பிறக்கவேண்டும்.

மகிழ்ச்சியை அளவெடுத்து, துன்பங்களை கர்மாவே கொடுக்கிறது நமது கொடூரச் செயல்களுக்காக. ஏனெனில் கர்மா யாவும் அறிந்ததாம். உங்கள் செயல்களுக்கான பலன்களை உங்களுக்குத் தரும். அழுகி நாற்றமடிக்கும் அவமானம்! ஏழைகள் குற்றவாளிகள். விபத்து ஒரு தண்டனை. ஊழ் ஒரு பொருள் விலைப் பட்டியலை வைத்திருக்கிறது. பாதிக்கப்பட்டவர் பழைய பாக்கியை சரி செய்கிறார். கர்மா உலகை இயந்திர மயமாக்குகிறது. வாழ்க்கையை ஒரு தண்டனைக் காலமாக மாற்றிவிடுகிறது. பாவியை அவன் எந்த அளவு மோசமோ அந்த அளவு தண்டிக்கிறது. இரக்கமற்ற ஒரு முறை இது. நல்ல வேளை - பல கடவுள்கள் நாம் நேசிக்கவும், நாம் பிறப்பிலிருந்து விடுபட தத்துவமும் போதனைகளும் இருக்கின்றன.

வாழ்க்கையின் மீதான காதல் ஆழ்ந்து வேரூன்றி இருந்தாலும் ஒரு ஹிந்துவுக்கு மரணம் என்பது அவனை நிஜமாகவே சாக விடாது. மறுபடி இந்த உலகுக்கு வந்துவிடுவானோ என்னும் பயத்திலேயே அது பற்றி துக்கம் அனுஷ்டிக்கிறான். அவன் விருப்பமில்லாமல் தன்னைக் கிட்டதட்ட, மரணமில்லாதவனாய் நம்பிக்கொண்டு, ஆனந்தப் பெருங்கடலில் மூழ்க ஏங்குகிறான். ஆனால் கர்மா, இறந்த காலத்தின் பிடிப்புக்களாய் எதிர்காலத்தின் நீட்சியாய் இதைத் தடுத்து விடும். அவன் மறுபடியும் துவங்குவான். பத்து லட்சம் தடவைகள்.

விரைவாகவும் உடனடியாகவும் இவை யாவற்றிலிருந்தும் ஒருவர் தன்னைத்தானே விடுவித்துக் கொள்ள முடியும். உணருதல் ஒரு வழி. அந்தப் புரிதலில் அறிவு திடீரென தரையிறக்கப்படும். விளங்கிக் கொள்ளுதலும் விழிப்படைதலுமாய் மாயா - காண்பவை உண்மை என நம்பும் பிரமை மற்றும் அந்தக் கோட்பாட்டையும், இவை யாவற்றின் முரண்பாட்டையும் ஒன்றை மனதில் இறுத்திக் கொள்ள இயல்வதே ஓர் பெரிய புரிதலாகும்.

நான் பிறப்பு-இறப்புச் சங்கிலியையோ, அதனின்றும் விடுதலையையோ நம்பவில்லை. அப்பாவித்தனமாக, இதற்கு முன் நடந்த எதையும் மனதில் வைத்து உருட்டிக் கொண்டிருக்காமல், வாழ்க்கையை அனுபவியுங்கள் என்று நான் திட்டவட்டமாக யாரிடமும் கூறிக் கொண்டிருந்தேன். ஆன்மா அல்லது சக்தி என்ற ஒன்று என்னுடனேயே இருந்து, மற்றொன்றாகப் பிறவிதோறும் மாறும் என்றால், நான் என்னுடனேயே முடிவில்லாமல் வாழ்ந்துகொண்டே இருக்கப் போகிறேன். அப்படி ஒன்றை நம்பி, தன் மீதே ஒரு வெறுப்பை நான் வளர்த்து, இப்படிப் பிறந்துகொண்டே இருப்பதில் தள்ளப்பட்டவன் என எண்ணுகிற ஆளாய் இருக்கவில்லை. நான் புவியீர்ப்பு விசைபோல, நேற்றைக்கு யாராக இருந்தேனோ, அதற்குள்

சிறைப்பட்டதாக உணர்ந்தேன். அந்த ஈர்ப்பின் தாக்கத்தை லேசாக்க முயன்று கொண்டிருந்தேன்.

'சனாதன தர்மம்' என்பது 'சமன் செய்தல்' விதி பற்றியதாகும். ஒரு நாள் ஆனந்த பாபா எனக்குப் பாடம் எடுத்தார். ஒருவர் அத்வைத (இருமை-அற்றது) நிலையை எப்படி அடைவார் என்பதை இந்த விதி விளக்கியது. இதைச் சென்றடைய இயலாது. விளங்கிக் கொள்ளவே முடியும். மேலும் கர்மா, 'காரணம்-விளையு' என்ற இரண்டையுமே நமக்கு அடையாளப்படுத்துகிறது. 'இருமை-இல்லை' என்னும் அணுகுமுறையில் இரண்டுக்கும் இடையே வித்தியாசம் ஏதுமில்லை. சனாதன தர்ம வழியில் செய்யப்படும் செயல்கள், எந்த விளைவையோ, சமநிலை கலைவதையோ நிகழ்த்துவதே இல்லை. எனவே அவை செயல்கள் ஆகா.

''யார் மீது அவை தாக்கம் நிகழ்த்தும்?'' நான் கேட்டேன்.

''யார் தன்னை, 'இருமை-இல்லை' என்பதினின்றும் வேறாய் உணர்கிறானோ, அவன் மீது. அகம், மனம், ஜீவன் (ஒருவன், நான் என்னுடன் ஒரு மனதுள்ளவன்)'' ஆனந்த பாபா விளக்கம் தந்தார்.

''பிரக்ஞையும் இயற்கையும் இரண்டல்ல என எப்போதும் புரிதலில் இருப்பதால், 'சர்வம் கல்விதம் பிரம்மன்'. எல்லாமே அவன். ஒரே உயிர். ஒரு செயலுக்கு ஆக்கியோன் இல்லையேல் அதற்கு முற்பட்ட செயல்கள் என்பவையும் இருக்காது.''

★★★

பின்னர் இல்லாமல், உடனேயே விடுதலை, சுதந்திரம், சமன் அல்லது லேசான நிலை இவற்றைப் பெற சாதுக்களுக்கு அவர்கள் குருமார்கள் சொல்லிக் கொடுத்த முறைகளே பயன்படுகின்றன. அவைகளே தபஸ்கள். சூரியோதயத்துக்கு இரண்டு மணி நேரம் முன்பாக தியானிக்கச் சொன்னார் ஆனந்த பாபா. ''நீ செயற்படாது இருக்கும்போது, என்ன நடக்கிறது என்பதை அவதானி. உனது கவனத்தை உன் எண்ணங்கள் மீது வைத்திரு. ஆனால் எண்ணங்களுடன் உன்னை அடையாளப்படுத்திக் கொள்ளாதே. அப்போது நீ நிம்மதியை உணர்வாய்.'

நிம்மதி. எத்தகைய வாக்குறுதி. நான் உள்ளுக்குள் நோக்குவதற்கு எப்போதுமே இந்த அளவு முக்கியத்துவம் கொடுத்ததில்லை. நான் எப்படிச் சிந்திக்கிறேன், எப்படி எதிர்வினையாற்றுகிறேன், எப்படி சுவாசிக்கிறேன், செரிக்கிறேன், விரும்புகிறேன், விழைகிறேன் என்பவற்றை அவதானிக்கலானேன். அது சிரமமான ஒன்றாகவே

இருந்தது. சில சமயங்கள் முழு நிறைவு பெற்ற ஒரு சாமியாராக என்னை நானே கற்பனை செய்துகொள்வேன். மற்றொரு எண்ணம் வந்து அதனிடத்தைப் பிடிக்கும் வரை அந்த எண்ண ஓட்டமே இருக்கும்.

நான் இயல்பாய் சுயவிமர்சனம் செய்துகொள்பவன் அல்லேன். இறந்த கால நினைவுகள் எளிதாய் மேலெழும்புவது இல்லை. என் ஆன்மா அலைப்புறுவதானதன்று. நான் கொஞ்சம் கிடைத்தாலும் அதில் திருப்தி அடைபவன். எனக்கு புத்திசாலித்தனமான வேலைகளும் இங்கிதம் தெரிந்தோர் சூழலும் தேவை. பரிவு, இரக்கம் மற்றும் அன்பு போன்றவை சற்றே காட்டப்பட்டாலும் நான் மனம் நிறைவேன்.

''நான் என் எண்ணங்கள் வெளிப்படுவதைக் கண்காணிக்கிறேன். அதன் இண்டு இடுக்குகளையும், நிழல்களையும் அவதானிக்கிறேன்'' என்றேன் என் குருவிடம் ஒரு நாள். ''இனி என்ன?''

''உன்னை நீயே எடை போடவோ, நொந்து கொள்ளவோ செய்யாதே'' என பரிந்துரைத்தார் ஆனந்த பாபா. ''தண்டனை இல்லாதபோது பொய்யும் இருக்காது, 'எனது' இல்லாதபோது, நான் என்று ஒன்று இருக்காது.''

இந்தப் பயிற்சி குற்றங்களில் இருந்து விடுவிப்பதாக இருந்தது. நான் யாரென்று நினைத்துக் கொண்டிருக்கிறேனோ அது நானல்ல; என் செயல்களும் எனதல்ல; நன்றி பாபாஜி.

எனது தியானத்தில் எது எதுவோ புகுந்து இடையூறு செய்தன. பேய்கள், ஆறாத பழைய காயங்கள் (அந்தக் காயங்கள் கடந்த காலத்தவை; ஆனால் இன்னும் உயிருள்ளவை, தொட்டால் ரத்தம் சொட்டுபவை); அவமானங்கள், தவறுகள்... மனதில் என்றும் நிறைவின்மையை விட்டுச் செல்லும் மனோவிகாரங்கள், இவை யாவும் ஒரு கசப்பை, ஒரு அவநம்பிக்கை மிகுந்த கழிவிரக்கத்தை, மாற்ற முடியாத வெட்கக் கேட்டை; அவை ஒருவன் தனது பிம்பத்தின் மீது வீழ்ந்த நசுங்கலாய் விட்டுச் செல்கின்றன. இந்தப் பழைய உணர்வுகள், எனது பிரக்ஞை மிகுந்த நினைவுகளைச் சூறையாடிக்கொண்டே இருந்தன. ஆனால் அவை யாவும் அன்பு மிகுந்த, தனதாயில்லாது அந்நியப்படுத்தப்பட்ட முக்கியத்துவ மின்மைக்குள் சென்று கரைந்தன.

எனது ஆசான் சில சமயம் அறிவித்துச் சென்ற சில வாக்கியங் களையே நான் மன ஒருமைக்குப் பயன்படுத்தினேன். அவை எனக்கு உலகைப் படிக்கும் ஒரு வழியையும் காட்டின. மற்றொரு தபஸ் நம் பன்பாட்டுக்கென. நான் மீண்டும் மீண்டும் முடிவே இல்லாமல்,

அஷ்ட வக்கிர சம்ஹிதை மற்றும் அவதூத கீதை இரண்டையும் படித்து வந்தேன்.

தன்னைத் தானே அனைத்தின் சாட்சியாய் அறிவாய்
பிரக்ஞையாகவும்

ஒரு துறவியாய் என் பணி, எனது பிரக்ஞையை இந்தத் தடையுத்தரவுகளுக்கேற்ப மாற்றிக் கொள்வதாய் இருந்தது. நான் தனியான, அசைந்து கொடுக்காத, அந்தரங்கமானதும் எளிதில் மறைந்து விடுவதுமான சுயத்தைத் தேடிக் கொண்டிருந்தேன்.

அது காணப்படுவதுமல்ல; மறைந்துள்ளதுமல்ல,
ஒளிர்வதுமல்ல, இருள்வதுமல்ல, சிறியதுமல்ல,
பெரியதுமல்ல. ஏனெனில், அதற்கு வடிவமில்லை.

அது ஒரு சைகை மொழியா ('செரெட்' - பிரெஞ்ச்), ஜென் போதனைகளில் வரும் 'கோன்' புதிரா அல்லது விடுகதையா என நான் விளங்கிக்கொள்ள முயன்று கொண்டிருந்தேன். இம்முயற்சி அதுவே கவனமாயிருப்பதற்கு ஒரு வழியாயிருந்தது. ஒரு தரிசனம் அது. இந்த இடத்தில் தரிசனம் என்பதை ஒரு கண்ணோட்டம் என்று கொள்ளலாம். ஏனெனில், ஞானம் தேடும் பாதையில் உள்ளோருக்கு, எண்ணங்கள் அவற்றைக் கடந்து செல்லும் இடத்துக்கும் இட்டுச் செல்லும்.

பெரிய லாரிகள் ஓசையுடன் எங்களை மயிரிழையில் உரசாமல் கடந்து சென்றன. ''எதற்கு வடிவமுள்ளதோ அது நிஜமானதல்ல என்றும், எது வடிவமற்றதோ அது நிலையானதென்றும் அறிவாயாக'' என்கிறது அஷ்டவக்கிரம். எதற்கு வடிவமே கிடையாது? அந்த நாளின் கோன் அதுவே. ஒரு தெய்விக நகைச்சுவை.

★★★

இருப்பையும், இருப்பின்மையையும் கடந்த ஒருவன் திருப்தி
அடைந்தவனாய் ஆசையிலிருந்து விடுபடுகிறான்;
மெய்யறிவு பெறுகிறான் உலகின் கண்களுக்கு அவன்
செயற்படுவதாய்த் தெரியும் அவன் எதுவும் செய்கிறானில்லை
(அஷ்டவக்ர சம்ஹிதை 18 19)

செயலின்றி இருப்பது, வெட்டியாய்ச் சுற்றித் திரிவதோ, அல்லது கட்டாயப்படுத்தப்பட்ட ஒரு பணிதலோ இல்லை. அது கவனம் செலுத்துதல் ஆன விழிப்பின் ஒரு உயர்நிலை. அது ஒரு உள் உணர்வை உற்பத்தி செய்கிறது. தேவைப்படும்போது சரியானதும், தன்னலமில்லாததுமான செயல்களையும்.

நாங்கள் ஒரு அரச மரத்தடியில் எங்கள் ஆசனங்களை விரித்திருந்தோம். ஒரு ராட்சதக் குடைபோல் அதன் கிளைகள் விரிந்திருந்தன. கிராமத்தின் பொது மைதானத்திற்கே அது பந்தல்போல நிழல் விரித்தது. விவசாயிகள் நாள் முழுவதும் எங்களை வணங்க வந்துகொண்டே இருந்தார்கள். வழக்கமாகப் பார்வையாளர்கள் வராத நேரத்தில் ஒரு இளம் பெண் வந்து ஆனந்த பாபாவை வணங்கி, அவர் எதிரில் அமர்ந்தாள்.

''என்னால் கடவுளை இனியும் நம்ப இயலவில்லை குருஜி'' என்றாள் வெட்கத்துடனும் நிராசையுடனும். அவளது குரல் அழுகையாய்க் கம்மியது. ''தாங்கள் கடவுளைக் கண்டுபிடிக்க எனக்கு உதவ முடியுமா?'' என கெஞ்சிக் கேட்டாள்.

ஆனந்த பாபா அவளைப் பரிவுடன் பார்த்து, ''எந்தக் கடவுளை நீ காண வேண்டும்?'' என்று கேட்டார்.

''ஹரியோ சிவனோ அல்லது தாங்கள் யாரைச் சொல்லுகிறீர்களோ அவரை.''

''அதற்கு நேரமாகும். ஆனால் வெகு நேரமொன்றுமில்லை. நாளைக்கு வா. நான் ஏதேனும் தருவேன்.''

மறுநாள் அவள் வருவதற்குள் ஆனந்த பாபா ஐந்து ரூபாய்க்கு விற்கும் சிவப்பு நிற பிளாஸ்டிக் மணிமாலையை வாங்கி இருந்தார். மாலையில் வந்த அந்தப் பெண்ணிடம் அதைக் கொடுத்தார்.

''சிவோஹம் என்றால் என்ன என்று தெரியுமா உனக்கு?''

''இல்லை பாபாஜி.''

''அதற்கு நானே சிவன் என்று பொருள். நானே அந்தப் பெருங்கடவுள்; நான் ஒரு மந்திரம் சொல்லித் தருகிறேன். இந்த மந்திரத்தை உச்சரி. இதையே நண்பனாக்கிக் கொள். உன் காதில் கூறுகிறேன். அருகில் வா'' என்றவர் அவள் காதில், '''மயாத்மகம் ஸர்வமிடமஸ்தி; ஷிவா இஹ சர்வமஸ்தி; ஷிவோ ஹமாஸ்மி'. இவை அனைத்தும் கானல் நீர் போன்றவை. சிவனே யாவும். நானே சிவன்.''

''பகலில் இந்த மாலையைக் கழுத்தில் போட்டுக் கொள். இரவில் கழற்றித் தலையணைக்குக் கீழே வைத்துக் கொள். காலையில் மறுபடி போட்டுக் கொள். கடவுளைத் தேடுவதைத் தொடர்ந்து செய்வாயாக. விட்டு விடாதே. ஒரு நாள் இந்த மாலை உனக்கு விலை மதிப்பில்லாத ஒரு சமிக்ஞையைத் தரும்.''

ஆனந்த பாபா அந்தப் பெண்ணை மந்திரத்தைத் திரும்பத் திரும்பக் கூற வைத்தார். பின்னர் ஆசீர்வதிக்கும் விதமாகத் தன் கையை அவள் தலை மேல் வைத்து, 'கடவுளை நீ தனக்குள்ளேயே காண்பாய்' என்றார். அந்தப் பெண் விடைபெற்றாள்.

நுட்ப அவதானிப்பு, அபூர்வமான கிரகிக்கும் திறன், அன்பு மற்றும் நீரோட்டம்போல் தெளிவு உள்ள என் குருவின் ஞானத்தை நான் அறிவேன். புரிந்துகொள்ளத் தவறியதே இல்லை. நான் அவரை விட கீழே அமர்வதற்காக அவரது காலடியில் அமர்ந்து கேள்விகளைத் தொடுத்தேன்.

''இந்த மாலை அவளுக்கு எப்படி கடவுளைக் கண்டறிய பயன்படும் பாபாஜி?''

அவர் என்னைப் பார்த்துப் புன்னகைத்தார்.

''ஒரு நாள் காலை அவள் எழுந்ததும், கழுத்தில் இருந்த மாலை, தலையணைக்கு கீழே இல்லை என்பதைக் காண்பாள். அவள் பதறி மீண்டும், படுக்கையில், சமையலறையில் என எல்லா இடங்களிலும் தேடித் தேடி, கடைசியாக தான் அதைக் காணாமற் போக்கி விட்டோம் என்றே நினைப்பாள். வருந்துவாள். அந்த வருத்தம் திடீரென தன் கழுத்திலேயே அந்த மாலையைக் கண்டு பிடிக்கும் வரை நீடிக்கும். 'விலைமதிப்பற்ற சமிக்ஞையை இந்த மாலை அவளுக்குத் தரும்' என்னும் என் கூற்று அவளுக்கு நினைவுக்கு வரும். 'இவை யாவும் கானல் நீரின் இயல்பானது. சகலமும் சிவனே. நானே சிவன்' என்னும் மந்திரத்தை மறுபடி மறுபடி உச்சரிப்பாள். ஆனந்த் கூறிய சொற்கள் அவள் நினைவுக்கு வரும். 'நீ கடவுளை உனக்குள்ளேயே காண்பாய்'. தான் எப்படித் தன் கழுத்தில் இருந்த மாலையையே எல்லா இடத்திலும் தேடினாளோ, அதேபோல, உள்ளே எப்போதும் இருக்கும் கடவுளை வெளியே தேடினேன் என அவள் உணரலாம்.''

'நானே கடவுள்; நானே பொருட்களும் அவை நிஜம் என நம்பும் பிரமைகளும்' என கோர்த்த சொற்றொடரைக் கூறினேன்.

''இதை உச்சாடனம் செய்யும்போது மாயையிலிருந்தும் நீ விடுபடுவாய்.''

அவதூதம் என்ன சொல்கிறது?

'எல்லாவற்றையும் படைக்கும் கடவுள் நானே. ஐயமேயில்லை.'

காண்பதற்கு ஜடாமுடி, எல்லோரையும் விட மேல், மரத்துக்குக் கீழே தூங்குபவர் என தோன்றினாலும் பாபா தெளிவு மிகுந்தவர்.

தமது துறையில் பண்டிதர். மகிழ்ச்சியும் சாந்தமுமான வாழ்த்துடன் வருவோரை வரவேற்கும் அவர், தேஜஸ் மிகுந்தவராக, காண எளியோராகக் காட்சி தருபவர்.

அவர் சூழ்நிலையை ஆட்டிப்படைக்க முயல்பவர் அல்லர். விதை விதைத்து, வீரியத்தை அங்கும் இங்கும் வெளிப்படச் செய்து, இன்றைய உலகில், தொன்மையான மடத்தின் பாதையைப் பின்பற்றினார். ஒரு துறவியின் பணி, விழிப்பைத் தூண்டுவது ஆகும்.

''செயல் நீக்கம் என்பது எதிர்பாராதிருப்பது... ஒன்று நடக்கும் என நம்பும்போது, நம்பும் ஒன்றை நீ உருவாக்குகிறாய்; செயலை ஏற்கெனவே துவங்கிய நிலையே அது'' என ஆனந்த பாபா விளக்கினார். ''எதிர்பார்ப்பின்றி, வெற்றி தோல்வி பற்றிய எண்ணமின்றி, யார் இயங்குகிறார்? செயல் நடக்கிறது. பஸ்.*''

★★★

அவதூத கீதை சுவாமி சேதாநந்தரால் மொழிபெயர்க்கப்பட்டது... கொல்கத்தா... ஜூன் 2005.

★★★

சூழ்நிலைக்கு ஏற்ப, ஆனந்த பாபா, தமது பதில்களைச் சீர் செய்து தருவார். சிலருக்கு ஒரு மந்திரமும், மாலையும் தருவார். வேறு சிலருக்கு அன்பாயிருக்க வேண்டும் என்பதை நினைவு படுத்துவார். அறிவுரை கூறுவார். சில நேரங்களில், மாலை வேளைகளில், எனக்காக மனோரீதியான வழிமுறைகள் பற்றி விரிவாகக் கூறுவார். அந்த வழிகள், பிரக்ஞைக்கும், கண்டறியும் நுண்ணுணர்வுக்கும் இட்டுச் செல்லும். பகுத்தாயும் முறை ஒன்றைக் கட்டமைப்பார் அவர். நமக்குப் பரிச்சயமான பிரக்ஞைகளில் துவங்கி, நாம் அறுதியிட முடியாத ஒரு விழிப்புநிலை பற்றி மேலும் கூறும் போதும் மனமே ஸ்தம்பித்து விடும். 'உண்மையல்ல, உண்மை யில்லாததுமல்ல; இரண்டுமல்ல; இரண்டில் ஒன்றுமல்ல.' நான் ஒரு குழுவோடு இருந்தால், என்னை முதல் வரிசையில் அமர வைத்து, மெல்லிய குரலில் பேசுவார்.

''ஒரு கயிற்றின் மீது, பாம்பின் வடிவம் வெற்றிடம்போல தோற்றம் தருகிறது. கயிறை நாம் பாம்பென காண்பது, வெற்றிடத்தை தோற்றமாக்கும். இதைப் புரிந்துகொள்வது கடினம். ஆனால் இந்தக் கண்ணோட்டமே, சம்சாரத்தில் இருந்து விடுதலை பெறுவதை சாத்தியமாக்குகிறது. அஜென்மா (விழித்திருக்கும் நிலை இல்லாதிருத்தல்) மற்றும் அஜகத் (உலகமே இல்லாதிருப்பது) இதனால் சாத்தியம்.''

''தனது அறியாமை, கனவு முடிந்ததும் இயல்பாகவே நின்று விடுகிறது. ஆனால் விழித்திருக்கும் நிலையின் மையத்திலிருந்து ஒருவன் எப்படி விழித்திருப்பது?''

''தூக்கமும் நிஜமும் வேலையைப் போலவே உள்ளார்ந்த ஒரு சக்தி ஜீவன் (தனி நபர், தனி வீரியங்கள்) கனவுகளை ஏற்படுத்துகிறது. அதேபோல, மாயை பிரம்மனுக்கும் உள்ளார்ந்து, அதுவே உலகம் என்று ஒன்றைக் காட்சிப்படுத்துகிறது. பராமரிக்கிறது மற்றும் அழிக்கிறது. விழிப்பு நிலை உலகமாக ஒப்பிடக் கூடிய கனவுலகின், சட்டதிட்டங்கள் வேறானவை. கனவின் சக்தி இந்த அளவு என்றால், மாயையின் செய்தி ஏன் பலவீனமாக இருக்க வேண்டும்? வெளி, மூலக் கூறுகள், பிரபஞ்சங்கள் இயங்குபவை மற்றும் உயிரில்லாதவை யாவுமே மாயைதான். இவை பிரக்ஞைக்குள் பிரக்ஞையை உருவாக்குகின்றன.

ஆனால் மூன்றாம் கண்ணை வைத்து, தனக்குள் மனிதன் வந்து போகிறானே, அது பிரமைகளை அழித்து, பிரம்மனை உணர்ந்து, மாறா ஒருமையை உணர்த்துகிறது.

பிரம்மனின் தரிசனம் (உடனடி அறிவு) இது; நெருப்பு, தழல்கள், தீப்பொறிகள், எரியும் மரத்துண்டுகள், சாம்பல் அனைத்துமே ஒரே பொருளின் வெவ்வேறு நிலைகளே ஆகும். அதேபோல், விழித்திருத்தல், கனவு மற்றும் சமாதி பிரக்ஞையின் வெவ்வேறு நிலைகள்; பன்மை, பலவானவைகள் மற்றும் ஒன்றுமில்லாதது - இவற்றைத் தாண்டி, முடக்க முடியாததாகவும், கடந்து தாண்டிவிடும் வல்லமையுள்ளதாகவும் ஒன்று உள்ளது.

அதையே காண்.''

★★★

நாங்கள் இரண்டு நாட்களுக்கு, நதிக்கரையில், சிறிய பாழடைந்த கோயிலில் தங்கினோம். அதன் மூல விக்கிரகத்துக்கு ஆனந்த பாபா, தண்ணீர், பூக்கள் மற்றும் தம் பையில் எப்போதும் வைத்திருக்கும் சந்தன எண்ணெய் இவற்றைக் கொண்டு வழிபாடு செய்தார்.

என் தியானங்கள்போது, என் விருப்பத்துக்கு மாறாக, எண்ணங்கள் அலைந்து திரிந்தன; அவை விரிந்தன, முறுக்கிக் கொண்டன, விசாரித்தன, பல்கிப் பெருகின, பிறழ்ந்தன, தடம் மாறின, சுற்றித் திரும்பி வந்தன. இருந்தும் 'எனக்கும்' 'என் எண்ணங்களுக்கும்' இடையே உள்ள வேறுபாட்டை நான் அறிந்திருந்தேன்.

நான் முயன்றது தாரண தியானம்: ஏதேனும் ஒரு புலனின் மீது முழுமையாகக் கவனம் செலுத்துதல். அது வாரணாசியில் ஆனந்த பாபா பயிற்றுவித்தது. அது எனக்கு இயற்கையானதும், அதிக பலனளித்ததுமான முறையாயிருந்தது. என் எண்ணங்கள் மிக எளிதாய் நான் பார்ப்பவற்றின் மீது குவிந்து விடும். காணப்படுப வற்றைப் பார்த்தல் அது. கேட்பதிலும் இதேதான். 'நான் காண்பதற்குச் சொந்தமாகிறேன்' என்றார் மெர்லே பாண்டி (Merleau-Ponty). ''காணப்படுவதையும், காண்பவனையும் ஒன்றுபடுத்துதல் பிரம்மன் பிரக்ஞையைத் திறக்கிறது. அதேபோல், கேட்பவரையும், கேட்கப்படு வதையும் ஒன்றாக்கு'' என்றார் ஆனந்த பாபா. 'சோ... ஹம்.' நானே அது.

நாங்கள் அசம்கர் ரயில் நிலையத்துக்கு வந்ததும், குரு, அடுத்த ரயிலைப் பிடிக்க முடிவு செய்தார் - பயணச்சீட்டு இல்லாமல். எந்த அவசரமுமில்லை. ஆனாலும் சில சமயம் அவர் விரைவார். நாங்கள் மாவட்டம், சூழல் மற்றும் கதை மாறினோம். அவர் காரணத்தை விளக்கிச் சொல்ல மாட்டார். நான் உலகைப் பகுத்தறிவால் உணர விரும்பினேன். புதிர்களை விடுவிக்க விரும்பினேன். அவர் அவற்றை வாசித்தார். அவற்றுள் வாழ்ந்தார். அரை மணியில் ரயிலிலிருந்து இறங்கிவிட முடிவு செய்தார்.

இந்திராப்பூர் ஒரு சாதாரண நகரம். சுற்றிலும் வண்ணமயமான கூட்டம் இருந்தது. நிறைய பொருட்களுடன் கடைகள், அமுக்கமான உடைந்த தெருக்கள், தூங்கி வழியும் கோயில்கள், அலைந்து திரியும் பசுமாடுகள், எலும்பும் தோலுமான தெரு நாய்கள் இரவுக்காகக் காத்திருந்தன. அதன் பின் நகரமே அவற்றின் கட்டுப்பாட்டில்.

ஒரு கூலி எங்கள் அருகில் வந்து, ''அருகில் ஒரு பெரிய ஆன்மாவாய் ஒருவர் இருக்கிறார். போஹிரி காட் சாலை'' என்றார். நாங்கள் அந்தச் சாமியாரின் குடிலுக்குச் சென்றோம்.

மகாத்மாவாய் அறியப்பட்ட கிருஷ்ணானந்த் பாபா இருந்த வீட்டில் இரு அறைகள். அவற்றை இணைக்கும் நடையில் ஒரு தூனி இருந்தது. அதிக நேரம் அந்த தூனிக்கு அருகே நாம் காண முடியும். சணல் மூட்டைகளாலான ஆசனம் அவருடையது. அவரைச் சுற்றிலும் பெரிய கிண்ணங்கள், சில்லும் மற்றும் கிழிந்த துணிகளே இருந்தன. சில சில்லறை நாணயங்கள், ரூபாய் நோட்டுக்கள், சரசின் ஒரு துண்டு இவை தட்டில் ஒரு படையலாய். இரண்டு பெரிய கிண்ணங்களில் வெள்ளை மற்றும் ஆரஞ்சு நிற மாவுகள் இருந்தன. அவை அனுமான் திலகத்துக்கு உரியவை. ஒரு மூலையில் மரக்கட்டில் ஒன்று. கதவுகளின் மீதும், ஜன்னல் மீதும் நல்லூழை

வரவழைக்கும் பெரிய உள்ளங்கையின் உருவம் வரையப் பட்டிருந்தது. அது பெரிய குரங்குக் கடவுளின் கை: நம்பிக்கையின் அடையாளம்.

ஆனந்த பாபா அந்தச் சாமியார் முன் விழுந்து வணங்கினார்.

அவரது வெள்ளை முடிக்கு மேல், பழுப்பு நிற ஜடா முடிகள் கிரீடம்போல சுருண்டிருந்தன. மேலே ஒரு லுங்கியைப் போர்த்தி யிருந்தார். இடுப்பில் கொம்சா. அவரது எலும்பும் தோலுமான கை கால்களின் மெலிவை முட்டிகள் எடுத்துக் காட்டின.

துறவியின் பார்வை என் மேல் விழுந்தது. அதில் தீவிரமும் இல்லை. மகிழ்ச்சியும் இல்லை. இதயத்திலிருந்து பாசாங்கில்லாமல் வந்தது அது. அந்த ஓசையில்லாத பார்வை, 'இப்போது' என்னும் நிகழில் நெடுங்காலமாக இருந்து வருகிறது. அந்தப் பார்வை ஒரு ஆளுமையைப் படிக்காமலேயே அதைத் துளைத்து ஊடுருவும்; மென்மையாய் அதை ஒன்றுமில்லாமலாக்கிவிடும். அதில் உள்ள அகம் சுட்டுவது எல்லாவற்றையும் கணக்கில் எடுத்துக்கொண்டால், அந்த ஆளுமையை அது யாராகக் காண்கிறதோ அது அப்பழுக்கற்ற கருத்து மட்டுமே. வேறெதுவுமில்லை. ஏனெனில், அதில் நம்பிக்கை உள்ள ஒன்றே ஒன்று அதுவே. இது போன்ற தரிசனத்தில் எதுவுமே எஞ்சியிருக்காது. ஒரு உயிரின் பிரதிபலிப்பு மட்டுமே.

மௌன விரதம் ஏற்றதால் கிருஷ்ணானந்த் ஒரு முனி. நாங்கள் பல நாட்கள் ஒரு வார்த்தை கூட பேசாமல் அவரது ஆசிரமத்தில் இருந்தோம் - தத்தம் பிரபஞ்சத்தில். மௌனம் தரும் ஓய்வு எவ்வளவு அரியது!

இரண்டு விறகுக் கட்டைகளை, எரியும்போது நெருக்கியோ அல்லது விலக்கியோ, கிருஷ்ணானந்த் நிறையவே புகையையும் சூட்டையும் கிளப்பினார். அந்தப் புகை மூட்டத்தை ஒரு பார்வை துளைத்தால் மட்டுமே எதுவும் கண்ணில் தென்படும்.

ஐந்து தூண்கள் சூழ்ந்த முற்றத்திலிருந்து தொடுவானத்தைக் காண, அந்தப் புகையைத் துளைத்துப் பார்க்க வேண்டும். காற்றால் அரிக்கப் பட்டிருந்த மலைகளை, சூரியன் முத்தமிட்டுக் கொண்டிருந்தது. முற்றத்தின் பின் படிக்கட்டுகளில் இறங்கினால், ஒரு பாதாளக் கோயில் வரும். அது ஹனுமான் கோயிலாகும். அதன் இடது பக்கம் பல சமாதிகள்; நிறைய சாதுக்கள் நூற்றாண்டுகளாய் அங்கே இருந்தார்கள் என்னும் உண்மைக்கு ஆதாரமாயிருந்தன.

கடந்து செல்லும் பக்தர்கள், அமர்ந்து, ஒரு கணம் பங்கு போடப்பட்ட நிம்மதியை அடைந்து, பின் மேற்சென்றார்கள். கிருஷ்ணானந்த் பாபா ஹனுமானின் திலகத்தை அவர்களது நெற்றியிலிட்டார்.

நாங்கள் கிளம்பிச் சென்றபோது கிராமத்தின் முடிவில், ஆலமரத்தடியில், எட்டு கைகளுடன் சிங்கத்தின் மீது சவாரி செய்யும் துர்க்கையைக் கண்டோம். நாங்கள் அம்மனை வழிபட்ட பின் ஓரிரு முறை 'சில்லும்' புகைத்தோம்.

''என்ன பார்த்தாய்?'' என்று குரு கேட்டார்.

இதுவே என் மனம் அலையத் துவங்கியபோது அவரது போதிக்கும் முறையாயிருந்தது.

''அவர் ஒரு முனி. அவர் எதையுமே பேசவில்லை'' என்றேன் நான், கிருஷ்ணானந்த் பாபாவின் மௌனத்தால் சற்றே ஏமாற்றமும், வருத்தமும் அடைந்தவனாய். அந்த மௌனத்தின் பொருள் விளங்கிக்கொள்ள முடியாததாகவே இருந்தது.

''ஒரு தரிசனத்தில் புரிந்துகொள்ள ஏதுமில்லை. நீயே நோக்க வேண்டும்.''

''நான் ஒரு வயதான மனிதரைப் பார்த்தேன். அவர் இனிய முகமுடையவராய் இருந்தார். ஆனால் பேசவேயில்லை. அவர் பிரகாசமானவர். அவரது கடாட்சம் ஒரு கடலைப் போலிருந்தது. அதே சமயம் காலியானதாயும் உயிர்ப்புள்ளதாயும் இருந்தது.''

''பிரசாத்ஜி இப்படிக் கூறுவது வியப்பளிப்பதாக உள்ளது'' என்றார் என் குரு.

''உங்கள் கண்கள் எப்போதும் பளிச்சிடுகின்றன. ஆனால் நான் குழந்தைகள் போன்ற உரையாடலையே தேர்வு செய்வேன்.''

''தேர்வு செய்வதல்ல. காண்பது'' அவர் அழுந்தக் கூறினார்.

''நீங்கள் என்ன கண்டீர்கள் என கூறுவீர்களா பாபாஜி?''

''காலியானதும், உயிர்ப்பானதுமான ஒரு கடல்'' என்றார் பாபா பிரகாசமாய்.

''ஒருவர் பேசுவதை ஏன் விட்டுவிட வேண்டும்?'' நான் வியந்தேன்.

''வார்த்தைகளுடன் போராடாமல் இருக்க'' என்றார் சிரித்தபடி.

''துக்காராம் கூறினார்: என் சொத்துக்கள் யாவுமே சொற்கள். என்னை சூடாய் வைத்திருக்கும் ஆடைகள், என் வயிற்றை

நிறைக்கும் ஒரே உணவு. நான் ஆடம்பரமாய் செலவு செய்யும் ஒரே செல்வம்.''

''ஆம். ஆனால் துக்காராம் கவிஞர்.''

★★★

ஐயப்பா மற்றும் பிள்ளையார் கோயிலொன்று பகல் நேரத் தூக்கத்துக்கென மூடப்பட்டிருந்தது. அதன் எதிரே, தாமரை மொட்டு வடிவ கலசங்களுடன் ஒரு மசூதி. கோயிலின் படிக்கட்டுகளில் நாங்கள் அமர்ந்திருந்தோம். ஒரு வீட்டின் முன்பக்கம், கிராமத்து ஜனங்கள் சுருட்டு அளவு நீளமாயிருந்த பீடிகளைப் புகைத்துக் கொண்டிருந்தார்கள்.

தொப்பையுடனிருந்த ஹிந்து நிலச்சுவான்தார் ஒருபக்கமும், எலும்பும் தோலுமாயிருந்த, முஸ்லிம் கூலித் தொழிலாளிகள் மற்றொரு பக்கமும் அமர்ந்திருந்தனர்.

நாங்கள் அவர்களை ஆசீர்வதித்தோம். அருகாமையில், சுவரில் ஒட்டப்பட்டிருந்த அக்கம்பக்கத் திரையரங்குகளின் சுவரொட்டி களை இரண்டு ஆடுகள் கிழித்துத் தின்று கொண்டிருந்தன. படத்தின் தலைப்பு ஏற்கெனவே தின்று தீர்க்கப்பட்டிருந்தது. வில்லன் கையில் கத்தி இன்னும் இருந்தது. ஒரே கவ்வில் அதுவும் காணாமற் போய்விட்டது.

''யாவுமாகவும் இருப்பது, ஒன்றுமே இல்லாமலிருப்பதாகும்'' நாங்கள் வந்து சேர்ந்த சந்தடி அடங்கியதுமே ஆனந்த பாபாவிடம் நான் கூறினேன்.

''இல்லாமலிருப்பதையே எண்ணுவதும் ஒரு சிறிதளவு இருப்பதே ஆகும். இல்லையா? நீங்கள் எப்போதுமே பிறக்கவில்லை என்று எண்ணுங்கள்.''

''கனவுகளில் மனம், புறவுலகிலிருந்து தான் பெற விரும்பிய வற்றைச் செய்கிறது. விழித்திருக்கும்போது காணப்படுபவை, தமது வடிவத்தை அங்கீகரிக்கச் சொல்லிக் கட்டாயப்படுத்தும். அவற்றின் சவால் அது. உலகம் என் விருப்பத்தை எதிர்ப்பதில் ஜீவிக்கிறது. நான் அதில் வாழ்கிறேன். ஒரு கோயில் பின்பக்கமும் எதிரே மசூதியும் இருக்கின்றன. நமக்கு அருகில் மக்கள் இருக்கிறார்கள். நான் லௌகீகத்துக்கு ஒரு விசுவாசம் செலுத்த வேண்டும் என்றே கருதுகிறேன். எனக்கும் நானே விசுவாசமாயிருக்க வேண்டும்.''

''ஒரு குழந்தை பெரிய ஆணாகி, பின் வயதாகி இறந்தும் விடுகிறான். பொருட்கள் பழுதடைந்து வீணாகி விடுகின்றன. இவை

யாவற்றுக்கும், மனம் கனவுகளில் உருவாக்கி இருக்கும் உலகிற்கும் எந்த விதத்தில் வித்தியாசம்?''

பதிலளித்தார் ஆனந்த பாபா, ''கனவுகளில் ஒருவர் தனக்குள்ளே இருக்கும் உலகைக் காண்கிறார். அது அவரிடமிருந்து விலகி, உடைமையாய்த் தெரிகிறது. விழித்திருக்கும் நிலையில் காண்பதற்கும் அதற்கும் என்ன வித்தியாசம்? இரண்டுமே கண நேரமே இருப்பவை. அவை நிலை மாறும் வேகம் வெவ்வேறு வகையானது. பிரக்ஞை ஒன்றே; அது பாதிக்கப்படுவதில்லை. ஒரு பொருளின் மெய்த்தன்மை பிரக்ஞையின் மெய்த்தன்மையிலிருந்து வேறானதல்ல.

உனக்கு கடவுள் மீது நம்பிக்கையில்லை. ஆனால் நீதான் படைப்பவன் என்பதை நம்ப விரும்புவதில்லை.''

''நீ ஒரு ஓவியத்தைப் பார்க்கும்போது, அந்த மலையையோ அல்லது குதிரையையோ, அந்த ஓவியப் படுதாவையோ அல்லது நிலப்பரப்பையோ பாதிக்காது. அது மனதை மட்டுமே பாதிக்கும். ஒரு சினிமாவைப் பார்க்கிறவர் அதன் கதாபாத்திரங்கள் உண்மையானவர் என நம்புவதில்லை. தற்காலிகமாக ஒரு கதை வழியாக, ஒரு கனவு வழியாக அவர்களுடன் தன்னை அடையாளம் காணலாம். ஆனால் அவர் அவராகவே இருக்கிறார்.''

''நீங்கள் எல்லாப் பொருட்களிலிருந்தும் அவற்றின் அர்த்தங்களை பிடுங்கி விடுகிறீர்கள் பாபாஜி.''

''காட்சி மாறும் பிரக்ஞையே இன்ப துன்ப ஊசலாட்டம். அதுவே அபிரக்ஞை - குழப்பம் என அழைக்கப்படுகிறது.''

''இது மிகவும் பிற்போக்கானது'' நான் எதிர்ப்புத் தெரிவித்தேன்.

'அச்சா' என அவர் ஒப்புவதுபோல பதிலளித்தார். மறுபடி வேறு விதமாக விளக்கினார். ''நீ உன் பிம்பத்தைக் கண்ணாடியில் பார்க்கும்போது, அந்த பிம்பத்துடன் உன்னை நீயே அடையாளம் காண்கிறாய். ஆனால் நீ உன்னை நீயே அந்த பிம்பமாக எண்ணிக் கொள்வதில்லை. பிரம்மன் என்பதில் 'நான்' ஒரு பிம்பம். இப்போது லேசான மனது, பிரம்மனை எப்படிக் காண்கிறது? வாழ்க்கை தன்னை எவ்வாறு காட்டிக் கொள்கிறதோ, அதன் மூலம் பிரம்மனைக் கருத்திற் கொள்கிறது. நடிகர் தனக்குக் கொடுக்கப் பட்ட பாத்திரத்தை நடிப்பதுபோல செயற்படுகிறது.''

நடிகர்! நான் சில சமயங்களில் நானாகவே நடித்திருக்கிறேன். இந்த அடையாள அழிப்பு, உண்மையற்றது; எடையற்றது; மிகவும் எளிய நாடகம் ஆகிய விளைவுகளை உண்டாக்கியது.

'இந்த உலகம் கரைந்து மறைய, அவனுக்குள் எந்த விருப்ப உணர்வுமில்லை
அதைப் பராமரிப்பதைக் குறித்து அசூயையில்லை; அவனுக்கு முன் அழிவற்ற நிரந்தரம்
அதனால் அவன் மௌனத்தில் மகிழ்ச்சி காண்கிறான்'
(அஷ்டவக்கிர சம்ஹிதை 17.7)

★★★

நெல் வயல்கள், மலைகள், சாலைகள், பாதைகள், கிராமங்கள், நகரங்கள் - நாங்கள் நிஜமான உலகம் நெடுகப் பயணித்தோம்.

''நீங்கள் பிரமை என அழைக்கிற உலகம் எப்படி இவ்வளவு நிஜமாய் இருக்கிறது பாபாஜி?''

'''சித்'தின் மூலமாகவே மாயை தன்னை வெளிக்காட்டிக் கொள்கிறது. பிரித்துப் பார்ப்பது மற்றும் மனஸ் இந்த இரண்டாலும் மாயை பிரக்ஞையைப் பற்றிக் கொண்டிருக்கிறது. அது பிரம்மனின் பிரக்ஞை (சாட்சியுள்ளது, மாறாதது, முடக்க முடியாதது). இதுவே பங்காதாசி மற்றும் சங்கராச்சாரியாரின் போதனைகளாகும்.''

''அந்த பிரமை எப்படி மறையும்?''

''அகம் அழிவதில்லை. உலகம் மறைந்து விடுவதில்லை. அவை அவற்றின் பிரமையான தன்மை வழியே காணப்படுகின்றன. மாயை பிரக்ஞையின் மீது பிரித்துக் காணுதலாய் வெளிப்படுகிறது. 'அகம் பிரம்மாஸ்மி' (நானே பிரம்மம்).''

''நான் 'நானே பிரம்மம்' என்று சொல்லும்போது நிச்சயமாக ஒரு பொய் சொல்கிறேன். ஏனெனில் 'நான்' மனத்தால் மட்டுமே உண்மையாகும். பின்னர் யார்தான் அதைக் கூற முடியும்?''

''மிக்க நன்று'' தட்டிக் கொடுத்தார் குருநாதர், ''அதனாலேயே ஒருவர் எது முடக்கமுடியாதது மற்றும் எது பிரமை என பிரித்தறிய வேண்டும். அப்போது 'அகம் பிரம்மாஸ்மின்' என்று கூறலாம்.''

சங்கராச்சாரியாரின் மானசீக சீடராக இருந்த வித்யாரனையர் 4ஆம் நூற்றாண்டில் இயற்றிய பன்கதாசி என்னும், உலகின் பொய்மை பற்றிய ஆய்வு நூலின் ஒரு பிரதியை நான் வைத்திருந்தேன். ஆனால் ஆனந்த பாபா இதை மேலும் நன்றாக விளக்கினார். நான் அவரது வழியில் மெதுவே அடியெடுத்து வைத்தேன்.

அத்தியாயம் 5

ஒன்றுமின்மை

சிவப்புக் கம்பளமாய், சிவப்பு மிளகாய் வற்றல்கள் மரத்தடியில் காய்ந்து கொண்டிருந்தன. கஞ்சாவின் புதிய இலைகள் காய்கறிக் கடைகளின் தட்டுகளில் கேரட் மற்றும் 'காலி ஃப்ளவர்' இடையே தென்பட்டன. டிராக்டர்கள், வாகன நிறுத்தக் கூடத்துக்குள் நிறுத்தப்பட்டிருந்தன. வெகு தூரத்தில், ஒரு சிறிய கோயில் இருந்தது. நதியின் நீரில் அதன் தூண்கள் மரகதம்போல் ஒளிர்ந்தன. ஒரு நாள், ஒரு மரத்தின் கிளைகளில் நூற்றுக்கணக்கான மின்மினிப் பூச்சிகள் ஒன்றாய்க் கூடிப் பின் மறைந்தன. அது நட்சத்திரங்கள் என்னும் பார்வையாளருக்கு, பிரபஞ்சம் உருவானதை நிகழ்த்திக் காட்டிய நாடகமாய் இருந்தது. அஸ்தமிக்கும் சூரியனின் ஒளியில், நிறைய எருமைகள் கூட்டமாய் நகர்ந்து கொண்டிருந்தன. தலையில் தண்ணீர்க் குடம் சுமக்கும் பெண்களின் இடைகள், அழகாய் அசைந்தன. ஓ... எத்தகைய அற்புதக் காட்சி.

> *குலை குலையாய்ப் பழங்கள் காய்த்த மரக்கிளைகள் தரையை*
> *நோக்கி சாய்வதுபோல*
> *அவன் எல்லா உயிரினங்களையும் வணங்குகிறான்*
> *(ஜானேஸ்வரி)*

என்னால் புரிந்துகொள்ள முடியாத சூழ்நிலைகளே எங்கள் பயணத்தைத் தீர்மானித்தன. நாங்கள் வடக்கு, பின் கிழக்கு, தெற்கு என பயணித்தோம். ஆனந்த பாபாவின் முடிவுகளுக்குக்

கட்டுப்பட்டு, நாங்கள் காலையில் மறுபடி புறப்படுவோம். நடப்போம் அல்லது ரயிலில் பயணிப்போம். பகலிலிருந்து இரவு வரை ஒரு இடத்தில் தங்குவோம். நாங்கள் எருமை, ரிக்ஷா அல்லது லாரியில் பயணிப்போம். பாதையின் சேரும் இலக்கு பாதையே. இடையறா இயக்கம், வேறு எங்கோ கொண்டு விடாத பாதை. தனக்குள்ளேயே கொண்டுசேர்ப்பதோ? எனக்குத் தெரியாது.

''இலக்கு என்று ஒன்று இல்லாவிட்டால், அடையவேண்டியது பற்றிய கவலையும் இல்லாமல் போகிறது'' என்றார் ஆனந்த பாபா. எங்குமே இல்லாமலிருக்கும் இடத்தில்தான் விடுதலை இருக்கிறது. ஒருவர் தான் சுதந்திரமானவர் என உணர்கிறார்.

புழுதி மிகுந்த சாலைகளில் சில நாட்கள் நடந்தோம். காதைப் பிளக்கும் சத்தத்துடன், டிரக்குகளும் லாரிகளும் எங்களைத் தள்ளி விடாத குறையாய் கடந்து செல்லும். அமைதியை மறந்துவிட்டு நாங்கள், உயிரைக் கையில் பிடித்துக்கொண்டு நடந்தோம். நாங்கள் பகலில் மட்டுமே நடந்தோம். ஆனால் இரவில் கனவிலும் எனக்கு நடப்பதே வந்தது. கனவு காண்பவர் யார்? திடீரென பார்த்தால் தனியாகக் காடுகளில் அல்லது கோயில்களில் வீணடித்த நேரங்கள். திடீரென தனிமையும் இனிமையான நாட்கள். ஒரு நதியின் அல்லது ஏரியின் கரையோரமாய், சூரியனின் மணத்தை உள்ளிழுத்து, பகலில் வண்ணங்களையும் நிழல்களையும் ரசித்தபடி கழியும். அலாக்! அகாராவிலோ ஆசிரமத்திலோ, நீண்ட இனிய நாட்கள். சாய் மற்றும் சில்லும் சுவை, எனது சகோதர மற்றும் தந்தைமார் துறவிகளோடு நீளும். ஹரி ஓம் குரு பாய்! நமசிவாய குருஜி! ஜெயராம்! பம் பம் போலே நாத்!

மாலையின் மௌனத்தில், நாங்கள் பிரபஞ்சத்தின் புள்ளிகளான ஒளிகளைப் பார்த்து ரசித்தோம். நெருப்பின் தழல்களை, அவற்றின் நீறு பூத்த கரித் துண்டுகளையும் ரசித்தோம். எங்களை முன் வாசல் முற்றத்தில் ஒரு இரவு தங்க வைக்க வரவேற்பதில் பெருமைப்பட்ட பெண்கள் எங்களின் அன்புக்குரியவர்கள். எருமைகள் தென்படுவதும் இனிமையானதே. அலைச்சலுக்குப் பின் எங்களுக்குக் கிடைக்கும் நல்ல ஓய்வுக்கு முன் உபசரிக்கும் வீட்டின் ஆண்கள் கொடுக்கும் அமிலச் சுவையுள்ள பீடியும்தான்.

குடும்பமே விடியற்காலை விழித்துக் கொள்ளும். வெள்ளைச் சட்டையும் காக்கி நிஜாருமாக, குழந்தைகள் பள்ளிக்கூடம் போவார்கள். பாட்டி கைத்தறியில் நெய்யத் துவங்குவார். அம்மா சமைப்பார். அப்பா ஏற்கெனவே வயலில் வேலையைத் துவங்கி இருப்பார்.

திரும்பத் திரும்ப ஒரு கொண்டாட்டம் இருக்கும். சாதுக்களின் கூடுதலான பண்டாரா. நூற்றுக்கணக்கான சாதுக்களுக்கு ஒரு வள்ளல் கொடுக்கும் விருந்து. ஒரு பணக்கார சாதுவோ அல்லது கோயில் நிர்வாகமோ விருந்து கொடுக்கலாம். இந்தக் கூடுதல்களில் விண்ணுலகத்தின் மீது அர்ப்பணிப்புள்ளோரின் நற்பண்புகளின் வடிவங்களாக இவற்றைக் கண்டோம்: தைரியம், பணிவு, உறுதி, அவமானம் கொள்தல், தெய்வ நம்பிக்கை, மென்மை, கருணை மற்றும் மகிழ்ச்சி. இந்த சுதந்திர மனிதர்கள் தமது செல்வம் மற்றும் தராதரங்களைத் துறந்தவர்கள். இந்தக் கூடுதலின் மத்தியில் ஒவ்வொருவரும் தமது வெற்றியைப் பற்றி எடுத்துரைத்தார்கள்.

காரிருளான இரவுக்கு முன் காக்கைகள் மரத்தில் கூடும்போது என்ன சொல்லி கரைகின்றன? 'ஓம் நமசிவாய.'

ஒரு சாது தயாரித்த சில்லும் மிகவும் காட்டமானது. நான் கீழே விழுந்துவிடுவேனோ என்னுமளவு என்னைச் சுற்றி அடித்தது. போம் ஷங்கர்! பெரிய வெடிப்பு பிரபஞ்சத்தில் நிகழ்ந்ததுபோல், என் தலைக்குள் எண்ணங்கள் தாறுமாறாய் ஓடுவதையும் அவற்றுள் உள்ள தொடர்பையும் உணர்ந்தேன். விழிப்பும் தவிப்புமாய் இருந்தேன்.

இரவில் நிலவின் குளிர்வு மிகவும் இதமாயிருந்தது.

அக்கம்பக்கத்தினரின் சண்டை சச்சரவுகள் இரவு முழுதும் இடிபோல ஒலித்துக்கொண்டே இருந்தன. ''ஏக் பிச்சு கடே தேரா லிங்'', ''பகவான் கரே தேறி ஜீப் கட் ஜாயே.'' 'ஒரு தேள் உன் குறி மீது கொட்டட்டும்!' 'கடவுள் உன் நாக்கைத் துண்டிக்கட்டும்.' திரியும்போது எங்களுக்கு ஓலைத் தட்டிக்குக் கீழே இருக்கும் சாய் கடைகளே எங்களை மீட்டன. சுடச் சுட அங்கே தேநீர் கிடைக்கும். அங்கே ஒலிபெருக்கிகள் சமீபத்திய ஹிந்தி சினிமாப் பாடல்களை ஒலிபரப்பின. விதவைகள் வெள்ளைப் புடவைகளில். சிலரின் கன்னங்களில் பெரியம்மையின் ஆழ்ந்த வடுக்கள்.

உலகின் இருப்பு அறியாமையைச் சார்ந்து மட்டுமே.

ஆனால் நீ உண்மையிலே இருப்பவன் (அஷ்ட வக்கிர சம்ஹிதை 15,16)

ஆனால் உண்மையிலேயே இருக்கும் நான் யார்? மூக்கின் கீழ் சளி உலர்ந்து கட்டியாயிருக்க, கண்ணின் கீழே மையிட்டபடி புழுதியில் விளையாடிக் கொண்டிருக்கும் குழந்தையா? அல்லது தெரு விளக்கின் கீழ் வாசித்துக் கொண்டிருக்கும் சிறுவனா? தனது மேலாடை விலகிய கவனமில்லாமல், தளர்ந்து தொங்கும் பெருத்த

முலைகளும், நெஞ்சின் தசைகளும் முகமும் முதுமையின் கோடுகளைச் சுமக்கும் மூதாட்டியா?

எங்கள் கால் பதித்ததால் புழுதி கிளம்பும் வெப்பமான தரையின் மணம், வெட்டிய புற்கள் தண்ணீரில் ஊறும் வாசனை, கசப்பும்-இனிப்புமாய் என் தோல் வெய்யிலில் வாடுவதன் நாற்றம். கோயில்களின் ஈரப்பதமான குளிர்ச்சி. ஆ! குளுக்கோஸ் பிஸ்கட்டுகளைத் தேநீரில் முக்கி உண்பதன் சுவை!

சில நாட்கள் விடுமுறைபோல, புனிதமான புஷ்கர் ஏரியின் கரைகளில், அதன் நகைப்பெட்டி போன்ற வெண்மைக் கோயில்களின் அருகே கழிந்தன. பாங் ஹல்தி கோயிலின் அருகே உள்ள அகாராவில் மூன்று வாரங்கள்; ஒரு மாதம் முழுவதும் ஹரித்வாரில் ஒரு மரத்தின் கீழே.

முதுகு கீழாக இருக்கும்படி படுக்கவும், என் நகங்களைக் கத்தியை வைத்து வெட்டிக்கொள்ளவும், பல்லை குச்சியைச் கொண்டு துலக்கவும், வலது கையால் மட்டுமே சாப்பிடவும், சோப் போடாமல் குளிக்கவும், கல்லின் மீது அடித்துத் துணியைத் துவைக்கவும், கைக்குட்டை இல்லாமல் மூக்கு சிந்தவும், தரையில் அமர்ந்து சிறுநீர் கழிக்கவும், பொது இடங்களில் மலம் கழிக்கவும் கற்றுக் கொண்டேன். நான் ஒரு கண்ணாடி இல்லாமல் வாழவும், ஒரு சூழ்நிலையை அப்படியே வரவேற்கவும் கற்றுக்கொண்டேன்.

ஒன்றை நாம் விருப்பமானதாகவும், மாறாக வெறுப்பேற்றுவதாகவும் காண்பதெல்லாம், நம் எதிர்பார்ப்புகள் விளைவாலேயே. நமது இறுக்கம் இவற்றுள் ஒன்றுக்கு மேலும் உசுப்பேற்றுகிறது. ஒரு வாழ்க்கைத் துணையாக ஒவ்வொரு சூழ்நிலையையும் காண்பவனுக்குப் பெரிய நல்வாய்ப்பு கை கூடுகிறது. இருப்பினும், குளிர்ந்த நீரில் குளிப்பது ஒவ்வொரு முறையும் முதல் முறை போன்றதுதான். அது பற்றிய அச்சம் குறையலாம். ஆனால் அதிர்ச்சி எப்போதும் ஒன்றேதான். அது ஒரு ஆதிக்கம் மிகுந்த வியப்பு. ஒவ்வொரு முறையும் ஒரு மறுபிறவி. ஓம் நம சிவாய.

அஷ்ட வக்கிரம் இன்று என்ன சொல்லுகிறது?

> பிச்சைக்காரனோ அல்லது மகாராஜாவோ, செல்வந்தனோ ஏதுமற்றவனோ
> கூட்டத்திலிருக்கிறானோ காட்டிலோ, பற்றற்ற ஒருவனுக்கு எந்த வேறுபாடுமில்லை
> அவனது உள் இயல்பு எண்ணங்களற்று இருக்கும்
> *(அஷ்ட வக்கிர சம்ஹிதை 18 11)*

''எல்லாவற்றையும் உள்ளடக்கிய இந்தப் பிரக்ஞையில் நீ எதை விழைய முடியும்?'' ஆனந்த பாபா கேட்பார். எங்களின் புரவலர்கள் தருபவை, தட்பவெப்பம் தரும் மன்னிப்பு, ஆசிரமங்களின் ஒருங்கமைப்பு, அகாராக்களும் தர்மசாலைகளும் எங்களுக்குக் கவலைகள் இல்லாமல் செய்துவிட்டன. எங்கள் கவனம் கடந்து செல்லும் நாளின் மீது மட்டுமே.

அந்த நாள் கடந்தது.

★★★

சாலைச் சந்தி ஒன்றில் நாங்கள் நின்றிருந்தோம். அது ஒரு சிறிய மண் சாலைக்கும், இரண்டு ஒற்றையடிப்பாதைகளுக்கும் இடைப் பட்டிருந்தது. இருபக்கமும் தேநீர்க் கடைகள் இருந்தன. நிறைய ஆட்களுடன் ரிக்ஷாக்களும், உள்ளூர்ப் பேருந்துகளும், மலை போல வைக்கோலோ அல்லது கரும்போ ஏற்றிய லாரிகளும் இந்தப் பக்கம் விரைந்து கொண்டிருந்தன.

''நான் ஒரு பிரமை என்றால், இந்த பிரமையைத் துளைத்துக் காண்பவர் யார் பாபாஜி?'' என் குருவிடம் கேட்டேன்.

''யாருமில்லை. அந்த பிரமை அதை நாம் அறிந்த கணமே காணாமற் போய்விடும்.''

பறையடிப்பவர்கள் இருவரின் பின்னே ஒரு குடும்பம், அடுத்த கிராமம் நோக்கிச் சென்று கொண்டிருந்தது. ஒரு ஆள் தன் கையில் பெரிய சேவலுடன் நடந்து கொண்டிருந்தார். அது சிவப்பும், அரக்கு நிறமுமாயிருந்தது. இரண்டு பெண்களின் கையில், அலுமினிய வாளி நிறைய காய்கறிகள் இருந்தன. அவர்கள் இருவருக்கும் நடுவே ஒரு ஆட்டுக்குட்டி தத்தித் தத்தி நடை பயின்று கொண்டிருந்தது. பத்துப் பன்னிரண்டு பெண்மணிகள் அவர்களின் சேலைகளிலேயே மிகவும் பளபளப்பானதை அணிந்து நடந்து கொண்டிருந்தார்கள். அவர்கள் மணப்பெண்ணை அழைத்துக் கொண்டு போய்க் கொண்டிருந்தார்கள். அந்தப் பெண்ணின் முகம் மல்லிகைப் பூச்சரத்தால் ஆன திரையால் மூடப்பட்டிருந்தது.

''கரண்டியில்லாமல் கையால் எடுத்துச் சாப்பிடும்போது, சாதம் உங்கள் கையைச் சுடவில்லையா? இந்தப் பறையொலி உங்கள் காது ஜவ்வுகளைக் கிழிக்கவில்லையா?''

''மாயை ஒரு படைப்பாய் பிரக்ஞையில் தானே வெளிப்படுகிறது. மாயையின்மையை நாம் ஆழ்ந்த உறக்கத்தில் அனுபவிக்கிறோம். அதன் இருப்பை எப்படி மறுக்க இயலும்? ஐயுறும் பிரக்ஞை

தவிர்த்த எதையும் நீங்கள் மறுக்கலாம். கை விரல்கள் சுட்டுக் கொண்டாலும் இல்லாவிட்டாலும், எப்போதும் இருக்கும் அந்த பிரக்ஞையே பிரம்மன்.

பிரம்மனின் ஒரு தரிசனம் இது: உலகைப் போன்றே ஏமாற்றும் தோற்றம் கொண்டவரே அதைக் காண்பவரும். எந்தப் பிரக்ஞையால் இந்த விளையாட்டு தானே தன்னை நிறைவு செய்யுமோ, அதை இந்த இரட்டை பிரமைகள் மீது பிரக்ஞையைக் குவிப்பதால் சென்றடையலாம். இதைக் காண்பாய்'' என்றார் பாபா.

இது ஒரு வகை யோகா.

''எதற்கு வடிவமும் பெயரும் இல்லையோ அதுவே யாவற்றுக்கும் அடிப்படையாய் விளங்கும் அறிவாகும். இந்தத் திசையில் சிந்திக்கும்போது மனம் அமைதியடைகிறது'' என்றார் ஆனந்த பாபா மற்றொரு தருணத்தில்.

இந்தச் சொற்களின் தெளிவு ஒரு விதத்தில் மனதில் ஒரு வெற்றிடத்தைக் கொண்டுவந்தது. ஆனந்த பாபா குறிப்பாக நான் உள்வாங்க விரும்பியது இதுதான்: பிரக்ஞையின் வெற்றிடப் பின்புலம் பிரம்மம். பெரிய எழுத்து 'பி'. அதுவே பின்புலம். எல்லா துன்புறுதலையும் தாண்டி.

உடனடியாய் அது வேலை செய்தது. பெயர்கள் மறைந்ததால் ஏற்பட்ட விடுபடுதலின் தாக்கம், எனது கருத்தாக்கம் மிகுந்த மனதை, இப்போது- இங்கே என்னும் புள்ளிக்குக் கொண்டுவந்தது. அது இடைநிறுத்தப்பட்ட விழிப்பு நிலையாகும்.

தழல்களும் நெருப்பும் ஒன்றே
தாமரையின் இதழ்கள் அதன் பூவுடன் ஒன்றியவை
பழமும் கிளையும் மரமேயாகும்
அதேபோல் இந்த பிரபஞ்சத்தின் யாவுமே நான் (ஜானேஸ்வரி)

★★★

நூற்றுக்கணக்கான ஆசிரமங்கள் உத்திரப்பிரதேசம் மற்றும் ஹரியானாவில் சாலைகளின் அருகாமையில் இருக்கின்றன. அவைகள் ஒரே முற்றத்தில் இரு சிறு வீடுகள்போல இருக்கலாம் அல்லது வாழும் கடவுளுக்கு ஒரு மாளிகையாய், சாதாரண மனிதருக்கு வரவேற்பறையும் மற்றும் விருந்தினர் விடுதிகளுமாய் இருக்கும். மற்றும் சாதுக்களுக்கான குடியிருப்புகள், சமையலறைகள், சாப்பாட்டுக் கூடங்கள் மற்றும் அச்சு அடிக்கும் இடங்கள். புகழின் வெவ்வேறு நிலைகளில் உள்ள குருக்களின் சீடர்களே இவற்றைப்

பராமரிக்க நிதி வழங்கும் புரவலர்கள். மனம் வருந்த, அவதாரமான குருவை வணங்க, அன்றாடத்திலிருந்து விலக, ஒரு சாதனாவைப் பயிற்சி செய்ய, மனதிற்கு ஓய்வு கொடுக்க அல்லது உலகிற்கு ஒரு வியப்பைக் கொடுக்க என பல காரணங்களுக்காக ஒருவர் குருவிடம் போகலாம். நிறுவனரின் மறைவுக்குப் பிறகு, நிர்வாகிகள் இதை நடத்திச் செல்ல முயல்கிறார்கள். பின்னர் அது தேய்ந்து அழிகிறது.

சுற்றுலா செல்வோர் அதிகரிக்க, அதிகரிக்க மேலை நாட்டினருக்கான ஆசிரமங்கள் தோன்றின. இவை 'எல்லாம் கிடைக்கும் பல்பொருள் அங்காடிகள்; வருவோருக்கு இந்து மதம் பற்றிய முன்முடிவான கருத்துகளையும், வசதியான துறவு வாழ்க்கை, யோகா மற்றும் இளைப்பாறல் திட்டங்கள், தியானம், ஆயுர்வேத மருத்துவம், உடல்நலம் மற்றும் காரமில்லாத சைவ உணவு வகைகள் என அனைத்தும் கிடைக்கின்றன. எல்லாமே பட்டியலிட்ட உணவு வகைகள். மேற்படி வேண்டுமென்றால் அதற்குத் தனி விலை உண்டு. ஆனால் இந்த இடங்களில் சாதுக்களுக்கு இடம் கிடையாது.

சுற்றுலா வழிகளிலிருந்து வெகு தொலைவில், ஒரு முனை சாலையொன்றின் முடிவில், நாங்கள் ஒரு சுத்தமான, அமைதியான ஆசிரமத்தை வந்தடைந்தோம். சட்ட திட்டங்கள் தெளிவாக எழுதி வைக்கப்பட்டிருந்தன. நிர்வாகிகளில் சிலர் விதிகளை அமல்படுத்துவதில் தீவிரமாகி, தமது அதிகாரத்தை வலியுறுத்தி, சூழலின் அமைதிக்குக் குந்தகம் விளைவித்தார்கள். அங்கே சில்லும் புகைப்பது தடை செய்யப்பட்டிருந்தது.

ஒரு பெரிய பளிங்காலான கிருஷ்ணர் கோயில், மூன்று பக்கமும் திறந்திருக்கக் கூடியது, ராமாரதி ஆசிரமத்தின் மையப் பகுதியாய் இருந்தது. அந்த ஆசிரமத்தின் நிறுவனரான குருவுக்கும் அங்கே கோயில் இருந்தது. இதைத் தவிர, ஒரு பள்ளிக்கூடம், இலவச மருத்துவக் கூடம், இலவச உணவகம், எண்பது மாடுகளின் அணிவகுப்பு, வயல்கள் மட்டுமல்ல, வளர்ப்பு மிருகங்களுக்கான ஒரு பண்ணை - அதில் வாத்துகள், கோழிகள், முயல்கள் மற்றும் மயில்கள் இருந்தன. பின்கட்டில், இரண்டு யானைகள் உண்டு. அவை ஆரத்தியின்போது மணியை ஆட்டி ஒலி எழுப்பும். அது குடும்பங்களின் பொழுது போக்குப் பூங்காவுக்கும் பக்திமயமான ஸ்தலத்துக்கும் இடைப்பட்ட ஒன்றாக இருந்தது.

நாள் முழுவதும் பல பேருந்துகள் பக்தர்களை இட்டு வந்தன.

வராந்தாக்களை ஒட்டி சின்ன தோட்டங்கள், செங்கற்சுவர்களுக்கு, மண் நிறத்தில் வண்ணம் அடிக்கப்பட்டிருந்தது. மேற்கூரை

தென்னை ஓலை. ஒரே மாதிரியான ஐம்பது குடிர்கள் இதே வடிவத்திலானவை. அவை நடமாடும் வீடுகள்போல, மரங்களுக்குக் கீழே வரிசையாய் நின்றிருந்தன. அவற்றை முன்னாள் அரசு ஊழியர்களே எடுத்துக் கொண்டிருந்தார்கள். நடுத்தர வர்க்கத்து, ஓய்வு பெற்ற ஊழியர்கள், சிறிய தலை முடி, புத்தம் புதிய ஆரஞ்சு வர்ண வேட்டிகள், நாகரிகமான மூப்பில் துறவு கொள்பவர்கள். அவர்களது தபஸ்யா அலுப்படிப்பதைத் தவிர வேறு ஒன்றும் கிடையாது.

இதற்கு மாறாக நானும் ஆனந்த பாபாவும், உற்சாகம் மிகுந்த தெய்வீகத்தில் இருந்தோம். முன் யூகிக்க முடியாதவர்களாயும். இந்த நீதிக் கதையில் சாது ஒரு ஓநாய் மற்றும் ஆசிரமத்திலிருப்பவர் பணிவான நாய். நான் அவர்களுக்கு ஒன்று அல்லது இரண்டு சில்லும்களை மருந்தாக எழுதிக் கொடுத்திருப்பேன், நான் ஒரு மருத்துவராகவோ அல்லது குருவாகவோ இருந்திருந்தால்.

கடுமையான வெப்பம். நடந்து எங்கேயும் போவது சாத்தியமாக இருக்கவில்லை. எனவே ஒரு குடிரில் இரண்டு நாள் தங்கிவிட்டோம். பார்வையாளராக யாரும் வரவில்லை. இதனால் ஒரு ஸ்பீன்க்ஸ் கதையை எனக்குக் கூறத் தொடங்கினார். (spinx - எகிப்திய புராணத்தில் வரும் மனிதத் தலை சிங்க உடல் கொண்ட பாத்திரம்.) அது மகாபாரதப்* பாணியில் வரும் கதை. யுதிஷ்டிரரும் அவரின் சகோதரர்களும் தண்ணீரே பருகாமல் வெகு தூரம் வந்துவிட்டார்கள். அவர்களுக்கு தாகம் அதிகமாயிருந்தது. அவர்கள் ஒரு இடத்தில் இறுதியாக ஓய்வுக்கு அமர்ந்தபோது, அவர்களில் இளையவரான சகாதேவன் தண்ணீரைத் தேடிக்கொண்டு கிளம்பினார். தொலைவில் ஒரு ஏரி தெரிந்தது. அதன் அருகில் சென்று அதன் தண்ணீரைப் பருக அவர் முயன்றபோது ஒரு யட்சன்* அங்கே தோன்றினான்.

''எனது கேள்விகளுக்கு நீ விடையளிக்காமல் நீ நீரைப் பருகினால் இறந்துவிடுவாய்.''

சகாதேவன் அவன் பேச்சைக் கேட்கவில்லை. மரணமடைந்தார்.

அவரை விட மூத்த மூன்று சகோதரர்களும் ஒருவர் பின் ஒருவராகச் சென்று அதேபோல இறந்தார்கள். தமது ஞானத்துக்குப் புகழ் பெற்றவரான யுதிஷ்டிரர் தம் சகோதரர்களைத் தேடிச் சென்றபோது, அவர்களது உடல்களையும் அதன் அருகே ஒரு யட்சனையும் கண்டார்.

''உன் சகோதரர்கள் என் கேள்விகளுக்குப் பதில் சொல்லவில்லை. எனவே உயிர் நீத்தார்கள்'' என்றது அந்த ஆவி.

''என்னிடம் கேள்விகள் கேள்'' என்றார் யுதிஷ்டிரர்.

மொத்தம் அவரிடம் யட்சன் நூறு கேள்விகளுக்கு மேல் கேட்டான். அவற்றுள் சில:

''மிகவும் விலைமதிப்பான சொத்து எது?''

''அறிவு.''

''எது மெய்யறிவு?''

''பிரக்ஞை. அதனுள் காணப்படுவதைக் காணும் பிரக்ஞை உண்டு.''

''அறிவுக்கு எது வழி வகுக்கும்?''

''அசையாதிருத்தல்.''

''இந்த அசையாதிருத்தல் பற்றிய கருத்திலிருந்துதான் ஒருவர் நகர்வு பற்றிய புரிதலை அடைய வேண்டும்'' என்றார் குரு. ''உட்கார். உனக்குள் நகர வேண்டும் என்னும் தவிப்பை அவதானிப்பாய். நகராமல் அவதானிப்பாய். இந்தத் தவிப்பு வாழ்க்கையின் மூலத்துடன் தொடர்புள்ளது. அசையாதிருத்தல் உனக்கு அறிவைத் தருகிறது. அதை தாண்டிச் செல். காணப்படுவதைக் காணும் பிரக்ஞையுள்ள பிரக்ஞையைக் கண்டறிவாய்.''

நான் கோயிலில் அமருவதற்காகச் சென்றேன். நான் தனியாக இருந்தேன். அதன் கல் தரை எனது பாதங்கள், பின்பகுதி மற்றும் மூளையை புத்துணர்ச்சி கொள்ளச் செய்தது. வெள்ளைப் பளிங்கினால் ஆன ஒரு குருவின் சிலையை நானும் நோக்கினேன். சிலையும் என் மீது கவனம் வைத்தது. காணப்படுவதைக் காணும் பிரக்ஞையுள்ள பிரக்ஞை என்பதன் பொருள் என்ன? ஆனந்த பாபாவின் அறிவுரைப்படி அசையாமை என்னும் கருத்திலிருந்து என் எண்ணங்களை நான் அவதானித்தேன். அமர்ந்திருக்கும் முடிவின் தாக்கத்தாலேயே, நகர்ந்து செல்வதற்கான ஒரு வேகம் மேலெழும்புகிறது. இந்த முடிவுக்கு வந்தது என்னை நானே ஒரு பார்வையாளனாக கவனிக்கச் செய்தது. நான் ஆக்கியோனாய் இருந்து நம்பியவற்றின் சாட்சியாகவும், நுட்பமானவனுமாய், வெட்டியானதாய் வெவ்வேறு விதமாக எண்ணங்கள் உருவாக்கிக் கொண்டிருந்தன. என் பிரக்ஞை காணப்படுவனவற்றுக்கான எண்ணங்களைக் கொண்டிருந்தது என்பதை உணர்ந்தேன். அவற்றை காரண காரியமென்னும் அடிப்படையிலில்லாமல், எந்தத் தகுதியையும் கொண்டிராத உருவாக்கங்களாகக் கண்டேன். ஆனால் எந்தப் பிரக்ஞை அதைப் பற்றிய விழிப்புடன் இருந்தது? இந்தக் கேள்வி எனது பிரக்ஞை தனக்குத் தானே காணப்படும் பொருளாய்

தன்னைப் பற்றிய விழிப்புடன் இருப்பதை எனக்குக் காட்டியது. எனக்கு அந்த விழிப்பு நிகழ்ந்த உடன், அந்த எண்ணம், அந்த எண்ணம் மையமான பொருள், எண்ணுபவன் என்னும் பிணைப்பான இயங்குதல் என்னை மையமாய்க் கொண்டன வழக்கம் போலவே. நான் தேடியதை அடைந்துவிட்டேன் என உணர இயலவில்லை. ஒன்றுமின்மைக்கும், இல்லாமலிருப்பதற்கும் சரணடைந்து, அந்த நிலையில் பிரக்ஞையைத் தக்கவைத்துக் கொள்வது மிகவும் கடினம்.

★★★

கூரையுள்ள, ஆளரவமில்லாத முற்றமுள்ள கோயிலை மதியம் நான்கு மணிக்குச் சென்றடைந்தோம். அதன் பூசாரி, சிவப்புச் சிற்றாடையில், பக்கத்திலுள்ள வீட்டிலிருந்து வந்தார். அவருக்கு பிரணாம், ராம் ராம், மற்றும் நம சிவாய என வணக்கம் தெரிவித்தோம்.

''உங்கள் ஈஸ்வர் யார்?'' என கேட்டார் ஆனந்த பாபா.

''ஆதி பராசக்தி என்னும் அம்மன். அவள் திராவிடர்களின் தெய்வம். ஆயிரம் ஆண்டுகளாக மறக்கப்பட்ட அவளை, என் குரு கண்டறிந்தார்'' அவர் விளக்கினார். ''எல்லாக் கடவுள்களிலும் முந்தையவள் அவள். சிவன், விஷ்ணு மற்றும் பிரம்மாவைப் படைத்தவள் அவளே.''

''அச்சா'' என்றார் என் குரு.

''ஒருவர் கடவுள்களைப் பற்றிப் பேசும்போது இளமை ஒரு நேர்மறையான துதி அல்ல'' நான் ஆங்கிலத்தில் பொருமினேன்.

ஆனந்த பாபா கடகடவென சிரித்தார்.

''கடவுள் தொன்மையானவர் என்றே விளக்கங்கள் உள்ளன. ஏனெனில் அவர் ஆதிகாலத்திலிருந்தே இருப்பவர்'' என தொடர்ந்தேன் ''என்றுமிருப்பவர் என்பதால் அது காலத்தால் பின்னே பார்க்கும் போதும் இருப்பவரே.''

எங்களை அந்தப் பூசாரி கோயிலுக்கு உள்ளே அழைத்துப் போனார். அது மஞ்சள் நிறமான சுவர்களில் ரோஜா வண்ணமும் நீல வண்ணமுமான வேலைப்பாடுகள் செய்யப்பட்ட சதுர வடிவக் கட்டடம். உள்ளே இருந்த மூல விக்கிரகம் அடையாளம் காண முடியாத அளவு மிகவும் சிதிலமடைந்திருந்தது. அந்த அளவு இருந்ததாலே அழகான ஒன்றாகத் தோன்றியது. பெருமைக்குரிய கருப்பையின் குறியீடான அந்தச் சிலையை நாங்கள் விழுந்து வணங்கினோம்.

''அற்புதங்களை நிகழ்த்துபவள் அவள்'' என ஆசுவாசம் தந்தார் பூசாரி. அதை உறுதி செய்ய என்றோ மேலும் ''ஒவ்வொரு பௌர்ணமி அன்றும் நாங்கள் ஏழைகளுக்கு அன்னதானம் செய்கிறோம்'' என்றார்.

வெளியே ஐந்து குழந்தைகள் ஒரு பூஜையை நடித்துக் காட்டி விளையாடிக் கொண்டிருந்தார்கள். ஒரு வெண்கலத் தட்டில் நான்கு வேப்ப இலைகளும் கொஞ்சம் மண்ணும் பிரசாதத்தை நகல் செய்தன. உடைந்த செங்கலே விக்கிரகம். ஒரு சிறுமி, கற்பனையான புகைச் சுருள்களை ஒரு புல்லைக் கையில் பிடித்து ஆரத்திபோல சுற்றி, கொச்சையாய் சமஸ்கிருத பிரார்த்தனைகளை முணுமுணுத்தாள். ஏனையர் விழுந்து வணங்கினர்.

கிட்டதட்ட ஆள் நடமாட்டமே இல்லாத அந்தக் கோயிலில் நாங்கள் பத்து நாட்கள் தங்கி இருந்தோம்.

''சலனமின்மை மிகவும் ருசியானது பாபாஜி'' என்றேன் நான் தியானத்துக்குப் பிறகு. ''ஒரு கணம் நான் திருப்தியாகக் காலமெல்லாம் அங்கேயே இருந்துவிடுவேன் என்றே உணர்ந்தேன். அந்தக் கணம், விழையக்கூடியதான 'இனிமேல்' 'மற்றும்' என எதுவுமே இருக்காது என்றே தோன்றியது. ஆனால் அந்தக் கணம் நிலைக்கவில்லை. எல்லையில்லாப் பொறுமை மிகுந்த அந்த கணம் கடந்தே போனது. நான் அதற்காக ஏங்குகிறேன்.

ஆனந்த பாபாவின் முகம் இறுகியது.

''நிரந்தரம் என்பது நீண்டது என யார் சொன்னார்கள்?''

நான் அஷ்ட வக்கிரம் நூலைத் தேடிப் பார்த்துப் படித்தேன்:

> 'எதிர்பார்ப்புகள் ஏதும் பந்தங்களிலிருந்து விடுதலை
> தேடுதலில் இல்லாதபோது
> மோட்சம் என்பது ஒரு எண்ணத்தின் இலக்குப்
> பொருளாய்க்கூட இருப்பதில்லை.'
> *(அஷ்ட வக்கிரம் (*XIV *3)*

''மோட்சம் என்பது ஒன்றை மறுபடி கண்டுபிடிப்பதுபோல. நீ திடீரென அதை இழந்தோம் என நினைவு கூர்ந்தாய்.''

பங்காதாசி நூலில், சுவாமி வித்யானந்தர் ஒன்றுமின்மை 'சத்சித்தானந்த'மென்னும் பிரம்மனைப் பற்றிய பிரக்ஞையின் தரிசனத்துக்கு ஒன்றுமின்மை என்னும் வழியைக் காண்கிறார். அந்த பிரக்ஞை சித் ஆகும். அதைப் பார்:

''ஒன்று-இரண்டாவதாய்-வேறொன்றும்-இல்லாதது' என்பதன் முதல் திருத்தம் பிரகிருதி. பிரகிருதி இரண்டாவது. வேறுபடுத்திப் பார்ப்பதன் முதல் விளைவு. அதுவே நகர்வை உண்டாக்கும் இரண்டாவது கணமாகும். அது வெளியின் முற்படும் வெற்றிடமாகும். வெற்றிடமில்லாத வெளி'' என அழுத்தமாய் அதை மேலும் வெற்றிடமாக்க விழைபவர்போல கூறினார் என் குரு, '' ஒருவர் வெற்றிடம் என்னும் கருத்தை வெளியிலிருந்து எடுத்தால் என்ன எஞ்சும்?''

''ஒன்றுமில்லை'' என்றேன் நான் நம்பிக்கையுடன்.

''எது ஒன்றுமில்லை என்னும் கருத்தாக்கத்துக்குப் பிரதிநிதியாகிறதோ, இவ்வாறாக அது பிரக்ஞைக்கு (சித்) காட்சியாகிறது. இருத்தல் (சத்) எனவே அதற்கு உரித்தாக்கப்பட வேண்டும். துன்பம் விளைவிக்காத அதுவே ஆனந்தமுமாகும். பின்விளைவாய் ஒன்றுமின்மையில்லாமல் 'சத்சித்தானந்த' (இருத்தல், பிரக்ஞை, ஆனந்தம்) மட்டுமே இருக்கிறது. பெயரும் உருவும் உள்ள எல்லாவற்றுக்கும் பொதுவான கூறு 'சத்சித்தானந்த'.''

'''சத்சித்தானந்த' பிரம்மனை, நேரடி அறிவதாகும் இது. உனது மனம் ஒன்றுமின்மை பற்றி நினைக்கிறது. அந்த ஒன்றுமின்மையால் எந்த ஒன்றையும் வைத்துக்கொள்ள முடியாது (வெளியில்லாமல்). இந்த சிந்தனை மற்றெல்லாவற்றையும் வெளியேற்றி ஒன்று மின்மையைத் தனக்குத் தானே வெளிப்படுத்திக் கொள்கிறது. பிரக்ஞையின் பிரதிபலிப்பை அதன் முடக்கமுடியாத அசல் தன்மையுடன் காண்கிறது.''

''வேலையில்லாத ஒன்றுமின்மையை நீ தேடிப் போகும்போது, உனது பிரக்ஞை ஏதுமின்மையை அவதானிக்கிறது. ஒன்றுமில்லாத ஒன்று இருப்பதைக் காண்கிறது. இவ்வாறாகத் தன்னைத்தானே அதில் காண்கிறது. அது துன்புறுதலுக்கு அப்பாற்பட்டதாகும்.''

''அச்சா.''

''ஒன்றுமின்மையை இழந்தது யார்? நீ அதைக் கண்டுபிடித் தாயோ?'' என் குரு வினவினார்.

''தாங்களே. நான் உங்களுக்கு உறுதி அளிக்கிறேன் பாபாஜி, உங்களின் பெருநெறியால்தான் எல்லா இடங்களில் இருப்பதையும், ஒன்றுமின்மையின் வெளியேற்ற வெறுமையையும் நான் வெளிப்படக் கண்டேன்.''

அவர் முன் நான் தாழ்ந்து தலை வணங்கினேன்.

நாங்கள் விடைபெறும்போது, கோயில் அந்தணர் எங்களுக்கு இனிப்புகளை வழங்கினார். அவர் வசதியான குர்தா பைஜாமா அணிந்து, தொலைக்காட்சியில் ஒரு ஹிந்தித் தொடரைப் பார்த்துக் கொண்டிருந்தார்.

★★★

வரிசையாய்ப் பெண்கள் ஒற்றையடிப்பாதை மேல், தலைக்கு மேலுள்ள கூடை நிறைய காய்கறிகளுடன் சென்று கொண்டிருந்தார்கள். சாலை மீது பரப்பப்பட்டிருந்த வைக்கோலை, நசுக்கியபடி விரைந்தன லாரிகள். மலைபோல் குவிந்த புற்களின் நிழலில் எருமைகள் இளைப்பாறிக் கொண்டிருந்தன. கோழிகள் தரையைக் கொத்திக் கொண்டிருந்தன. ஒரு ஆடு ஒற்றையடிப் பாதையில் தத்தித் தத்திப் போனது. திறந்திருந்த ஒரு சமையலறையிலிருந்து பூண்டு மற்றும் மசாலா வாடை அடித்தது.

ஒரு மலையின் மத்தியிலிருந்து பார்க்கும்போது, நிலத்தின் அலைகள் மிகவும் தொலைவாய்த் தெரிகின்றன.

ஒருங்கில்லாத வீடுகள் மிகுந்த ஒரு சிறு நகரம் ஒரு கால்வாயை ஒட்டி இருந்தது. கால்வாயில் சாக்கடையும் கழிவும் அடைந்து கொசுக்களை உற்பத்தி செய்து வந்தது. பிளாஸ்டிக், குப்பைகள், கூளங்கள் எல்லாமே சந்துகளில் இறைந்து கிடந்தன. தெருச்சாக்கடை பெருக்கெடுத்து நாறியது. பழைய சிறுநீர் வீச்சமும், கோயிலின் ஊதுபத்தி வாசனையும் கலந்து வந்தன. ஒரு ரிக்ஷாவில் பொருத்திய ஒலிபெருக்கி ஏதோ ஒரு கட்சிக்காகக் காதைக் கிழிக்கும் பிரசாரத்தை ஒலிபரப்பிக் கொண்டிருந்தது. இந்தப் பிரசாரத்தின் பொய் வாக்குறுதிகளைக் கண்டுகொள்ளாத கூலித் தொழிலாளிகள், தெரு முனையில் தமது கருவிகளுடன் எஜமான்களின் வருகைக்காகக் காத்திருந்தார்கள்.

★★★

ஒரு லட்சம் அடிகள் பின்னால் ஜபல்பூரில், பைசாபாத் போகும் சாலையில், எங்களிடம் நாங்கள் இடது பக்கம் போனால், ஒரு ஆலமரத்தருகே ஒரு சந்யாசினியின் ஆசிரமம் உண்டு என வழி காட்டிக் கொண்டிருந்தார்கள்.

வெறுங்கையோடு போவதா என யோசித்தபோது ஆனந்த பாபா, ஒரு மரத்தின் உலர்ந்த சருகுகளைக் கொண்டு, இலைகளின் பெருத்த நரம்புகளை வைத்து ஒரு கூடையைப் பின்னினார். ஒரு சாக்கடை

மேலே வளர்ந்திருந்த பூச்செடியில் இருந்து மலர்களைப் பறித்து அவற்றின் மீது மந்திரம் ஓதி, கூடையில் வைத்தார். வெளிர் சிவப்பும் அரக்கு நிறமுமான ஒரு கூழாங்கல்லையும் அதே இடத்திலிருந்து எடுத்துக் கூடையில் வைத்தார். பிறகு தமது கமண்டலத்திலிருந்து நீர் தெளித்து அதை மேலும் சுத்தி செய்தார். மிக அழகான பரிசுதான். சிறிய மூன்று வெள்ளை மேகங்கள் வானை சொர்க்கமாக்கின.

''தரிசனம் செய்யும்போது உனக்குள் மௌனமாயிரு'' ஆனந்த பாபா நினைவுபடுத்தினார். ''சிந்திக்காதே. அதை விட்டு விடு. உனது பார்வையைச் சமர்ப்பிப்பாய்.''

ஒரு மூங்கில் கழியின் மீது முக்கோண வடிவக் காவிக் கொடி நாங்கள் ஆசிரமம் வந்து சேர்ந்ததைக் காட்டியது. ஒரு மரத்தைச் சுற்றி அமைந்த ஆசிரமம் அது. நாங்கள் ஒரு ஒருங்கில்லாத படிகளை அமைத்த செங்கற்களின் மீது ஏறிச் சென்றோம். ''ஓம் நமசிவாய'' என இரு முறை உரத்துக் கூறி ஆனந்த பாபா எங்களது வருகையை அந்தச் சாமியாருக்குத் தெரிவித்தார். மேலே சென்றவுடன் காய்ந்த வைக்கோலின் மீது பரப்பிய விரிப்பின் மேல், தனது குதிகாலின் மீது அமர்ந்த வண்ணம் தியானத்தில் இருந்த துறவிக்கு வயது இருபதே இருக்கும். இரு புருவங்களுக்கு இடைப் பட்ட சுருக்கம் அவனைத் தீவிரமாகக் காட்டியது. ஒரு கொம்சா தவிர வேறு எதையும் அவன் அணிந்திருக்கவில்லை. கள்ளிப்பெட்டி மரத்தட்டிகள், தார்பாலின் கித்தான்கள், சாக்குப் பைகள், துண்டுக் கயிறுகள் இவற்றால் ஆன சுவரின் இடைப்பட்டு வெளிச்சம் உள்ளே வந்தது.

நுழைந்த உடன் இருந்த இடத்தில் அவனுக்கு எதிரே இடப்பக்கமாய் நாங்கள் அமர்ந்தோம்.

அவனிடம் ஒரு அசைக்கமுடியாத தீர்மானம் தென்பட்டது. எனக்கோ உலகின் துவக்கம், முடிவு மற்றும் காலத்தின் சாராம்சம் இவற்றைப் போலவே அவன் புதிராயிருந்தான். இருபது சென்டி மீட்டர் நீளமாயிருந்த அவனது ஜடா முடி அவன் பன்னெடுங்காலமாய், குழந்தைப் பருவம் தொட்டே துறவிலிருப்பதை எடுத்துக் காட்டியது.

கிரேக்கர்கள் அபாரமனிதனை அத்லெட் வடிவத்திலும், அமெரிக்கர்கள் பறக்கும் சக்தியுள்ள நீதியை நிலைநாட்டும் வீரனாகவும் கண்டார்கள். இந்தியர்கள் அவனைத் துறவியாகக் கண்டார்கள். ஒலிம்பிக் போட்டியில் அசையாதிருப்பதற்கு ஒரு போட்டி இருந்தால் எல்லாப் பரிசுகளும் இந்தியருக்கே.

அமைதி.

சிந்தனையில்லாமல் பார்ப்பதென்றால், பார்க்க எதுவுமே இல்லை என்பேன் நான். விவரங்களுடன் பொருத்திப் பார்க்க முடியாத போது, எதுவுமே பார்க்கப்படுவதில்லை. கிரேக்கத்தின் அடோனிஸ் போல இவன் படைப்பின் அர்ப்பணிப்புள்ள எதிரி. மறுப்பின் ஒரு சின்னம். அசைவின்மையின் வடிவமைப்பு. இதை நான் பாபாஜிக்கு எப்படி விளக்குவேன். நான் காண்பவை யாவும் என் மனதிலுள்ள பிரதிநிதிப் படுத்தப்பட்டவையிலிருந்தே வருகின்றன. நான் எப்படி வித்தியாசமாய்க் காண்பேன்?

அமைதி.

வெப்பக் காற்று மெல்ல வீசியது. சின்னச் சின்ன மூச்சுக் காற்றுகள், ரீங்காரங்கள் அதற்கு பத்திக் குறிகள் இட்டது போலிருந்தன.

நான் என் பார்வையை முன் வைத்தேன்.

உதிரியான உணர்வுகள் மேலெழுகின்றன. உணர்வுகள் கூட எண்ணங்கள் ஆகின்றன. முடிவில்லாக் காலத்தின் உணர்வுகள். உள்ளார்ந்த ஒருங்கின் உணர்வுகள். நான் என்னிடமிருந்தே விடுபட்ட உணர்வு. அவன் மிகவும் கொண்டாடப்படும் அளவு பற்றிருந்தான். மிகவும் அசட்டையாய், மிகவும் அழகாய், மிகவும் முழுமையாய் மற்றும் தனது படிப்பில் யாராலும் எட்ட முடியாதவனாய். அந்த வீரன் தனது இமையைக் கூட அசைக்கவில்லை. மூன்று மணி நேரம் கடந்தது. அவன் இறுதியாக எழுந்து கீழே சென்றான். நாங்கள் பின்தொடர்ந்தோம். தேநீர் தயாரித்தான். அதைக் குடித்தபடி எங்களை ஏறெடுத்துக் கூட பார்க்காமல், அவன் ''எனது குரு இந்தத் தபஸை ஒரு வருடம் பயிற்சி செய்யச் சொல்லி இருக்கிறார்'' என்றான்.

''இந்தப் பயிற்சியிலிருந்து நீ என்ன கண்டாய்?'' என்று நான் கேட்டேன்.

''என்னால் கூற இயலாது'' அவன் சுருக்கமாக பதிலளித்தான்.

''ஏன்?'' என்று நான் விடாப்பிடியாகக் கேட்டேன்.

''இது புரிந்து கொள்ளக்கூடிய ஒன்றல்ல.''

''நிச்சயமாக. இருப்பினும் நான் புரிந்துகொள்ள விரும்புகிறேன்'' என்றேன் நான் உறுதியாக, ''அதைப் பற்றி ஏதேனும் கூறுவாயாக. நான் பிச்சைபோல கேட்கிறேன்.''

அவன் ஒரு கணம் மௌனமாக இருந்து, பிறகு ''ஏனெனில் அதில் கண்டுகொள்ள ஏதுமில்லை'' என்றான்.

இதை, நான் இந்தியாவுக்கு வந்த முதல் பயணம் முதலே அறிந்திருந்தேன். கங்கை, என்னிடம் ஒரு நாள், இதையே வேறு விதமாகக் கூறி இருந்தது. ஒன்றும் செய்ய வேண்டியதில்லை. ஒன்றும் செய்ய வேண்டியதில்லை. ஒருவர் செய்ய வேண்டியது எதுவுமில்லை. ஒன்றும் செய்ய வேண்டியதில்லை என்று புரிவதற்கும், செயல்களி லிருந்து விலகுவதற்கும் வேகம் கொள்வதற்கும் இடைப்பட்டது ஒரு அறிவுபூர்வமான புரிதலையும் தாண்டிய ஒன்றாகும்.

''இது தபஸைத் தொடங்குவதற்கு முன்பே உங்களுக்குத் தெரியுமா? அல்லது இங்கேதான் அதைக் கண்டுகொண்டீர்களா?'' நான் கேட்டேன்.

''இது பொறுமையிலிருக்கிறது'' என பதிலளித்தான் அந்த விவேகமுள்ள இளம் துறவி. ''நீங்கள் பொறுமைக்கு அதிகாரம் கொடுக்க வேண்டும்.''

நாங்கள் மீண்டும் சாலைக்கு வந்துவிட்டோம். இரண்டு கோப்பைத் தேநீருக்கு எதிரே தரிசனம் மீது பாடம்... ''என்ன பார்த்தாய்?''

நான் மதக்குற்றம் செய்யும் கொதிப்பில் ''நீங்கள் தந்த பரிசு மிகவும் அழகாயிருந்தது. அவன் அதை ரசிக்கவே இல்லை'' என்றேன்.

''ஆனந்தை அவன் சிரிக்க வைக்கிறான்'' என்றார் ஆனந்த பாபா, திடீரென சிரித்தபடி. பிறகு தீர்க்கமாக ''அவன் உன்னை ஒரு கணம்கூட கூர்ந்து பார்க்கவில்லை. அவனை அவதானிக்க அவன் உன்னை அனுமதித்தது அவனுக்கு ஒரு வரம். அவன் உனக்கு மன ஒருமையை போதித்தான்.''

''அவ்வாறெனில், தாங்கள் இதை 'சாந்தம்' என முடிவு செய்கிறீர்களா?''

''உன்னால் வெகு நேரம் அவரது பார்வையைத் தாக்குப் பிடித்திருக்க முடியுமா?'' என் குரு கேட்டார்.

''என்ன விசித்திரமான கேள்வி இது! நிச்சயமாக முடிந்திருக்காது, உண்மையில்'' என்றேன் நான். அதைப் பற்றி சிந்தித்த பிறகு, ''நான் என்னைப் பற்றியே அவமானம் கொண்டிருப்பேன். அவனை நான் ஒரு கதாநாயகனாகப் பார்க்கிறேன்.''

''என்ன வீரத்தை அவனிடம் கண்டாய்?''

''இந்த அளவு தீர்மானத்துடன் வாழ்க்கையைத் தாக்குவது வீரமான ஒன்றுதான். அசைவின்மையில் முழுமை, மென்மையில் அதிகாரம்,

அறியப்படாதிருத்தலில் தூய்மை இவற்றை நான் கற்பனை செய்கிறேன். மனதுக்குள் இனிமையாய் நிகழ்த்திப் பார்க்கிறேன்.''

''நீ எதைப் பற்றி அவமானம் கொள்கிறாய்?'' கேட்டார் ஆனந்த பாபா.

''என் மனதின் கொதிப்பு பற்றி'' நான் பதிலளித்தேன்.

பாபாஜியின் முகம் இறுகியது. ''இதோ பார். அவன் உனக்கு மன ஒருமையை போதித்தான்.''

''உங்களைப் பொருத்த வரை அவன் சிகரத்தை எட்டிவிட்டானா?''

''எதன் சிகரம்?''

''எதனுடையதும்.''

''அவன் தன் மீது பெரும் கட்டுப்பாடு வைக்கும் நிலையை எய்தியிருக்கிறான்.''

''செயலிழந்த நிலை வாழ்க்கையின் லட்சியமாகுமா?''

''ஆகப்பெரிய அதிகாரம் மாற்றமுடியாததில் இருக்கிறது. சரணடைவதும் செயலற்றிருப்பதும் அதை அறியும் வழிகளாம். மாற்றமுடியாததன் மீது கடவுளர்களுக்கே கட்டுப்படுத்தும் அதிகாரமில்லை.''

''உங்களுக்குத் தெரியுமே பாபாஜி. என்னால் தன்னார்வமாய் பக்கவாதம் பெற்றுக்கொள்வதில் துள்ளிக் குதிக்க முடியாது.''

''சொல் விளையாட்டை நிறுத்து. சொற்களின் மூலத்தை உனக்குள்ளேயே தேடுவாய்'' குரு அறிவுரை கூறினார்.

ஒருவழியாய் என் வாயை அடைக்கும் யுக்தி அது. நான் கடகடவென சிரித்தேன். அவரும் சிரித்தார்.

பேச்சின் மூலம் எது? நான் பேசும்போது யார் பேசுகிறார்கள்? நான் சிந்திக்கும்போது யார் சிந்திக்கிறார்? இந்தக் கேள்விகளை எதிர்கொள்ளும்போது ஒருவர் ஒன்று கருத்தாக்கங்களை அலசுகிறார். அல்லது தன்னைத் தானே சிந்தனையில் அவதானிக்கிறார். இதைச் செய்யும்போது ஒருவர் எல்லாமே சிந்தனையால் உருவாகிறது என்று காண்கிறார். எண்ணங்கள் ஒவ்வொன்றுக்கும் வடிவம் கொடுத்துப் பின் 'நான்' என்பதை மையத்தில் வைக்கின்றன. ஆனால் 'நான்' என்பது ஒரு எண்ணம். அது போராட்டத்தில் இருப்பைக் கொள்வது. அது மூலமல்ல.

இந்த விசாரணையில், நான் மூலமானது ஒரு நபரல்ல, காரணமில்லாத ஒரு மென்மையான, இனிமையான உணர்வே என்பதைக் கண்டேன். ஆதாரமாயிருக்கும் மகிழ்ச்சி அல்லது ஆனந்தத்தின் தொடர்ச்சியே ஆரம்பத்திலிருந்து முடிவு வரை, வாழ்க்கையின் கூடவே வருவது, சூழ்நிலைகள் எவ்வாறா யிருப்பினும் - மிகவும் எதிர்மறையான சூழலிலும். நான்-மற்றது சூழலிலும் என்றும் வேறுபாடு விளைவிக்கும், திருப்பங்களும் சிக்கல்களும் ஏற்பு அல்லது மறுப்பு, மகிழ்ச்சி அல்லது எரிச்சல், இன்பம் அல்லது வலி, எல்லாவற்றின் ஆதாரமும் நுட்பமான, உளைச்சல் தர முடியாத மகிழ்ச்சி ஒன்றே.

''பாபாஜி, நீங்கள் சில சமயங்களில், பிரம்மனே யாவும் என்கிறீர்கள். ஒன்றுமற்றதும் அதுவே என்றும் பலவாயிருப்பதும் ஒன்றாயிருப்பதும் அதுவே என்றும்தான். உலகம் பிரமையானதென்கிறீர்கள். மறுபக்கம் நிஜமான பிரம்மம் அதுவே என்கிறீர்கள்.''

''அவை தியானிப்பதற்கான பரிந்துரைகளாம். உலகம் இப்படி என்றும், அப்படி என்றும் வித்தியாசமாகச் சிந்திப்பது இவை எதுவுமே உண்மையில்லை என்றும் அவை யாவுமே உண்மை யென்றும் பலவிதங்களில் காண வழி வகுக்கும். உண்மை எதிரான இரண்டு ஒன்றுபடும் புள்ளியில் இருக்கிறது. இந்த உடலே அது என அது நினைத்தால் உடலேதான். மனமே இந்த உடல்; இது பிரம்மன் என அது நினைத்தால் அது பிரம்மன். ஆனால் அது மௌனமா யிருக்கும்போது, மூலத்தைக் காண்கிறது.''

''பேரானந்தம் பற்றிப் பேசுங்கள் பாபாஜி.''

''வெளிச்சம் இருளை நீக்குகிறது. அறிவு அறியாமையை. பிணைப்பின் மூலகாரணம் காணப்படுவதன் மீது மனம் கொள்ளும் பற்றே. எரிபொருள் தீர்ந்ததும் நெருப்பு தானே அணைந்துவிடுவது போலவே, பற்றிலிருந்து விடுபடுதல் விடுதலைக்கு இட்டுச் செல்லும். எவனின் பிரக்ஞையில் அமைதியின்மையும், துன்பமு மில்லையோ அவனே பேரானந்தத்தை இருப்பிடமாக்கிக் கொள்கிறான். ரிஷிகளின் போதனை இதுவே.''

அத்தியாயம் 6

நான் அவரை வாராணசியில் சந்தித்தேன்

சாலையில், இன்னும் சற்றுத் தொலைவில், கௌஷல் பாயும் அவரது இரு சீடர்களும் இருக்கும் ஒரு கிராம அகாராவில் நாங்கள் தங்கினோம். தளம் பதித்த முற்றம் தினசரி பெருக்கிச் சுத்தம் செய்யப்பட்டது. அதன் மூன்றுபக்கமும் சுவர்கள். சுவரில்லாத பக்கம் ஒரு பெரிய குட்டை இருந்தது. அதை அல்லிப் பூக்களும், தவளைகளும் ஆக்கிரமித்திருந்தன. இங்கும் அங்குமாக பாதுகாப்புப் பெட்டகம் போன்ற சன்னிதிகளில் அனுமான், கணேஷ் மற்றும் சிவலிங்கம்; மேலும் அங்கே வாழ்ந்த மகாத்மாக்களின் சமாதிகள் இருந்தன. மண்டபத்தை ஒட்டி நான்கு சதுர வடிவ அறைகள் இருந்தன. இடது பக்க அறையில் மண்ணாலான தூனி இருந்தது. நெருப்பில் கட்டைகளைப் போடும் பெரிய அளவு இரும்பு முள்கரண்டி மற்றும் திரிசூலம் தூனியின் நெருப்பைத் தூண்டின. அருகிலிருந்த தோட்டத்தில் சாமந்தி, அரளி மற்றும் கஞ்சாச் செடிகள் இருந்தன. தொலைவில் தள ஓடுகள் பதிக்கப்பட்ட குளியல் அறை. வாயிலில் ஒரு மாருதி சுசூகி கார் நின்றிருந்தது.

ராஜஸ்தானைச் சேர்ந்தவர் கௌஷல் பாபா. 46 வயதான அவரே 1996லிருந்து ஆசிரமத்தின் தலைவராக இருந்து வருகிறார். நீட்டிக் கொண்டும் கூர்மையாகவும் இருந்த அவரது பக்கவாட்டுப் பற்கள், ஒரு முயலை நினைவுபடுத்தின. அவரது முகபாவங்கள் விசுவாசம்

தொடங்கி துன்பம் அனுபவிப்பது போன்ற தோற்றத்தில் இருந்தன. ஆனால் அவர் ரிஷிகேசத்தில் சமஸ்கிருதப் பயிற்சி பெற்றவர். மிகவும் சிக்கனமானவர். ஒரு பூசாரிபோல வழிபாட்டுச் சடங்குகள் புரிபவர். ஒரு சாது அல்லது பாபாவாக வடிவங்களினின்றும், பழக்கங்களினின்றும் விடுபட்டு இருக்காதவர். விடியற்காலையில், முடிவே இல்லாத ஒரு நீண்ட பூஜையை ஒவ்வொரு கல்லாப்பெட்டி வடிவ சன்னிதி முன்பும் புரிவார். அவரது சீடர்கள் அவரது காலில் விழுந்து வணங்கி ஓம்கார நாதத்துக்கான சங்கை ஊதினார்கள். கிராமத்தினர் கடந்து போனார்கள். இந்த ஆசிரமத்தில் சில்லும்கள் இல்லை.

வேறு எந்த நாளையும்போல, நான் என் மீது போர்வையைச் சுற்றிக்கொண்டு, ஆனந்த பாபா அருகே தியானத்தில் இருந்தேன். குட்டை, வானத்தைப் போலவே கறுப்பாய் இருந்தது. அதில் சத்தமேதும் இல்லை - எப்போதாவது வரும் நீர்க்குமிழி உடையும் சத்தம் தவிர்த்து. தூரத்தில் நாய்கள் விட்டுவிட்டுக் குலைத்துக் கொண்டிருந்தன. எங்கோ ஒரு சேவல் கூவியது. நான் என் குருவின் முதுகை உற்றுப் பார்த்துக் கொண்டிருந்தேன். நீண்ட ஜடாமுடிகள் இருந்தன. அவரால் நெடு நேரம் அசையாது இருக்க முடியும். அவரைப்பற்றி எனக்கு என்ன தெரிந்திருந்தது? கிட்டதட்ட எதுவுமே தெரியாது. எதாவது தனிப்பட்ட கேள்விகள் கேட்டால் ‘ஒரு சாதுவுக்கு இறந்தகாலமே கிடையாது’ என்று பதிலளிப்பார். அது இறுதியான கறாரான பதில்.

சில மாதங்களுக்கு முன்னால், நான் அவரின் வாரணாசியின் படித்துறையில் அவரது வருகையைக் கண்டேன். தமது தோளின் மீது இருந்த பை மற்றும் போர்வை, கையில் இருந்த கமண்டலம் யாவற்றையும் கீழே வைத்துவிட்டு, இரு கைகளையும் இணைத்து, மிக நீண்ட நேரம் கங்கையையே உற்றுப் பார்த்துக் கொண்டிருந்தார். பின்னர் மெல்லப் படிகளில் இறங்கி, நீராடி முடித்தார். தலைமுடிகள் முடிச்சவிழ்ந்த பின் அவரது பின்னங்கால் வரை நீண்டன. பின்னர், கரையில் இருந்த மண் மேடு ஒன்றில் அவர் தமது துணிகளை உலர்த்திக் கொண்டிருக்கும்போது, அவரருகே சென்று இருகை கூப்பி வணங்கினேன்.

‘‘நமஸ்கார், க்யா பாபாஜி, முஜெ உன்கெ பாஸ் ஆனே கீ ஆக்யா தெதே ஹைன்?’’ - *‘நான் தங்களருகில் வர அனுமதி உண்டா?’*

‘‘நமஸ்கார்! எங்கேயிருந்து?’’ விரிந்த ஒரு புன்னகையுடன் அவர் நெருக்கம் காட்டி பதிலளித்தார்.

அவர் என்னிடம் பத்து சம்பிரதாயமான கேள்விகளைக் கேட்டார்: ''எங்கேயிருந்து வருகிறீர்கள்? உங்கள் பணி என்ன? திருமணமாகி விட்டதா? இந்தியாவுக்குத் தாங்கள் வந்ததன் நோக்கமென்ன?''

''நான் மணமாகாதவன், ஃப்ரெஞ்ச், கார்டெசியன் (Descartes என்னும் ஃப்ரெஞ்ச் தத்துவ ஞானி - தருக்கத்தின் அடிப்படையிலான சிந்தனையை முன் வைத்தவர் - அவரது சீடன் கார்டெசியன்) மற்றும் டார்வின் தத்துவத்தை நம்புபவன்.'' ஒரு இந்தியன் தன்னை நாத்திகன் என்று அடையாளம் காட்டிக் கொள்ளும் தொனியில் நான் பதிலுரைத்தேன் ''நான் இந்தியாவுக்கு தங்களுடன் உரையாடவே வந்தேன் - இப்போது நாம் இருப்பதைப்போல.''

''இவை யாவும் என்ன பொருள் கொண்டவை?'' அவரது கேள்விகளை இடைமறிப்பவன்போல நான் தொடர்ந்தேன் ''உங்களால் கூற இயலுமா?'' நதியை, வானை மற்றும் விரிந்த பிரபஞ்சத்தை, அகல விரிந்த என் கண்கள் ஆலிங்கனம் செய்தன.

அவர் வேறு விஷயம் பேச ஒப்பினார்.

''ஒருவரால் எல்லையில்லாததற்கு விளக்கம் தர இயலாது. ஏனெனில் எல்லையில்லாதது எந்த விளிம்பும் இல்லாதது. நீங்கள் கேட்பது ஓர் அம்பு தேடும் திசை அல்ல. ஒரு குறிப்பிட்ட விளக்கம்.''

அவர் ஆங்கிலத்தை ஒரு கெட்டியான மாவுபோல அசை போட்டுப் பேசினார். அது நன்கு படித்த இந்தியர்களின் தொனி. அவர் வஞ்சனையின்றிப் புன்னகைத்தார்.

''ஒரு கண்ணோட்டம் பற்றிய விளக்கம் என கொள்ளலாமா?'' நான் கேட்டேன்.

''ஒரு தரிசனம்.''

''ஒரு தீர்க்கமான பார்வை'' நான் மொழிபெயர்த்தேன். ''தாங்கள் உலகத்தை உண்மையானது என ஏற்கிறீர்களா?''

''உஸ்கேலியே நித்யா க்யா ஹை?''

அவர், எதை உண்மை என எடுத்துக் கொள்கிறார்? நான் புரிந்து கொண்டேன். ''எதில் அவர் நம்பிக்கை வைத்திருக்கிறார்? எதை அவர் கண்டிருக்கிறார்?'' அவர் ஆங்கிலத்தில் மேலும் குறிப்பிட்டார்.

அவரிடம் பிரகாசிக்கும் ஒரு தீட்சண்யமான பார்வை இருந்தது, அவை அனைத்துக்கும் மேலானது போல.

‘‘நான் என்னில் நம்பிக்கை வைக்க முயன்றேன், ஆனால் தாங்கள் வெளிப்படையாக என்னை நாடகம் செய்பவனாகவே நினைப்பீர்கள்’’ நான் பதிலளித்தேன்.

அவர் கடகடவென சிரித்தார்.

‘‘அவர் ஆனந்தை சிரிக்க வைக்கிறார்’’ என்று மன்னிப்புக் கேட்கும் தோரணையில் நிறுத்தி, ‘‘மைன், முஜே, நான், எனது இது என்ன?’’

‘‘பயோகெமிஸ்ட்ரி, பயோஃபிசிக்ஸ், சைக்கோ கெமிக்கல் பிராசஸ், இன்டெலிஜன்ட் மேட்டர்.’’

‘‘அபாரம்! ஆனால் மனம் தத்தளிக்கும்போது, நீ பிரமையில் வாழ்ந்தாய் என்பதைக் காண்கிறாய் இல்லையா? பேசும் இந்த ‘நான்’ யார்? பேசுவது யார்? புத்திசாலித்தனம் எங்கே போனது?’’

‘‘எங்குமே இருப்பதில்லை. இந்த உடல் என்னும் இயக்கி தனது எண்ணங்களால் இன்பம் என்ற ஒன்றை உருவாக்குகிறது. அதிசயமானது’’ நான் பதிலளித்தேன்.

‘‘நீ உன் வாழ்க்கையை நன்றாகவே கட்டுப்படுத்துவதாக நினைக்கிறாயா?’’

மின்னும் ஒளி ஒன்று அவரது கண்களில் பளிச்சிட்டது.

நான் அதை இயக்குகிறேன். ஆனால் முழுமையாகக் கட்டுப்படுத்த முடிவதில்லை. பல ஆச்சரியங்கள் நிகழ்கின்றன! இந்த பதிலை நான் கூறி இருக்க முடியும். ஆனால் நான் அவர் என்னை இட்டுச் செல்ல விரும்பும் இடத்துக்குச் செல்ல இசைந்தேன்.

‘‘எனக்குத் தெரியவில்லை.’’

‘‘நான்’ ‘எனது’ என்பவையெல்லாம் மனம் கட்டமைப்பவையே. அடையாளங்களை வைத்து மனதின் திறன் ஒரு எல்லைக் கோட்டை வரைந்துவிடுகிறது (உடல் மற்றும் சூழல் இணைந்ததாக). எல்லையற்றதற்குள் ஒரு எல்லைக் கோடு.’’

‘‘எவ்வாறாயினும் பிறந்த மனிதன் இறந்துவிடுவான்.’’

‘‘பிறப்பு, மரணம் இரண்டுமே ஒரு உடலின் வடிவமெடுத்துப் பின் அதை விட்டு நீங்கும் ஒரு யோசனை. பிரபஞ்சம் என்னும் நாடகத்தில் பிரம்மன் காணும் கனவில் ஒரு பாத்திரம்தான் இந்த யோசனை. இந்த யோசனையைக் கடந்து நோக்கினால் தனியாயிருப்பது மட்டுமே எஞ்சும்.’’

அம்மா கட்டாயப்படுத்திக் குளிப்பாட்டுவதால், அதற்கு மறுப்புத் தெரிவித்து, அடம் பிடிக்கும் குழந்தையின் குரல் உட்பட எங்களைத் தாண்டிச் செல்வோர் பலரின் குரல்கள் எங்களைச் சுற்றி இருந்தன. படகோட்டிகள் துடுப்பு வலிக்கும் சத்தம் மற்றும் அலைகள் கரை மீது மோதும் சத்தம்... ஆழ்ந்த மௌனமும் இருந்தது நான் ஆனந்த பாபாவைக் கூர்ந்து பார்த்தபோது.

''முடிவின்மையை நீ உனக்குள் காண்கிறாயா? தனித்த ஒன்றாய்க் காண்கிறாயா?''

''நான் நிச்சயமாக அதன் ஒரு பகுதிதான்'' நான் உத்தேசமாக பதிலளித்தேன்.

''அவ்வாறென்றால் உன்னை நீயே ஏன் வித்தியாசமாக எண்ணிக் கொள்கிறாய்?''

''நான் நம்பும் என் வடிவை விட என்னை நானே சிறியவனாய் எண்ணிக் கொள்கிறேன். ஆனால் நான் கருத்தில் கொள்ளக்கூடிய எந்த ஒன்றையும்போல பெரிதானவனே என்கிறீர்கள் நீங்கள். ஒரே பிரக்ஞை நிலையையும், கிட்டதட்ட ஒன்றுமின்மையையும் மற்றும் எல்லையற்ற முழுமையையும் நான் தழுவுகிறேன். ஏனெனில் முழுமையை விட சிறியது உங்களைப் பொருத்த அளவில் ஒன்றுமேயில்லை. எதுவுமே உண்மையில்லை என்பீர்கள் நீங்கள். ஏனெனில் மாயை உங்களை அதிகாரமற்றவராக்கி, அநீதிக்கு எதிராக உலகுடன் மோத விடாமல் செய்துவிடுகிறது. உலகை உண்மையென்று ஏற்பது அதை ஓரளவு வழிக்குக் கொண்டுவர உதவும். ஒரு இயந்திரத்தை அல்லது விமானத்தை, ரசாயனத்தை, மருந்தை அல்லது தொலைபேசியைக் கண்டுபிடித்ததுபோல.''

''அங்கே நின்று விடாதே. இன்னும் ஆழ்ந்து விசாரணை செய்து, உனது இயல்பின் புதிர்களின் முடிச்சை நீ அவிழ்க்கும் வரை...'' அவர் குறுக்கிட்டுக் கூறினார்.

''எனது இயல்பைப் பற்றி என்ன?''

''நீ கனவு காணும்போது, நீ மக்களுடன் பேசுகிறாய். நீ பேசிய வார்த்தைகள் ஒலிவடிவில் இருக்கவில்லை. ஆனால் அவை கூறப்பட்ட வார்த்தைகளே. பேசியது யார்? பதிலளித்தது யார்?''

''நானே! நான் ஏகாதிபத்தியத் தன்னம்பிக்கையுடன் பதிலளித்தேன். கண்டிப்பாக. நாம் இருவரும் இப்போது கனவு காணவில்லை. நாம் இருவரும் இப்போது நடைபாதை மேடையில் உட்கார்ந்திருக் கிறோம். ஆனால் நாம் ஒரே விஷயங்களைப் பார்த்துக்

கொண்டிருக்கவில்லை. நான் உங்களை என்ன கேட்கப் போகிறேன் மற்றும் உங்கள் கேள்விக்கு என்ன பதில் சொல்லப் போகிறேன் என்று எனக்குத் தெரியவில்லை.''

'என்னை விடவும்' என் பேச்சை நகல் செய்து துவங்கினார் ஆனந்த பாபா. ''காணப்படும் பொருள்களாலான உலகிற்கும், யோசனைகளாலான உலகிற்கும் இடையே ஏற்படும் குழப்பங்களை கனவில் மிகவும் தெள்ளத் தெளிவாக நீ அனுபவிக்கிறாய். அங்கே நீ எல்லா வேடங்களையும் ஏற்கிறாய். நீயே எல்லாப் பாத்திரங்களும் - உன்னைத் துன்புறுத்துவோரின் வேடங்களும் நீயே. நீயே ஒரு நிலப்பரப்பு, காணப்படுவன, வெளிச்சம் மற்றும் இந்த உண்மையின் ஆன்மா. ஆனால் ஒரு நிமிடம் கழித்து என்ன சொல்லப் போகிறாய் என்பது உனக்குத் தெரியாது. நீ இதைப்பற்றிச் சிந்திப்பதே இல்லை. இருந்தும் அதன் ஆக்கியோன் நீயே. எப்போது இது உண்மையாகிறது?'' அவரது கஞ்சாப் புகை அசைவுற்றது.

''இந்தக் கேள்வி யாருக்கு?''

''நீ ஏற்கெனவே கூறிவிட்டாய், எனக்கு என்று.''

நான் கடகடவென சிரித்தேன்.

அவருக்குப் பேசுவதில் லயிப்பிருந்தது. எனக்கு அவர் பேசுவதைக் கேட்பதில்.

''புறவுலகின் பௌதீகப் பொருட்கள் எதுவும் கனவில் இல்லா விட்டாலும், ஒரு மனிதன் எப்போதும் இன்ப துன்பங்களால் ஆளப்படுகிறான். ஆழ்ந்த உறக்கத்தில், சமாதியில் மற்றும் மயக்கத்தில், மனம் இரண்டையும் தற்காலிகமாக அனுபவிப்பதில்லை. எனவே, வெளி உலகம் மறைந்து போகலாம். எனவே நாம் வெளி உலகை ஒரு கடந்து செல்லக்கூடிய பிரக்ஞை நிலை என முடிவு செய்யலாம்.''

''சரி'' என்றேன் அதைக் கூறாமலேயே.

சில தப்படிகள் தூரத்தில் இரண்டு சாதுக்கள் தமது ஆசனங்களை விரித்தார்கள். ஒரு அமெரிக்க இளைஞன் அமர்ந்து 'சில்லும்'மை கை மாற்றிக் கொண்டிருந்தான். பிறகு இரண்டு இளம் வாரணாசி வாசிகள் வந்தார்கள். வழக்கமான பத்துக் கேள்விகளைக் கேட்டார்கள். பிறகு எனக்குப் பட்டுத்துணிகள் வாங்க ஆர்வமுண்டா என அறிய விரும்பினார்கள்.

சாதுக்களில் ஒருவர் கேட்டார்: ''உங்களுக்கு எந்தக் கடவுளைப் பிடிக்கும்?''

''எனக்கு கடவுள்களில் நம்பிக்கையில்லை'' என நேர்மையாக பதிலளித்தேன். ''ஒருவர் தன்னைச் சுற்றித் தெளிவாகப் பார்த்தால் நிச்சயமாகக் கடவுளை நம்ப வேண்டியது இல்லை என்பது பிடிபடும். உலகம் துன்பத்தால் நிறைந்திருக்கிறது. கடவுளே எல்லாவற்றையும் செய்பவர் என்கிறார்கள். ஆனால் அவரால் நிறைய பேருக்கு இதை விட எதுவுமே நன்றாகச் செய்ய முடியாது என்றால் அது போதுமானதிற்கு வெகு தொலைவில் நிற்கிறது.''

''அச்சா'' ஆனந்த பாபா சிரித்தபடியே வியப்பை வெளிப்படுத்தினார். ''அச்சா'' என்றவர், ஆழ்ந்த சிந்தனையுடன் ''காட் இஸ் சகாரா நிகாரா - உருவம் உள்ளவரும் இல்லாதவரும்.''

''உருவம் இல்லாத கடவுள் என்பது என்ன?''

பட்டுத் துணி விற்கும் இருவரும் அந்த அமெரிக்க இளைஞனைத் தொல்லை செய்ய அவன் உடனே கிளம்பிப் போனான்.

''நாம் நம்பக் கூடாத கடவுள்'' இன்னும் மனம் திறந்து சிரித்தபடி ஆனந்தபாபா பதிலளித்தார். ''இரண்டாவது - இல்லாத - ஒன்று என்ற ஒன்றுக்கு உருவமிருக்காது. ஏனெனில் அவன் எல்லா உருவங்களிலும் இருக்கிறான். எனவே அவன் வடிவமுள்ளவனாகவும் இல்லாதவனாகவும் இருக்கிறான். நதியைப் பார்த்ததும் அதன் மூலத்தில் உள்ள தண்ணீரையா நீ காண்கிறாய்? நீ நதியின் போக்கில் இறங்கிப் போய் பெருங்கடலில் பல இடங்களில் அதன் மூலம் இருப்பதைக் காண்பாய். வேறு எங்கும் தேடி கடவுளைக் காண முடியாது. அவர் இங்கே இருப்பவர். அவர் அது.'' இங்கே அவர் தம் கண்களை விரித்து பிரபஞ்சத்தை அணைப்பவராகத் தெரிந்தார். ''அவனே நிகழ்வது எல்லாம் மற்றும் அவனே காணப்படுவது யாவும். ஆனந்தால் அவன் இருப்பதைக் காண முடியும்.''

இவ்வாறே ஆனந்த பாபாவின் பேச்சு இருந்தது.

எங்களுக்குப் பின்னால் சூரியன் இறங்கிக் கொண்டிருந்தது. நான் தங்குவதற்கு ஒரு நல்ல இடமாக அவருக்குப் பரிந்துரைத்தேன். அது 'ரணமஹல் காட்'டில் இருந்தது. அங்கே ஆறு லிங்கத்திற்கு அருகே ஒரு ஆள் உயரத்துக்கும் மேலுள்ள நுழைவாயிலோடு 6 சிறு அறைகள், நதிக்குச் செல்லும் படிக்கட்டுகளை ஒட்டி இருந்தன. ஒவ்வொன்றும் ஆண் குறிகள்போல படித்துறைகளில் நீண்டு கொண்டிருந்தன. ஐந்து வருடங்கள் முன் வாரணாசியில் என் முதல் விஜயத்தின்போது நான் இது போன்ற ஒரு நகரத்து குகையில் தங்கியிருந்தேன்.

ஆனந்த பாபா தனது ஆசனத்தை விரித்துக் கொண்டார். நான் குளிரும் கல் தரை மீது அமர்ந்து கொண்டேன்.

''நீ கனவு காணும்போது கனவில் வரும் கதாபாத்திரம்; அந்த கதாபாத்திரமான நீ விழிப்போடும் உயிரோடு இருப்பதாகவும் நம்புகிறாய். ஆனால் படுக்கையில் படுத்துக்கொண்டு, தனது உடல் மட்டும் படுக்கை பற்றிய சொரணை இல்லாதவனாய், தூங்கிக் கனவு காணும் மனிதன் நீ அல்ல. நீ தூங்காமல் இருக்கும்போது, விழிப்பு நேரத்தில், நீ இன்னாருடைய மகன், ஒரு பட்டதாரி மற்றும் மேற்கத்தியன் என்பதெல்லாம்... நீ நம்புகிறாய். இப்போது நீ விழித்தபடி கனவு காணாத மனிதனா? அல்லது கனவின் கதாபாத்திரமான மனிதனா? இல்லை நீ தான் கனவு காண்கிறேன் என்பது தெரிந்த முக்தியா - விடுதலை பெற்ற மனிதனா? உனக்கு எப்படித் தெரியும்? நீ உண்மை என நம்புவது எல்லாமே மனம் கட்டமைத்ததே - நீ கனவு காண்கிறாயோ இல்லையோ.''

சில நொடிகளுக்கு நான் கனவு காண்பதாக எனக்குள் நானே நம்ப முயன்றேன். இயலவில்லை.

''ஒரு விழிப்படைந்த மனிதன் தான் கனவு காண்பதை அறிவான். அவன் தான் கனவு காண்பதை அறிந்துள்ளதாகக் கனவு காண்கிறான் இல்லையா?'' நான் அவரை அவரது வழியிலேயே மடக்க எண்ணிக் கூறினேன்.

'' நீங்கள் இவ்வாறாக பின்னோக்கி போகலாம் பிரசாத்ஜி'' என்று அவர் பதிலளித்தார். என்னை பிரசாத் என அவர் அழைத்தது அதுவே முதல் முறை. ''இருப்பதும் இல்லாததும் இரண்டும் ஒரே முழுமை. நீ நீயாகவே இந்த முழுமை. பிரக்ஞைக்கு வெளியே வேறு என்ன இருக்க சாத்தியம்?''

இரவாகி விடவே, நான் புறப்படும் முன், லிங்கம் முன் ஒரு நூறு ரூபாய் நோட்டை வைத்தேன்.

முதன் முறை வாரணாசியில் ஆறு மாதம் தங்கியிருந்தேன். இது இரண்டாவது விஜயம். அது பற்றிப் பிறகு பேசுவோம். இதற்கிடையில், சட்டவிரோதமாகக் குடியேறிய ஒருவரிடமிருந்து நான் ஹிந்தி கற்றுக் கொண்டிருந்தேன். நான் என் வேலையை விட்டுவிட்டு, என் குடியிருப்பை விட்டு விட்டு சாதுக்களுடன் இருக்க வந்துவிட்டேன். நான் எனக்கு வழிகாட்டும் ஒருவரை என் குருவாகத் தேர்வு செய்ய விரும்பினேன். என் கற்பனையில் அவர் ஆனந்த பாபாபோல இருப்பார் - இனியவராகவும் புத்திசாலியாகவும்.

மறு நாள் அவரை நான் நதிக்கரையில் சந்தித்தேன். காட்டமான ஊதுபத்தி வாடையை இருவரும் நுகர்ந்தோம்.

முக்கோண வடிவில் இரண்டு பெரிய படகுகள். ஒன்றில் கட்டைகள். மற்றொன்றில் மணல். இரண்டும் நதிக்குள் இறங்கி மேலே நகர்ந்து கொண்டிருந்தன. ஒரு ஆள் தரையில் அமர்ந்து தனது தலைக்கு சோப்புப் போட்டுக் கொண்டிருந்தான். பலர் துணி துவைத்துக் கொண்டிருந்தனர்.

''ஐந்து வருடங்களுக்கு முன்னால், நான் இங்கே அமைதியைக் கண்டேன்'' என்றேன் அவரிடம்.

''உன்னை இந்த சாந்தத்துடன் பிணைத்துக் கொள்ளாதே. அது எப்போதும் மாறிக்கொண்டே இருக்கும்'' என்று என்னை எச்சரித்தார். ''பகவான் (கடவுள்) உன்னை வியப்பிலாழ்த்துவார்.''

''பகவான்! அதை நான் சந்தேகிக்கிறேன்.''

''தத். அது'' என அவர் என் கூற்றைச் சரி செய்தார், சிரிப்பும் இருமலுமாய்.

அவர் தமது சிறு பையிலிருந்து தேடித் தேடி ஒரு பீடிக் கட்டை வெளியே எடுத்தார். தமது தலைப்பாகையிலிருந்து தீப்பெட்டியைத் துழாவி எடுத்தார். தனது கைவிரல்களில் பீடியைப் பற்றியபடி, அதைப் பற்ற வைத்தார். பின்னர் கையைக்குவித்து உள்ளுக்குள் உள்ள பீடியின் புகையை உறிஞ்சி இழுத்தார்.

''எது உன் முன் நிற்கிறதோ, அதையே எடுத்துக் கொள்'' என்றவர், ''அது ஏன் சாந்தம் அல்லது அன்பாகவே இருக்க வேண்டும்? அமைதி என்பது முதலாவதாக எடுத்து வைக்கும் அடி. ஆனால், அதை நீ போக விடாவிட்டால், அதுவே கடைசித் தடைக்கல்லாக மாறிவிடும்.''

நான் முன்பு இதே இடத்தில் அனுபவித்த சாந்தத்தைத் தேடியே மறுபடி வந்தேன் இப்போது. எந்தக் கனவின் மீது அந்த அமைதி பின்னப்பட்டிருந்ததோ அந்தக் கனவு, இப்போது உடைந்து நொறுங்கி விட்டது. அதன் சிதறல்களில் நான் 'தான் கனவு காண்கிறேன் என்னும் பிரக்ஞையுள்ள மனிதனை'க் கண்டேன். அவனைப் பார்த்துப் புன்னகைத்தேன்.

இந்த சாந்தம் எனக்கு இதைக் கூறியது: ''எதுவுமே செய்ய வேண்டியதில்லை; ஒருவர் செய்ய வேண்டியது எதுவுமில்லை.'' நான் மேலும் கூறினேன்.

''இலக்கு இல்லை என்றால், பின்னர் எதையும் உணர வேண்டும் என்னும் கவலையுமில்லை. ஏற்கெனவே உணர்ந்தது மட்டுமே எஞ்சும்.'' அவர் ஆமோதித்தார்.

பின் வந்த நாட்களில் நான் அவருடன் நிறைய நேரத்தைப் படித்துறையில் செலவழித்தேன்.

''மேலும் என் கனவில், அதன் கதாபாத்திரங்களில் ஒன்று என்னைப் பார்த்து நான் இருக்கவே இல்லை என்று சொல்லும். நான் கனவு காண்கிறேன் என்பான் அவன்...'' முதன் முதல் நடந்த உரையாடலின் தொடர்பாக நான் அவரிடம் கூறினேன்.

பளபளக்கும் நதியை அவதானித்தபடி, தனது தெய்வீகப் புன்னகையுடன் அவர் எனக்கு பதிலளித்தார் ''ஒருவர் தனது வாழ்க்கையில் ஆயிரக்கணக்கான கனவுகள் காண்பதில்லையா? ஆனால் அத்தனை கனவுகளும் ஒரே ஒரு வாழ்க்கையே. அதே போலவே எல்லா வாழ்க்கைகளும் சேர்ந்து ஒரே கனவுதான்.''

''ம்ம்ம்... அவ்வாறெனில் தாங்கள் விழித்திருப்பதற்கும் கனவுக்கும் வேறுபாடு எதுவும் காண்பதில்லையா?''

அவர் தமது வெள்ளிச் சிரிப்பைச் சிரித்தார்.

''எந்த வித்தியாசத்தையும் காணாதது நீதான். நீ விழித்தெழும்போதே கனவில் இருந்தாய் என்பதை உணர்கிறாய்.''

''விழித்து எழுவது நான் இப்போது கனவு காணவில்லை என்பதை அறிவதாகும்.''

''விழித்து எழுவது ஒரு நொடிக்கு முன்பாக நீ கனவு கண்டுகொண்டிருந்தாய் என்பதை அறிவதாகும். விழித்தெழுவது என்பது என்ன? நீ காலையில் இன்னும்-கூட-உறுதி செய்ய முடியாத தூய ஜீவனை ஆழ்ந்து காண்பதாகும். அப்போது, அந்த 'இன்னும்-கூட-உறுதி செய்ய முடியாத தூய ஜீவன்' மீது 'நான்' ஆக்கிரமிப்பு செய்கிறது. அதன் பின் 'நான்'னாய் இருப்பது, 'நான்'னாய் இல்லாதிருப்பது இவற்றுடன் 'நான்' ஜீவனை வெளிக்காட்டுகிறது.''

சிறிது நேரம் கழித்து, அவர் பரிந்துரைத்தார், ''முதலில், நீ காண்பதற்குள் உன் உலகின் எல்லையை வகுத்துக் கொள். வேறு வார்த்தைகளில் சொல்ல வேண்டுமென்றால், உன்னை நீயே சூதாட்டங்களில் இருந்து விலக்கிக்கொண்டு, இந்த இடம் இந்த நொடி என்பதில் உன்னை நிலைநாட்டிக் கொள்வாய்.''

''அதன் பிறகு?''

''அதன் பின் உன்னால் நிஜநிலையை சோதனை செய்ய இயலும். அது எவ்வாறானது? உனக்கு அது என்ன சொல்லுகிறது? அதனுடனான உனது உறவு என்ன? எந்த உணர்ச்சிகளை, எந்த உணர்வுகளை அது உருவாக்குகிறது? இவை எல்லாவற்றையும் சோதனை செய். இவற்றின் உண்மையை சோதனை செய்.''

''நான் எதைக் கண்டுபிடிக்க வேண்டும்?''

''உனக்கு பதில்களா தேவை? பாபாஜி எந்த பதில்களும் தருவதில்லை. ஒரு சாட்சியாய் இரு. அதற்கு எந்த முயற்சியும் தேவை இல்லை.''

''பிரக்ஞை முன்வராமல் பின்னேயே இருக்கச் செய்வது கடினமானது. அந்த நிலையில் அதைத் தொடரச் செய்வது மேலும் கடினமானது. செயலின்றி இருத்தல் ஒரு முயற்சி.''

''இல்லை. அது அப்படி இல்லை என்பதை நீ தெரிந்துகொள்ள வேண்டும்'' அவர் அதிகாரத் தொனியில் கூறினார்.

நாங்கள் மௌனமாயிருந்தோம்.

அவருடன் வாழ்க்கை மிகவும் இனிமையாயிருந்தது.

இந்த சும்மாயிருப்பதன் உண்மையான ஆனந்தம் அவர்களுக் கென்றே ஒதுக்கீடு செய்யப்பட்டது.

யாருக்குக் கண் இமைப்பதே களைப்புறச்செய்யுமோ; மற்றோருக்கல்ல.

நான் இந்த விழைவுக்குத் தலை வணங்கவா?

''நீங்கள் ஒரு வாழ்க்கைமுறைக்கான பாபாவா? இல்லை மோட்சத்திற்கா?'' அவரை உசுப்பேற்றுவதுபோல கேட்டேன்.

அவர் புன்னகைத்தார்.

விடுதலை என்பதும் ஒரு வாழ்க்கை முறையே.

ஒரு பொறியியல் மாணவர் அவருடைய நல்லாசி கேட்டு வந்தார். அவருடன் உரையாடினோம். அவர் நெற்றியில் பெரிய திலகம் இருந்தது. சிவப்பும் பச்சையுமான 'போலோ' சட்டை ஒன்றை அவர் அணிந்திருந்தார். அது அவரது பெரிய இடுப்பை இன்னும் பெரியதாய்க் காட்டிற்று.

''நீங்கள் அமெரிக்கரா?''

''இல்லை. ஃப்ரெஞ்ச்.''

அவனுக்கு மேற்கு பற்றிய ஆர்வம் இருந்தது. பூகோளம் பற்றிய புரிதல் மிகவும் மோசம்.

''அவர்கள் விசா கொடுக்கிறார்களா?''

''படித்த இந்தியர்கள் தங்களது நாட்டை விட்டு நீங்கவே விரும்புகிறார்கள் அதை மாற்றியமைப்பதை விடவும்'' இந்த பதிலை நான் தினமும் பத்து முறை இதே கேள்வி கேட்கப்படுவதால் சொல்ல நேர்ந்தது. ''ஊழல் எங்கும் பரவி இருக்கிறது. நீதி மிகவும் வளைந்து கொடுப்பதாகவும் சம வாய்ப்புகள் என்பது யாரும் அறியாத ஒன்றாய் இருக்கிறது'' என்றேன். ''யாரும் இதையெல்லாம் பற்றி கவலைப்படுவதாகத் தெரியவில்லை.''

அவன் தந்த பதில் மிகவும் அகம் மிகுந்ததாகவும், அரசியல் மீது அலட்சியம் மிகுந்ததாகவும் இருந்தது.

''நான் படித்தவன். நல்ல கர்மா உள்ளவன்!''

''கர்மா!'' நான் வியப்பாய் அதிர்ந்தேன். ''அந்தக் கோட்பாடு அநீதியை, பூமெராங்போல ஆக்கியோனிடம் திரும்பி வரும்'' என கூறி, ''எந்த அதர்மமான செயலையும் நியாயப்படுத்துவது. ஒவ்வொரு மனிதனும் முன்னே நடந்தவற்றில் அப்பாவி என்றே எனக்குத் தோன்றுகிறது.''

''கர்மா என்பது உன்னுள் நீ மாற்றத்தை எதிர்க்கும் ஒன்று'' என்று ஆனந்த பாபா அன்பும் துள்ளலுமான சிரிப்புடன் இடைமறித்தார்.

''தன்னை வேறாகக் காண்பது என்பது தன்னை ஒரு வடிவத்தில் காண்பதாம்; அதுனுடன் தன்னை அடையாளம் காண்பதே ஒரு பழக்கமாகி விடுகிறது. இந்த வடிவமே நீ 'நான்' என அழைப்பதாம். அதுவே அறியாமையின் சூழலாக 'அவித்யா' என அழைக்கப் படுகிறது. அது ஒரு திரையின் மீது படிந்திருக்கும் பனி போன்றது. அதன் மீதே கர்மா என்னும் நாடகம் நடத்தப்படுகிறது.

இதை ஒரு மேலான கண்ணோட்டத்தில் காண். எந்த ஒரு வாழ்க்கையும் மற்ற ஒன்றை விடவும் மேலானதோ கீழானதோ அல்ல. முன்பு என்ற ஒன்றுக்கு முன்பு என்ன இருந்தது? யார் பிறந்தார்? யார் வாழ்ந்தார்? மறுபிறவி யாருடையது? யார் என்ற ஒன்றுமே இல்லை. அது நிகழ்கிறது. அது இருக்கிறது. மாயா (முடக்கமுடியாத பிரம்மன் மீது உலகைக் காண்பது) ஒன்றே ஜீவன் மற்றும் ஈஸ்வரனை உண்டாக்குகிறது. ('நான்' என்னும் பிரக்ஞை, மற்றும் பௌதீக உலகைப் படைத்தவர், அது, கடவுள்.)''

★★★

இஸ்ரேலிலிருந்து, சமீபத்தில் இடம் பெயர்க்கப்பட்ட டேவிட் என்னும் இளைஞன், எங்களுடன் அமர்ந்தான். ஒல்லியானவன், மிடுக்கானவன், புத்திசாலி, வெய்யிலில் பழுப்பேறியவனாய் மிகவும் எச்சரிக்கையான நிலையை வைத்திருப்பவனாய் சிறிய முடிக்கற்றைகளுடன் இருந்தான். அவை அவனுக்குப் பொருந்தி யிருந்தன. அவன் யோகா பற்றிக் கேள்விகள் கேட்டான்.

''ஒரு நொடி எதையுமே விழையாமலிருக்க ஒப்பு'' ஆனந்த பாபா பரிந்துரைத்தார். ''உன்னை அக்கறையில்லாத ஒரு நிலையில் நிறுத்து. பிறகு, முதலில் உன் கவனத்தைப் புலன்கள் மீது திருப்பு; பின்னர் அதையும் தாண்டி உள்ளே, புலன்களால் மனதின் மீது நிகழும் தாக்கங்கள் மீது. இது பிரத்யாகரா ஆகும் - ஒன்று சேர்த்தல். இதை இப்போதே செய்.''

டேவிட் நிமிர்ந்து உட்கார்ந்தான். நான் அதையே செய்தேன்; மனதை இவ்வாறு குவித்தேன். ஆனந்த பாபா இரண்டு நிமிடங்கள் கடந்த பின் கூறினார்:

''இரண்டாம் கட்டம்: தாரணா, மனதை ஒரே ஒரு புள்ளியில் மட்டுமே குவி, ஒரே ஒரு புலன், ஒரே ஒரு காணப்படு பொருள் அல்லது எண்ணம். அது உனக்கு ஒருமையின் எளிய அனுபவம் ஒன்றைத் தருகிறது.''

நான் சப்தங்கள் மீதும், வீழும் தண்ணீரின் மீதும், ஒன்றின்மீது ஒன்று எழுந்து குழம்பிப் போகும் பலரின் சொல்லாடல்கள் சுவரின் மீது பட்டு அதிர்வதன் மீதும், பறவைகள் பறந்துகொண்டே எழுப்பும் சப்தங்கள் மீதும், எங்கோ காக்கை கரையும் சத்தத்தின் மீதும் வார்த்தை வடிவங்களை உண்டாக்கினேன். அதன் பின் அந்தச் சத்தங்களே இருந்தன... அவற்றை செவிமடுத்தேன்.

''மூன்றாம் நிலை: தியானம். உனது கவனத்தை, இடையூறின்றி ஒரே புள்ளியில் வை. ஒரே ஒரு சரியான இலக்கு.''

நான் அப்படி ஒன்றைச் சுற்றிப் பிடித்துக்கொள்வதில் லயித்தேன்.

''இதை நிலைநிறுத்திவிட்ட பட்சத்தில்,'' ஆனந்த பாபா தொடர்ந்தார். ''அந்த யுக்தியை விட்டுவிடுங்கள். அந்த இலக்கையும். சிந்திக்கும் ஒன்றைக் கடந்து போக விடுங்கள். காணப்படுவதையும் காண்பதை யும் இரண்டையுமே விட்டு நீங்குங்கள். இதுவே ஒன்றாதல். சமாதி, 'ஒன்றாய்க் குவிதல்'. நீ எந்த மையத்திலும் இனி இல்லை. எந்த உண்மையின் வேறு எந்த இடத்திலும். நீயே உண்மை.''

அது.

''நீங்கள் பிரமைக்குள் அன்றி வேறெங்கே உண்மையைக் காண்பீர்கள்?'' நான் மறுதலித்தேன் அந்த மாய மனவசியத்தில் இருந்து விழித்தவனாய்.

''உன்னிடம் முன்னேற்றம் இருக்கிறது'' அவர் பாராட்டும் விதமாய்க் கூறினார்.

அதைக் கேட்டு வியந்த முதல் நபர் நானே.

''இந்த ஆசனாவின் இலக்கு என்ன?'' டேவிட் கேட்டான்.

''இந்தப் பிரக்ஞையில் இலக்கு என்பது இல்லை.''

''மோட்சம் என்பது என்ன? இந்த விடுதலையில் எதனின்று ஒருவன் விடுதலை பெறுகிறான்?'' அவன் தொடர்ந்து கேட்டான்.

''ஒன்று மட்டுமே உனக்கு வேண்டுமென்றால் முழுமையும் வேண்டாம் என்பதே பொருள். எல்லாப் 'பொருட்களையும்' விட்டு நீங்கவேண்டும் முழுமையும் வேண்டுமென்றால்.''

''இது சற்றே வேடிக்கையான தருக்கம். எதையுமே விட முடியாதே.''

''நிறையவே எஞ்சி இருக்கிறது, தேர்வு செய்ததால் மறைந்ததைத் தவிர; எனவே தேர்வு செய்தவனும் மறைந்துவிடுகிறான். மோட்சம் என்பது துறத்தலின் விளைவாகும். அப்போது மாற்றத்தை மறுதலிக்கும் எதுவுமே இருப்பதில்லை.''

அதன் பிறகு அவர் கடகடவென சிரித்தார்.

அவர் சிரிக்கும்போது, அவர் எல்லாவற்றையும் ஒளியால் தழுவினார். அது என் மனதில் ஒளி கூட்டியது.

''கற்க நீ வளைய வேண்டும்.'' இரு மௌனங்களுக்கிடையே அவர் கூறினார் ''நீ வளையா விட்டால், முறுக்கிக் கொண்டிருந்தால், என்ன நடந்தாலும் பெரிய ஒன்றையோ அல்லது புதிய அறிவையோ நீ எப்படிப் பெறுவாய்?''

அதைத் தொடர்ந்து வந்த அமைதி தந்த நொடியில் நான் ஆழ்ந்து அவரையே வணங்கினேன்.

இவரே அவர். நான் எண்ணினேன்.

''நீங்கள் ஒரு சாது ஆகும்முன் என்ன செய்து கொண்டிருந்தீர்கள்?''

''ஒரு சாதுவுக்கு இறந்தகாலமே கிடையாது.'' எனது கேள்வி இந்தத் தத்துவத்தில் அடிபட்டுப் போனது.

எந்த வாழ்க்கைக் கதையுமே இல்லாத ஒரு மனிதர்.

அவதூத கீதையில்

தன்னைப் பற்றிய பிரமையைப் பற்றி எப்படி ஒருவர் தானே பேச முடியும்?

எப்படி ஒருவர் 'நானே பிரமை' என்று கூற முடியும்?

ஆன்மாவும் இல்லை; வடிவமும் இல்லை

அது அறியப்படக்கூடியதுமல்ல; அறிய முன்வைக்கப்பட்டதுமல்ல.

★★★

ஐந்து அல்லது ஆறு நாட்கள் கடந்தன.

''நான் தங்களோடு தங்கி இருக்க விரும்புவேன் பாபாஜி'' நான் அறிவித்தேன் ரணமஹால் படித்துறைக் கோயிலில் வைத்து.

''ஆனந்த் நகர்ந்தபடியே இருப்பான். ஆனந்த் எங்குமே தங்குவதில்லை.''

''நான் உங்களுடன் நடப்பேன். உங்கள் சீடனாக இருப்பேன்.''

''ஆனந்த் சீடர்களை ஏற்பதில்லை. ஆனந்த் தனியே நடப்பான்.''

''ஆனந்த் தானே வரும் ஒரு சீடரை நிராகரிக்க மாட்டார்'' அவரைப் போல நடித்தபடி நான் கூறினேன். ''மாற்றங்களை எதிர்ப்பவராய்... வருபவற்றை மறுப்பவராய்...''

''அவன் ஆனந்தை சிரிக்க வைக்கிறான்'' என்றார் அவர் புன்னகைத்தபடி. ''நீ இளைஞன். பின்னாளில் உனக்கு, காட்டிலோ அல்லது மலையிலோ, தஞ்சமடைய வழியுண்டு. என்ன அவசரம் இப்போது?''

''எனக்கு மூப்பு வரும்போது, எனக்கு அதைச் செய்யும் துணிச்சலோ அல்லது வலிமையோ எஞ்சி இருக்காது. நான் தங்களுடன் நடக்க விரும்புவேன். அவசரமொன்றுமில்லை. ஆனால் நான் தயாராக இருக்கிறேன். உங்களை நான் குருவாக அடைய விரும்புகிறேன், குருஜி.''

''ஆனந்த் எல்லாவற்றையும் ஏற்கெனவே விளக்கிவிட்டான். பாபா-வாழ்க்கை ஒரே மாதிரியானது. திரும்பச் செல். கங்கை உன் தலை வரைக்கும் எழும்பிக் கொண்டிருக்கிறது.''

''என் கோரிக்கையைத் தீவிரமாக பரிசீலியுங்கள்.''

அவர் என்னை ஒரு விசித்திரமான பிரச்சினையைப்போல பார்த்தார். அவரது பரிசீலனை முடிந்ததும் அவர் தனது முடிவைக் கூறினார்.

''நீ உண்மையிலேயே உலகாயதமான வாழ்க்கையைத் துறக்க நினைக்கிறாயா?''

''உண்மையென்னவென்றால் நான் முழுவதுமாய் நிச்சயமாய்ச் சொல்ல முடியாது. ஆனால் நான் முயற்சிக்கவே விரும்புகிறேன்.''

''நீ உனது பெயர், இறந்தகாலம் அனைத்தையும் விட்டு, உன் பெற்றோர் இறந்தாரென்று கருத முன் வருவாயா? நல்லது கெட்டது என்னும் கருத்துகளைத் தாண்டி, எண்ணங்களால் மட்டுமல்ல, செயலாலும் உன்னால் மேலெழ முடியுமா, உன் உடலிலும்?''

''எனக்குத் தெரியாது.''

''நீ விரும்புகிறாயா?''

''அப்படிதான் எண்ணுகிறேன்.''

''ஏழையாகும் துணிச்சல் உனக்கு உண்டா?''

''எனக்குத் தெரியாது; நான் ஏழையாக இருந்ததே இல்லை.''

''உலகின் மந்திரமான விளையாட்டு நடைபெறுமா என்பது நிச்சயமற்றது. துறவு விழைவுக்கு எதிரானது அல்லது, அது ஒரு நேர்மறையான செயல். நீயே வாழ்க்கை என்பதால் வாழ்க்கையின் பின்னால் நீ ஓட வேண்டியதில்லை. உனக்குத் தெரியும் அது. துறவு என்பது 'நான்', 'என்', 'எனது' என்பதை விட்டுத் தள்ளுவதாகும். எல்லாவற்றையும் உள்ளடக்கிய இந்தப் பிரக்ஞையில் இருந்து நீ என்ன விரும்ப முடியும்?''

பணமில்லாமல் பயணம் செய்யவேண்டிய நிலை என்னை அச்சுறுத்தவே செய்தது. நான் பைசா இல்லாமலிருந்ததே இல்லை. மந்திரத்திலும், அற்புதங்களிலும் நம்பிக்கை வைப்பது ஒரு தீர்க்கமுடியாத பிரச்சினையை முன் வைத்தது. ஏழையாய் இருக்கும்போது, ஒருவர் தழைந்து போகிறவராக இருக்கிறார். ஒருவர் பழகிக் கொள்ளவேண்டிய யோசனையே அது. ஒரு கதாநாயகனின் எழுச்சியோ அல்லது ஒரு துறவியின் பற்றின்மையோ என்னிடம் இல்லை. ஆனந்த பாபா இந்தப் புள்ளியைக் கடந்தார் என்றால், நானும் அவருடன் தாக்குப் பிடிப்பேன். நான் என்னிடமே பேசி, இந்தத் தன்னம்பிக்கையை வளர்த்துக்கொள்ள முயன்றேன். நான் எப்போதுமே எனக்கு ஆதரவாயிருந்து எந்தப் பிரச்சினை

அல்லது ஆபத்திலிருந்தும் என்னை வெளிக் கொணரத் தயாராயிருந்த பெற்றோர் மற்றும் நண்பர்களுடன் பாரிஸ் நகரில் இருந்தவன். இந்த இறுதித் தன்னம்பிக்கையை என்னுள் நான் இறுத்திக் கொண்டேன் - வேறு ஒரு இடத்தில் உள்ள அன்பே ஆதாரமாய்.

''நீ ஏன் காவி உடையை ஏற்க விரும்புகிறாய்?''

''ஏனென்றால் பாபாக்கள் எனக்கு, நான் எதை அடைந்தாலும், என்னிடம் எது குறைகிறதோ அதை அடையப் போவதில்லை. அவர்கள் அதை எதையும் துரத்தாமலேயே பெற்றவர்கள். சாந்தம். அமைதி. மகிழ்ச்சி. இன்பமான சோம்பேறித்தனம்.''

''அவ்வாறெனில் நீ பாபா வாழ்க்கைமுறையை ஒரு வாழும் முறையாகக் காண்கிறாயா? மோட்சத்துக்காக இல்லையா?'' அவர் குறும்பாகக் கேட்டார்.

''ஆனந்தம் - இன்பம் அதற்காக'' நான் பதிலளித்தேன். ''எனக்கு நீங்கள் ஆனந்த அவதார். பேரின்பத்தின் மனித வடிவம்.''

எனது புகழ்ச்சியைச் சற்றும் பொருட்படுத்தாமல் அவர் என்னிடம் நூறு கேள்விகள் என் வாழ்க்கையைப் பற்றிக் கேட்டார்.

ஆனந்த பாபா அசைவற்றிருந்தார். காலையின் வருகையைப் பறவைகள் அறிவித்துக் கொண்டிருந்தன. சேவல் மீண்டும் ஒரு முறை கூவியது.

நான் அவரையே தேர்வு செய்தேன். என்ன நிகழ்ந்தது என எண்ணினேன்.

ஒரு மடிக்கணினி அளவுள்ள ஒரு பையை மறு நாள் அவர் எனக்குக் கொடுத்தார். ''நீ இந்தப் பை எவ்வளவு கொள்ளுமோ அந்த அளவு மட்டுமே எடுத்துக் கொள்ள வேண்டும்.'' மற்றும் இரண்டு போர்வைகள். ஒன்று விரித்துக்கொள்ள மற்றது போர்த்திக்கொள்ள. மற்றது ஒரு பிளாஸ்டிக் விரிப்பு கிட்டதட்ட இரண்டு மீட்டர் நீளம் இருக்கும். இறுதியாய்க் கமண்டலம். பணமே கிடையாது.

நான் வாரணாசிக்கு முன் பின் தெரியாத ஒரு மனிதரைக் கண்டுபிடிக்கவே வந்திருந்தேன். அவரைப் பின்பற்ற முடிவும் எடுத்திருந்தேன்; இப்போது இறுதியாய் நான் விரும்பியதை நிறைவேற்ற முடிவெடுக்க வேண்டும். எனது கடன் அட்டையை இறுதி முறை பார்த்தபோது என் முடிவு பற்றி என் மனம் ஊசலாடியது.

நான் இரண்டு போர்வைகள், ஒரு எவர்சில்வர் கமண்டலம் மற்றும் நீண்ட, மஞ்சள் நிற கையில்லாத நேரு மேற்சட்டை இவற்றை

வாங்கினேன். என்னிடம் இருந்த 200 டாலர் நோட்டுக்களை மாற்றி, தங்கும் விடுதிக்கான கட்டணத்தைச் செலுத்தினேன். எஞ்சி இருந்த 12000 ரூபாய் மற்றும் உடைகளை சாதுக்களுக்கும், பிச்சைக்காரர் களுக்கும் கொடுத்துவிட்டேன். அன்று படித்துறைகள் எல்லா வற்றிலும் விருந்தாகவே இருந்தது. சில்லும்கள் கைமாறிக் கொண்டிருந்தன. நான் என் கடன் அட்டையை வெட்டித் துண்டுகளாக்கினேன். ஆனால் என் கடவுச்சீட்டை (பாஸ்போர்ட்) வைத்துக்கொண்டேன். இரண்டு குர்தா-பைஜாமா, என் செருப்புகள், ஒரு கம்பளிச்சட்டை, இரு உள்ளாடைகள், ஒரு 'டீ ஷர்ட்', கையடக்கக் கத்தி, ஒரு சோப்பு, பல்துலக்கி, ஒரு பேனா, ஒரு நோட்டுப் புத்தகம், மற்றும் மூன்று சிறிய புத்தகங்கள்: அஷ்ட வக்ர சம்ஹிதை, அவதூத கீதை மற்றும் பகவத் கீதை. ஒரு துடைத்துக்கொள்ளும் துண்டு இல்லாமல் வாழ முடியுமா? என் பை நிறைந்துவிட்டதே.

இரவைப் பகல் பிளந்து கொண்டிருந்தது. விடியலின் ஆரஞ்சு வர்ணக் கிரணங்கள் வானை பூமியிலிருந்து பிரித்துக் கொண்டிருந்தன. காரிருள் புதிய காற்றின் வீச்சில் பின்வாங்கிக் கொண்டிருந்தது. ஒரு சிவப்பு ஒளி அம்புபோல வானின் மேல் நோக்கிச் சென்று கொண்டிருந்தது. அல்லிப்பூக்கள் இன்னும் மலராமல், என் முன்னே, பச்சை, வெள்ளை மற்றும் ரோஜா நிறங்களில் தென்பட்டன. பின்னால் என்னால் சிஷ்ய பாபாக்கள் தமது குருவுக்காகத் தமது பக்தியை வெளிப்படுத்தும் சங்கு முழக்கங்கள் கேட்டன. கவுசல் பாபாவின் சங்கு அவர் பூஜையைத் துவங்கிவிட்டார் என்பதைக் கடவுள்களுக்கு அறிவித்தது. ஆனந்த பாபா எழுந்தார். நாங்கள் எங்கள் பைகளை எடுத்துக்கொள்ள நகர்ந்தோம். எங்கள் உபசரிப்பாளர்களை விட்டு நீங்கி, நடைப் பயணம் துவக்கினோம். முதலில் பகிரும் ரிக்ஷா, அதன் பிறகு...

பாகம் இரண்டு

அத்தியாயம் 7

வாரணாசி – ஐந்து வருடங்களுக்கு முன்

நான் அப்போதுதான் டெல்லியிலிருந்து வந்திருந்தேன். கங்கையை முதன் முதலில் பார்த்ததும் என் மனதில் மகிழ்ச்சி பெருகியது. 24 மணி நேர ரயில் பிரயாணத்தில் பார்த்தவற்றிற்கும் இந்த நதிக்கும் எத்தனை வித்தியாசம்! ரயில் நிலையம், அதன் கூட்டமான பிரயாணிகள், ஏகப்பட்ட விற்பனையாளர்கள், கூவிக் கூவி தமது பொருட்களை விற்றபடி ஒரே சந்தடியும் கூச்சலும். ஆனால் இங்கே அமைதியான, அசைவில்லாத பெரிய நதியின் தோற்றம். எல்லாமே அமைதியில் குளித்துக் கொண்டிருந்தன. சூரியன் தனது பளீரென்னும் ஒளியை அலைகளின் மீது பிரகாசமாய்ப் பிரதிபலிக்க, வீசிக் கொண்டிருந்தான். கங்கையின் ஒளி என் கண்களைக் கூச வைத்தது. பூமணத்துடன், ஊதுபத்தி மற்றும் புதிய தண்ணீரின் வாசனையுடன் ஒரு தென்றல் வீசியது. பல வருடங்களுக்கு முன் முதன் முறையாக நான் தன்னம்பிக்கையை சுவாசித்தேன்.

வாரணாசி ஒரு பெரிய ஊர் அல்ல. அதன் காலடியில் இருக்கும் கங்கை, அந்த நதி கிழக்கே சூரியனைப் பார்த்தபடி இருந்தது. அதில் தண்ணீர் ஓட்டம் அதிகமிருக்கவில்லை. அது ஒரு விரிந்த ஆடிபோல, ஒரு விரிகுடாபோல விரிந்திருந்தது. நதியின் மறுகரையில் கட்டடங்கள் இல்லை. அங்கே தொடுவானில் பூமியும், சூரியனும் சந்திக்கின்றன. நதியின் மேலும் கீழும் நகரும் சில படகுகளைத் தவிர, பார்வையை உறுத்தும்படி எதுவுமில்லை.

நதியின், நகரத்தின் பக்கம் உள்ள கரையில் மஞ்சள் நிறக் கற்கள் பதிக்கப்பட்ட இடமே காட் (படித்துறை) என அழைக்கப்படுகிறது. ஒருபக்கம் இறங்கும் படிக்கட்டுகள் நதியைச் சென்றடையும், மறுபக்கம் பாதைகள் அல்லது படிகள் மாளிகைகள், ஆசிரமங்கள் மற்றும் தங்கும் விடுதிகளைச் சென்று அடையும். நகரத்தைப் பொருத்தவரை, இந்த முகத்துக்குப் பின்னால், தெருக்கள், முட்டுச் சந்துகள், இந்துக் குடியிருப்புகள், முஸ்லிம் மாவட்டங்கள், 'சொவ்க்'குகள், கடைவீதி, சந்தை என எல்லாமே ஈரமான சோம்பேறித்தனமான இடமாய் இருந்தன.

நதி பாயும் திசைக்கு எதிர் திசையில் நான் மணிகார்னிகா காட் வரை போயிருக்கிறேன். அங்கே பத்துப் பன்னிரண்டு பிணங்கள் 'ராம் நாம் சத்ய ஹை' என்னும் கோஷத்துக்கிடையே நெருப்பில் வெவ்வேறு நிலைகளில் கருகிக் கொண்டிருந்தன. அவர்கள் என்ன சொல்லிக் கொண்டிருக்கிறார்கள்? ராமனின் நாமமே உண்மை. லகன் (ஃப்ரெஞ்ச் சிந்தனையாளர்) கூறியிருக்கிறார் 'மரணம் மட்டுமே ஒரே உண்மை.' பிணம் எரிப்பது பட்டு, சிதார் மற்றும் ஹிந்துப் பல்கலைக்கழகம் போலவே வாரணாசியின் சிறப்பாகும். வாரணாசியில் சாவது என்பது சிவன் தனது சொர்க்கத்தில், இறந்தவரை வரவேற்பதை உறுதி செய்வதாகும். இதை நீங்கள் Lonely Planet Travel guide நூலில் படிக்கலாம். இந்த உறுதி மொழியைத் தீவிரமாக எடுத்துக் கொள்பவர்கள், இந்த இறுதி நம்பிக்கையே கதியென்று, நெடுந்தொலைவிலிருந்து வந்து சேர்கிறார்கள். மற்றவர்கள், ஏற்கெனவே மரணம் அடைந்தவர்கள் இங்கே எரிப்பதற்காக எடுத்துவரப்படுகிறார்கள். ஒரு வழிப்பாதை யும் முட்டுச் சந்துமானதும் ஆகும் இது. ஐந்து பிணங்கள் காத்திருந்தன. ஒரு டொம்ரா*, நதியில் எறிவதற்காக சாம்பல் மற்றும் எலும்பைச் சேகரித்துக் கொண்டிருந்தார். ஐம்பது அடியில் நீரை, தங்கத்துக்காக அளைந்து கொண்டிருந்தார்கள் சிலர்.

தமது வாழ்வாதாரத்துக்காக, மிச்ச டொம்ராக்கள், இன்ன உயர தகனத்துக்கு இன்ன விலை என பேரம் பேசிக் கொண்டிருந்தார்கள். கூலிகள் கனமான மரக்கட்டைகளைத் தம் முதுகில் சுமந்து வந்தார்கள். மிகச்சிறிய சிதைகளின் அருகே, நாய்கள் மீந்து விடும் மனித சதைக்காகக் காத்திருந்தன - சரியாக வெந்திருக்காதே! நாவிதர்கள் சடங்கு செய்யும் ஆளின் தலை முடியை மழிப்பார்கள். காற்றில் அது பறந்துவிடும். மனித உடல் எரியும் வாடை காற்றில் எங்கும் பரவியது. வறுப்பதன் வாடை சைவ உணவுக்காரர்களை அருவருப்புக் கொள்ளச் செய்யும். ஆனால் கடவுளின் சுட்ட மாமிசம், அசைவக்காரர்களுக்கு பசி ஏற்றும். ஒரு நாய் என்னைப் பார்த்து உறுமவே அந்த இடத்தை நான் காலி செய்தேன்.

நான் தாஸ்ஸவாம்மேத் படித்துறைக்கு அருகே ஒரு விடுதியில் தங்கினேன். அதுவே நதிக்கு மிக அண்மையில் அதன் விரிகுடாவுக்கு நடுவே அமைந்தது. அதில் நான்கு மாடிகள். ஒவ்வொரு தளத்திலும் ஐந்து அறைகள். அது ஒரு மூலையில் அமைந்த கட்டடம். அதன் படிகள் வெளியிலிருந்து மேலே ஏறிச்செல்லும்படி இருந்தன. சதுர வடிவில் ஒரு மின்விளக்கு. அதன் ஒளி நீல வானைத் தொட்டது. பச்சை நிறமான இரண்டு கதவுகள் இருந்த அறை எனக்கு இரண்டாம் மாடியில் கிடைத்தது. மஞ்சள் நிற சுவர்வண்ணம் பூசப்பட்டு, மரப்பலகை வைத்த கட்டிலின் மீது மெல்லிய மெத்தை, அதன் மீது மங்கிப்போன பூக்களுடன் ஒரு விரிப்பு. தலைக்கு மேல் ஒரு மின்விசிறி. சுவரில் பதித்து இருந்த, இரண்டு இழுப்பு மூடிகள் வழியே பக்கத்துச் சந்தின் சலசலப்புகள் கேட்கும். இணையான மூன்று கம்பிகள் வழியே எதிர் வீடு தெரிந்தது. அதன் மீது சாளரத் தடுப்பு கிடையாது. சாளர நிலைக்கும் இழுப்பு மர மூடிகளுக்கும் நடுவே தூசி அடைந்தது. முரடான, தூய, மலிவான, முக்கிய இடத்திலிருப்பதான விடுதி அது.

★★★

கிரிகொரி, என் குழந்தைப்பருவ நண்பன் என்னைக் கேட்டான் ''நீ எங்கே போக விரும்புகிறாய்?''

''இந்தியாவுக்கு.''

''ஏன்?''

என் அறையில், படுக்கையில் எனது நினைவுகள் ஃப்ரான்ஸ் நோக்கிப் பயணித்தன. ஒரு நாள் மாலை நான், கிரிகொரியுடன் 1993 ஷாடொ சௌதா மதுவை அருந்திக் கொண்டிருந்தேன். அவனது ஒற்றையறை வீட்டில் ஒரு பெரிய கட்டில், ஒரு மேஜை மீது இரண்டு கணிப்பொறிகள், ஒரு கறுப்பு நிறத் தோலாலான சோபா மற்றும் ஒரு சாய்விருக்கை. சேன் நதியை ஒரு சாளரம் வழியே பார்க்க இயன்றது.

''வாழும் பழமையை நேரில் காண்பதற்கு'' என பதிலளித்தேன். ''இந்தியா தத்துவவாதிகளுக்கு புராதன கிரேக்கம், ஆனால் கைபேசிகள், இணையதளம், ஜெட் விமானங்கள், நோயெதிர்ப்பு மருந்துகள் மற்றும் தானியங்கி பணம் வழங்கும் இயந்திரம் ஆகியவற்றின் காலத்தில் உள்ளது. நான் முண்டாசணிந்த எபிகரோஸ்களின் (எபிகரோஸ் - கிரேக்கத் தத்துவ மேதை) திருப்தி மனநிலை, நிர்வாணமான டயோஜீன்ஸ்களின் சூரிய வெளிச்சம் (டயோஜீன்ஸ் - கிரேக்கப் பகுத்தறிவுவாதி) இவற்றைக் காண்பேன்.

பின்னர் சாக்ரடிஸ் பாணி குருமார்களை. மூலக்கூறுகள், நதிகள், நேரம் என ஹிந்துக்களுக்குப் பத்து லட்சம் கடவுள்கள் உண்டு. எனவே நாம் ஜரதுஸ்தராவின் வழி நடப்போர், (ஜரதுஸ்தரா - பாரசீக இறைதூதர்; கி.மு. 10ஆம் நூற்றாண்டைச் சேர்ந்தவர்) மற்றும் காளியை வழிபடுவோர் என பலரையும் காணலாம். காலத்தின் கோரமான ஒரு படிமம்போல ஆடுகள் உட்பட்ட விலங்குகளைப் பலியிடுவோர், பூர்வீகமாய் உயிர் ஒவ்வொன்றுக்கும் ஆன்மா உண்டு என நம்பும் பாரம்பரியத்தோர், ஒற்றை மதம்-கடவுள் என்னும் சித்தாந்திகள், பலமதம் ஏற்போர், உருவ வழிபாடு செய்வோர், அவதாரங்கள், பிச்சை எடுக்கும் சாமியார்கள், மந்திரத் தன்மையுள்ள 'இருமையில்லா ஒன்று' என போதிக்கும் தத்துவ ஞானிகள் என ஏகப்பட்ட பேர். நாம் கற்பனை செய்யக்கூடிய புனிதமானது எதுவும், ஆதிகாலம் தொட்டே அங்கே சமூகத்துடன் ஐக்கியமாகி இருக்கிறது. இந்த நாடு மகான்களை உற்பத்தி செய்து, அவர்களைப் போற்றி, ஆசிரமம் அமைத்து அவர்களது சிந்தனைப் பள்ளி என்ற ஒன்றை நிறுவுகிறது. விவேகானந்தர், ரமண மகரிஷி, மா அமிர்தானந்தமயி, நிஜர்கடட்ட மகாராஜ்...''

''இந்தியா என்ற ஒன்று இல்லை...'' காட்டமாகப் பதிலளித்தான் கிரிகொரி, ''இதை நான் சொல்லவில்லை. இந்தியர்களே சொல்கிறார்கள். அவர்கள் பொருட்களின் உண்மையை நம்புவதில்லை.''

''அதுதான் சுருக்கமாக மிகவும் வருத்தமளிப்பது. எப்படி ஒருவர் பொருள்சார்ந்த உலகை மறுக்க முடியும்?''

அவன் பேங்க் ஆஃப் லசாரெ என்னும் வங்கியில் இளநிலை அதிகாரியாக இருந்தான். ஒரு குழுமத்தை மற்றொன்று வாங்கும் பரிவர்த்தனை, வணிக நிறுவனங்களுக்குக் கடன், இரு குழுமங்கள் ஒன்றான வணிகமாதல், வெளியாட்களால் பணிகளை முடித்தல் என வணிக உலகின் சந்தைப் பொருளாதாரத்தில் பெரிய அடியாள் அவன்.

'ஏழ்மையாய் இருப்பதால்' அவன் தனது புலன் ஆதிக்கம் செலுத்தும் பதிலைக் கூறினான் ''புராதன கிரேக்கம்போல மதுவும் கலவியும் இல்லாமல் - அது உருப்படியான எதுவாகவும் ஆவதில்லை. ஞானம் என்பது கதியற்ற நிலை! துறப்பவனின் மதம் மரணம்! இந்தியர்களிடம் வியப்பளிக்கும் அளவு கழிவுகளுடன் வாழ்வதில் சகிப்புத்தன்மை உண்டு! அவர்கள் சுற்றுச் சூழல் அபாயகரமானது. அது காட்சியவதிலெல்லாம பேராபத்தானது அது ஒன்றே அனைத்தையும் விழுங்கிவிடும்.''

உண்மை நிலை மீது நம்பிக்கையற்றவர்கள் அதைப் பேண எந்த முயற்சியும் எடுக்க மாட்டார்கள் என்பதை நான் கண்டிருக்கிறேன். ஆனால் நான் சில்லும் புகைக்கும் முண்டாசணிந்த எபிகரோஸ்கள், நிர்வாணமான டயோஜீன்ஸ்கள், ஆரஞ்சுக் குர்த்தா அணிந்த சாக்ரடிஸ்கள், பணத்துடன் மற்றும் புகழுடன் ஒட்டாத துதிப்பாடல்கள், நிறைய ஜடாமுடி வளர்த்த தத்துவஞானிகள் மற்றும் பிச்சை ஏற்கும் சாதுக்கள், மூன்று கோடி கடவுள்களின் பேருலகம் - உதவுவதை விட குறியீடானதாய் - ஒரு மூட நம்பிக்கையின் வடிவமானதாய், ஒரு பிரக்ஞையை நிலை நிறுத்துவதாய், இவ்வளவு ஏன் காக குருமார்களும் உண்டு. அவர்கள் உலகின் அதி புராதனமான தொழிலில் நிபுணர்கள் - கொள்ளையடித்தல்.

★★★

அனுப்புநர்: ludo.onrrip@hotmail.com

பெறுநர்: gregory.tatelbaum@free.fr

(....)

டெல்லி-வாரணாசி விரைவு ரயில் திடீரென நின்றது. என் பெட்டி முழுவதுமே காலியாகிவிட்டது. இரண்டு ஆட்கள் பெட்டிக்குள் இருந்த நகரும் வழியில் தென்பட்டார்கள். நான் எங்கே இருக்கிறேன்? அலகாபாதா? வாரணாசியா? இன்னும் போக வேண்டுமா? அவர்கள் என் இருக்கைக்குப் பக்கவாட்டில் மறுபக்கம் இருந்த இரண்டு இருக்கைகளில் அமர்ந்தார்கள். அவர்களில் ஒருவர் தம் இடத்தை மாற்றி என் எதிரே அமர்ந்தார். அவர் என்னிடம் ஹிந்தியில் எதோ சொல்லி, ஜன்னலுக்கு வெளியே எதையோ காட்டினார். இங்கேயா? அதுவா? எது? ஆனால் அவர் என்னை எதைப் பார்க்கச் சொல்கிறார் என்று என்னால் புரிந்துகொள்ள முடியவில்லை. அவர் வெறுத்துப் போய் எழுந்து போய்விட்டார். அவருடன் வந்தவர் ஏற்கெனவே காணாமற் போயிருந்தார். மனதைக் குடைந்து கொண்டிருந்த ஒரு கவலையால், நான் இறுதியாக எழுந்து நின்று, பார்த்தேன். எனது இரு பைகளில் சிறியது காணாமற் போயிருந்தது.

போனால் போகட்டும். நான் எனது பாஸ்போர்ட், பணம் மற்றும் கடன் அட்டை ஆகியவற்றை இடுப்பில் ஒரு பெல்ட்டில் உள்ள பையில் எப்போதும் வைத்திருப்பேன். எனது Lonely Planet மற்றும் சில புத்தகங்கள், எனது கைக்கடிகாரம், கைபேசி தவிர மூன்று வாழைப்பழங்கள் இவற்றையே அந்தப் பையில் வைத்திருந்தேன்.

விடுதியில், இன்று காலையில் நான் எனது காலை உணவை மொட்டைமாடியில் எடுத்துக் கொண்டேன். தேநீரும், ரொட்டியும் ஒரு சிறிய மேஜை மீது இருந்தன. நீல நிற கங்கையைப் பார்த்தபடி நான் உணவருந்தினேன். தன்னந்தனியனாக. இரண்டு காக்கைகள் மொட்டைமாடியின் சுற்றுச் சுவர் மீது மரியாதையாக என்னை விட்டுத் தள்ளி அமர்ந்தன. ஒன்று எனக்கு இடதாகவும் மற்றது வலதாகவும். வலது பக்கம் இருந்த காகம் தான் இருந்த இடத்தில் சற்றுக் குதித்து, வளைந்து நெளிந்து, நடனமாடி, கழுத்தைத் திருப்பி எனக்கு வணக்கம் கூறியது. அதை விட அறிவில் மேம்பட்டவனான எனக்கு அது என்ன சொல்ல முயன்றது? நான் இடது பக்கம் அசைவைக் கண்டு திரும்பிப் பார்த்தால், அந்தக் காகம் மேலும் கீழுமாய்த் தன் சிறகுகளால் படபடவென அடித்து ஒலி எழுப்பிக் கொண்டு, மேலே பறந்தது. அதன் அலகுகளுக்கிடையே... என் ரொட்டி இருந்தது.

இந்த முறை எனக்கு நானே ஒரு உறுதி மேற்கொண்டேன். என்னை இளிச்சவாயனாக்க நான் அனுமதிக்கவே மாட்டேன் இனி...

ரொம்ப மோசம். ஈசாப் இதைத் தன் கதைகளில் கூறவே இல்லை. அவர் மிகவும் கருமசிரத்தையாய், காகங்களைக் குறைத்து மதிப்பிட்டுவிட்டார்.

கங்கைச் சமவெளி மனிதர்கள் இதனுடன் ஆயிரக்கணக்கான ஆண்டுகள் வாழ்ந்து, அவற்றைக் கூர்ந்து கவனித்து வந்தார்கள். இந்த நாடகம் அவர்களுக்குத் தெரிந்துதான் இருக்க வேண்டும். டெல்லி-வாரணாசி ரயிலில் திருடர்களோ அல்லது பறவைகளோ அவர்களுக்கு, ஒரு பயணியை ஏமாற்ற முடியும் என்பது தெரிந்திருந்தது! முதல் குருமார்கள் மற்றும் அவர்களது முதல் பாடம்.

உன் நண்பன்,

லூடோ.

மறுநாள் விடியற்காலை நான் எழுந்து, சூரியோதய தரிசனம் செய்தேன்.

தரிசனம். காணுதல். நலவாழ்வை, நேர்மறையை மூச்சுக்காற்றில் உணர்ந்தேன். அங்கே இருந்ததால், இருப்பதால், பார்ப்பதால்.

நகரம் உறங்கிக் கொண்டிருந்தது. வழக்கமாய் வருவோர் சிலர் நதிக்கரைக்கு வந்தார்கள். பெரிய இலைச்சருகுகளால் பின்னப்பட்ட சிறு கூடைகளில், அகல் விளக்கை ஏற்றி, ஓடும் நதியில் பிரார்த்தனையாக மிதக்க விட்டனர் பலர். மிதக்கும் தீச்சுடர்கள்

இருளில் பளிச்சிட்டன. ஒரு ஒளிக்கீற்று தொடுவானில் வெளிப்பட்டு மறைந்தது. ஒரு மங்கிய வெளிச்சம் அதன் பின் தென்பட்டது. ஆனால் மிகவும் குறைவான வெளிச்சமே அது. இறுதியாய் பூமியின் நீலநிற மூட்டத்தின் மீது செவ்வண்ண ஒளி எழுந்தது. பாதி உடல் கங்கை நீரில் முக்கி, கைகளைக் கூப்பியபடி ஒரு கூட்டம் இந்த மீள்பிறவியெடுப்பதைக் கும்பிட்டது.

நான் கரையிலேயே இருந்தேன்.

சூரியோதயத்தைக் கொண்டாடுவது ஒரு வழிபாடு மட்டுமல்ல. ஒரு வாழ்க்கை முறை. சூரிய ஒளியின் செந்நிற சக்தி நம் தோலின் மீது படர்கிறது. தோல் அதனை பிரதிபலித்து ஒளிர்கிறது. அதன் தேஜஸ் ஒரு ஆளின் மீது நாள் முழுவதும் இருக்கும். காலை வணக்கத்திற்குப் பின் அவரவர்கள் தத்தம் பணிகளில் ஈடுபடுகிறார்கள். சாதுக்கள் மட்டுமே படித்துறைகளில் தங்கி விடுகிறார்கள். வேறெங்கு மிருந்தாலும் சீக்கிரமே படித்துறைக்கு வந்து விடுகிறார்கள். அப்போதுதான் நான் அவர்களிடம் பேச வாய்க்கும்.

''நமஸ்கார் பாபா'' என்றேன் நான் தலையைக் குனிந்து, கைகளை இணைத்து வணங்கி. அவர் தலை நிமிர்ந்தார், தனது மூக்குக் கண்ணாடியைச் சரிசெய்தார். புன்னகைத்தபடி ''ஹரி ஓம். Whherrie fllorm?'' என்று வினவினார்.

''ஃப்ரான்ஸ், பாபா, ஃப்ரான்ஸ்'' என்றேன் நான் அமர்ந்தபடி.

அவருக்கு நிறைய பற்கள் இல்லை. ஆனால் மலர்ந்து சிரித்தார். மிகவும் மெலிந்த நரைத்த தோற்றம் அவருடையது. அவர் ஒரு கையில்லாத பஞ்சடைத்த மேற்சட்டையை அணிந்திருந்தார். குச்சிபோல இருந்த அவருடைய காலும் கையும், அவரது காவி லுங்கிக்கு வெளியே நோஞ்சலாகத் தென்பட்டன. அடுத்து அவர் தனது பெயர் சந்திரஹாஸ் பாபா என அறிமுகப்படுத்திக் கொண்டார். தமக்கு வயது எழுபத்து ஏழு என்றும் தான் நாற்பத்தைந்து ஆண்டுகளாகத் தெருக்களில் திரிவதாகவும் கூறினார். அவர் முதலில் பதோஹிக்குச் செல்வார் அதன் பின் சந்தேகமே இன்றி அலகாபாத்துக்கு.

''அதன் பின்னர்?''

''பகவான் அவனுக்குக் கூறுவார்.''

''யாருக்கு? எனக்கா?''

''இல்லை. இவனுக்கு'' என்றார் தன் பக்கம் விரல்களைக் காட்டியபடி.

மார்புக் கூட்டுக்குக் கீழே அவரது நடு உடல் குழிந்திருந்தது.

''தாங்கள் எதைத் தேடி வந்தீர்கள் சார்?'' என்று கேட்டார்.

''அமைதி'' என்றேன் நான் சற்றே சுதாரித்து.

''ஆஆ...'' அவர் வரவேற்பாய்க் கூறினார். ''உங்கள் வீடு எங்கே இருக்கிறது?''

''ஃப்ரான்ஸ். ஃப்ரான்ஸில் இருக்கிறது.''

அவருக்கு நான் எங்கிருந்து வருகிறேன் என்பது ஏற்கெனவே தெரியும். உடனே எனக்கு அது புரிந்தது. அனேகமாக நான் என் கால்கள் இட்டுச் சென்ற இடத்திலோ அல்லது என் தலையை வைத்துப் படுத்த இடத்திலோ வாழ்கிறேன் என்றே பதில் சொல்லி இருக்கவேண்டும்... அல்லது தோற்றங்களின் உலகு... வேண்டாம். அது பொய்யாய் இருந்திருக்கும்.

''அது இங்கே இருக்கும்போது'' என்று பதிலைத் துவங்கினார் பல்லில்லாத ஞானி ''நீ தேடுவது உன் இதயத்தில் இருப்பதைக் காண்பாய்'' என்றார் தமது நெஞ்சில் கையை வைத்தபடி.

'''என் இதயத்தில் வாழ்வது' என்பதற்குப் பொருளென்ன?''

குளிர்ந்த ஈரமான மற்றும் அமைதியான காலையைக் கதிரவன் துளைத்து அதைச் சூடாக்கிக் கொண்டிருந்தான். நதியின் மறுபக்கம், கிட்டதட்ட வெண்மையாய் இருந்த ஆற்றுமணல் ஒரு அசைவில்லா வளையம் போலிருந்தது.

''இதயத்துக்கு வெளியே எதுவுமே இல்லை.''

''அப்படியென்றால், நான் அங்கே இருக்கிறேன்'' என்றேன் வருந்தாத விவாதக்காரனாக.

சந்திரஹாஸ் பாபா வேறுவழியின்றிப் புன்னகைத்தார்.

''அவன் உன் பிரக்ஞையை உன் இதயத்தில் வைத்து, அது ஒன்றையே எல்லாவற்றின் மூலமாகக் காணச் சொல்கிறான்'' என் கண்களில் கலக்கும் பார்வையுடன் அவர் கூறினார்.

மிகவும் தீவிரமாகவோ அல்லது ஊடுருவியதாகவோ அவரது பார்வை இல்லை. அவரது கண்களின் பாவைகள் இந்தப் பிரபஞ்சத்தையே அரவணைக்கும் கருணையை வெளிப்படுத்தின. அது எல்லையில்லா ஆனந்தமான அன்பு. ஒரு பரிசு.

பிறகு ஒரு கணம், கங்கை, நடந்து, கடந்து செல்வோர் எல்லாமே ஆரஞ்சு நிறமாக மாறியது. சந்திரஹாஸ் பாபா, என் கை எல்லாமே.

நான் அச்சத்தில் அமிழ்ந்தேன். உலகம் தன் ஈர்ப்பில்லா இயல்புக்குத் திரும்பியது.

சில நாட்கள் கழித்து, டண்டி படித்துறையில், பிரஜீத் பாபா 'உனது உறைவிடம் எங்கே இருக்கிறது?' என்னும் கேள்வியை முயன்றார். நான் மகிழ்ச்சியுடன் என் நெஞ்சைக் காட்டினேன். சற்றே வியந்தார். அதை முடிவாய் ஏற்றார்.

''உலகமே உன் அசலான சுயத்தின் வடிவமே.''

அவர் ஒரு சாந்தா குருஸ் சிவப்புத் தொப்பியை வெள்ளைக் குஞ்சங்களுடன் அணிந்திருந்தார். நான் ஒரு பத்து ரூபாய் நோட்டை அவரது விரிப்பின் மேல் வைத்தேன். ஒரு சிறிய கல்லை அவர் தரையிலிருந்து எடுத்தார். அந்தக் கல்லால், தனது மாலையைத் தொட்டுப் பின் என்னிடம் கொடுத்தார், ஒரு லச்சினை போல.

★★★

சீதாராம் மகார்செத் பாபா, குளித்துவிட்டு, வெய்யிலில் காய்ந்து கொண்டிருந்தார். அவர் பழுப்பேறிய ஒரு வெள்ளைத் துணியைத் தம் மார்பின் மீதும், துவைத்த ரோஜா நிறத் துண்டை இடுப்பில் சிற்றாடை போலவும் கட்டி இருந்தார்.

நாற்பத்து எட்டு வயதான அவர் குள்ளமான, குண்டான கறுப்பான மற்றும் வெய்யிலில் முகம் கருகிய தோற்றமுள்ளவர். அவர் தமது எளிய ஆங்கிலத்தில் அவருடைய பெற்றோர்கள் அவருக்கு எட்டு வயது இருக்கும்போது மரணமடைந்தார்கள் என்று கூறினார். அவரை ஒரு சாது எடுத்துச் சென்று, சதாசுனம் கடாகிரி மகாராஜ் என்னும் குருவிடம் கூட்டி வந்தார். பாகிஸ்தான் எல்லை அருகே இருக்கும் பார்லி என்னும் இடத்தில், அவருக்குச் சில கொள்கைகளும், மந்திரம் சொல்லும் முறைகளும் சொல்லித் தரப்பட்டன. நான் யூகிக்குமளவு, அவரே சொல்லிக் கொள்ளா விட்டாலும், அங்கேதான் அவர் தன்னையே மூன்றாம் நிலை ஒற்றையாய்க் குறிப்பிடக் கற்றிருக்க வேண்டும். ஒரு சைவர் (சிவனடியார்) மற்றும் நாகாவாக அவர் உள்ளாடை அணிவதில்லை. ''ஏனெனில் நாகா சுதந்திரமானவர்கள்'' என அவர் விளக்கினார்.

அவரது தவம் ஒரு ஒழுங்கான வாழ்க்கை வாழ்வது, பேராசை தவிர்ப்பது, ஆசைகளைக் கட்டுப்படுத்துவது, மகான்கள் மற்றும் திருத்தலங்களை தரிசிப்பது, அவரது மந்திரங்களை ஓதுவது மற்றும் அனைத்தையும் ஒரு கனவாகக் காண்பது இவையே ஆகும்.

''அவன் நாளையில் நம்பிக்கை வைப்பதில்லை.''

''இருந்தாலும், ஒவ்வொரு நாளும் முந்தைய நாளின் மறுநாளே'' என்றேன் நான் வெளிப்படையான ஒன்றைப் பற்றி.

''இல்லை. ஒவ்வொரு நாளும் இன்றைய நாளே'' என்றார் அவர் விடாப்பிடியாக.

''நீங்கள் எப்போதுமே குடும்ப வாழ்க்கையால் ஈர்க்கப்பட வில்லையா?''

''இல்லை.''

''உங்களுக்கு எந்த ஒரு ஆசையுமே இல்லையா?''

''இல்லை. அவன் நன்றாகவே இருக்கிறான்.''

''நீங்கள் மகிழ்ச்சியாக இருக்கிறீர்களா?''

''ஆம்'' அவர் தயக்கமின்றி பதிலளித்தார். ''அவன் தண்ணீர், தேநீர் மற்றும் சில்லும், பிச்சை கேட்டுக் கை நீட்டுவதில்லை என அவன் சபதம் எடுத்தான்'' என அடக்கமாகக் கூறியவர், ''உங்களது இஷ்ட தெய்வம் என்ன?'' என்று கேட்டார்.

''எனக்குக் கடவுள் நம்பிக்கை இல்லை'' என்றேன் நான் நேர்மையாக.

''கடவுளே இயற்கையை மீறிய சக்தி. ஆன்மா அவரது ஆற்றலைத் தேடுகிறது.''

ஒரு நாளின் பல முறைகள் நான் சீதாராமைப் பார்த்தேன். ஆனால் அவர் எதுவும் பேசவில்லை. கேட்கவுமில்லை. 'ஆன்மா எப்போதுமே உடலுக்குள் அடைபட்டுக் கிடப்பதில்லை. அது எண்ணங்களுடன் பயணிக்கிறது... மரணம் ஒரு ஆழ்ந்த உறக்கமே.' நாங்கள் இருவரும் கங்கை எதிரே மௌனமாய் அமர்ந்திருந்தோம். யாத்திரிகர்கள் ஒரு நொடி அவரோடு செலவிட்டு, அவருக்குப் பணத்தை வைத்துவிட்டுப் போனார்கள். அவர் சாந்தமாயிருந்தார். ஞானி, தம் நிலையில். ஒரு குறிப்பிட்ட கோட்பாட்டின் அடிப்படையில் தம் வாழ்க்கையை ஒரு முன் மாதிரி ஆக்கவேண்டும் என அவர் நினைக்கவில்லை. ஒரு நாள் என்ன கொணர்ந்ததோ, அதை அவர் ஏற்று வாழ்ந்து வந்தார். ஒரு கோயிலில் சாப்பிடுவார். ஒரு தர்மசாலாவில் உறங்குவார். படித்துறையில் சில்லும் புகைப்பார். எல்லா நொடிகளுமே மென்மைக்கு அர்ப்பணிக்கப் பட்டவை. ஒரு பீடியைப் பற்ற வைப்பாரோ, தேநீரை உறிஞ்சுவாரோ, அவரது செயற்பாடுகள் ஒழுங்காய், மென்மையாய், சீராய் இருக்கும். அவர் பதற்றமின்றி இருப்பதில் நிபுணர்.

★★★

நான் பல சாதுக்களைச் சந்தித்தேன். சிலர் செயலின்மையில், சிலர் அழகியல் மீது, எங்கும் எதிலும் அழகைக் காண்பதில் காதலாயிருந்தார்கள். அவர்கள் உண்மையான துறவிகளோ அல்லது துறவிகளைத் துதிப்பவர்களோ. குறைவிலும் குறைவானதே போதும் என்னும் தத்துவவாதிகள், தாம் புத்தியால் அறிந்த உண்மையைத் தம் வாழ்க்கையில் செலுத்துபவர்கள். அவர்களது மனஒருங்கின் தரிசனம் அருந்தும் அமிர்தமாயிருந்தது.

மிகவும் சாதாரணமான, எல்லாவிதத்திலும் சாதாரணமானவர்களை நான் சாதுக்கள் வேடத்தில் சந்தித்தேன். அவர்களது சுயகௌரவம் மிகவும் பொடிந்து போகும் ஆபத்தில் இருந்ததா, இல்லை பொடிந்து போகும் நிலையில் உள்ள சாது வாழ்க்கை அவர்களை ஈர்த்ததா எது என்று சொல்ல முடியவில்லை. ஆனால் அவர்களிடம் ஆன்மிகமோ அல்லது தத்துவ ஞானமோ தென்படவேயில்லை. அவர்கள் எண்ணில் அடங்காதவர்கள். எனவே நான் அவர்களைக் குறிப்பிடவில்லை. மறுபக்கம் 'தேடியலைபவர்கள்' இருந்தார்கள். எப்போதும் பணம் பணம் என்று அலைவார்கள். 'நான் 'பேங்க் ஆஃப் இந்தியா' இல்லை. என்னைத் தொல்லை செய்யாதீர்கள். நீங்கள் சாதுக்களா இல்லை பிச்சைக்காரர்களா?' என அவர்களைக் கடிந்துகொள்வேன். அவர்களைப் பற்றியும் குறிப்பிட எதுவுமில்லை. அதே போலதான் சில்லும்-பாபாக்களும். துறவு, தேடல் என எல்லாவற்றையும் தொலைத்துவிட்டு போதைப் பொருள் கடத்தலில் லயித்தவர்கள். போலியான பல குருமார்கள் என்னை ஈர்க்கவே இல்லை. கர்மா, மறுபிறவி மற்றும் போதுமான அளவு பயப்படாதது பற்றிய பயம் இதுவே அவர்கள் போதித்தது. மூப்பின்போது குடும்பத்தை விட்டு விட்டு, பழைய நம்பிக்கையின் அடிப்படையில் தமது உயிரை வாரணாசியில் விட வந்தவர்கள். குடும்ப வாழ்க்கை காரசாரம் இழந்ததால் இங்கே வந்தவர்கள். விற்பனையாளர்கள், கைவினைஞர்கள், காவல்துறையிலிருந்தவர்கள், அரசு ஊழியர்கள் மற்றும் திருடன்கள். திருட்டில் செய்த பாவங்களுக்குப் பலன் கிடைக்கும் என்று பயந்து தாம் கொள்ளையடித்ததை விட்டுவிட்டு நெருப்பு நிற ஆடை அணிந்து வந்தவர்கள்.

நான் மந்தாபுர் சாலையில் ஒரு புத்தகக் கடையைப் பார்த்தேன். அவதூத கீதை, அஷ்டவக்ர சம்ஹிதை, ரமண மகரிஷியின் போதனைகள், தியோஸ் பெர்னார்டின் ஹிந்து ஃபிலாசபி, டபிள்யூ ஜெ விக்கின்ஸின் ஹிந்து மிதாலஜி ஆகிய புத்தகங்களைப் படித்தேன். விக்கின்ஸ் தனிக் கடவுள், ஒன்று-மட்டுமே-இல்லாத பலவான கடவுள், பிற கடவுள்களுடன் சேர்ந்திருக்கும் கடவுள், ஒரே மனைவியுள்ள கடவுள் மற்றும் பல மனைவிகளுள்ள கடவுள்

எல்லோரைப் பற்றியும் விரிவாக எழுதியிருந்தார். ஒன்று, நான்கு, பத்து, நூறு கைகளுடைய கடவுள்கள், சாந்தமான கடவுள், கோரமான கடவுள், மிருக முகம் மனித உடல், மனிதத்தலை மிருக உடல், இயற்கையின் வடிவமும் மனித வடிவமும் ஒன்றாயிருக்கும் தோற்றம் என எத்தனையோ வடிவங்கள். நான் ஹிந்துக் கடவுள்களை மிகவும் விரும்பினேன். ஏனெனில் அவர்கள் மனதை மயக்கும் ஆன்மிக, தத்துவ மற்றும் ஒழுக்கத்தின் பல்வேறு நிலைகளை வடிவங்களில் வெளிப்படுத்தினார்கள். ஒருவர் அன்பை நம்பவேண்டிய அவசியமில்லை.

கோவிந்தா பிறப்பால் ஜெர்மானியர். அவர் தன்னை ஒரு தேடலிலிருப்பவராகவே கண்டார். ஆன்மிகத் தேடலுக்கு ஏற்ற இடம் இந்தியா என அவர் எண்ணினார். அவர் மதுரா அருகே ராதா குண்ட் என்னும் இடத்தில் மூன்றாண்டுகளாக இருந்தார். எனக்கு முன்னரே அவர் ஒரு குருவையும் கண்டுபிடித்து விட்டார். அவர் தம் குருவுக்கு இன்னும் 20 ஆண்டுகள் சேவை செய்ய விரும்பினார். ஆனால் குரு திடீரென காலமாகிவிட்டார்.

''நீங்கள் இப்போது என்ன செய்வீர்கள்?''

''நான் கிருஷ்ணரின் பூமியில் வாழ்ந்து அவரின் அன்பு என்னும் செய்தியை அவரது கண்கள் வழி பார்ப்பேன்.''

கோவிந்தா வாரணாசிக்குத் தமது நண்பர் டாக்டர் ராமசந்திராவுடன் வந்திருந்தார். ராமசந்திரா மருத்துவர். எப்போதும் எல்லோருக்கும் இலவசமாகவே மருத்துவம் செய்தவர். ராமகிருஷ்ணா* மிஷன், கிருபாலு இலவச மருத்துவமனை போன்ற தொண்டு நிறுவனங்களிலும் இலவச சேவை செய்தவர். டாக்டர் மாணவப் பருவத்திலேயே தீட்சை கேட்டு வந்தபோது குரு அவரைத் திருமணம் செய்துகொள்ளவும், வேலை செய்யவும் உத்தரவிட்டார். அவர் பல நேரங்களில் நாட்கணக்கில், வாரக் கணக்கில் தமது உடல் என்னும் உணர்வே இல்லாமல் இருந்ததாகக் குறிப்பிட்டார்.

''அப்படிப்பட்ட காலங்களில் என் குரு, என்னை ஒரு குழந்தைபோல பார்த்துக்கொண்டார். எனக்குப் பல் துலக்கிவிட்டு, கழிப்பறை பயன்படுத்தச் செய்து, உணவு ஊட்டிவிட்டார். ஒரு முறை பயணம் செய்யும்போது அவர் என்னிடம் 'உஜ்ஜயினுக்கு போயிருக்கிறாயா?' என்று கேட்டார். 'நான் அங்கே ஒவ்வொரு பொருளுடனும் ஒவ்வொரு உயிருடனும் காலத்தின் துவக்கம் முதலே இருந்து வருகிறேன்' என்று பதிலளித்தேன். நான் என்ன சொல்கிறேன் என்று தெரியாமல் என்னையும் மீறி அதைக் கூறினேன்.''

''இந்த நொடியிலேயே நீங்கள் உங்கள் உயிரை விட தயாரா? இல்லை இன்னும் ஒரு நிமிடம் வாழ விரும்புவீர்களா?'' என நான் அவரைக் கேட்டேன்.

''நான் அழிவில்லாதவன். இந்த உடல் நானே. மரணமும் அவ்வாறானதே.''

''உங்களது ஒன்றுபடும் பிரக்ஞை பற்றி தாங்கள் என்ன கூறுவீர்கள்?''

''எல்லாமே எனது பிரக்ஞையே. பிரம்மா, விஷ்ணு, சிவன், இந்தப் பிரபஞ்சம் இவை யாவுமே நானே. 'நான்' அங்கேதான் இருக்கிறது.''

''நீங்கள் கனவு காணும்போது, நீங்கள் ஒருவர் என்பது உங்களுக்குத் தெரியாது. இருந்தும் நீங்கள் கனவு காணும் ஒருவர் இல்லையா? இறுதியில், ஒன்றாகும் நிலையே 'நான்'. எல்லாமே என்னிலிருந்து வருகிறது. 'நான்' அங்கேதான் இருக்கிறது.

நாம் அதுதான் என்பது வெளிப்படை. ஒருவர் தன்னைத் தானே நினைவு வைத்துக்கொள்ள வேண்டியது இல்லை. ஒருவரால் தன்னை மறக்கவும் முடியாது. இந்த 'சுயம்' வெளிப்படையானது. 'நான்' அங்கேதான் இருக்கிறது. 'நான்' தனக்குத் தானே சாட்சி ஆவது. 'நான்' படைப்பின் துவக்கம். பிறப்பு, உறக்கம் மற்றும் பிரபஞ்சத்துக்குப் பிறகு, பிரக்ஞைக்கு வருவது 'நான்'. எல்லாமே புலன்களின் அடிப்படையிலானவையே - நான் காண்பதும், நான் கேட்பதும், நான் உணர்வதும் 'நான்' என்பதைத் தவிர்த்து. 'நான்' ஒருமையுடன் ஒன்றாவதாம். 'நான்' என்பது அனைத்தையும் உள்ளடக்கி, அனைத்திலும் உள்ளார்ந்திருந்து, எங்கும் எதிலும் தென்பட்டு, பிறப்பற்றதாய் தனக்குத் தானே நிரூபணமாய் இருப்பது. நீயே 'நான்'. நீயே முடிவில்லாதவன்.''

இதுவே என் குரு எனக்களித்த ரகசிய அறிதல். மிகவும் எளியதென்றாலும், இதை மிகவும் சிலரே புரிந்து கொள்ள முன்வருகிறார்கள். ஒன்று என்பதைப்போல எளிதானது. இறுதியில், உணர்தலை உணர்தல் என ஏதுமில்லை.

மகரிஷியின் ஒரு சுலோகம் சொல்கிறது:

> எல்லாமே என்னிலிருந்து வருகின்றன
> எல்லாமே என்னில் இருக்கின்றன
> எல்லாமே என்னில் மறைகின்றன
> இந்தப் பிரக்ஞையே உண்மை.

''எனக்கு இந்தக் கவிதை என் கனவுகளைப் போலவே பிடித்ததாக இருக்கிறது'' நானும் அந்த உரையாடலில் சேர்ந்து கொண்டேன்.

''இது நானேதான்'' அவர் பரவசத்துடன் கூறினார். ''இந்தக் கனவு, இந்த உலகு, இந்த வெளிப்பாடு இவை யாவுமே உண்மையிலேயே நானே. மாயா என்ற சொல்லுக்கு 'இல்லாத ஒன்று' என்று பொருள். (மா என்றால் 'இல்லை' என்றும் 'யா' எது இருக்கிறதோ அது அல்லது நான் என்றும் பொருள்.) நாம் குழந்தைகளாக இருந்த போது, கொள்ளைக்காரன் ஒருவன் நிழல்களில் ஒளிந்திருக்கிறான் என அஞ்சினோம். நீங்கள் நம்பும் வரை அவன் அங்கே இருக்கிறான். நீங்கள் நம்பாவிட்டால் அவன் அங்கே இல்லை. 'நான்' மட்டுமே இருக்கிறது.

''ஒருவேளை உண்மையிலேயே கொள்ளைக்காரன் இருந்தால்?''

''அந்தக் கொள்ளைக்காரனும் இல்லை. அவன் ஒரு விருந்தாளி யாகவோ அல்லது நண்பனாகவோ மட்டுமே இருப்பான். 'நான்' மட்டுமே இருக்கிறது.''

பல முறை திரும்பத் திரும்பச் சொல்லி, இந்த வார்த்தைகள் வசியம் செய்பவைபோல ஆகியிருந்தன. ஆனால் நான் வசியத்தை மறுதலித்தேன்.

''நான் மட்டும்தான் என்றால் நீங்கள் யார்?''

''நான் நீங்கள். நீங்களே நான். ஒரே ஒரு 'நான்' மட்டுமே உண்டு.''

அவர் சீதாராம் பாபாவை ஒப்பிட அமைதி குறைந்தவராகவும், படிப்பு மிகுந்தவராகவும் இருந்தார். நம்பத்தகுந்தவர்தான். ஆனால் நான் அந்த 'நான் இந்த நொடிக்கு' என்னும் கோட்பாட்டையும், 'நான் மட்டுமே இருக்கிறது' என்னும் மனோ வசியத்தையும் நம்ப முடியுமா? மனோவசியம் தனக்குத் தானே நிரூபணத்தைச் சுமக்கிறது. அதன்படி நான் வாழ்வது என்னாலேயே வாழப்படுகிறது. இந்த நான் என்னும் பிரக்ஞையே அதைப் பொருத்த அளவில் என்னிடம் இருப்பது. என்னுடைய பிரக்ஞையைத் தவிர என்னால் வேறு எதையும் தெரிந்துகொள்ள முடியாது.

இந்த மனோதத்துவம் 'தி ரிபப்ளிக்' என்னும் நூலில் கற்பித்தது. 'மித் ஆஃப் த கேவ்' என்னும் அவரது மற்றொரு நூலில் இன்னும் விளக்கமாய்க் கூறப்பட்டது. அந்த நூலில் 'சலிப்சிசம்' விளக்கப் படுகிறது. ஒவ்வொன்றும் தனக்கான தன்மைகளால் வேறுபடுவது. எனக்கு மட்டுமே மனதின் மெய்நிலையை உணரும் வாய்ப்பு இருக்கிறது. இது என்னை ஒரு தாக்குப் பிடிப்பதற்கான தனிமைவலையில் தள்ளி விடுகிறது. எனக்கோ என் மீது எந்தப் புதிய அதிகாரத்தையும் கொடுக்கவில்லை. இது எங்கே இட்டுச் செல்லும்?

கோவிந்தாவும் ராமசந்திராவும் மறுநாள் வாரணாசியிலிருந்து புறப்பட்டுச் சென்றனர்.

★★★

நான் புத்தகக் கடை மேலாளர் மூலமாக ஒரு மொழி பெயர்ப்பாளரைத் தற்காலிகமாகப் பயன்படுத்தினேன். குர்தீப் என்னும் இளைஞன் பிரக்ஞை சம்பந்தப்பட்டவற்றைவிட பட்டு, சிதார் போன்றவற்றை நிறைய தெரிந்து வைத்திருந்தான். இருந்தாலும் சாதுக்களிடம் பேச அவன் எனக்குப் பயன்பட்டான். நான் அவர்கள் துறவறம் பூணுவதற்கு முன் இருந்த அவர்களது வாழ்க்கையைப் பற்றித் தெரிந்துகொள்ள ஆவலாயிருந்தேன். நான் அவர்கள் உலகைக் காணும் வழியைத் தெரிந்துகொள்ள விரும்பினேன்.

நாமதேவ் பாபா பதினாறு வயதில் காவி உடை ஏற்றார். அவருக்குத் திருமணம் என்னும் தலைவிதி இருந்தாலும் அவருக்கு அதில் விருப்பமில்லாததால் அவர் தப்பித்து காவி உடைக்கு மாறினார். எட்டு சாதுக்கள் கொண்ட ஒரு குழுவே அவரைத் தமது குருவின் மறுபிறவியாய் அடையாளம் கண்டு அவரைத் தம் குருவாக ஏற்றனர். தாம் உள்ளுணர்வால் அறிந்தவற்றை அவர்களுக்கு நாமதேவ் பாபா போதித்தார். ஒரு நாள் அவர் ஹரிகான் ஹரி என்னும் துறவியைச் சந்தித்தார். அவரிடமிருந்து யோகா மற்றும் மனதைக் குவிக்கும் பயிற்சிக்காகத் தம் சீடர்களுடன் இருப்பதை விட்டுவிட்டு ஹரிகான் பாபா பின்னால் சென்றார். ஹரித்வாரில் இருக்கும் சங்கர மடத்தில் தத்துவமும் பயின்றார். பிறகு அவர் தனிமையில் மலைக்குகையில் பத்து வருடங்கள் தியானத்தில் இருந்தார்.

''நான் இப்போது தனியே நடக்கிறேன்'' என்றார் அவர்.

அவர் மிகவும் மூப்படைந்திருந்தார். அவரது தலையில் ஜடைகள் நீண்டு நீண்டு கழுத்தைச் சுற்றி ஒரு 'ஸ்கார்ப்' போல ஆகிவிட்டிருந்தன. எந்த இடத்திலிருந்து அவரது தலைமுடி வெள்ளையானது என்று சுருளின் சில இடங்களில் அறிய முடிந்தது. மிகவும் நரைத்துப் போயிருந்தது அவரது தலையின் ஜடாமுடி.

நான் குர்தீப்பிடம், ''அவரை 'நீங்கள் என்ன புரிந்து கொண்டீர்கள்? எதை நான் புரிந்துகொள்ள வேண்டும்?' என்று கேள்'' என வேண்டினேன்.

''எதை வேண்டுமானாலும் எடுத்துக் கொள்ளுங்கள்'' என்றார் அவர். ''அதன் பெயரை எடுத்து விடுங்கள், அதன் வடிவையும் எடுத்து விடுங்கள். பிறகு என்ன எஞ்சி இருக்கும்?''

நான் பதில் சொல்லவில்லை.

''ஒவ்வொரு தனிப் பொருளுக்குள்ளும் இருக்கும் இந்த ஒன்றுமின்மை இந்த ஊமைத்தனமான பிரக்ஞையுள்ள நிலையே பிரம்மன். அவரே பிரபஞ்சம். படைத்தவரும் படைக்கப்பட்டவையும்.''

நான் தட்சிணையை அவரது காலடியில் வைத்ததும், அவர் மேலும் கூறினார்:

''தனது வலையில் விழுந்த பிராணி பற்றி, தேர்ந்த வேட்டைக்காரன் தெரிந்து வைத்திருப்பதுபோல, மனம் பணிந்துவிடுவதோ அல்லது நம்பக்கூடியதோ இல்லை என்பதை ஞானமுள்ளவன் அறிவான்.''

பின்னர், அதே நாளில், நான் பெயர் தெரிந்து கொள்ளவே முடியாமற் போன சாது எதிரே அமர்ந்திருந்தேன். அவர் பேசவில்லை. செங்குத்தாய் நிமிர்ந்த உடல், உள்ளே குழிந்த வயிறு, நிலைகுத்திய கண்கள், ஆடி அசையாத கன்னங்களுடன் தியானத்தில் அமர்ந்திருந்தார் அந்தத் துறவி. அவரது நீர்த்த பார்வை பிரபஞ்சத்தின் எதனுடனும் தொடர்பில் இல்லை. வெறும் இருப்பு எந்த ஈடுபாடும் இல்லை. ஒரு அரைப்புன்னகை அவரது முகத்தில் மெதுவாய்ப் படர்ந்தது. இந்த யோக முத்திரையே அவரது போதனை. நான் கிளம்பிய பின்னரும் அவர் ஆடியசையாமல் இருந்தார்.

ராமஷ்ரவண் சுவாமிக்கு முப்பது வயதுதான் இருக்கும். ஆனால் அவரின் ஆளுமை பெரிய பண்டிதர் போன்றது. அவரது ஜடாமுடி அவரின் சிவப்புக் குர்த்தாவின் மீது சுருண்டு வீழ்ந்து கொண்டிருந்தது. ருத்திராட்ச மாலைகள், மணி மாலைகள், தகடுகளுடனான மாலைகள் எல்லாம் அவரது கழுத்தில் தொங்கிக் கொண்டிருந்தன. ''பாம்பின் தொண்டையில் மாட்டிய நிலையிலும் தவளை எதாவது சாப்பிட விரும்பி அதன் சதையைக் கவ்வி இழுக்கிறது. எந்த வடிவத்தில் உள்ள கட்டை உன்னுடையதானாலும் நெருப்பு அதை விழுங்கிவிடும்.''

ஆங்கிலத்திலும், அவர் கூறியது முழுமையாக எனக்குப் புரியவில்லை.

தனது முகம் முதல் உடல் முழுவதும் விபூதி அப்பிய சாமியார் கண் மறைவான மனிதன்போல தோன்றினார். என்னால் அவர் முகத்தையே பார்க்க முடியவில்லை. கொள்ளைக்காரர் தப்பித்து ஓடுகிறாரோ? மாயமான தபஸ்யா!

''பாபாஜி, பாபாஜி, ஆப் நே க்யா பாயா? சொல்லுங்கள் பாபாஜி, நீங்கள் என்ன கண்டுபிடித்தீர்கள்? அதை அடைவதற்கான எளிய வழி

என்ன?'' என்னால் இப்போது உதவி இல்லாமலேயே பேச இயன்றது.

''இந்த சுயம் (ஆத்மன்) இங்கே இருக்கிறது'' என்றார் நிர்வாணமான ஒரு நாகா பாபா, இரண்டு இருமல்களுக்கு இடையே தமது புருவங்களின் நடுவே விரலை வைத்து. சில்லும்களால் அவரது கண்கள் மிகவும் சிவப்பாக ஆகி இருந்தன. ''அது ஒரு வைரம்போல் மிளிரும்'' என எனக்கு அவர் உறுதிபடக் கூறினார்.

அவர் உறையிடப்பட்ட அவரது அடையாள அட்டையைக் காட்டினார். அதில் 'உத்திரகாண்ட் மாநில அரசால் வழங்கப்பட்டது. பெயர்: அகர்ம பாபா. உறைவிடம்: சுடுகாடு' என எழுதப்பட்டிருந்தது.

''ஷிவ பாபா'' என அவர் தமது நெஞ்சைப் பெருமையுடன் காட்டினார். சிவனின் ஆற்றல் இங்கே இருக்கிறது. முழு ஆற்றலும்! அவர் தம் முட்டிகளை மூடிக்கொண்டு அவற்றைத் தம் முழங்கால் மீது வைத்துக் கொண்டார். ''இன்னும் ஒரு மாதத்தில் நான் என் ஆசிரமத்துக்குத் திரும்பிவிடுவேன்.''

''மோக்ஷா?''

''ஆனந்தா!''

அவர்கள் விடுதலை பற்றி அவருக்குக் கவலையில்லை. அவருக்கு ஆனந்தம் கிட்டிவிட்டது.

''நீங்கள் சாதுவாயிருப்பது அதன் வாழ்க்கை முறைக்கா, இல்லை விடுதலைக்கா?''

''நீங்கள் எதையுமே தேர்வு செய்யாதீர்கள்.''

இவ்வாறாக, நான் ஒரு சாதுவிடமிருந்து இன்னொரு சாதுவிடம் போவேன். எங்கள் இருவராலும் ஒரே மொழி பேச முடிந்தாலோ அல்லது ஒரு மொழிபெயர்ப்பாளர் கிடைத்தாலோ, அவர் சில்லும் புகைத்தால் நானும் புகைப்பேன். அவரை தரிசனம் செய்வேன்; நான் அவரது கண்ணோட்டத்தையும் அவரது இருப்பையும் கேள்வி கேட்பேன். அவர் ஏன் எல்லாவற்றையும் விட்டுவிட்டு அலைந்து திரிவதைத் தேர்ந்தெடுத்தார்? எப்படி இந்தப் பெரிய மாற்றம் இறுதியாய் வந்தது? அவர் என்ன கண்டுபிடித்தார்? அவர்களுக்கு ஒரு இறந்தகாலம் இருக்கக் கூடாது என்றாலும், சிலர் அதைப் பற்றி வெளிப்படையாய்ப் பேசினார்கள். சிலர் பேசவில்லை. ஆனால் சிலர் எனக்குள் ஒரு பொறியைத் தட்டி விட்டார்கள் - தமது கேள்வி அல்லது குறிப்பால்.

அவர்களில் யாருமே ஒரு அடையும் இலக்கை பெருமையுடன் கூறிக்கொள்ளவில்லை. அவர்கள் தம்மைப் புனிதர் அல்லது நாயகர்கள் என கருதிக்கொள்ளவே இல்லை. அவர்கள் சமூகத்துக்கு வெளியாட்கள் ஆனாலும் அதை ஒட்டி வாழ்பவர்கள். அவர்கள் வாழ்க்கைக்கு முறிவு மருந்து ஒன்று தேடிக் கொண்டிருப்பவர்கள். அதே சமயம் தீவிரமான சாகும் விருப்பமும் இல்லாதவர்கள். சிலர் தபஸ்யா செய்தார்கள். மற்றவர்கள் ஆனந்தமான சோம் பேறித்தனத்தில் இருந்தார்கள்.

அத்தியாயம் 8

ஓர் உள்ளடங்கிய தருக்கம்

கேதர் படித்துறையில் தனியே உயரமாய் நீட்டிக் கொண்டிருந்த ஒரு கல்லின் மீது நான் ஓய்வெடுத்துக் கொண்டிருந்தேன். அப்போது ஒரு சாது என் அருகே வந்து, தமது பெரிய கைக்குட்டையை விரித்து, அதன் மேல் அமர்ந்து வழக்கமான பத்து கேள்விகளைக் கேட்டார். 60 முதல் எழுபது வயதுக்குள் இருக்கும் சுவாமி நிருபேந்திரா வெள்ளை ஜடாமுடியை மேலே கொண்டைபோல முடிந்திருந்தார். நீண்ட முகமும், சிவப்பு நிறமுமான அவர் அறிவுஜீவிகளின் அடையாளமான வெள்ளை வேட்டியும் வெள்ளைக் குர்த்தாவும் அணிந்திருந்தார். தவிர்க்கவே முடியாத கேள்வியான ''இந்தியாவுக்குத் தாங்கள் வந்ததன் நோக்கமென்ன?'' என்னும் கேள்விக்கு ''நான் கடவுளை நேருக்கு நேர் காண்பதற்கு'' என பதிலளித்தேன்.

''கடவுளைக் காண்பதில் என்ன இருக்கிறது?'' அவர் மிகவும் தீவிரமான முகத்துடன் பதிலளித்தார், ''மோட்சம் ஒன்றே வாழ்க்கையின் லட்சியம். பிறப்பு, இறப்பு என்னும் சங்கிலியி லிருந்து விடுபட வேண்டும். நீங்கள் உங்களிடமிருக்கும் பணத்தை யெல்லாம் சுவாமிஜியிடம் கொடுங்கள். உடனடியாய் விடுதலை கிடைக்கும்.''

''என்னுடைய எல்லாப் பணமுமா!'' வேடிக்கையாகவும், குற்றஞ்சாட்டப்பட்டவன் போலவும் நான் கூவினேன். பணம் என் மீது பாரமாய் பாதிப்பு ஏற்படுத்தியதே இல்லை.

''ஆனால் மோட்சத்துக்கு முன்னால் அது ஒன்றுமேயில்லை'' என்றார் அவர் மறுப்புத்தொனியில். ''நீங்கள் ஆயிரம் ஆயிரம் முறை மறுபிறவி எடுப்பீர்கள் என்பது உங்களுக்குத் தெரியுமா? பின் வரும் பிறவிகளில் நீங்கள் மேலை நாட்டில்தான் பிறப்பீர்கள் என்பதற்கு உத்திரவாதம் ஏதுமில்லை. உலகின் எல்லாப் பணமும் விடுதலையை ஒப்பிட மிகவும் குறைவானதே.''

''நீங்கள் என்னை பயமுறுத்துகிறீர்கள் சுவாமிஜி. உங்களுக்கு விடுதலை கிடைத்துவிட்டதா?''

''ஷுர்ரே. சுவாமிஜி ஒரு ஜீவன்-முக்தர் வெகு காலமாக'' என அவர் எனக்கு வெட்கமே இல்லாமல் ஆசுவாசம் கூறினார்.

''அவ்வாறெனில், தங்களுக்கு பணம் தேவையில்லை அல்லவா?'' மெதுவாக ஒரு குட்டு குட்டினேன்.

''நூஊ... சுவாமிஜிக்குப் பணம் தேவையில்லை'' அவர் சத்தியம் செய்யும் குரலில் பதிலளித்தார் ''உனக்கு உதவுவதற்காகவே சுவாமிஜி உன் பணத்தை வாங்கிக்கொள்வார். தனக்காக அல்ல.''

''நான் ஒரு கோயிலுக்கோ அல்லது தரும காரியத்துக்கோ இந்தப் பணத்தைக் கொடுத்தாலும் விடுதலை அடைவேன்தானே?'' என்று கடுப்போடு கேட்டேன்.

''நூஊ...'' அவர் அருவருப்புடன் கூறினார். ''கோயில் பூசாரிகள் ஊழல் மிகுந்தவர்கள். அவர்கள் தமது பெரிய தொப்பையை மேலும் நிரப்பிக்கொள்ளவே முயல்வார்கள். அதை நீங்கள் சுவாமிஜியிடம் தான் கொடுக்க வேண்டும்'' என்று ஏற்கெனவே பள்ளமாக இருக்கும் தனது வயிற்றின் பக்கம் விரலைக் காட்டினார். ''சுவாமிஜி அதைப் பிரசாதமாக மாற்றித் தருவார். அது உனது கர்மாவையெல்லாம் அழித்துவிடும். உங்களுக்குக் கர்மா என்றால் என்ன என்று தெரியாதா? நமது செயல்கள் விளைவுகளை உண்டாக்கும்.''

''அப்படியானால் நான் பணத்தை ஒரு பிச்சைக்காரனுக்குக் கொடுக்கலாமா?'' நான் குறுக்கிட்டேன்.

''ஒரு பிச்சைக்காரனுக்கா!'' தன்னையுமறியாமல் மூக்கைத் தடவியபடி அவர் கத்தினார். ''கர்மா பழுக்கவேண்டும். அதிலிருந்து யாரும் தப்பிக்க முடியாது. கடவுள்கள் கூட கர்மா பழுப்பதில் இருந்து விலக்கு பெற முடியாது.''

''அப்போது, உங்களுக்கும் அதேதானே...''

சுவாமிஜி, மென்மையாய்த் தலை அசைத்தார் - தான் அசட்டுத்தனமாக எதையோ உளறிவிட்டதை உணர்ந்து.

''சுவாமிஜியால் அதைப் பிரசாதமாக மாற்ற முடியும்'' அவர் இறுதியாக ஒரு முறை முயற்சித்தார்.

''என்னுடைய பணம் உங்களுக்கு இல்லை என்னும் கர்மாவிலிருந்து நீங்கள் தப்ப முடியாது. இதற்கு முன்னால் எந்த வாடிக்கையாளராவது பணம் கொடுத்தாரா?''

''சுவாமிஜி பலருக்கு விடுதலை அளித்தவர்'' என்றார் அவர் சிரித்தபடி.

''விடுதலையை அடைவது சிரமம்'' என்றேன் நான் ஒரு அரைவேக்காட்டுத் தத்துவவாதிபோல.

''பணம் செலவு செய்வதைப் போலவே சிரமமானது'' என்றார் அவர் தொழில் தேர்ந்த தொனியில்.

''நீங்கள் இன்று சாப்பிட்டீர்களா சுவாமிஜி?'' என்றேன் மரியாதையுடன்.

''இன்றைக்கா?'' என நினைவு கூர்பவர்போல யோசித்தவர், ''இல்லை'' என்றார்.

''உங்களை நான் சாப்பிட அழைக்க விரும்புவேன்.''

''சுவாமிஜி சைவம் மட்டுமே சாப்பிடுவார்.''

அவர் பிராமணர்கள் நடத்தும் ஒரு உணவகத்தைத் தேர்வு செய்தார். பளிங்குப் பலகைகளின் சிறு துண்டுகள் மேஜைகளாயிருந்தன. வாழை இலையில் உணவு வந்தது. மலைபோல அவர்கள் கொட்டிய சோறு மற்றும் சாம்பாரை எடுத்துச் சாப்பிட கரண்டி எதுவும் இல்லை.

உணவுக்குப் பிறகு, சுவாமி நிருபேந்திரா, நாற்பது வருடங்கள் முன்பு, அவரை சதிகார உறவினர்கள் மோசம் செய்து, அவரது நிலத்தையெல்லாம், எழுதி வாங்கிக் கொண்டுவிட்டார்கள் என்றார். அதன் பிறகு அவரால் நல்ல கௌரவத்துடன் திருமணம் செய்திருக்க இயலாது. அவர் அழுத்தம் திருத்தமாகக் குறிப்பிட்டது, தமது பிராமணர் என்னும் பிறப்பால், பல தொழில்களைச் செய்ய முடியாத தடை இருந்தது என்பது. அவர் ஒரு கிராமத்துக் கோயிலின் தற்காலிக மற்றும் தொடர்ச்சியான பூசாரியாய் இருந்திருக்கிறார். அவரது சலிப்பான குரலிலிருந்து அது அவருக்குச் சரியான வருமானம் கொடுக்கவில்லை என்பது தெரிந்தது. அதன் பிறகு அவருக்கு வாரணாசியில் உறவினர் வீட்டுக்கு வெளியே உள்ள முற்றத்தில் ஒரு அறை கிடைத்தது. அதில் அவர் ஜோசியம்

சொல்பவராய்த் துவங்கி, தமக்கு வேதம் மற்றும் உபநிடத ஞானம் உண்டு; ஐந்து பள்ளிகளான தத்துவ ஞானமும் உண்டு என்று அவர் சொல்லிக் கொண்டிருந்தார். அவருக்கு தொடக்க மந்திரங்களில் பயிற்சி இருந்தது. அதனால் மந்திர உபதேசத் துவக்கத்தை அவரால் செய்ய முடிந்தது.

''உங்களால் எனக்கு ஹிந்தி சொல்லித் தர முடியுமா சுவாமிஜி?''

''யெஸ். ஆஃப் கோர்ஸ்ஸ¬....!'' என்றார் பளிச்சிட்டவராய்.

எனக்கு வடமொழியில் கர்மா, மோட்சா, தரிசனம், தர்மா, அத்வைதா என நான்கைந்து வார்த்தைகள் மட்டுமே, புத்தகங்களில் படித்ததை வைத்துத் தெரியும். ஆனால் என்னால் 'உங்கள் பெயர் என்ன?', 'இது என்ன விலை?' போன்ற அன்றாடப் பயன்பாட்டில் ஹிந்தியைப் புழக்கத்தில் பயன்படுத்த இயலவில்லை. அவரிடம் நான் தன்னிலை, முன்னிலை, படர்க்கை, பெயர்ச்சொல், வினைச்சொல் என சொற்றொடர்களை உருவாக்கக் கற்றுக்கொண்டேன். 'உஸ்கா கர் கஹான் ஹை?' என்றால் 'அவருடைய வீடு எங்கே இருக்கிறது?' என்று பொருள். சொற்களை அமைக்கும் முறை ஃப்ரெஞ்சுக்கு நேரெதிரானது. ஆங்கிலத்தில் உள்ள சொற்றொடரின் பகுப்பு இதில் இல்லை. 'பெரிய சிவப்பு மேஜை தேநீர்க் குடுவை மேல் இருக்கிறது' என்னும்படியான சொற்றொடர் ஹிந்தியில் வருகிறது. 'அ' எனும் உயிரெழுத்துக்கு நான்கு விதமான உச்சரிப்பு இருக்கிறது. 'அ' என்று தேய்த்துக் கேட்காத மாதிரி ஒரு அ, அய் என்னும் அளவு ஒலிக்கும் அ, ஆஸ் என்னும் ஆங்கில வார்த்தையில் வரும் அ போன்ற அழுத்தமான அ, மற்றும் ஆ என்னுமளவு அழுத்திய உச்சரிப்பில் அ.

அடிப்படை ஹிந்தி இலக்கணங்களைக் கற்ற பிறகு நான் மற்ற விஷயங்கள் பற்றி அவரிடம் கேட்டேன். ''ஏன் ஹிந்துத் தத்துவவாதிகள் அகம் பற்றி இந்த அளவு எதிர்ப்பு காட்டுகிறார்கள்? எப்படி நான் 'நான்' என்பதையே மறுக்க இயலும்?''

''அகம் ஒருவரைத் தானே தலைவன், எஜமானன் என்று காட்டுகிறது. ஆனால் அவன் ஒரு செயற்பாடு மட்டுமே'' விளக்கினார் பாபா. ''மூளை நான்கு முனைகளில் செயற்படுகிறது - மனஸ், புத்தி, சித்தம், அகங்காரம்.''

படித்துறையில் எங்களுக்கு அருகே இருந்த மண்டபத்தில் ஜாதி வழக்கப்படி பூணூல் அணிந்த ஒரு பிராமணர் ஒரு பெண்ணுக்கு ஜோதிடம் சொல்லிக் கொண்டிருந்தார். ஒரு பச்சைப் புடவையின்

தலைப்பு தன் முகத்தை மறைக்க, அந்தப் பெண் அவரிடம் அதைக் கேட்டுக் கொண்டிருந்தாள்.

''ஐந்து புலன்களும் விவரங்களை மனஸுக்குக் கொண்டு வருகின்றன (மனம் அல்லது சிந்தனை அடிப்படையிலான செயற்பாடு). அந்த மனம் ஆறாவது அறிவாய் அவற்றைப் பரிசீலித்து, ஏற்கிறது அல்லது நிராகரிக்கிறது. அவற்றை யோசனைகளாக மாற்றிக் கொள்கிறது. கனவின் பொழுதில், புலன்கள் மனதின் புலத்துக்குள்ளே இழுத்துக் கொள்ளப்பட்டு மனம் தானே தனக்குள் புலன்கள் போன்றவற்றை உருவாக்கிக் கொள்கிறது.''

''சரி.''

''புத்தி சீர்தூக்குதல், ஆய்ந்து நோக்குதல் மற்றும் முடிவெடுத்தல் இவற்றைச் செய்கிறது. சித்தம் என்பது ஒரு இயங்கும் தன்மையுள்ள நினைவாற்றல். அதுவே மனதின் இயக்கங்களுக்கும் கூட்டுச் செயல்களுக்கும் துணையாய் நிற்கிறது. சித்தமே இந்த நொடிக்கான தெரிந்த விவரங்களை அல்லது நினைவுகளைக் கொணர்ந்து தருகிறது.''

''அஹம்காரா - அஹம் மற்றும் காரா; அஹம் - நான், காரா- இயங்குவது. நமது மனம், அறிவு மற்றும் நினைவு உருவாக்கும் ஒரு தனித்தன்மை மூளையின் ஒரு செயற்பாடு, அதுவே ஒரு ஆள் அல்ல.''

''எனது இல்லாமல் 'நான்' யார்?''

''மனஸ் ஒரு சூழலில் 'நான்' என்னும் ஒரு யோசனையை உருவாக்குகிறது. அறிவு மற்றும் கற்பனைக்கான ஒரு கருவி அதில் இருக்கிறது. ஆனால் அந்த அறிவுக்கு ஆக்கியோன் கிடையாது.''

★★★

சுவாமி நிருபேந்திரா மற்றும் சில சாதுக்களுடன், வாரணாசியின் படித்துறைகள் ஒரு திறந்தவெளிப் பல்கலைக்கழகமாக, ஆகியிருந்தன. கடைவீதியின் சந்துகளோ வேறுவிதமான சாகசங்களுக்கு வழி வகுத்தன. 'வாங்கு... வாங்கு' என்னும் வழிமறிப்புகள். 'சார்... சார்' என குடிதண்ணீர் விற்கும் கடைக்காரர், புடவை விற்பவர், வெண்கலச் சிலைகள் விற்பவர் என ஒவ்வொரு கடையும் என்னைக் கூவிக் கூவி ஒரு வழி செய்வார்கள். எனக்குப்பின்னால் ஒரு ஆழ்ந்த குரல் 'கஞ்சா, அபின்' என வரிசையாக போதைச் சரக்குகளின் பட்டியலைத் தந்தது. 'ஹான்ஜி' சைக்கிள் ரிக்ஷா ஓட்டுநர் தமது வண்டியின் பின்னிருக்கை மீது தட்டி என் கவனத்தை ஈர்த்தார். 'ஹூம்... ஹூம்...' ஒரு பூசாரி தமது கையில் உள்ள தட்டைக்

காட்டினார். 'பக்சிஷ் பக்சிஷ்' என மரப்பலகையை உருட்டியபடி நகரும் ஆள் பிச்சை கேட்டார். 'பக்சிஷ், பக்சிஷ்' என ஒரு கையில்லாத ஆளும் அவரது பெண் துணையும் பிச்சை கேட்டனர். பரிதாபமாகப் பிச்சை கேட்கும் குழந்தை. ''எங்கே இருந்து வருகிறீர்கள்? என்ன நோட்டு மாற்ற வேண்டும்? டாலர், யென், யூரோ, தங்கம்... எக்ஸ்யூஸ் மி, ஹியர் மை ஷாப்... வேற்ற் பிர்ரம்?''

யாரும் கவனிக்காமல் செல்ல ஏங்கியவனாய், நான் ஒரு தையற்காரர் கடைக்குப் போய் இரண்டு குர்த்தா பைஜாமாக்களைத் தைக்கச் சொன்னேன். அது நேரு காலர் வைத்த, நீண்ட மேற்சட்டையும், வெள்ளை நிற காற்சராயுமாகும். மெல்ல மெல்ல இந்த மேற்கத்தியப் பயணி அவர்களிடம் எதுவுமே வாங்கவுமில்லை, ஊருக்குப் போகப் போவதுமில்லை என்பதால் என்னை விட்டுவிட்டார்கள்.

★★★

அனுப்புநர்: ludo.onrrip@hotmail.com

பெறுநர்: gregory.tatelbaum@free.fr

தெருவில் வசிப்பவர்கள், தாம் பயன்படுத்திய பிளாஸ்டிக் விரிப்புகளைக் கூரையாகப் பயன்படுத்துகிறார்கள். நூறு மீட்டர் நீளத்துக்குச் சாக்கடையோரத்தில் குழந்தைகள் மலம் கழிக்கிறார்கள். அட்டைப்பெட்டி வீட்டுக்கு வெளியே பள்ளிச் சீருடை அணிந்து பளிச்சென்று ஒரு பெண் குழந்தை வருகிறாள். மூன்று கற்களை வைத்து, கீழே பிளாஸ்டிக் பைகளே எரிபொருளாக, பெண்கள் தேநீர் தயாரிக்கிறார்கள். அவர்கள் தலைக்கு மேலே சினிமாப்படச் சுவரொட்டியில் ஒரு அழகான முகமுடைய கதாநாயகனும் ஒரு தழும்பு அதிகமான முகமுடைய வில்லனும் ஒருவருக்கு ஒருவர் முறைத்துக்கொண்டு நிற்கிறார்கள். அவர்களுக்கும் பின்னால் பயந்த முகமுடைய ஒரு இளம் பெண். வாழ்க்கை மிகவும் கடினமாயிருக்கிறது. மிரட்டலாயிருக்கிறது.

கடைக்காரர்கள் எல்லோரும் நடைபாதைகளை ஆக்கிரமித்து விடுகிறார்கள். பாத்திரக் கடைக்காரர் குப்பையைப் பெருக்கிப் பத்தடி தூரத்தில் தள்ளிவிடுகிறார். அதை அகற்றுவது கேள்விக்கு அப்பாற்பட்டதே.

துப்புரவுத் தொழிலாளிப் பெண், ஒரு கையால் சேலையைப் பிடித்தபடி மறுகையால் தாறுமாறாக, விளக்குமாறைப் பயன்படுத்தி குப்பையை அள்ளி மின்விளக்குக் கம்பத்து அருகே உள்ள தொட்டியில் போட்டு விட்டுப் போகிறார். சிட்டுக் குருவிகள் உற்சாகமாயிருக்கின்றன.

பால்காரன் தன் இருசக்கர வாகனத்தில் ஆறு தூக்குச்சட்டிகளில் பால் நிரப்பி வந்து, தேநீர்க்கடைக்கு மூன்று லிட்டர் பால் ஊற்றிப் போகிறான். பிச்சைக்காரர்கள் அருகே அருகே அமர்ந்து தமது சோகக் கதைகளை முதன்முதலில் கண்ணில் தென்படுபவரிடம் கொட்டித் தீர்க்கிறார்கள்.

காலை ஆறு மணி. வாரணாசி விழித்தெழுகிறது.

முடி திருத்துபவரோ, உணவகம் நடத்துபவரோ, அல்லது மருத்துவரின் பணியிடமோ எல்லாக் கடைகளிலும் சிவா, விஷ்ணு, காளி, ராமா, கிருஷ்ணா என கடவுள்கள் 18ஆம் நூற்றாண்டின் மகாராஜாக்களின் உடைகளில் நிறைய மணி மாலைகள் மற்றும் நகைகளுடன் படங்களாக வீற்றிருக்கிறார்கள். சில கடைகளில் ஆயிரம் ஆண்டுகளுக்கு முன் இருந்த கோவணம் மற்றும் சேலையுடுத்திய தாத்தா பாட்டியின் புகைப்படம். பாரம்பரியத்தைக் கொண்டாடும் விதமாக. அவர்களும் கடவுள்களே. ஒரு புடவைக் கடையின் நுழைவாயிலில், யானையின் தலை உடைய கணேசக் கடவுள் வெள்ளைப் பளிங்குச் சிலையில் இருக்கிறார். அவருக்குப் புதிதான சாமந்தி மற்றும் ரோஜாக்களால் அலங்காரம். அவை தரையிலும் வண்ணமாய் அலங்கரிக்கின்றன. அவர் புன்னகைக்கிறார்.

கடையைத் திறக்கும் முன் ஒரு உணவகத்தின் முதலாளி, எல்லா ஊழியர்களையும் லட்சுமி என்னும் கடவுளின் முன்னே அணிவகுத்து நிற்க வைக்கிறார். லட்சுமியே செல்வக் கடவுள். ஒரு நாள்காட்டியில் அந்த உருவம் அச்சடிக்கப்பட்டிருக்கிறது. நாட்காட்டியை இலவசமாகக் கொடுத்தது ஜே ஷ்ரி டீ இண்டஸ்டிரி லிமிடெட். அந்த நாட்காட்டி, கல்லாப்பெட்டிக்குப் பின்னால் இருக்கிறது. அதற்கு அருகில் உள்ள நாட்காட்டியின் படம் ராதையும் கிருஷ்ணனும். சைன் அண்ட் நியான் கோ வழங்கியதாகும். ஒரு சிறிய வழிபாட்டுச் சடங்குக்குப் பிறகு சாமி விளக்கால் முதலாளி அம்மாள் அடுப்புகளுக்கு நெருப்பு மூட்டுகிறார்.

சிறிய அளவிலான வியாபாரப் பரிமாற்றமுள்ள பொருளாதாரம் தெருக்களை நிறைக்கிறது. ஒரு வாளி நிறைய கடலை, அதைப் பரப்புவதற்கு ஒரு செய்தித்தாள் இவை போதும் ஒரு ஆளின் வயிற்றைக் கழுவ. ஒரு உடல் எடை பார்க்கும் கருவி, ஒரு தரைவழித் தொலைபேசி அல்லது குவியலாய்ச் சில புத்தகங்கள் - அவை தொடர்பான சுவரொட்டிகள் நடைபாதை மேல் இவை போதும் ஒரு தொழில் செய்ய. ஒரு மரத்தின் மீது மாட்டியிருக்கும் அலுமினியப் பெட்டியில், புகையிலை சுவைக்கக் கூடியதோ புகைக்கக்கூடியதோ இருக்கும். அரிசி வியாபாரிகளிடமிருந்து

பிளாஸ்டிக் மற்றும் சணல் சாக்குகளை ஒருவன் வாங்கி சில்லறையில் விற்றுத் தன் குடும்பத்தைக் காப்பாற்றுவான். புகையிலைத் துண்டுகள், வாழைப்பழங்கள் மற்றும் வேப்பமரக்குச்சிகள் பல்துலக்கத் தோதாய் இவை போதும் விற்று ஒருவன் தாக்குப் பிடிக்க.

ஒரு மூலையில், நடமாடும் பல் மருத்துவர், ஒரு நசுங்கிய அட்டைப்பெட்டியை வைத்தே, தம் தொழிலைச் செய்கிறார். ஆய்வுக்கூடம் என்பது சிவப்பு நிற மரப்பிசின் ஒரு கிண்ணத்தில், சில பல் மாதிரிகள் புன்னகை மிளிரும்படி, ஒரு மண்ணெண்ணெய் அடுப்பின் மீது கொதிக்கும் தண்ணீரிலிருந்து, பற்களை அடுக்கும் ஒரு தட்டை வெளியே கொண்டுவந்து அதினின்று பளீரெனும் வெள்ளைப் பற்களை வெளியே எடுத்தார்.

நீதிமன்றங்கள் முன், படிவங்களை எழுதுவோர், தமது வாடிக்கை யாளர்களிடம் பேசியபடி, ரெமிங்க்டன் தட்டச்சு இயந்திரத்தில் நகல் எடுக்கும் 'கார்பன்' தாளை வைத்துத் தட்டச்சு செய்கிறார்கள்.

பயணத்தின் ஊடாகச் சிறு செய்தி.

உன் அன்பு நண்பன்,

லூடோ.

★★★

நான் மாலை நேரங்களை, நெருப்பைச் சுற்றிச் சிறு சிறு குழுக்களாய் உட்கார்ந்திருந்த சாதுக்களுடன் ஆசி படித்துறையைத் தாண்டி, நீரின் இறக்கத்தில், வாரணாசியில் விரிகுடாவின் முடிவிடத்தில் கழித்தேன். அனைவரும் அல்ல, அவர்களில் சிலர் சில்லும் புகைத்தார்கள். சமவெளியில் குளிர்காலத்தைக் கழித்த அவர்கள், பிற நாட்களை மலைகளில் செலவிட்டார்கள்.

நான் பகல் நேரங்களில் என் இருப்பிடம் திரும்புவேன். அவர்களின் ஆசையில்லா இயல்பும், எளிதாய் எதையும் ஏற்கும் தன்னம்பிக்கையும், அவர்களின் நம்பிக்கையும் எனக்குப் பிடித்திருந்தன.

அவர்களின் புரவலர்கள் வழக்கமாக வருகை புரிபவர்கள். அவர்கள் மிகவும் தாழ்ந்து வணங்குவார்கள். அவர்கள் ஒரு செய்தித்தாள் மீதோ அல்லது சணற்பையின் மீதோ அமரும்படி இருக்கும். என்னைப் போலவே அவர்களும் அமைதியைத் தேடியும், சாந்தத்தை அனுபவித்தும், புனிதப் புல்லைப் புகைத்தும் செல்லவே வந்தார்கள். கிளம்பும் முன் கொஞ்சம் பணத்தை விட்டுச் செல்வார்கள்.

நான் நடுங்கும் பக்தனாய் இருக்கவில்லை; அவர்களும் எல்லாம் அறிந்த குருமாராய் இயங்கவில்லை. ஒருவர் இருப்பதை மற்றவர் வெறுமனே பார்த்து வந்தோம். அவ்வளவே. அவர்களுக்கு என்னைப் பிடித்திருந்தது. நான் அவர்களின் பழைய வாழ்க்கை பற்றி விசாரித்தேன். அல்லது அவர்களது தேடல் என்ன என்பது பற்றியோ, இல்லை தத்துவ விசாரங்கள் பற்றியோ. இல்லை யென்றால் அவர்கள் என்ன சொல்கிறார்களோ அதைச் செவி மடுப்பேன். அவர்கள் எனக்கு வார்த்தைகளின் தரிசனத்தைத் தந்தார்கள்.

நான் அவர்களை ஆர்வமிகுதியாலும், சம்பந்தா சம்பந்தமில்லாமலும் ''நீங்கள் இதில் ஒரு வாழ்க்கை முறைக்காக இருக்கிறீர்களா? இல்லை மோட்சத்துக்காகவா?'' என்று கேட்பேன். அவர்களில் பெரும்பாலானோர் மிகக் கடுமையான தபஸ்யா எதையும் செய்யவில்லை. அல்லது குறிப்பிட்ட ஒரு பயிற்சி எதையும் கொள்ளவில்லை. தியான் குறிப்பிட்டதுபோல ஒரு இளம் இஸ்ரேல் குடிமகன் மனப்பக்குவம் உள்ளவனாக இருந்தால் அவனுக்கு, எளிதாய்ச் செல்லும் வாழ்க்கை இருக்கும்; அவனுக்குக் கொஞ்சத்தை வைத்தே நல்ல வாழ்க்கை வாழத் தெரியும். அதைப்போல, 'ஆனந்தமான சோம்பேறித்தனத்'தில் பங்குகொண்ட பல மேற்கத்தியர்களையும் நான் சந்தித்தேன்.

எனது தினசரி, சூரிய உதயம் என்னை நல்ல மனநிலையிலேயே வைத்திருந்தது. சில நேரங்களில் நான் என் மனதுள் வாழ முயன்றேன்.

★★★

அன்று மிகவும் வெப்பமான இரவு. நாங்கள் ஐந்து பேர் ஒரு நெருப்பைச் சுற்றிக் கூடுதலாய் அமர்ந்திருந்தோம். மூன்று பாபாக்கள், ஒரு 45 வயது நடுத்தர வர்க்க ஆள் - அவர் சீக்கிரமே பணி ஓய்வு பெற்றவர்போல இருந்தார். சின்னச் சின்னத் தழல்கள் தங்களின் முணுமுணுப்புக்கேற்ப ஆடிக் கொண்டிருந்தன. தள்ளி, கங்கை இரண்டு துடுப்புப் போடும் படகுகளின் முனை மீது மெல்ல மோதிப் பாய்ந்து கொண்டிருந்தது.

''மெய்யானது ஆனால் வித்தியாசமானது; வித்தியாசமானது, ஆனால் மெய்யானதல்ல'' என தொகுத்துக் கூறினார் மோனிஷ் பாபா, ஒரு சில்லும்மைத் தயார் செய்தபடியே கூறினார்.

பின்னர், என்னிடம் தீப்பெட்டியை, முறைப்படிபோல கொடுத்து, தமது சில்லும் குழாயைத் தமக்கு எதிரே உயர்த்திப் பிடித்தார். தொலைவில், நாய்கள் தமது ஆட்சிக்குட்பட்ட பகுதி என்னும்

மந்திரத்தைக் குலைத்துக் கொண்டிருந்தன. விட்டிற் பூச்சிகள் இடைவிடாமல், இணை தேடும் ஒலியை எழுப்பிக் கொண்டிருந்தன. கோள்களும் நட்சத்திரங்களும் ஒன்றை ஒன்று பார்த்துக் கண் சிமிட்டிக் கொண்டிருந்தன. தேய்பிறை நிலவு பூமியின் மீது சாய்வது சிவனின் வடிவமாகும். அந்தச் சந்திரசேகரன் இந்த அரை நிர்வாண மனிதன் புனித நதிக்கரையில், புனித நெருப்பின் அண்மையில், சிவனைப் போற்றும் வகையில் சில்லும்மை உயர்த்திப்பிடிப்பதைக் கண்டான். போம் சங்கர்!

நான் இரண்டு தீக்குச்சிகளைப் பற்ற வைத்தேன்.

''எல்லாவற்றையும் இந்தச் சில்லும்மைப் புகைக்கும்போது கொடுத்துவிடுங்கள்'' என்றார் அவர் தமது உடல் பாவனையை நிறுத்திவிட்டு. அவர் சிறிது சிறிதாகப் பல இழுப்புக்கள் இழுத்துப் பின் இறுதியில் ஒரு பெரிய இழுப்பை, குவிந்த உள்ளங்கை வழியே குழாயிலிருந்து தம் நுரையீரல்கள் நிரம்பும் வண்ணம் இழுத்தார். அது அவரின் கண் வரை வந்து அவரைச்சுற்றி ஒரு வட்டம் போட்டதுபோல நின்றது.

ஒருவருக்கு இந்தக் கொள்ளிக்கட்டையிலிருந்து இவ்வளவு தீர்மானத்துடன் இழுக்க, இரும்பாலான தொண்டை இருக்க வேண்டும்.

கஞ்சா எனக்கு சுய நினைவுள்ள பிரக்ஞை ஒன்றைத் தந்தது. விழிப்புள்ள, கவனமுள்ள நிலையில் ஒரு சாந்த நிலையைத் தந்தது. கஃப்பேயின் மற்றும் நிகோடின் இரண்டின் ஒருங்கிணைந்த தாக்கம் ஆனால் நீண்ட நேரத்துக்கு. அதே சமயம் எண்ணங்கள், துடிதுடிப்புடன், விரிந்து முனைப்புடன் இருந்தன. மையப் புள்ளியில் குவிந்தும், விலகியும் இரண்டுமாயும் உள்ள தாக்கம் கஞ்சாப்புகையை அதிகம் உள்ளிழுக்க உள்ளிழுக்க அதிகரித்தது. மனதில் எழும் கருத்துகள் பெரிதாகும் உந்துதல் பெற்றன. சில சமயங்களில், இந்த மகிழ்ச்சியான ராட்டினச்சுற்றுக்கு இடையே, சந்தேகங்கள், தப்பபிப்ராயங்கள், மற்றும் சித்தபிரமைகள் இடைமறித்தன. கள்ளங்கபடமில்லா சுயகிண்டல், மற்றும் நகைச்சுவையும் தான். பெரிதும் ஆனந்தமான நிலைகளே இருந்தன. போகட்டும் என விட்டுவிடுவது இயல்பாகவே நிகழ்ந்தது.

''உங்களுக்குள் நீங்கள் எல்லாவற்றையும் துறக்கும்போதே, துறவின் தோற்றங்கள் நிகழ்கின்றன'' என்றார், மோனிஷ் பாபா சற்று நேரம் கழித்து.

''எனக்குள் உள்ளதைத் துறப்பது என்பது, என்னை நானே பொய்யன் என அழைத்து அதிலிருந்து ஒரு கொள்கையை உருவாக்குவது போன்றது'' நான் பதிலளித்தேன்.

அவர் வெடித்துச் சிரித்தார். பின்னர் ஏற்கும் குரலில் '''நான்' என்பது ஒரு பொய்யன், அவன் என்ன சப்பைக்கட்டு கட்டினாலும் சரி. தாங்கள் சொல்வது சரியே.''

''அவ்வாறு சொல்வது யார்? ஒருவர் 'நான் பொய்யன்' என பொய் சொல்லாமல் கூற முடியாது.''

''நான் என்பது பொய்யன் அல்ல; பொய்.''

இரண்டு சில்லும்களுக்கு இடையே, என் சகாக்கள் சமீபத்திய கைபேசிகளின் சிறப்புக்களைப் பேசினார்கள், விலைவாசி உயர்வைப் பற்றிக் குறைப்பட்டுக் கொண்டார்கள், அவர்கள் சென்றிருந்த திருத்தலத்தின் குரு பற்றியும், புராணத்தில் சிவனின் பேராற்றல் வெளிப்பட்ட தருணங்கள் பற்றிய கதைகள் மற்றும் எந்தப் பிரக்ஞையைப் பரிந்துரைப்பது என்பது பற்றியும் பேசினார்கள். அது உன்னிடமிருந்து வேறுபட்டது. அது மெய்யானதல்ல... அல்லது மகிழ்ச்சி மிகுந்ததல்ல. கங்கா மா! என ஒரு நதியின் மகன் இவன் பரவசப்படுகிறான்... அன்னை கங்கையை வணங்க விரும்புகிறான்... இல்லையேல் சரணாகதி பற்றி... சோ ஹம், அதுதான் நான். இல்லையேல் எதிர்முனையாய் நேதி நேதி, நான் அதுஇல்லை, அகர்மபாபாவை நினைவு கூர்ந்தேன். அவர் நாகா பாபா, காற்றை மட்டுமே ஆடையாய் அணிபவர். என்னைப் பொருத்தவரை நான் கேள்விகள் கேட்டேன்:

''பிறவி எடுக்கக் காரணம் கர்மா என்றால், எப்படி முதல் பிறப்பு நிகழ முடியும்? அதற்கு முன்னால் எந்தச் செயலுமே இருந்திருக்காதே?'' அவர்களுள் ஒருவரை ஒரு நாள் கேட்டேன். '' கர்மா எப்படித் துவங்கியது?''

''அறிதலல்லாததனின்றே பிறப்பு நிகழும். அறிதல் மட்டுமே அதற்கு முற்றுப்புள்ளி வைக்கும்'' என பதிலளித்தார் அந்தப் பண்டிதர்.

''அறிதலை எட்டும்போது என்ன நிகழ்கிறது?''

''அது பிறப்பே இல்லாத ஓர் உலகமாம்.''

சில சமயங்களில் நான் இது போன்ற ஒரு வாழ்க்கையை மனதுள் கிளர்த்தி மகிழ்ந்திருக்கிறேன். இந்தத் தத்துவவாதிகள்போல அலைந்தபடி பிச்சையெடுத்து... மெய்யான சுயத்தை உணர அல்லது அப்பாற்பட்டதுக்கும் அப்பாற்பட்டதை உணர, வெளியேறும் கதவைக் கண்டுபிடிக்க, வாழ்க்கையை அமர்ந்த நிலையிலேயே வாழ, எல்லாவற்றிலும் உயிரினைக் காண, அல்லது படைப்பவனை

தனக்குள்ளே காண... நான் வேலையே மதிப்பானது மற்றும் சும்மாயிருப்பது குற்றம் என எண்ணும் கூட்டத்தில் ஒருவன், ஒருவேளை எப்போதைக்குமே அப்படி இருக்க மாட்டேனோ என்னவோ. பிறகு என்னுடன் நான் புதிய பேரம் ஒன்றைச் செய்து பார்த்தேன். துறந்துவிடல் என்பது மன அழுத்தத்தால் வீழ்ந்து கிடப்போருக்கே - அதை நான் மேம்பட்ட தெளிவுடன் மட்டுமே அணுகுவேன். ஆனால் சோம்பேறித்தனத்தின் நன்மைகளின் சற்றே கட்புலனாதலைத் தேடிக் கொண்டிருந்தேன். அதன் சுற்றுச்சூழல் மற்றும் அரசியல் பரிமாணங்களையும் பற்றிச் சிந்தித்தேன். 'நிறைய வேலை செய்து, நிறைய துய்க்கலாம்' என்பது வாழ்க்கையை ஒரு சாகசமாக ஆக்கவில்லை. அது உலகை அழித்து அதன் முடிவுக்கு அதைத் தள்ளுகிறது. நம்மை வாழ்க்கையிலிருந்து வெளியே கொண்டுவந்து விடுகிறது. குறைவு, அதைவிடக் குறைவு வேலை முறை என்னும் வழி ஒருவரை, ஒரு நாளில் பலமுறை, தான் உயிருடனிருக்கும் பிரக்ஞைக்குக் கொண்டுவருகிறது. என் மனக்கிளர்ச்சி ஒரு விவாதமாகி இருந்தது. நான் அதைப் பெரிதாய் எடுத்துக் கொள்ளவில்லை. நான் இன்னும் மூன்றே நாட்களில் இறந்து விடுவேன்! நான் எப்போதும் ஒரு பிடிமானத்துடன் முடிவு செய்துகொள்வேன்.

★★★

தமது பதினான்காம் வயதில், காஷ்மீரிலுள்ள அமர்நாத் தலத்துக்கு, மகாவீர் பாபா சென்றார். அங்கே தன் குருவைச் சந்தித்தார். ஐந்து மாதங்கள் கழித்து, அவர் தமது குடும்பத்தை விட்டு நீங்கி, குருவின் வழிசெல்பவரானார். இப்போது அவருக்கு வயது முப்பத்து ஒன்று. அவருக்கு மருத்துவரான ஒரு சகோதரரும் மற்றும் சரித்திரப்பாடம் நடத்தும் ஆசிரியையான ஒரு சகோதரியும் இருக்கிறார்கள். அவருடைய அப்பா அஸ்ஸாமில் விற்பனைப் பிரதிநிதி.

''உங்கள் வாழ்க்கை முறை பற்றி உங்கள் குடும்பம் என்ன நினைக்கிறது?''

''பாபா வாழ்க்கையும் ஒரு மருத்துவர் அல்லது பேராசிரியராய் இருப்பது போன்றே அர்த்தமுள்ளதும், கடினமானதுமாகும். நான் நிறையவே கற்றுக் கொண்டிருக்கிறேன்.''

''அவர்கள் உங்களைத் தடுக்கவில்லையா?''

''இல்லை. இந்த உடல் ஒரே இடத்தில் இருக்கவேண்டியது ஒன்றுமில்லை. இந்த வாழ்க்கை, இந்த மறுபிறவி இவையெல்லாம் ஒரு சாது பாபாவாக இருக்கவே'' என்று அவர் தன்னை நோக்கி

விரல்களைக் காட்டினார். ''நான் நடக்கிறேன். இடம் விட்டு இடம் பயணம் செய்கிறேன்.''

வீர் தேவதூத் கல்கத்தாவிலிருந்து வந்தவர். ஆசி படித்துறைக்கு அருகே வாழ்ந்தவர். அவர் வெள்ளைக் குர்த்தா, பைஜாமா அணிந்திருந்தார். குட்டையான முடியே அவருக்கு. அவர் துறவிதான். ஆனால் எந்த குருவோ மடமோ சாராதவர்.

''என் அப்பா என் அம்மாவை விட்டுவிட்டு இன்னொரு பெண்ணுடன் சென்றபோது எனக்கு வயது பத்து'' வீர் என்னிடம் சுத்தமான ஆங்கிலத்தில் கூறலானார். ''1969ல் நான் மிகவும் மனம் சோர்ந்த பதின்வயதுச் சிறுவனாயிருந்தேன். நான் வாழ்க்கைக்கு எந்தப் பொருளையும் காணவில்லை. மரணத்தை அஞ்சினேன். என்னால் பள்ளியில் மனம் ஒன்றிப் படிக்க முடியவில்லை. என் மதிப்பெண்கள் குறைந்தன. என்னால் தூங்க இயலவில்லை. நான் கடவுளிடம் எனது மன அழுத்தம் மற்றும் மரணபயம் இவை இரண்டிலிருந்தும் விடுபடுவதற்காக எனக்குத் தூக்கத்தைத் தரச் சொல்லி வேண்டினேன். என் சகோதரி எனக்கு ஏதோ ஒரு பாங் லஸ்ஸியைக் கொடுத்துவிட்டாள். நான் மூன்று கோப்பைகள் விழுங்கியது தயிரும் புத்தம்புது அபினும் சேர்ந்ததாகும். அதன் பிறகு நான் ஒரு கடவுளையும் ஒரு ஒளியையும் கண்டேன். அந்தக் கடவுளுக்கு முகமிருக்கவில்லை. நான் அந்தக் கடவுளுடன் பேசினேன். அதன் பிறகு நான் கல்லூரியை விட்டுவிட்டு, இசை பயின்றேன். 1979ல் நான் ஜிட்டு கிருஷ்ணமூர்த்தியின் 'தி ஃபர்ஸ்ட் அண்ட் லாஸ்ட் ஃப்ரீடம்' நூலை வாசித்தேன். அதற்கு முன் கடவுளைப் பற்றி எனக்குப் பல கேள்விகள் இருந்தன. அதன் பின் நான் எண்ணங்களே இல்லாத நொடிகளைப் பற்றி அறிந்து கொண்டேன். 1985ல் மௌனம் வந்தது.'' ஆனால் அந்த மனிதன் தன்னையுமறியால் இன்னும் இயங்கிக் கொண்டிருந்தான். என் தலைக்குள் ஒரு பஞ்சத்தை உணர்ந்தேன்.

வீர் தேவதத்துக்கு இப்போது 50 வயது இருக்கும். ஒரு நாளின் 24 மணி நேரமும் ஹரே கிருஷ்ணா ஹரே கிருஷ்ணா என ஹரித்வாரில் எப்போதும் ஒலிக்கும் கோயிலில் ஒரு பஜன்* பாடுபவராக அவர் வேலை செய்கிறார். 'இரண்டு மணி நேரம் பஜன், மேலும் இரண்டு மணி நேரம் அங்கே இருப்பதற்கு மாதம் 2000 ரூபாய் சம்பளம்.' அவர் இந்த பஜன் வேலையை விட்டுவிட்டு, வாரணாசிக்கு வந்து, ஓர் அமெரிக்கருக்கு ஒரு மணி நேரம் ஐம்பது ரூபாய் என்னும் கணக்கில் ஹிந்தி கற்றுக் கொடுக்கிறார். அவர் கோயிலில் உணவு உண்டு, தெருவில் படுத்து உறங்குகிறார். தனது

வருமானத்தையெல்லாம் தனது அம்மாவுக்கு அனுப்பிவிடுகிறார். அம்மா அங்கே நோயாளியான இவரது சகோதரரையும் அவரின் மூன்று குழந்தைகளையும் பேணுகிறார். புரவலர்கள் இவருக்கு எல்லாமே வழங்குகிறார்கள் என்றார் அவர்.

''தியானத்துக்கு முன் நீங்கள் ஒரு சிறையில் இருக்கிறீர்கள். அதன் பின்னர் நீங்கள் சுதந்திரமானவர்.''

அவர் கிருஷ்ணமூர்த்தி போதித்த தியானமுறையைப் பின்பற்றினார்.

''முதலில் என் சூழ்நிலையை நான் கூர்ந்து நோக்குவேன். பின்னர் என் கண்களை மூடிக்கொள்வேன். கேள்விகள் என்னுள் எழும். நான் என்ன செய்கிறேன்? என்ன செய்யவேண்டும்? அவை எண்ணங்கள். அவை கடந்து சென்றுவிடும். அவை மரிக்கும். ஒரு இச்சை எழுந்தால், நான் அதைப் பார்க்கிறேன். அது ஒரு எண்ணமே. மனம் தலையிடா விட்டால், வேகமாய் எண்ணங்கள் மரித்துவிடும். அசையாமல் இரு. எந்த இலக்கும் இல்லை. எந்த உத்வேகமும் இல்லை. நோக்கு. அவதானி. அடையாளம் காண்பது எதையும் இல்லை. சீர்தூக்குவது எதுவும் இல்லை. எதையும் செய்யாதே. வெறுமனே அவதானி. ஏற்பு நிராகரிப்பு என இரண்டுமே இல்லாமல் எல்லாவற்றைப் பற்றியும் ஆழ்ந்து சிந்திப்பாய். மனதின் இயக்கத்தை கவனி.''

நான் கிளம்ப எழுந்தபோது அவர் கூறினார் ''நான் ஒரு துறவி அல்லேன். உங்கள் மனதில் எந்த ஐயமும் இருக்கக் கூடாதென்றே என் கதையைக் கூறினேன்.''

ஒரே இடத்தில் அமர்ந்து, இரண்டு மணி நேரம் கூட என் எண்ணங்களை, நதியைப் போலவே மெதுவான ஓட்டத்தில் அலைய விட்டுவிடுவது எனக்கு இனிமையாயிருந்தது. வீர் தேவதத் போல, ஆடாமல் அசையாமல், மணிக்கணக்கில் தனது மனதை அவதானிப்பது எனக்கு இயலாத காரியமே. உடல் அசையாமலிருக்கக் கூடாது என வீர் பாபா என்னிடம் கூறியிருக்கிறார். ஒருவேளை எனக்குக் கூறவில்லையோ.

★★★

ரணமஹால் படித்துறையில், சுற்றுச் சுவர்கள் பெரிதாய் எழுப்பப் பட்டவை. அவற்றிலிருந்து நதிக்கு இறங்கும் படிக்கட்டுகளில் ஆறு சிவலிங்கக் கோயில்கள் இருந்தன. அவை எப்போதும் திறந்திருப்பவையே. ஒரு சால்வை வாயிலின் மீது தொங்கவிடப் பட்டிருக்கும். ஒரு சாது அவற்றுள் ஒன்றை ஒரு குகைபோல தான் வாழ்வதற்கு எடுத்துக்கொண்டார்.

ஒரு நாள் நான் அந்த நிமிர்ந்து நிற்கும் கறுப்பு நிறக் கல்லின் முன் அமர்ந்தேன். அது சிவனையே குறியீடாகச் சித்தரிக்கிறது. பிரபஞ்சம், ஆசை, காமத்தில் எழும்பிய ஆண்குறி எல்லாவற்றையும் முழுமையாக... எனக்கு நிறைய நேரம் கையில் இல்லை, ஒருவர் ஏற்கெனவே என்னை அழைத்தபடி இருந்ததால்.

''சார்... சார்...''

நான் திரும்பவில்லை. அவர் விட்டபாடில்லை. படிகளில் அமர்ந்து காத்திருந்தார். என்னைக் கண்டதும் பொறுமையற்ற, அவதியும் ஆனால் நம்பிக்கையும் சேர்ந்த குரலில் 'எனக்காகப் பிரார்த்தியுங்கள்' என்றார்.

நான் ஆற்றல் மிகுந்த சிவனை அழைத்தேன். தனது இந்த உலகைப் பார்த்துக் கொள்ளவும், குறிப்பாக இந்த மனிதனுக்காக எதாவது செய்யவும். அது ஒரு பரிட்சையாக இருந்தது. ஒரு வேளை சவாலாகவும்.

இந்திய வம்சாவளி இளைஞன், ஆனால் மேற்கில் வாழ்பவன் என்பது பார்த்தாலேயே தெரிந்தது, என்னைத் திரும்பிப் பார்த்தபடி போனான். நவநாகரிகத்தின் இரையாக ஆன அவன் தனது முன்னோர்களின் பூமியைப் பார்க்க வந்திருந்தான். Versace, Prada and Dolce - Gabbana (இத்தாலிய நவ நாகரிக வணிகங்கள்) இவற்றில் ஈடுபாடுள்ளவர்களுக்கு மேற்கு செழிப்பானதே. 'சார் சார்...' என்றழைத்தவன் அந்த இளைஞனிடம் மெல்லிய குரலில் பேசினான். இளைஞன் பதில் தந்தான். இளைஞனின் கண்கள் என் கண்களைச் சந்தித்தன. நான் பதிலேதும் தரவில்லை. பின்னர் ஒரு ரூபாய்த்தாளை 'சார் சாரி'டம் கொடுத்துவிட்டுப் போனான். 'சார் சார்' ஒரு நிமிடம் தாமதித்து என்பக்கமாக ஒரு கும்பிடு போட்டான். நன்றி. இன்னும் சற்று நேரம் தயங்கி நின்றவன், பின்னர் படிக்கட்டுகளில் இறங்கிப் போய்விட்டான். படியின் அந்தப் பக்கம் வாழ்ந்து வரும் சாது தமது புன்னகையை எனக்கு அருளினார்.

இந்த நாட்டில் அமைதியான ஓர் ஆளைத் துறவி என நினைக்கிறார்கள். நான் அற்புதங்கள் செய்யக் கூடும் என்று கூட. ஆனால் ஒன்றை நான் கண்டறிந்தேன்; செயலான செயலின்மை; ஒரு முரண்தொகை; ஒருவேளை கடவுளின் மேன்மைகளுள் ஒன்று ஒரு அற்புதப் பண்பு. செயலின்மையின் இந்த சாதாரணமல்லாத இயல்பு, அதை ஒரு செயலாக மாற்றிவிடுகிறது. அந்தச் செயல் காண்போரை பாதிக்கிறது. ஒருவர் அசைவற்று இருக்கும்போது, அவர் அவதானிப்பில் அவரது பிரக்ஞை மட்டுமே காட்சியாகிறது

என்பதை நான் பின்னாளில் புரிந்து கொண்டேன். தான் கவனம் பெறுவதாக நினைக்கும் ஒவ்வொருவரும் தம்மைத் தாமே கவனித்துக் கொள்கிறார். ஒரு அசைவற்ற சாட்சி ஒவ்வொரு வரையும் தன்னைத்தானே அவதானிக்கும்படி நினைவுபடுத்துகிறது. அந்த நிலையில், ஒரு ஆற்றல் மிகுந்த 'நான்' எனக்குள் இருந்தது. அது அந்த நிகழ்வில் தன்னையும் சேர்த்துத் தானே அதை ஆய்ந்து நோக்கவும் விரும்பியது.

நான் தஸ்ஸாவாமேத் படித்துறைக்கு ஒரு கோப்பைத் தேநீர் அருந்தச் சென்றேன். தனக்கு யாரேனும் வாங்கித் தருவார்கள் என காத்திருந்த ஒரு சாதுவுக்குச் சேர்த்து இரண்டு வாங்கினேன்.

''வேர் ஃப்ரம்?''

''ஃப்ரான்ஸ் பாபா.''

''மைம் பீ. தர்ட்டி நைன்-பார்ட்டி சிக்ஸ்.''

''ஓ... *39-45* யுத்தம்! நீங்கள் அங்கேயா!''

''கேரளா. ஆக்ரா போனீர்களா?''

''இல்லை. ஆக்ரா போகவில்லை.''

அவருக்குப் பல்லே இல்லை. அவர் பேசுவதைப் புரிந்துகொள்ளுவது சிரமமாக இருந்தது. விரைவிலேயே அவர் தம் நெஞ்சைக் காட்டி ''கடவுள் ஒருவருக்கு உள்ளேயே இருக்கிறார்'' என்றார். அதை உறுதி செய்யும் விதத்தில் ''இங்கே இருப்பதாலேயே கடவுள் எங்கும் இருக்கிறார்'' என முடித்தார். கோயிலின் பக்கம் விரலைக் காட்டி ''மாயை அங்கே இருக்கிறது'' என்றார்.

மாயா! அது உண்மையை ஒரு கனவுபோல எடுத்துக்கொள்ளச் சொல்லுகிறது. ஒரு பிரமையாய்! மிகவும் தவறான புரிதல் அது. எதையும் மாற்றும் படியான உத்வேகத்தை அது ஒருவருக்கும் தருவதில்லை. நான் குர்தீப், எனது மொழிபெயர்ப்பாளனைத் தேடிப் போனேன்.

''அவரிடம் சொல். ஒருவர் இந்த உலகம் உண்மையில்லை என்று தீவிரமாக நம்ப முடியுமா? கங்கையில் குளிக்கும்போது அதன் குளிர்ச்சி நம்மைச் சில்லிட வைக்கவில்லையா? மாயா உன்னை ஏமாற்றுகிறது என்று நீ நினைத்தாலும், குளிர்ந்த நீர் என்பது மறுக்க முடியாத உண்மையில்லையா? உனது உடல் பெரிய அளவில் அது படும்போது எதிர்வினை செய்கிறது.''

''அவர் குளிர்ச்சி என்பது ஒரு பரபரப்பு உணர்ச்சி என்கிறார். எது உண்மை? குளிர்ந்த நீரா அல்லது அந்த உணர்ச்சியா?''

''குளிர்ந்த நீர் உண்மை. அதுவே ஒரு மெய்யான எதிர்வினையை உருவாக்குகிறது.''

அவர் சொல்கிறார்: ''அது யாருக்கு நிகழ்ந்துள்ளது?''

''இந்த உடலுக்கு. இந்த மனிதனுக்கு. இந்த உயிருள்ள சொரணைக்கு.''

''அவர் சொல்கிறார்: அவன் இப்போது குளித்து முடித்துவிட்டான். அவனுக்குக் குளிரவில்லை.''

ஒரு ஆள் எங்களுடன் வந்து உட்கார்ந்துகொண்டார்.

''நீங்கள் உண்மையிலேயே இந்த உலகம் ஒரு பிரமை என்று நம்புகிறீர்களா?''

''இல்லை. நான் உங்களைப் போலதான் வாழ்கிறேன்'' என்று அவர் பதிலளித்தார்.

மதியம் ஹிந்தி வகுப்பில் நான் சுவாமி நிருபேந்திராவை இந்த விஷயம் பற்றிக் கேட்டேன்:

''ஒவ்வொன்றும் சமகால மெய்த்தன்மையில் இருக்கின்றது. இந்த உலகம் இருக்கிறது. இல்லை. அது இருப்பதாக நீங்கள் நினைப்பதைப் போலவே அது இல்லை. மற்றொரு வழியில் அது இருக்கும் ஆனால் அதை உங்களால் பார்க்க முடியாது. மாயா என்பது பிடிபடாத, பொருட்களின் பன்முக அர்த்தங்களாம்.''

நான் அவதூத கீதையில் வாசித்தேன்:

> பொருட்களின் பௌதீக வடிவில் வேறுபாடு ஏதுமில்லை,
> 'நீ', 'நான்', இந்த உலகம் இவை எப்போதுமே
> இருக்கவில்லை.
> காரணம் காரியம் இரண்டும் வெவ்வேறல்ல.
> ஒருவர் வலி அல்லது இன்பத்தை எப்படிக் காண்கிறார்?
> துண்டிடமுடியாத ஆனந்தம் எங்கெங்கும் இருக்கிறது,
> அனைவருக்கும் சமமாய்.

அ என்பது ஆ என்பதன் காரணமானால், ஆ, 'அ' வின் காரணமல்ல. இந்தப் பிரத்தியேக, 'பைனரி' முறையிலான, அரிஸ்டாட்டிலின் வழிப்பட்ட தருக்கம் ஆறுதல் அளிப்பதாகவும், நடைமுறை சாத்தியமானதாகவும் இருக்கிறது. இது மிகவும் ஒழுங்கான ஒரு உலகைப் பற்றி விளக்குகிறது. பிற அதிசயங்களை விடவும், நம்மை ஆகாய விமானங்களை இயக்குவதற்கும், சக்தி வாய்ந்த மருந்துகளை உருவாக்கவும் அனுமதிக்கிறது. மறுபக்கம் என் துறவு பூண்ட

தத்துவவாதிகளும் அவர்களுடைய புத்தகங்களும், உள்ளடக்கிய ஒரு தருக்கத்துக்கு உட்படுகின்றன: அ என்பது ஆ என்பதன் காரணமானால், ஆ, 'அ' வின் காரணமாகலாம். அ மற்றும் ஆ இரண்டுமே எதனின் காரணமல்ல. இவற்றிலிருந்து ஒருவர் இந்த முடிவுக்கு வரலாம்: 'இந்த உலகம் இருக்கிறது. இல்லாததுமாகிறது. நீங்களும் நானும் எப்போதுமே இருக்கவில்லை. காரணமும் காரியமும் வேறானவை அல்ல. எப்படி ஒருவர் வலி அல்லது இன்பத்தைக் காண முடியும்?'

வரிசையாய் வெளிப்படும் இந்தத் தன்னம்பிக்கை மிக்க, கேள்விக்குரிய, எல்லா உண்மைகளையும் (இந்த உலகம், நீ, நான், துன்பம், காரணம், காரியம், வேறுபடுத்துதல்) அரைகுறையாகவோ அல்லது முழுமையாகவோ மறுக்கிற அறுதியிடல்கள் மற்றும் சாதுக்கள் சிலர் அளித்த பதில்கள், தருக்க சிந்தனை மிகுந்த என் மனதை கொதிப்படையச் செய்து எதிர்ப்புக் காட்டத் தூண்டின. அவை என்னுள் ஒரு எதிர்ப்பையும் மறுபக்கம் கட்டவிழும் ஓர் உணர்வையும் ஏற்படுத்தின. சாத்தியமான மற்றொரு உலகம் பற்றிய விழிப்பை ஏற்படுத்தின. அந்த உலகில் எதுவுமே சாத்தியம்.

★★★

தஸ்ஸாவமேத் படித்துறைக்குச் செல்லக்கூடிய, அகலமான நிழல்சாலையில், முன்பக்கம் முழுதும் திறந்திருக்கும் ஒரு சிறிய உணவகத்தில் நான் இரவு உணவு உண்டு கொண்டிருந்தேன். இரண்டு பெரிய பாத்திரங்களில் சோறும் பருப்பும் இருந்தன. அவற்றின் எதிரே ஒரு பரிசகர் சட்டையணியாமல் நின்று கொண்டிருந்தார். இன்னொரு வட்டியலில் பிசையப்பட்ட சப்பாத்தி மாவு இருந்தது. அவரது தந்தூரி அடுப்பில் இருந்து கரியின் புகை வந்து கொண்டிருந்தது. சமீபத்தில்தான் சுவருக்கு வெள்ளையடித் திருந்தார்கள். வெள்ளைப் பளிங்குத் துண்டுகள் மேஜைகளாக, அமர மர நாற்காலிகளும் இருந்தன.

சுமார் முப்பது வயதிருக்கும் ஒரு ஆள் உள்ளே நுழைந்தார். எனக்கு இரண்டு சப்பாத்தி மட்டும் போதும் என்றார். அவர் கையில் ஒரு கட்டு தோட்டத்துப்பூண்டின் இலைகள் இருந்தது. அவர் சமையற்காரரை அதைக் கழுவித் தரச் சொன்னார்.

அவர் வெள்ளைக் குர்த்தா, வேட்டி அணிந்திருந்தார். எண்ணெய் தடவி வாரிய தலை. உருண்டை வடிவக் கண்ணாடியை அவர் அணிந்திருந்தார். சமையற்காரரிடம் ''போய் ஒரு பொட்டலம் வெண்ணெயும் வாங்கி வாருங்கள். இது என் உணவு'' என்றார்.

இறுதியில் அவர் சப்பாத்தி கீரை அவற்றின் மேல் வெண்ணெய் தடவிச் சாப்பிட்டார்.

''பக்தி யோகம் என்றால் என்ன?'' அவர் தாம் உணவு உண்டு முடித்ததும் திடீரென என்னைக் கேட்டார்.

''அன்புக்கு அர்ப்பணிப்பு'' என்றேன் நான். எங்கேயோ அதுபோல படித்திருந்தேன்.

என்னை வியப்போடு பார்த்தவர் மீண்டும் துவங்கினார்:

''ஞான யோகம் என்றால் என்ன?''

''எல்லாவற்றின் ஒன்றுபடும் தன்மை பற்றிய அறிவு'' என்றேன்.

''பக்தியும் அவ்வாறானதே'' என்றார் அவர் பதிலடியாக.

நான் படித்திருந்த புத்தகம் இப்படி ஒரு எதிர்ப்பை நான் எதிர்கொள்வேன் என எண்ணவேயில்லை. சுவாமி ஆதித்ய அனந்தான்ஷு தம்மை ஒரு சமஸ்கிருதத்தின் முனைவர் மற்றும் இலக்கணத்தில் விற்பன்னர் மற்றும் ஓஷோவின் பழைய சீடர் என அறிமுகப்படுத்திக்கொண்டு ஒரு கோப்பைப் பாலை வரவழைத்தார்.

''பக்தி'' அவர் தொடர்ந்தார், ''என்பது கடவுளின் விருப்பத்துக்குமுன், தனது விருப்பங்களைச் சரணடையச் செய்வதாகும். இனி விழைவே இல்லை என்பது ஞானம்; பக்தி என்பது விடுதலையை வெளிப்புறம் முன்னெடுப்பது. ஞானம் உட்புறம் முன்னெடுப்பது. உனது முதுகை நிமிர்த்தி அமர்ந்து, ஆசைகளுக்கான கதவை அடைத்துவிடு.''

''நீங்கள் உங்கள் ஆசைகளை எதிரிகளாகக் காண்கிறீர்களா?'' நான் அவரைக் கேட்டேன்.

மேலுலகத்திலிருந்து வந்த ஒரு உத்வேகத்தை வெளிப்படுத்தும் உடல் மொழிபோல அவர் தமது கண்களை மூடிக்கொண்டு ஆடாமல் அசையாமல் இருந்தார்.

''எவையெல்லாம் மனஸுக்குத் தோன்றுகின்றனவோ அவை யாவும் மனஸே'' என்றவர், ''அதைத் தவிர்த்த மெய்நிலை ஏதுமில்லை. மனஸ் சாந்தத்திலும் எளிமையிலும் நிலைபெற்றால், சுயம் சத் ஆகத் தோன்றும். சத் என்பது இருக்கும் - உண்மை. சித் பிரக்ஞை - அறிவு மற்றும் ஆனந்தம் - பேரின்பம்.''

''மனம் என்பதை நீங்கள் எப்படிக் காண்கிறீர்கள்?''

''அது காணுதல், புரிதல், தீர்மானம், கற்பனை, சீர்தூக்குதல், காரணத் தருக்கம், புரிதல், நினைவு யாவுமே.''

''ஒரு நொடி எதிர்ப்படையாய் யோசிப்போம். அறிவுபூர்வமான வழிகளை வாழ்க்கை கையகப்படுத்தியதால், அது உண்மை நிலை என்று ஒன்று இருக்கிறதா, இருந்தால் அது எது என்று கேள்வி எழுப்புகிறது. பிளாட்டோவின் தத்துவம் மனத்தினின்றும் வித்தியாசமான ஒரு மெய்நிலையை எதிர்த்தது; நமது பிரதிநிதித்து வங்களாலான ஒரு மெய்நிலையையும். குகையின் பிரமை நாம் மெய்நிலையின் ஒரு துண்டத்தை மட்டுமே காண்கிறோம் என்பதை உதாரணமாய் வெளிப்படுத்துகிறது. மெய்நிலை என்பது ஒரு யோசனை. புரோட்டகோரஸ் (கிரேக்க சிந்தனையாளர்) மனிதர்களால் பொருட்களின் தோற்றத்தைக் காண முடியுமே ஒழிய, பொருட்களையே காண இயலாது என்றார்.

காண்ட் (ஜெர்மானிய சிந்தனையாளர்) முன் வைத்தது: தன்னுள்ளார்ந்த - ஒரு - பொருள். எதுவுமே காட்சிப்படாமல் ஒரு நிகழ்வு இல்லை. ஆனால் தன்னுள்ளார்ந்த - ஒரு - பொருள்... நமது அறிதலுக்கு அப்பாற்பட்டது, அதாவது புலன் வழி அறிதலுக்கு. தன்னுள்ளார்ந்த - ஒரு - பொருள் நமது பார்வையில் படுவது புலனாகும் உலகுடன் அது உறவு கொள்ளும் புள்ளியில் மட்டுமே. ஷொபென்ஹவர் (ஜெர்மானிய சிந்தனையாளர்) தன்னுள்ளார்ந்த - ஒரு - பொருள் என்பதை முனைப்புடன் ஒப்பிட்டார். காரணத் தருக்கவியலைப் பொருத்தவரை உலகின் யாவுமே முனைப்பின் மொழிதலே. பெரிகெலி (ஐரிஷ் சிந்தனையாளர்) பிரக்ஞையால் தான் எதுவாயில்லையோ அதைக் கருக்கொள்ள முடியாது; தான் எதிர்க்கும் எதையும் அல்லது தனக்கு வெளியே இருக்கும் எதையும் அதனால் சிந்திக்க முடியாது. இதையேதான் யோகாவின் ஆகப்பெரிய குருவான பதஞ்சலி (கி.மு. 250-கி.பி. 400) கூறினார்: 'மனதில் தோன்றுவதும் மனதினுள் மறைவதும் மனமே.' 'பிரக்ஞைக்கும் காட்சி தரும் உலகுக்கும் இயங்குறவு இருக்கிறது' என்று மெர்லே பான்டி (ஃப்ரெஞ்ச் சிந்தனையாளர்) கருதினார். ஏற்கெனவே தோன்றியது தோன்றுபவருக்கும், தன்னுள்ளார்ந்த - ஒரு - பொருள் என்பதற்கும் என்ன வித்தியாசம்? இல்லையேல், 'தன்னுள்ளார்ந்த - ஒரு - பொருள் மற்றும் எனக்கு என்ன தோன்றுகிறது என இரண்டு உண்டா?' என வியந்தார் பெர்க்சான் (ஃப்ரெஞ்ச் சிந்தனையாளர்). 'இருந்தாலும் தன்னுள்ளார்ந்த - ஒரு - பொருள் என்ற ஒன்றை அனுபவிக்க முடியாது. ஏனெனில் யார் முன்னால் அது தோன்றும்?' என அவரது எதிர்ப்பாளர்கள் வாதிட்டனர். 19ஆம் நூற்றாண்டைச் சேர்ந்த நாராயண குரு 'அறியப்பட்டதெல்லாமே

அறிவினின்றும் வேறானதல்ல' என்றார். 'அறிந்தது மெய்நிலையுள்ளது என ஏற்றாலும், அறிவின்றி அது இருக்கவே இருக்காது. எதுவும் எங்கும் அறிவின் துணையில்லாமல் இல்லை. நான் என்பது அறிவு என்று அறியப்பட்டதாம். இருப்பது யாவும், அறிவுக்குள் அடைபட்டது, கனவில் இருப்பதுபோல்.'

ஒருவர் இந்தப் பிரச்சினையை வித்தியாசமாகவும், மூன்று கண்ணோட்டங்களிலும் பார்க்கலாம்:

1. வெளி உலகம் என்று ஒன்று கிடையாது. நான் மட்டுமே இருக்கிறேன். இந்த நிலைப்பாட்டுக்கு 'சுயமொன்றே' (solipsism) என்று பெயர். எல்லாமே ஒவ்வொரு தனிமனிதனைச் சார்ந்தது; எனக்கு மட்டுமே என் எண்ணங்களின் மெய்நிலையை அறியும் தடங்கள் உண்டு.

2. இதற்கு எதிரான கருத்து வெளி உலகம் இருக்கிறது என்பதே. நானும் இருக்கிறேன் மற்றதும் இருக்கிறது. இதுவே இந்தியாவில் இருமைவாதிகளும், கிரேக்கத்தின் அனுபவவாதிகளும் கொண்ட நிலைப்பாடு.

3. இரண்டுக்கும் இடைப்பட்டு நானும் இல்லை; வெளி உலகும் இல்லை. 'நான்' (அகம்) இருக்கவில்லை. மற்றது என்று வேறொன்றும் இல்லை. இதுவே இருமை இல்லை என்பாரின் நிலைப்பாடு. ஒன்று, கடந்து செல்வதாகவும் மற்றும் உள்ளார்ந்திருப்பதாகவும் ஆனது. ஒருமைத் தத்துவம் மட்டுமே இருப்பதாம். மற்றது எல்லாமே பிரமையே.

சுவாமி அனந்தாந்த்ஷு விளக்கினார்...

''துவக்கம், மத்தியம் மற்றும் இறுதி என எல்லா நிலைகளிலும் எது இருக்கிறதோ அதுவே உண்மை. வேறு எதுவுமில்லை.''

மெதுவாய், ருசித்தபடி ஆனால் ஒரே மடக்காய் அந்தப் பாலைக் குடித்து முடித்து ஏப்பம் விட்டார்.

''காணப்படு பொருட்கள் நான்கு விதமானவை இந்தப் பிரபஞ்சத்தில்'' என்று துவங்கினார். ''சில பெயரில் மட்டுமே இருக்கும்: மலட்டுப் பெண்ணின் மகன் அல்லது காட்டு முயலின் கொம்புகள். இரண்டாவதானதற்குப் பெயரும் வடிவும் உண்டு. ஆனால் தொடக்கத்தில் மட்டுமே இருக்கும்: பாலைவனச் சோலையில் காணப்படும் கானல் நீர். கயிறைப் பாம்பாய் நினைத்து நம்புவது - அருகில் சென்று பார்த்ததும் பாம்பு மறையும். கயிறே இருக்கும். மூன்றாவதற்கும் பெயரும் வடிவும் உண்டு. ஆனால்

இடைக்காலத்தில் மட்டுமே இருக்கும். ஒரு பானை களிமண்ணால் செய்யப்பட்டது. ஆனால் உடைந்தபின் களிமண் இருக்காது. ஒரு துணி நூலிழைகளால் ஆனது. ஆனால் அது இறுதியில் மீண்டும் நூலிழைகளாக மாறும். துணியும் பானையும் இடைக்காலத்தில் மட்டுமே இருந்தன. நூல் என்பது முறுக்கிய பஞ்சின் பிசிறு. ஆனால் துணி எரிந்தபின், பஞ்சும் கூட எஞ்சாது. தொடக்கத்திலும் முடிவிலும் எது இல்லையோ, அது இடைப்பட்ட காலத்திலும் இருக்காது.

நான்காவது காணப்படு பொருள் பிரம்மன் அல்லது சுயம் ஆகும். அதற்கு வடிவமில்லை, அழிவில்லை. தொடக்கம், இடைக்காலம் மற்றும் இறுதி மூன்றுக்குள்ளும் எந்த மாற்றங்களுக்குள்ளாவதும் இல்லை. அது பிரிக்கப்பட முடியாதது, சுதந்திரமானது, இருமையற்றது, எல்லையற்றது, எங்கும் நிறைந்தது என பலவாகும். ஒரே உண்மை நிலை பிரம்மன் மட்டுமே. அது நமது நான்கு விதமான பிரக்ஞை நிலைகளிலும் உள்ளது. விழிப்பு, கனவு, ஆழ்நிலை உறக்கம் மற்றும் சமாதி (ஐக்கியமான, இருமையற்ற பிரக்ஞை).''

''நீங்கள் நான்காவதாகக் குறிப்பிடும் பிரம்மன் ஒருவேளை முதலாவது. அதற்குப் பெயர் மட்டுமே உண்டு'' நான் மறுப்புத் தெரிவித்தேன்.

''இல்லை. அது வித்தியாசமானது. ஏதோ ஒன்றாய் இருப்பது ஒன்று மில்லாதலிலிருந்து வெளிப்பட முடியாது. அது ஏதோ ஒன்றாய் இல்லாமலும் ஒன்றுமில்லாததாய் இல்லாமலும் இருக்கிறது.''

''ஒரு பேச்சுக்கு எடுத்துக் கொள்வோம்'' நான் இறங்கி வந்தேன். ''ஒன்றுமின்மை என்று ஒன்று இருப்பதுபோல அவித்யா (அறியாமை) என்பதற்கு இருப்பு உண்டா?''

''அறியாமை என்பது அடிப்படையான என்றும் அழியா மெய்நிலை பற்றிய அறிவின்மையாகும். மாயையைப் போலவே அது நிஜமானதுமல்ல; நிஜமல்லாததுமல்ல. அது ஒரு குணம். ஒரு உயிரின் பண்பு. அதற்குத் துவக்கமில்லை, ஆனால் இடைக்கால முண்டு. ஏனெனில் நாம் அதை அனுபவிக்கிறோம் மற்றும் அதற்கு ஒரு முடிவு உண்டு. என்றுமழியாச் சுயம் பற்றிய அறிவுடன் அது முடிந்து விடுகிறது.''

''துவக்கமில்லாமல் எப்படி ஒன்று இருக்க முடியும்?''

''தனது இருப்பின் வேர், காரணத்தில் உள்ள ஒன்று இடைக் காலத்தில் மட்டுமே இருக்கும். அது தொடக்கத்தில் இல்லை. ஏனென்றால் அது வேறு ஒன்றாக இருந்தது. ஒரு பானையின்

காரணிகள் எண்ணிக்கையில் அடங்காது - குயவர், அவரது பெற்றோர், வேலை, சூளை, களிமண், நெருப்பு என பல. களிமண்ணைச் சுட்டு அது பானையாகும்போதே அது இருக்கிறது. அப்போது மட்டுமே.''

பொருட்கள் எதுவுமே இல்லையென்றால் நாம் எங்கே நிற்போம்? என்னால் அவர் சொல்வதை எடுத்துக்கொள்ள முடியவில்லை. நான் உலகை மறுக்கும் உலகம் என்னும் பார்வையை மறுக்க விரும்பினேன்... நான் அந்தப் பிரச்சினையை வித்தியாசமாக அணுகினேன்.

''எல்லையற்றவரும், பிளக்க முடியாதவரும், சுதந்திரமான வருமான பிரம்மன், எப்படி என்னைப்போல, எல்லைக்குட்பட்ட, அறியாமை மிகுந்த, என் போன்ற ஒருவனாய் ஆக முடியும்?'' நான் மீண்டும் ஆரம்பித்தேன்.

''பிரமை மிகுந்த காண்பவர் காணப்படுவது என்னும் வேறுபடுத்தும் தருணத்தைத் தவிர்த்து, அது நீங்களாக ஆகவே இல்லை.''

''சுவாமிஜி'' நான் மறுப்புத் தெரிவித்தேன். ''நீங்கள் கேள்விக்கு விடை அளிக்கவில்லை. இந்தப் பிரித்தல் எப்படி நிகழ்ந்தது?''

''அது 'நான்' அல்லது 'எனது உடல்' என்னும் நிலைநாட்டுதலிலேயே தோற்றம் தருகிறது. இந்த உடலின் விதை மனம். மனமே அறிவுப்புலத்துக்கு வெளியே உங்களுக்கு ஒரு உடல் இருப்பதான பிரமையை ஏற்படுத்துகிறது. உலகம் மற்றும் எல்லைகளுக்குட்பட்ட மனிதன் இரண்டுமே பிரம்மனின் மீது இடப்பட்ட மாயையின் வரைவு வடிவங்களாகும் - கயிற்றின் மேல் பாம்பு என்னும் மனச்சித்திரம் வருவதுபோல. சத் மட்டுமே முடிவற்ற உயிராய், மாறாத ஒன்றாய் இருப்பது. அதை மட்டுமே பிரபஞ்சத்தில் உண்மையானதென்று கருத முடியும்.''

''ஆனால், பாம்பு என்னும் பிரமை நிகழ வேண்டுமென்றால், ஒரு கயிறு, உண்மையான கயிறு வேண்டும்'' நான் அழுத்திக் கூறினேன்.

''உண்மையான கயிறு இடைக்காலத்தில் மட்டுமே இருக்கிறது, பானையைப்போல. பெயர்களின், வடிவங்களின், எதிரானவற்றின் உலகின் - யோசனைகளாலும், கருத்தாக்கங்களாலும் ஆன உலகின், புலன்களாலான நடவடிக்கைகளின் பின்புலத்தின் சாராம்சம் பிரம்மன். யாருக்கு அது நிகழ்கிறதோ அவர்.''

''சுருக்கமாக அது எனக்கே நடக்கிறது. 'நான்' இருப்பதால், அது அவருக்கு நிகழ்கிறது.''

''நீங்களே அதைச் சொல்லிவிட்டீர்கள். நானே அவர். இந்த ஒற்றை உயிர் சினிமாவில் உள்ள ஒரு திரை போன்றது. திரை மட்டுமே நிலையானது; திரைப்படம் என்பதோ நிலையான ஒன்றேயான திரை மீது வீழ்த்தப்படும் பிம்பங்கள்.''

''படச்சுருளும் ஒளியும் இல்லாமல் திரைப்படமே கிடையாது'' நான் எதிர்ப்பாய்க் கூறினேன்.

''நீங்கள் அவற்றைப் பார்க்கவில்லை; மறந்துவிடுகிறீர்கள்.''

''நான் திரையையும்தான் மறந்துவிடுகிறேன்.''

உயிர் மற்றும் உண்மை இரண்டுக்குமே வடமொழியில் 'சத்' என்றே பெயர்.

''ஆனால் நீங்கள் அதை எல்லா நேரமும் பார்க்கிறீர்கள் அதைக் காணாமலேயே.''

''திரைப்படம் இல்லாமல், திரை எந்த ஆர்வத்தையும் தூண்டாது.''

''ஆர்வம் என்பது திரைப்படத்துக்கு மட்டுமே பொருந்தும் பரிமாணமாகும். எது நிலையாய் நிற்கிறது என்பதில் மனதைக் குவியுங்கள். திரை. உங்களுக்குள் உள்ள எந்தத் திரை பரபரப்பான வற்றை உள்வாங்குவதைச் சாத்தியமாக்குகிறது?''

''ஒருவேளை நான் ஒரு பாம்பைக் கயிறு என நினைத்து கையில் எடுத்து, கடி பட்டு இறந்தால்?''

''நீங்கள் மரியுங்கள். அதனாலென்ன? நீங்கள் என்பது ஒரு எண்ணம் மட்டுமே. உங்கள் எண்ணங்களோ எப்போதும் மரித்துக்கொண்டே இருக்கின்றன!''

சந்தேகத்துக்கிடமின்றி! என் திமிரின் மேல் சுமத்தப்பட்ட இந்தப் பணிவு, விஷயங்களை சரியான தளத்தில் இட்டன. என்னைக் கவர்ந்தன.

'ரமணரின் போதனைகள்' என்ற நூலில் நான் பின்னர் படித்தேன், 'உலகும் மனதும் ஒன்றாய்த் தோன்றி, ஒன்றாய் மறைகின்றன.' சரி, அவை மறைந்த பின் என்னதான் எஞ்சி இருக்கும்? நான் வியந்தேன்.

நம்மால் ஒரு காண்பவரை பிரபஞ்சத்தில் இருந்து பிரிக்க முடியாது. காண்பவரையும் காணப்படுபவற்றையும் பிரிக்க முடியாது.

காணப்படும் குவைய இயற்பியலிலிருந்தும் பிரிக்க முடியாது. நாம் எந்த நிகழ்வைப் பற்றி கவனம் வைக்கப் போகிறோம் என்பதையும் அறிய முடியாது. ஏனெனில் நாம் கவனிப்பது அவர்களை மாறுபடச் செய்கிறது. தான் காணும் பொருளைக் காண்பவர் பாதிக்கிறார்; மாற்றியமைத்து விடுகிறார். அவர் ஒருவேளை சமன் செய்யவும் கூடும்! மெய்நிலை பற்றிய நமது அவதானிப்பு, மனதின் அமைப்புகள், பகுப்புகள், எண்ணங்கள், சீர்தூக்கல்கள், அறிந்தவற்றின் பின்பலம் இவற்றால் மாசு படுத்தப்படுகிறது. அந்த மன அமைப்புகளின் நோக்கம் அறிவதை விடவும் அங்கீகரிப்பதாகவே இருக்கிறது. மெய்நிலை கண்ணுக்குள் அகப்படாமல் போகிறது என எச்சரிக்கிறார் அந்த ஹிந்துத் தத்துவவாதி.

★★★

நான் இணைய மையத்துக்குச் சென்று, இணையத்தில் தேடி மேலும் பயில எண்ணினேன். நான் http://www.sanathansociety.org/hindu_gods_goddesses/shiva.html> என்னும் பக்கத்தைக் கண்டடைந்தேன். சிவன் என்பது ஒரே சிவன் அல்ல. உள்ளடக்கிய தருக்கம் எங்கும் இருந்தது, பூமியிலும் சொர்க்கத்திலும்.

சிவன், அன்பின் வடிவம் என்பதற்கு 1008 பெயர்கள் இருக்க முடியும்; பைரவா, சடையாண்டி, கபாலிமாலின் - மண்டையோடுகளை அணிந்தவர், திரியம்பகர் - மூன்று கண்களை உடையவர். அவருக்கு மகாகாலா என்றும் ஒரு பெயர் உண்டு - எல்லாவற்றையும் அழித்துவிடும் காலத்தின் வடிவம். அவர் கருணையுமானவர் பயங்கரமுமானவர். அவர் முழுமையான அறிவின் வடிவமாவார். அந்த அறிவு என்னும் நெருப்பு துறவு, மரணம், வாழ்க்கை மற்றும் புத்துயிர் பெருக்கம் என யாவற்றையும் அழிக்க வல்லது.

வட இந்தியாவிலிருந்து தென்னிந்தியா வரை அவரை எங்கும் வழிபடுகிறார்கள். மனோதத்துவரீதியில் வெவ்வேறு கால புராணங்கள் உண்டு.

வடக்கில் சாதுக்களுக்கு அவர் தியானிக்கும் துறவியாவார். அவரது இரண்டு புருவங்களுக்கு இடைப்பட்டு மூன்றாம் கண் உண்டு. அவருக்கு யோகிராஜ், அப்பழுக்கற்ற யோகி, கைலாயச் சிகரத்தில் பத்தாயிரம் வருடங்கள் தவம் இருந்தவர் என்னும் வடிவம். விஷ்ணுவுடன் இணைந்த பாதி ஆண் பாதிப் பெண் என்னும் வடிவமும் உண்டு. மகாராஜாக்கள் போன்ற உடையில் தனது மனைவி பார்வதி மற்றும் மகன்கள் கணேசன் மற்றும் ஐயப்பன் ஆகியோருடன் அவர் காட்சி தருவார். இல்லையேல் சக்தி என்னும்

அவரது துணைவியுடன் இணைந்த வடிவில் தானே சக்தியின் வடிவம் என்பதன் உருவகமாயிருப்பார். அவரை எங்கும் லிங்க வடிவில் காணலாம். நிமிர்ந்த ஆண் குறியின் வடிவமான அது பெயரில்லாத, வடிவமில்லாத ஆக்கசக்தியாய், காலம், மறுவுருக் கொள்ளல், பிறப்பு மற்றும் மரணம் எதுவுமற்றதாய் என்றும் நிலைப்பது.

சில புராணங்களில் அவரே பிரம்மா மற்றும் விஷ்ணுவைப் படைத்தவர்.

பிரம்மா-விஷ்ணு-சிவன் என்னும் மும்மூர்த்திகளில் அவர் படைத்தல் - காத்தல் என்னும் வரிசைக்குப்பின் அழித்தலின் கடவுள். பிரபஞ்சத்தின் கடவுளாய், முஸ்லிம், யூதர்கள், கிறித்தவர்கள் அனைவருக்குமான, எல்லாமறிந்த படைப்புக் கடவுள், நீதியின் தலைவன் என்பவராகவே அவர் வாரணாசியில் விஸ்வநாதராக இருக்கிறார். ஒரே ஒரு வித்தியாசம் அவரது படைப்பு என்பது அவருக்கு வெளிப்புறமான ஒன்று அல்ல. அவரே யாவும். சிவன் ஊடுருவிச் செல்பவரும், எங்கும் நிறைந்திருப்பவருமாவார். இருமை யின்மை (அத்வைதம்) முரண்படும் இரண்டு ஒன்றாதல் பற்றியது.

தெற்கில், அண்ட வெளியில் நடனம் புரிவதால் அவரை நடராஜர் என வழிபடுகிறார்கள். காஷ்மீரத்து சைவமரபினர், அவரைத் தனிப்பட்ட ஒருவர் என்றில்லாத, முழுமையான, நிர்குண பிரம்மன், எந்த குணங்களுமற்றவர், வடிவமற்றவர், உயிரினங்கள், உயிரற்றவை இரண்டுமானவர், அத்வைதத்தின் வடிவம், துரியம் என்னும் நான்காம் நிலைப் பிரக்ஞையாய், மூன்று பிரக்ஞைகளுக்கும் (விழிப்பு, உறக்கம் மற்றும் கனவு) மேலானவராய்க் காண்கின்றனர்.

நான் இணைய மையத்தில் இருந்ததால் கிரிகொரிக்கு ஒரு மின்னஞ்சல் அனுப்பினேன்.

அனுப்புநர்: ludo.onrrip@hotmail.com

பெறுநர்: gregory.tatelbaum@free.fr

(....)

நான் என் அறையைக் காலி செய்துவிட்டு, ஒரு சிறிய மந்திர் ஒன்றுக்குக் குடிபெயர்ந்து விட்டேன். ஒருமுறை ஒரு பிச்சைக்காரனைப் பார்த்துக் கொள்ளும்படி சிவனிடம் வேண்டிக் கொண்டேன் இல்லையா? அதே கோயில்தான். ரணமஹால் படித்துறையில், படிகளைப் பகுதியாகத் திறந்துவிட்டு மேலே உள்ள சுற்றுச் சுவர் வரை நீளும் இதேபோன்ற கோயில்கள் மூன்று இருக்கின்றன. அவற்றுள் ஒன்றில் ஒரு சாது வசிக்கிறார். அவருக்கு

எதிரே இருந்த கோயிலை நான் பிடித்துக்கொண்டேன். எனக்கு அவரைப் பிடித்திருக்கிறது. இந்த நகரகுகையின் வாயிலின் ஒரு பக்கமாய் நான் ஒரு சால்வையைத் தொங்க விட்டுவிட்டேன். நான் பருத்திப்பஞ்சடைத்த போர்வையான 'குவில்ட்' ஒன்றை வாங்கி, அதை லிங்கத்தின் பின் பக்கம் விரித்து வைத்துவிட்டேன். மிகவும் இனிமையான இடம். வாடகை கிடையாது.

ரஜுல் பாபா என்னும் என் அண்டைவீட்டுக்காரர், மிகவும் இங்கிதம் தெரிந்தவர். மென்மையானவர். குள்ளமானவர். அவர் பேசுவதும் கிடையாது; நேரடியான கேள்விகளுக்கு பதில் சொல்லுவதும் கிடையாது. அவருக்கு நாற்பது வயது இருக்கும். அவருக்கு நீண்ட தலைமுடி, தாடி, மீசை எல்லாம் உண்டு. அவர் ஒரு நீண்ட தபஸ் செய்கிறார். அது என்ன என்று எனக்கு விளங்கவில்லை. ஒரே சடங்கைப் பலமுறை செய்து, ஒரு தவறுக்கு மாற்று தேடுவது, ஒரு பாவத்துக்குப் பரிகாரம் தேடுவது அல்லது ஒரு கெட்ட பழக்கத்தை விட்டுவிடுவது... மாதிரியான ஒரு வழிபாடு. அவர் மிகவும் உற்சாகமாக இதைச் செய்து வருகிறார். விரைவிலேயே இதிலிருந்து அவர் விடுபட்டு விடுவார் என நம்புகிறேன். பிறகு அவர் தனது இலக்கில்லாத திரிதலைத் தொடங்குவார்.

தற்போதைய அளவில் அவர் தனது குளியலுக்காக மட்டுமே இடத்தை விட்டு நகர்கிறார். நான் உணவை வாங்குகிறேன். பசு சாணத்தைக் காயவைத்து, எரிபொருளாகப் பயன்படுத்துகிறேன். ரஜுல் பாபா இருவருக்காகச் சமைக்கிறார். குளியலறைக்கும், கழிப்பறைக்கும் படித்துறை மேலே உள்ள எலினா என்னும் தங்குமிடத்தை, அவர்களுடன் ஒப்பந்தம் செய்து பயன்படுத்துகிறேன்.

விடியலுக்கு முன்பு பாங்கு ஓதி, க்யான்வாபி மஸ்ஜித், பக்தர்களை, அந்த நாளைப் படைத்தவனான இறைவனின் புகழ் பாடுவதாய்த் துவங்கச் சொல்லி அழைக்கிறது. அதன் பின் அதைவிட சிறிய மசூதிகள் ஒலி எழுப்புவதில் போட்டி போடுகின்றன. ஒரு சுற்று இது முடியும். அதன் பின் நான் சூரியோதயத்தை நதிதீரத்தில் வணங்குவேன். அக்கம்பக்கத்தாரும் வரத் துவங்குவார்கள். ஆடையில்லாத குழந்தைகள், சிறுவர்களும் ஆண்களும் ஒரு பக்கம், உள்ளாடைகளுடன் மறுபக்கம் பெண்கள் என ஒரு சகோதரத்துவ மான ஒழுங்கு.

ஒவ்வொரு நாள் சூரியோதயமும் வித்தியாசமானது, ஒருவர் தனது வாழ்க்கைக்குத் தரும் புதிய வணக்கம். அது ஒரு மறுபிறவிபோல, நாம் எதிர்பார்த்துக் காத்திருந்த ஒளி முழுமனதுடன் மரியாதை செலுத்தப்படும் அனுபவம்.

பக்தர்கள், கங்கையிலிருந்து இருகை குவித்துத் தண்ணீரை அள்ளி மீண்டும் அந்தத் தண்ணீரை, கங்கைக்கே அர்ப்பணித்து விடுகிறார்கள். பெற்றதும் தந்ததும் ஒற்றுமையே.

சிறுவர்கள் ஒருவர் மீது ஒருவர் தண்ணீரைப் பீய்ச்சி அடித்து தைரியத்தைப் பரிசோதனை செய்கிறார்கள். எருமைகள் முதல் நாள் அந்தப் பகுதிக் கோயில்களில் கடவுள்களுக்குப் போட்டு அடுத்த நாள் வாடிய பூக்களைத் தின்பதற்காக அலைகின்றன.

படித்துறை மேலே அமைந்துள்ள தேநீர்க்கடையில் நான் என் முதல் கோப்பைத் தேநீரை அருந்தப் போகிறேன்.

படித்துறைக்கு மேலே, சுற்றுச்சுவரில் நீட்டிக் கொண்டிருக்கும் கருங்கற்களுள் ஒன்றில் ஒரு துறவி அமர்ந்து ஆழ்ந்த சிந்தனையில் இருந்தார். முதுகில் பையும், தோளின் மீது போர்வையுமாய் முண்டாசணிந்த மூன்று சாதுக்கள், தீவிரமான பயணிகளின் தோற்றத்துடன் தாடியுடன் தென்பட்டார்கள். ஹரி ஓம். ராம் ராம். பனி எழுந்து சூரிய வெளிச்சத்தை மங்க அடிக்கிறது. எல்லாப் பக்கமும் பளிச்சென்ற உணர்வே ஏற்பட்டது. எந்த ஒரு வெட்கமோ, வருத்தமோ இல்லாமல் ஒரு வாடிக்கையாளர் தனது தேநீர்க் கோப்பையைத் தன் காலடியிலேயே போட்டுவிட்டுப் போனார். நான் என் தேநீரைக் குடித்துக் கொண்டிருந்தபோது, குறைந்த பட்சம் ஏழு வெவ்வேறு விதமான முண்டாசு கட்டும் முறைகளைப் பார்த்தேன்.

நான் பல துறவு பூண்ட தத்துவவாதிகளைச் சந்தித்தேன். நீ கூறியது சரிதான். அவர்கள் உண்மையான உலகம் இருப்பதில் நம்பிக்கை இல்லாதவர்கள்.

இந்த மதத்தில், பல கடவுள்கள் ஆனால் உயிர் ஒன்றே. அதுவே பிரம்மன் அல்லது வேறு ஒன்று என அழைக்கப்படுகிறது. அது உருவமற்றது மற்றும் உருவமற்றதன் பிரக்ஞையானது. உருவமற்ற அதுவே, வாழ்க்கை, நிகழ்ச்சிகள், இயக்கங்கள் மற்றும் என்னை உருவமின்மையில் மாற்றம் இன்றியே படைத்தது. ஒன்றே ஒன்று, தன்னுள்ளார்ந்தும், அனைத்திலும் நிறைந்தும், எல்லா இடத்திலும் இருப்பதாய் மற்றும் அழிவற்றதாய் இருப்பது அதற்கு வடிவமில்லை என்பதால். அதுவே சக்தியும், பொருளும் மற்றும் மனமும் காணப்படுபவையுமாய், வெவ்வேறாய்ப் பிரித்துக் காணாதிருந்தால் அனைத்தின் ஆக்கியோனும் சாட்சியுமானதாம்.

மனவெளித் தத்துவத்தில் அனைத்தின் உருவாக்கத்தைப் பதிவு செய்ய கடவுளின் செயலை வேண்டத் தேவையில்லை. அதை

விண்டு காணும் முறையே பெயர்ச் சொல்லும் உரிச்சொல்லும் ஆகும். இது எனக்கு கிரேக்கச் சிந்தனையாளர் எபிகுரோஸை நினைவுபடுத்துகிறது: 'கருத்திலிருந்தே எப்போதும் பிழை உருவாகிறது.' மார்செல் டுசாம்ப் (ஃப்ரெஞ்ச் ஓவியர்) கூறியதும் நினைவுக்கு வருகிறது: 'இது சிறுநீர் அல்ல.'

உருவமில்லாததைப் புரிந்துகொள்ள ஒருவர் அதை அனுபவிக்க வேண்டும். அதற்கு சில வழிமுறைகள் உள்ளன: ஒருவர் ஒவ்வொன்றையும் தனது வடிவமாகவே காண வேண்டும். அல்லது எபிகுரோஸ் கூறியதுபோல உலகை அப்படியே ஏற்க வேண்டும். தனது இதயத்துள் வாழும் வாழ்க்கை; ஏனெனில் அதற்கு வெளியே எதுவுமில்லை. தனது பிரக்ஞையை அனைவரையும், ஒவ்வொரு வரையும் ஒன்றாய்க் காணும்படி வழிநடத்த வேண்டும். மொழியற்ற, விழிப்புள்ள ஒரு நிலையை அடைய அனைத்தினின்றும் பெயரையும், வடிவையும் நீக்கிவிட வேண்டும். (கிரேக்கச் சிந்தனையாளர்) ஸ்டாயிக்ஸ் கூறியதுபோல பிரபஞ்சம் முழுவதன் இருப்பை ஒவ்வொன்றிலும் காண வேண்டும். என்றுமே பிறப்பெடுக்காததைக் கண்டுபிடிக்க வேண்டும். உலகமே விளையாட்டாய் விளையாடும், வீரனைக் கண்டடைய வேண்டும்... இந்த நொடியில் தன்னைத் தானே இழக்க வேண்டும்... தன்னையே ஒரு புனைகதையாகக் காண வேண்டும்.

என் தத்துவவாதிகள் மது அருந்துவதில்லை. புளிப்பேறிய பானத்துக்குப் பதிலாக, சில்லும்களைப் புகைக்கிறார்கள். ஆனால் பின் சோர்வு எதுவும் இல்லை.

நான் நிறைய படித்து வருகிறேன். ரமண மகரிஷி, இஷா உபநிஷத்தின் மூன்று ஆங்கில மொழிபெயர்ப்புகள், நாய்பால், ஒன் மில்லியன் ரிவோல்ட்ஸ், ராமதாஸின் பில்கிரிமேஜ் நோட்ஸ், ராம்தாஸ் ஒரு வியாபாரி. சல்லிக்காசில்லாமல் வீதியெங்கும், கடவுளைக் காணும் தீவிரத் தேடலுடன் கிளம்பியவர். ''வழிபடுபவனும், வழிபடப்படுபவரும் தனித்தவர்கள். ஆனால் ஒன்றேயானவர்கள். கடவுள் தனது சீடனின் வடிவுமானவர். ஆனால் அவர் வேறுபோல பாவனை செய்கிறார்.'' அவர் அன்புப்பித்து பிடித்தவர். அவர் ஒவ்வொன்றிலும் அன்பையும் ராமனையும் கண்டார்.

நண்பகலில், நாங்கள் ஒப்புக்கொண்ட மண்டபத்தில், நான் என் ஹிந்திப் பாடங்களை சுவாமி நிருபேந்திராவிடம் கற்பேன். அவர் என்னை சொற்களைத் திரும்பத் திரும்பக் கூற வைப்பார். ஆப் சாய் சாஹ்தே ஹைன்? உங்களுக்கு தேநீர் வேண்டுமா? க்யா காடி டீக் டைம் பர் ஹை? ரயில் நேரத்துக்கு வருகிறதா? மெரே அஷுத்

உச்சாரண். என் மோசமான உச்சரிப்பை மன்னிக்கவும். ஆனால் இந்த ஒன்றைச் சரியாய் உச்சரிக்க வேண்டும்! அதன் பின் நாங்கள் விரைவாய் உபநிடதங்கள் பற்றிய கருத்துப் பரிமாற்றத்துக்குப் போய்விடுவோம்.

உன் நண்பன்,

லுடோ.

★★★

எனது ஹிந்தி வகுப்பின்போது, ஒரு யோகி தலைகீழாய் நீண்ட நேரம் நின்றும், தனது இரு கால்களுக்கிடையே தலையைக் கொண்டு சென்றார். தனது உடலைப் பின் பக்கம் தள்ளி அவர் தன் உடலை ஒரு பாலமாக்கினார். அவரது முதுகுத்தண்டு ஒரு பாம்பு போல் சுருண்டது.

'மாயை ஒரே ஒரு பிரக்ஞையான பிரம்மனின் வடிவே.' சுவாமி நிருபேந்திரா விளக்கினார். ''தனித்தன்மை மிக்க முழுமை ஒன்றே. அது பல வடிவங்களில் தென்படுகிறது. சமாதி நிலையில் ஒரு தனிமனிதனின் பிரக்ஞை ஒன்றாயிருப்பதில் நிலைக்கிறது. இல்லையேல், பலவற்றின் அசைவுகள் மீதுள்ள ஈர்ப்பு மேலோங்கினால் சிதறிவிடுகிறது. இந்த பிரக்ஞை அனைத்தையும் ஒன்றாயும், ஒன்றைப் பலவாய் பரிணமிப்பதாகவும் காணும்போது அது வித்யா - பிரக்ஞை மிகுந்த விழிப்பு.''

யோகியின் உடற்பயிற்சிகள் என்னைக் கவரவில்லை. எனக்கு ஞான மார்க்கத்தின் மீதுதான் ஈடுபாடு. இறுதியான உண்மைநிலையை உணரும் வழியில் அறிவின் வழிகள் தவிர்க்கப்படாதவை. அடிப்படையான மற்றும் உள்ளார்ந்ததான பிரக்ஞையை நிலைநிறுத்துதல் என்றே நான் புரிந்திருந்தேன். வெல்டன்சாவ் என ஜெர்மன் மொழியில் கூறும் ஒரு உலகப் பார்வை. அதன் உத்திரவாதம் ஆனந்தம், நிர்வாணா என்னும் விடுதலை மற்றும் இறுதியான யூப்பி (ஃப்ரெஞ்ச் மகிழ்ச்சிச் சொல்).

அத்தியாயம் 9

நரேஷ், லாவ்ரி, ஜேன் மற்றும் பிறர்

நரேஷ் தத்துவத்தில் முனைவர் பட்டம் பெற, வாரணாசி சமஸ்கிருதப் பல்கலைக்கழகத்தில் சேர்ந்திருந்தார். அவர் சுவாமி கிருஷ்ணமசந்திர வேதாந்த ஆசிரமத்தில் தனது ஆராய்ச்சிக்கான அமைதி வேண்டித் தங்கி இருந்தார்; ஆனால் உண்மையில் அவர் கொல்கத்தாவில் இருந்த தன் வீட்டுக்குத் திரும்பிப் போவதைத் தாமதப்படுத்தவே அங்கே தங்கி இருந்தார். ஒரு நாள் மாலை நான் அவரை ஆசி படித்துறையில் சந்தித்தேன். நாங்கள் பிறரிடமிருந்து விலகித் தனியே உரையாட அமர்ந்திருந்தோம். அவர் பிற துறவிகளுடன் நேரம் செலவிட விரும்பினாலும் புகைக்கவில்லை. சிறிதும் துறவு மனநிலை இல்லாதவர் அவர். வாழ்க்கையைக் காமம் மற்றும் இன்பம் என்னும் தடத்தில் அவர் கண்டார்.

பிராமணர்கள் அணியும் ஜனேவு (பூணூல்) என்னும் முப்பிரி நூலை அவர் தனது தோளில் அணிந்திருந்தார். அவரது வெள்ளைக் குர்த்தா வழியே அது தெரிந்தது. அவர் அகன்ற நெற்றியும், சிவப்பு உதடுகளும் புன்னகையுமானவர். உயரமானவர். இந்திய மேல் ஜாதியின் சிவப்பு நிறம் அவருக்கு இருந்தது.

''ஒரே கடவுள் மட்டுமே என்னும் உங்கள் மதங்கள் மிகவும் குறுகிய நோக்கில் கடவுளுக்கு பெண்ணின்பம் இல்லை என்னும் வடிவைக் கொடுத்துவிட்டன'' அவர் துவங்கினார். ''ஆண் ஆகிய ஏசுபிரானுக்கும் நீங்கள் பிரம்மச்சரியத்தையே இயல்பாகக் காட்டுகிறீர்கள். உடல்

சுகம் என்பது ஏதோ புனிதத்துக்குப் பொருந்தாது என்பது போலவும், அது நல்லது - கெட்டது என்னும் பகுப்புக்குள் வரும் என்றும் நீங்கள் நினைக்கிறீர்கள். இந்தியக் கடவுள்கள் குடும்ப வாழ்க்கைக்கு உட்பட்டோரே. அவர்கள் கட்டுப்பாட்டில் பெரிய இறையாண்மை கொண்டோர். தவிர்ப்பதில் அல்ல. கிருஷ்ணர் ஆயிரக்கணக்கான பெண்களுடன் காதல் புரிந்தவர். நாங்கள் அவர் புகழைப் பாடுகிறோம். எங்களைப் பொருத்தவரை பிரபஞ்சத்தின் அடையாளம் ஆண் குறி, ஆண்குறியின் விரைப்பு, காமம், எல்லாவற்றின் மூலம்.''

''வெளிநாட்டவர் இந்தியாவுக்கு துறவு மட்டுமே ஹிந்து மதத்தின் உண்மை என்னும் கண்ணோட்டத்துடன் வருகிறார்கள்" அவர் தொடர்ந்தார். ''அவர்கள் ரமண மகரிஷி, அரபிந்தோ, மா ஆனந்தமயி ஆகியோரைச் சந்திக்கும் ஆவலில் வருகிறார்கள். சனாதன தர்மம் இரண்டு பாதைகளை விடுதலைக்காக முன் வைக்கிறது: ஒன்று துறவு, புலன் மறுப்பு. மற்றது தாந்திரிகம் எனப்படும் புலன்கள் வழி அறிதல். நிலையானதில் இருந்து கடந்து செல்லும் இயல்பானதை அடைதல். இங்கே மேன்மைக்குணம் அல்லது தீய குணம் என்பவை மறைகின்றன. ஒருவர் உலகிலிருந்து விடுதலை அடைய விரும்ப வில்லை. உலகுக்குள்ளே விடுதலையைக் காணவே விரும்புகிறார்.''

''அவ்வாறெனில் ஒருவர் எதிலிருந்து விடுதலை பெறுகிறார்?''

''வேட்கையைத் தூண்ட நீங்கள் பாவச்செயல் ஒன்றைக் கண்டுபிடிக்க விரும்புவீர்களா?''

''ஒரு பாவியையும் கழிவிரக்கம் கொள்பவனையும் ஒரே சமயத்தில் உருவாக்குவது... அப்படி இல்லை என்றே நம்புகிறேன்.''

''பிரமாதம். நீங்கள் சொல்லாட்சியில் வல்லுநர்.''

''தாந்திரிகத்தில் உலகம் உண்மையானது. சக்தி பொருளை உண்டாக்குகிறது. பூமி உயிரை உண்டாக்குகிறது. ஆதியிலிருந்த ஒலிகள் சொற்களாயின; பிரக்ஞை தன்னைத் தானே என் உடலுக்குள் எல்லைப்படுத்திக் கொண்டது. துறக்க வேண்டியது எதுவுமில்லை. எல்லாமே புனிதமானது.''

''எனக்கு அது ஏற்புடையது.''

''உடல் ஆனந்தத்துக்கான ஒரு கருவியே.''

''பிரச்சனை நம் வாழ்க்கை என்பது ஆனந்தத்துக்காக உண்டாக்கப் பட்டதல்ல. வலி பற்றிய முன்முடிவுகள் என்னிடம் இருந்தாலும் நான் வேதனை அனுபவிக்கவே போகிறேன். வாழ்க்கையின் மீது

கவலைகள், விபத்துக்கள், அசம்பவங்கள் மற்றும் அலுப்பு இவை யாவும் சுமத்தப்பட்டவை என்பதை மறந்து விடுகிறீர்கள். சாதுக்கள் மூன்றாவது ஒரு பாதையைக் காட்டவில்லையா? மேலும் மென்மையான ஆழ்ந்த சிந்தனை மிகுந்ததும் செயலின்மையின் அமைதியுமான வாழ்க்கையை?''

இந்த உரையாடல் பல வாரங்கள் தொடர்ந்தது. ''ஒரு சுவாமிஜி எனக்கு ஆசைகள் எண்ணங்களே என்று போதித்தார்'' என்பேன் நான். ''கடவுளும் ஒரு எண்ணமே'' என அவர் பதிலளிப்பார். ''சாதுக்கள் மட்டுமே ஹிந்துத் தத்துவத்தின் வாழும் வடிவங்கள். அவர்கள் அதைப் பயிற்சி செய்கிறார்கள். மற்றவர்கள் அவற்றைப் பற்றி விவாதிக்க மட்டுமே செய்கிறார்கள்'' என்பது என் தரப்பு. ''அவர்கள் மட்டுமே அல்ல. இன்பமடைவதும் கடவுளுக்கு ஒரு சமர்ப்பணமே.'' நான் பதிலளித்தேன். ''சாதுவாக வேண்டிக் கிளம்பும்போதே இனி ஊழ் என்ற ஒன்று இல்லை என்னும் கதையை ஒவ்வொரு சாதுவும் கொண்டுள்ளார். துறவின் பேரானந்தத்தை அடைய வேண்டி அவர் தமது மனைவி, மக்கள், வேலை, சொத்து, ஏன்? பெயரைக் கூட விட்டுவிட்டு வந்தவர். முதல் தாவலிலேயே அவர் விடுதலை பெறவில்லையா? இந்த விடுதலை சுதந்திரம் கிடையாதா? இடைவிடாத அவரது திரிதல்கள் இந்த விடுதலைக் காட்சியை மீண்டும் மீண்டும் அரங்கேற்றுகிறது.'' அவர் மறுத்தார். ''விடுதலை என்பது இந்த உடலில் இந்த வாழ்க்கையில் இன்பத்தைக் கண்டுபிடிப்பதே.''

மீண்டும் நான் அவர் கூற்றை ஏற்றேன்.

ஆனால், மகிழ்ச்சிக்கான சூழல்களை உண்டாக்கப் பாடுபட்டுப் பணம் ஈட்டி, முன் யோசனையுடன் அதைப் பாதுகாத்து, சரியான செலவுகள் மட்டும் செய்து மீதியைச் சேமித்து, இவ்வாறாக எல்லாமே செய்தால் மட்டுமே அதனால் வரும் மகிழ்ச்சியை அனுபவிக்க முடியும். ஆனந்தத்தை அளவிடமுடியும் என்றால் அது ஆனந்தமே இல்லை. அமைதிக்கு மிரட்டல் வரும்போது அமைதி அழிகிறது.

படித்துறைகளில் நாங்கள் சாதுக்களுடன் இருந்தபோது, நரேஷ், இன்பம் என்னும் தத்துவம் பற்றியும், குடும்ப வாழ்க்கை வாழும் கடவுள்கள் பற்றியும் பேசினார். உடல், கலவி மற்றும் இன்பம் பற்றி முன்னாளில் முனிவர்கள் பாடிய பாடல்களைப் பற்றிப் பேசுவதில் நரேஷுக்கு நிகர் யாருமில்லை. 3500 வருடப் பொக்கிஷமாய், கடவுள்களின் காம உறவுகள் பற்றிய விஷயம் அவருக்கு ரகசியமாயில்லை. அவர் அதைத் தம் ஆய்வின் மையப்

பொருளாகக் கொண்டிருப்பதாகவும், விடியற்காலை தமது அறையில் ஒரு பயிற்சி செய்வதாகவும் கூறினார்.

ஒரு நாள் மாலை, மெழுகுவர்த்தி வெளிச்சத்தில், ஆதி புராணங்களிலேயே சிறந்த ஒன்றை, நரேஷ் எனக்கு வாசித்துக் கூறினார்:

விஷ்ணு புராணத்திலிருந்து:

> பிரம்மா, கணக்கற்ற வடிவங்களில் தமது சிருஷ்டியை, தமது ஆழத்திலிருந்து வார்த்தெடுத்து, தீவிரமாகச் செய்து கொண்டிருந்தார். காமன் ஒரு இளைஞனின் வடிவில் அவர் முன் வந்தான். வாட்டமே இல்லாத இளமை அவன் முகத்தில் பிரகாசித்தது. அவனது மார்பு சந்தனம் குழைத்தது போலவும் இடுப்பு சீராகவும் இருந்தன. அவனது மூச்சு வாசனை மிகுந்ததாகவும் புலனின்பத்தின் பிரதிபலிப்பாகவும் வெளி வந்தது. தான் யார் என்று உணர்ந்த காமன் பிரம்மனைக் குறும்பாகக் கேட்டான் ''என் பெயர் மற்றும் பணி இந்த உலகில் என்ன என்பதைக் கூறுங்கள் பிரம்மா அவர்களே'' என்றான். பிரம்மா தனக்குள்ளிருந்து வந்த அந்த இளைஞனைப் பார்த்துச் சிந்தனையில் ஆழ்ந்தார் ''உனக்கு இச்சை என்று பெயர்'' என்றார். இறுதியாக, ''நீ என்னிலிருந்தும் உன்னுள் இருந்தும் பிறந்தவன். நான் உலகங்களைப் படைக்கிறேன். நீ அவற்றுக்கு உயிர் கொடுக்கிறாய். நான் நிகழ்வுகளைத் துவக்கி வைக்கிறேன். நீ அவை முழுமைபெறச் செய்கிறாய். நான் வடிவங்களைப் படைக்கிறேன். நீ அவற்றுக்கு இயக்கத்தைக் கொடுக்கிறாய். நீயே விஷம், மகிழ்ச்சி மற்றும் போதையாவாய். எனது பிரக்ஞையிலிருந்து வெளிவரும் யாரும் உன் வசீகரிப்பில் மயங்கி விடுவார்கள்.''

''இச்சையை இவ்வளவு கருணையுடனும், புத்திசாலித்தனத்துடனும், மரியாதையுடனும் கையாளும் இந்தப் பண்பாடு ஆசீர்வதிக்கப் பட்டது'' நான் வியந்தேன்.

★★★

நான் இந்தியாவை நேசித்தேன்.

இந்தியர்களின் அன்பும், வீரியமும், உற்சாகமும் எனக்கு மகிழ்ச்சி அளித்தன. இது அழுக்கான, அதிக ஜனத்தொகை மிகுந்த, ஒழுங்கற்ற, உச்சக் குழப்பமான, இங்கிதமற்ற மக்களை உடையதாக இருக்கிறது. இருந்தாலும் இதன் மக்கள் பெரிதும் புன்னகையும் நட்புபாராட்டும் பண்பும் உடையவர்களாக இருக்கிறார்கள்.

அவர்கள் தீர்மானமாகத் துப்புகிறார்கள், பேசும்போது அதிக சத்தமாகப் பேசுகிறார்கள், தெருவின் ஒரு முனையிலிருந்து மறுமுனையில் உள்ளவரை சத்தம் போட்டுக் கூப்பிடுகிறார்கள், அவர்களது தனி வாழ்க்கை பொது இடங்களின் மீதும் நிரம்பி வழிகிறது. இருந்தாலும் அவர்களின் நட்பு உடனடியானது மற்றும் இயல்பாகவே நேர்மை மிகுந்தது.

நெரிசலான சந்துகளில், பாதசாரிகள் சிரமப்பட்டு நடந்து செல்லும்போது, வாகன ஓட்டிகள், எந்த நாசூக்கும் இல்லாமல் காது கிழியும்படி ஒலிப்பானை ஒலிப்பார்கள். ஜெனரேட்டர்கள், பசு கத்தும் ஒலி, மிகையான கோயில் வழிபாட்டின் ஒலி ஒலிபெருக்கியில், மணிகளின் ஓசை, ஆட்டோக்களின் அலறல் சத்தம், புதுப்படப் பாடல்களை பேரோசையுடன் ஒலிபரப்பி விற்க முயலும் கடைகள், முஸ்லிம் தொழுகையின் ஓசை, இவற்றுடன் சேரும் குழந்தைத் தனமான குரலில் ராம் சீதா ராம் என முடிவற்றுப் பாடும் ஒரு சாதுவின் குரல்.

புனிதமான வாரணாசியில் நியான், பிளாஸ்டிக், சுவரொட்டி இவற்றைக் கண்டுபிடித்துவிட்டது. எங்கும் எப்போதும் எந்த வருத்தமும் இல்லாமல், எந்தக் குப்பையையும் கொட்டும் மக்கள். வானில் இருந்து பூமிக்கு எத்தனையோ 'ஒயர்கள்' தொங்குகின்றன. எந்தச் சீரும் ஒழுங்கும் இல்லாத கலவையான தோற்றம். இதில் மக்கள் அழகைக் காணலாம். ஆனால் மற்றவர்களுக்கு அப்படி இருக்காது.

பிளாஸ்டிக் மற்றும் குப்பைக் கழிவுகளை எரிப்பதால் வரும் ஆக்ஸைடு நச்சு, எந்த இடத்திலும் இருக்கும் திறந்தவெளி சிறுநீர் கழிப்பிடங்களின் துர் நாற்றம் இவைகள் புலன்களை பயங்கரமான விளிம்புக்கு வேலை வாங்குகின்றன. உணவு என்பது பெரிய சவால். ஒவ்வொரு சாப்பாட்டிலும் இருபதுக்கும் மேற்பட்ட மிளகாய் மசாலாக்கள் சேர்க்கப்பட்டு அவை குடலையே எரித்து விடுகின்றன. இசை நிகழ்ச்சிகளில் ஒலிபெருக்கியின் ஒலி காதையே செவிடாக்கி விடும். ''கடவுள் சொர்க்கத்தை இந்தியர்களிடம் கொடுத்தால் அதை 24 மணி நேரத்துக்குள் நரகமாக்கி விடுவார்கள்'' என்றார் ஒரு இந்தியர் என்னிடம்.

பாதி மக்கட்தொகை படிப்பறிவில்லாதவர்கள். இப்போது படிப்பு கவனம் பெற்று வருகிறது. மூட நம்பிக்கைகள், வெறுப்புகள் மற்றும் நம்பிக்கைகளின் அடிப்படையில் அறியாமை இன்னும் ஆழமாகி விடுகிறது. துரதிர்ஷ்டத்தைக் கூட்டும் விதமாகவே சில ஆகிவந்த வழக்கங்கள் தொடர்கின்றன.

சவுஸ்மதி படித்துறையில், விதவைகளுக்கான தர்மசாலை ஒன்று இயங்குகிறது. வெளியே இருந்து பார்க்கக் கூடியதாக இருக்கும் அந்தப் பெரிய கூடத்தில் விதவைகள் பருப்புகளைக் கல் நீக்கிக் கொண்டிருப்பது தென்படும். மனுநீதி ''ஒரு விதவை இறுதி வரை துன்பத்தைச் சகித்துக் கொள்ள வேண்டும். சாபம் பெற்ற கடவுள்கள் கணவன்களது உயிர்களை எடுத்து விதவைகளை மகன்களின் மீது சார்ந்து வாழச் செய்தார்கள்.'' விதவைகள் பிச்சை எடுப்பதைப் பார்க்கலாம். நான் ஒரு விதவையின் ரவிக்கைக்குள் பணம் வைத்து அவளைப் பார்த்துக் கண்ணடித்தேன். அவள் பணத்தை பத்திரப்படுத்தி விட்டு, தன்னைத் தானே ஏமாற்றிக் கொள்ளாமல் புன்னகைத்தாள்.

நான் வாசித்த இந்திய நாவல்கள் மக்களைப் பொருள் தேடும் சுயநலவாதிகளாய், பொறாமை பிடித்தவர்களாய் வேறு எந்த மொழியில் இருக்கும் கதைகளைப் போலவே இருக்கின்றன. மக்கள் பிரமைகளிலிருந்து விடுபடாமல் அவற்றுடன் ஈடுபாடே அதிகம் காட்டுவதைக் காண்கிறேன். வேறு எந்த மக்களையும் போலவே இவர்களும்.

மேற்கத்திய கிறிஸ்தவர்களான நாம் ''ஏழைகள் ஆசீர்வதிக்கப் பட்டவர்கள்'' என்று மறுபடி மறுபடி உச்சரித்தபடி ''இந்தக் கோப்பை என்னை விட்டுச் செல்லட்டும்'' என்று வேறு எந்தெந்தப் பொருட்களை வாங்கலாம் என்று திட்டமிடுகிறோம்.

மேலும் மேலும் துன்புறுவதை ஒன்றும் இந்தியர்கள் விழைய வில்லை. நுகர்வோர் கலாசாரம் வேரூன்றிய நாடே இந்தியா. இங்கே பேராசையும், தனது வளத்தைக் காட்சிப்படுத்தும் பகட்டும் பொருள் வேட்கையும் உள்ளோரே பெரும்பான்மை. பல நுகர்வோர் பொருட்கள் பெரிதும் விற்பனையாவதும் மக்களின் பொருள் வேட்கை மனப்பான்மையும் பிற நாட்டு மக்கள் போன்றதே. நான் குப்பைக்கூளம், ஒழுங்கின்மையான குழப்பம் இவற்றை எதிர்த்து வெறி கொண்டேன். பழமைவாதத்தை விமர்சித்தேன். அதன் பொறுப்பின்மையை எதிர்த்தேன். கர்மாவின் பூமியான அந்த நாட்டில், எத்தனையோ அக்கிரமங்களையும், தவறுகளையும் செய்தோரே அதன் பலனாய்ப் பிறந்து இடர்ப்படுவதாக நினைத்தேன். இத்தனைக்கும் பிறகும் ஒரு அராஜகவாதியாக நான் அந்த நாட்டில் மகிழ்ச்சியே அடைந்தேன்.

நான் இந்தியாவை நேசிக்கிறேன்.

ஒரு நாளின் பல்வேறு தருணங்களில் உலகமெங்கும் புன்னகைப் போருக்கான ஒரு பட்டியலை நாம் இட்டால் இந்தியர்கள் அதில் முதலிடம் பிடிப்பார்கள்.

காட்டு விலங்குகளும், வளர்ப்பு மிருகங்களும் நகரங்களில் நிறையவே இருக்கின்றன. சிலந்திகள், கரப்பான் பூச்சிகள், எலிகள், மாடுகள், வெளவால்கள், மாடுகள், நாய்கள் பற்றிக் குறிப்பிடத் தேவையே இல்லை. ஒரு ஆளுக்கு அக்கம்பக்கத்து குரங்குகள், பக்கத்து வீட்டுக்காரரின் ஆடு, கழுகுகள் மற்றும் ஆசீர்வதிக்கும் கோயில் யானை எதுவும் தென்படும். கழுகுகள் கசாப்புக்கடைகள் பக்கம் பின்னால் வரும் பிணங்களுக்காகச் சுற்றித் திரியும். எருமைகள் எந்தத் தெருவிலும் உரசிச் செல்லும். காகங்கள், கழுகுகள் மரங்கள் மீதும் மின்கம்பங்கள் மீதும் எப்போதும் தென்படும். மயில்கள் வளாகங்களின் சுற்றுச் சுவரில் இருந்து அகவி இணையை அழைக்கும். தனது இனத்தை விஞ்சும் விலங்கினத் தோடும் இணக்கமான வாழ்க்கை.

நெருக்கியடித்த தெருக்கள் ஈரமானதும் நீண்ட நிழல்களானதும் எனக்குப் பழகிவிட்டன. மசாலாக்களை வறுக்கும் வாசனை, எங்குமிருக்கும் பசுவின் கழிவுகளின் துர்நாற்றம், ஊதுவத்திகளின் நறுமணம் என் நடை வேகத்தை மட்டுப்படுத்துமளவு வசீகரிக்கும். எனது உள்ளுணர்விலேயே சூரிய வழிபாடு, பூமித்தாயை வணங்குவது யாவும் இருந்தன. ஐந்தாயிரம் ஆண்டுகளுக்கு முன் நான் சமஸ்கிருதத்தில் வழிபாடு செய்து இங்கே வாழ்ந்தவன்தான்.

மாலைகளில் தஸ்ஸாமேத் படித்துறையில், பூஜையில் கலந்து கொள்வேன். நதிமீது நீட்டிக் கொண்டிருக்கும் ஒரு மேடையி லிருந்து, ஆரத்தி விளக்குகளில் தீபங்களை ஏற்றி, சட்டை போடாத பூசாரிகள் கங்கைக்கு வழிபாடு நடத்துவார்கள். வட்டவடிவமாய் அவர்கள் ஆரத்தியைச் சுற்றும்போது தீபங்களிலிருந்து ஒரு பெரிய நெருப்பு வட்டம் உருவாவதுபோல இருக்கும். சங்குகள், மணிகள், நீண்ட ஊதுகுழல்களின் ஒட்டுமொத்த ஓசையுடன் தீபங்கள் கங்கையில் பிரதிபலிக்கும் காட்சி என் கனவு பாபிலோனைப்போல இருந்தது.

இங்கே நான் நெருக்கியடித்துக் கொண்டிருக்கும், சிறுமதங்களின் கோயில்களையும் பார்க்கிறேன். தொன்மைக் காலத்திலிருந்தே இருக்கும் அலையும் தத்துவவாதிகள், காட்டெருதுகள் இழுக்கும் தொன்மைக்கால வண்டிகள், அரேபியன் நைட்ஸ் புத்தகத்தில் வரும் கலிபாக்களின் பளிங்கு மாளிகைகள், விழா நாட்களில் யானை மேலேறி வரும் மகாராஜாக்கள், பெரிய வராந்தாக்களும், கூம்பு கோபுரங்களுமான ஆங்கிலோ-மங்கோலியன் பாணி கட்டடங்கள். ஐம்பதாம் வருடத்திலிருந்தே ஆங்கில கார்கள், பாம்பாட்டிகள், நாட்டுப்புறப் பாடல் பாடுவோர், எங்கும் நிறைந்திருக்கும் கைபேசிகள், யூ 2 இசைக்குழுவுக்கு இணையான தாள கதியில்

இணைய மையத்தில் இணையம் தேடுதல்... மூவாயிரம் வருடப் பாரம்பரியம் மிக்க நதியின் தீரத்தில் நிகழ்காலம்.

நான் இந்தியாவை நேசித்தேன்.

மாலையில் ஆசி படித்துறையில், ஒரு மின்சார பல்ப் மற்றும் நிறுத்தப்பட்டிருந்த ஒரு இரு சக்கர வாகனம், இவை இரண்டையும் விட்டுவிட்டால், நாங்கள் காவி உடையிலிருந்தது ஒரு முப்பது நூற்றாண்டுக்கு முற்பட்ட ஒரு காட்சியாக இருக்கும். என் ஆகியிருப்போம். எங்களது உரையாடலும் அப்படிதான்: நான் யார்? எங்கே இருக்கிறேன்? ஏன் இருக்கிறேன்? இந்த உலகம் உண்மையா? என்னைத் தவிர பிரக்ஞை வேறு எதாவது இருக்கிறதா? பேச்சைத் தாண்டி, நினைவுகளிலும் மற்றும் விவரிக்க முடியாத ஒன்றை உணர்வதிலும், ஈடுபட்டோருக்கு அதிர்ச்சி, உத்வேகம் மற்றும் சாந்தப்படுத்தப் படுதல் இவை யாவும் கிடைத்தன.

சில நாட்களில் ஒரு கிராமமே ரணமஹால் படித்துறையை முற்றுகையிடும். ஆண்கள், பெண்கள், குழந்தைகள் அடுப்புகள் பாத்திரங்களுடன் அங்கே ஒன்று கூடுவர். பறை மேளங்கள், போர்வைகளுடன் ராஜஸ்தான், கேரளா, நேபாள் என நெடுந்தூரங் களிலிருந்து வரும் அவர்களுடன் பெரிய குரங்கும் கூடவே வரும். சிறிய குரங்குகளை விரட்ட அவை தோதானவை. மாலையில், அவர்கள் மேளங்கள் சங்கொலியுடன் பிரார்த்தனையைத் துவக்குவார்கள். பஜனைகள் இரவு முழுதும் தொடரும். காலையில் கங்கையில் குளித்தெழுவார்கள். அது அவர்களின் பாபங்களைப் போக்கும். இரவுகளில் அவர்கள் வரட்டி நெருப்பைச் சுற்றி தம் முண்டாசுகளில், மெல்லிய குரலில் பேசுவார்கள்.

அக்கம்பக்க விடலைகள் அந்த அளவு பயந்தாங்கொள்ளிகள் இல்லை. என்னைப் பற்றி அறிய ஆர்வமிகுதியில் நான் தங்கியிருக்கும் கோயிலுக்கு உள்ளேயே வந்துவிடுவார்கள். என்னைப் பற்றிய விசாரணையைக் குடைச்சலான கேள்விகளுடன் துவங்குவார்கள். ''நீங்கள் ஏன் ஒரு கோயிலுக்குள் இருக்கிறீர்கள்? உங்களிடம் பணம் இல்லையா?'' அவர்களில் சிலர் சாதுக்கள் மேலுள்ள வெறுப்பை மறைப்பதே இல்லை: பிச்சைக்காரர்கள், ஆபத்துமிகுந்த மந்திரா வாதிகள்... ஆனால் நான் சாதுவுமில்லை. புனிதனுமில்லை. இருந்தாலும், இந்தக் கேடு கெட்டவர்கள் நடுவே ஒருவர் விதிவிலக்காக இருந்தார். அவர்களின் மரியாதைக்கு உரியவர் அவர்.

''இந்த பாபா... அவர் கடவுளைப் பார்க்கிறார்'' என்றான் ஒரு கணிப்பொறி மாணவன் என்னிடம், தனது 'ஐபாட்'டை எரிசக்தி அணைத்துப் பைக்குள் போட்டபடி.

''உனக்கு எப்படித் தெரியும்?''

''எனக்கா? எனக்கு மதம் பற்றி கொஞ்சம்தான் தெரியும். ஆனால் அவரே மதம்.''

இந்த நாடே ஊதுபத்தி வாசமானது.

நான் இந்தியாவை நேசித்தேன்.

நான் சாதுக்களின் வாழ்க்கைமுறையால் மிகவும் ஈர்க்கப்பட்டேன். அவர்கள் வாழ்க்கையை நேசித்தார்கள். அதற்காக உழைப்பதை அல்ல. அவர்கள் வியர்வை, வலி, உற்பத்தி இவை யாவற்றையும் பரிகசித்தார்கள். அவர்களது கடவுள், இருமையின்மை, அன்பு அல்லது வழிதெரியாது அலைவது போன்றது. அந்தப் பாதை ஆனந்தமான சோம்பேறித்தனம். பாதையே இலக்காகும்.

அவர்கள் எனக்கு கிரேக்கச் சிந்தனையாளர் எபிக்டெடுஸையே நினைவுபடுத்தினர். அவர் தமது சீடர்களுக்கு பசியிலும் துன்பத்திலும் சாவதே மேல், நிறைய பணத்துக்காக வேதனையும் மன உளைச் சலுமாய் வாழ்வதை விடவும் என்று உபதேசித்தார். இப்போது உலகம் துய்ப்பு, உற்பத்தி, இயற்கையை அழித்தல் என்னும் வணிகமயத்தில் உலகம் உழன்று கொண்டிருக்கும்போது நிம்மதியையும் அமைதியையும் உபதேசிக்கிறவர்கள் அவர்கள்.

எனக்கு விடுதலையில் நம்பிக்கையில்லை; வாழும்போதே வாழ்க்கையைக் கைவிட்டு, கர்மா அதன் பலன் என்று இரக்கமற்ற அணுகுமுறையில் கூறும் தத்துவத்தில் எனக்கு நம்பிக்கையில்லை. நான் வாழ்வதில் இருந்து தப்பிக்க விரும்பவில்லை; அதன் பாரத்திலிருந்தும் கீழே இழுக்கும் புவிஈர்ப்பு போன்ற விசையி லிருந்துமே. அவர்களது லேசான தன்மையை நான் போற்றினேன். அவர்களது செயலின்மை எனக்கு மிகவும் பிடித்திருந்தது. ஆனால் நான் எல்லாவற்றையும் உதறி விட்டு கவலையில்லா வாழ்க்கை நிச்சயமாய்க் கிடைக்கும் என நம்பவில்லை. நான் அவர்களுக்கு ஒரு ஆர்வம் மிகுந்த புரவலனாகவே இருந்தேன். கிரேக்கச் சிந்தனையாளர் டயோகினஸைப் படிப்பது ஒரு பக்கம், மறு பக்கம் கடன் அட்டையுடனான வாழ்க்கையைச் சேர்ந்த ஒருவருக்கு அவற்றை விட்டு வாழ்வது சாத்தியம் என்று தோன்றுவதில்லை. அப்படியே தோன்றினாலும் கிரேக்கச் சிந்தனையாளர் எபிகுருஸ் கூறுவதுபோல பற்றே எல்லாத் துன்பங்களுக்கும் காரணம் என்பது நினைவுக்கு வரும்.

நான் இந்தியப் பண்பாட்டைத் துறவிகளுக்குப் புனிதர் என்னும் பட்டம் தருவதாகவும், ஆழ்ந்து சிந்திப்பது ஒரு தெய்விக

குணமாகவும் காண்கிறேன். செயலற்றிருப்பது ஒரு இலக்காகவும் சோம்பேறித்தனம் தீர்க்கமான ஒரு பார்வையாகவும் காணப்படுவது இதன் பண்பாடு. நுகர்வில் பெரும் நாட்டம் இருந்தாலும், அவள் எளிமையின் புகழ் பாடுகிறாள். கைபேசிகள் மீது போதை யிருந்தாலும், எல்லாவற்றையும் போகட்டும் என விட்டுவிடுபவர் களிடம் அவள் மதிப்புக் கொள்கிறாள்.

நான் அவளின் பண்பாட்டைப் போற்றினேன், அவளுடைய தத்துவ நூல்களைப் புகழ்ந்தேன். அவளது வெறுங்காலுடன் நடக்கும் தத்துவவாதிகளின் மாண்பை வியந்தேன். அவளது கூட்டமான மக்களின் ஆரவாரமும் சந்தடியும் எனக்குப் பிடித்திருந்தது.

ஜாதிபேதங்களை மீறியும், மறுபக்கம் அதே ஜாதிகள் வழியாகவும் அவளது தாராளமான மனதை நான் கண்டேன். ஏனெனில் பொதுவான விதிகளின் கீழ் ஒருவர் வாழ்ந்துவிட முடியும். பறையர் என்று சமூகத்துக்கு வெளியே உள்ளவர், தலித் மற்றும் மேல்ஜாதி அல்லாதவர், என ஒதுக்கும் பிற்போக்குத் தன்மைகளைத் தாண்டி, மனநலம் இழந்தவர்கள், வேலையின்றித் திரியும் தத்துவவாதிகள் இவளைத் தவிர்த்து வாழும்போது, அவர்களை மதித்து மரியாதை செய்கிறாள். மக்களின் மனங்களில் அப்படி ஒரு இடம் இருக்கிறது.

ஒருவருக்குப் பித்துப் பிடித்துவிட்டது என்றால், ஒருவர் உலகின் வேறு எந்த இடத்தையும் விட இங்கே பைத்தியமாக இருக்க இயலும். இந்த நாடு மட்டுமே அவரைக் காலூன்றி வாழ அனுமதிக்கும்.

★★★

ஒரு நாள் காலை நான் குறி விரைப்புடன் எழுந்தேன். அது என்னை அடிப்படைகளுக்குக் கொண்டு வந்தது. பாரமின்றி இருப்பது காத்திருக்கட்டும் என அந்தக் கோயில் லிங்கத்திடம் கூறினேன். துறவு ஒரு கனவாகவே கூட ஆபத்தானதாக இருக்கலாம். கடவுள்கள் லயிக்கிறார்கள்; மனிதர்கள் ருசிக்கிறார்கள். நான் அந்த இன்பத்தை விட்டுக் கொடுக்கவே முடியாது. ஏதோ விவாதம் நடந்ததுபோல எனது மனதில் நான் தீர்மானம் கொண்டேன்.

புராணங்களின்படி சிவன் பத்தாயிரம் வருடம் கடுந்தவம் புரிந்தவரே. ஆனால் கைலாயத்தில், அவர் பார்வதியுடன் ஆயிரம் வருடம் தாம்பத்தியமும் கொண்டவர். இனிய கனவே அது! தனது தோள்களில் ஒரு தோழி இருப்பது எவ்வளவு மென்மையாய் உலகை ஆக்கிவிடுகிறது. 'சிவா' என்றேன் கல்வடிவக் கடவுளை ''இதைச் சற்றே பார்த்துக் கொள்ளுங்கள்.''

மதியத்தில், இரண்டு மேற்கத்திய இளம் பெண்கள் நான் இருக்கும் கோயிலுக்குள் வந்து கை குவித்து என்னை வணங்கினார்கள். ஏனெனில் நான் கடவுளின் மனிதன்.

''உங்களுக்கு ஆங்கிலம் தெரியுமா?''

அவர்களில் ஒருத்தி லாவ்ரி, மற்றொருத்தி ஜேன். பொன்னிற முடியுள்ளவர்கள். அவர்கள் இருவரும் ஆஸ்திரேலியாவைச் சேர்ந்தவர்கள். நான் கடவுளின் அதிகாரியை - தகசெ (தலைமைக் கடவுள் செயலாளர்) - புன்னகையுடன் நினைத்துக் கொண்டேன்.

''இவ்வளவு கடவுள்கள் நிறைந்த இந்த நாடு ஏன் இவ்வளவு ஏழ்மையில் இருக்கிறது?''

அவளுக்குப் பெரிய, பச்சை நிற ஒளிரும் நெருப்பு போன்ற கண்கள் இருந்தன. இந்த முரண் கவர்ச்சி தருவதாயிருந்தது.

''கடவுள்கள் வெளிப்படையாகவே பணக்காரர்கள் அல்லர்'' என்றேன் அந்தக் கேள்வியே எழாது என்பதுபோல.

எனது இதயம் வேகமாகத் துடிக்கத் துவங்கியது.

''அவர்கள் கஞ்சத்தனம் கொண்டவர்களாக இருக்க வேண்டும்'' என சேர்த்துக் கொண்டேன். ''ஆனால் நேர்மையாக சொல்ல வேண்டு மென்றால் எனக்குத் தெரியாது. நீங்களொரு சுவாமியைதான் கேட்க வேண்டும்.''

''நீங்கள் சுவாமி இல்லையா?'' - இது ஜேன்.

''நீங்கள் இங்கே என்ன செய்து கொண்டிருக்கிறீர்கள்?'' என்றாள் லாவ்ரி.

பிரகாசிக்கும், மகிழ்ச்சி மிகுந்த கண்கள். பளபளக்கும், மென்மை யான வெண்மையான, சூரியனால் சுடப்படாத அழகிய தோல் அவளுடையது.

அவள் ஒரு மெல்லிய வெண்மை கொண்ட மேல் சட்டை அணிந்திருந்தாள். கழுத்துப் பகுதியில் சட்டையில் பச்சை நூல் வேலைப்பாடு செய்யப்பட்டிருந்தது. அதே வெண்மையான பருத்திக் காற்சராய் அதற்கு வெளியே அவளது மென்மையான பாதங்கள் தெரிந்தன. ஜேன் அவளை விட உயரம் அதிகமானவள். ஒல்லியானவள், மௌனமாய் இருந்தே ஈர்ப்பவள். அவளது கைகளில் பத்துப் பன்னிரண்டு பிளாஸ்டிக் வளையல்கள் பல்வேறு வேலைப்பாடு களுடன் குலுங்கின. இருந்தாலும் என் மனமோ ஏற்கெனவே லாவ்ரியுடன் ஓரம் சார்ந்துவிட்டதே.

''ஒரு கோயிலிலிருந்து சிந்திப்பது விளையாட்டான மகிழ்ச்சி. அது எல்லாக் கேள்விகளுக்கு ஒன்றும் விடைதருவதில்லை என்றாலும். சில சமயங்களில் ஏதும் செய்யாதிருப்பதில் உள்ள ஆனந்தம் சாத்தியமா என யோசிக்கிறேன். எனக்கு சாதுக்கள் மீது ஆர்வமுண்டு.''

இதைச் சொல்லும்போதே எனக்கு நான் பொய் சொல்லுகிறேன் என்பது தெரிந்தது. எனக்குத் துறவிகள் மீது அத்தனை ஆர்வம் ஒன்றும் இருக்கவில்லை. உள்ளுக்குள் நான் அவளை மயக்கி, முத்தமிடுவதாகவே கற்பனை செய்துகொண்டேன். அவள் உடலில், வியர்வையில் ஆப்பிரிக்கப் பழ வாசனை வரும் என தோன்றியது.

''நீங்கள் இங்கே எதைத் தேடிக் கொண்டிருக்கிறீர்கள்?'' என்றாள் ஜேன் தன் வளையல்கள் குலுங்க.

''ஒரு ஞானியாக இருக்கலாம். ஒருவேளை.''

அவர்கள் இருவரும் பரத நாட்டிய* மாணவிகள். அவர்களது குருவின் இடம் கபீர் சாலையில் இருந்தது. இருவரும் வெகு நேரம் அன்று பேசவில்லை. ஆனால் திரும்ப வந்தார்கள். நாங்கள் ஒரு சீன உணவகத்தில் இரவு உணவு அருந்தினோம்.

''அவர்களுக்கு மயக்குமளவும், கவர்ச்சியாகவும் இருப்பதற்கும் கன்னாபின்னா என உடலுறவு கொண்டு அலைவதற்குமுள்ள வித்தியாசம் தெரியவில்லை'' என்றாள் லாவ்ரி 'நூடில் சூப்' ஒன்றின் எதிரில்.

ஒரு பெண் பயணியின் அனுபவம் அவர்கள் இருவருக்கும் இந்தியாவில் கிடைத்தது. இந்திய ஆண்கள் வெள்ளைக்காரிகள் பற்றிய கற்பனையில் அவர்கள் எளிதாய் மடிபவர்கள் மற்றும் இணங்குவார்கள் என்னும் பிம்பமே இருக்கிறது.

சில மணி நேரம் முன்பு அவர்களோடு இருந்த ஆளைப்பற்றிக் குறிப்பிட்டு ''அவன் கவர்ச்சியானவனுமில்லை. எங்களை விட்டு நீங்குபவனுமில்லை'' என்றாள் ஜேன். ''ஆபாசமாகத் தனது அந்தரங்கப் பகுதிகளைத் தட்டிக்கொண்டு எங்களுக்கு ஏதேதோ உத்திரவாதங்களை உளறிக் கொண்டு, கண்களில் காமத்துடன் எங்களை வெறியோடு பார்த்துக் கொண்டிருந்தான்.''

''நீங்கள் எப்படி அவனை விட்டுத் தப்பினீர்கள்?''

''அவன் ஒரு கடைக்காரன். அவனிடம் பேரம் பேசாமல் பணத்தைக் கொடுத்துவிட்டு ஒரு ரிக்ஷாவில் ஏறித் தப்பித்தோம். நிறையவே பணம் அவனுக்குக் கொடுத்துவிட்டோம்.''

''அப்பாக்களுக்கோ பெண் குழந்தைகள் கன்னித் தன்மை இழக்கக் கூடாது. கணவருக்கோ மனைவி கற்பு நெறி தவறாது நடக்க வேண்டும். அவர்கள் எங்கேதான் போவார்கள்?'' என்றாள் ஜேன் ஒரு புரிதலுக்கு வந்ததுபோல.

''இதுவே தானே மேற்கு நாடுகளிலும்?'' என்றேன் நான் லாவ்ரியைப் பார்த்து கண்ணால் ஜாடை செய்தபடியே.

''90 பெண்களுக்கு 100 பையன்கள் இருக்கிறார்கள்'' ஜேன் விடவில்லை.

''இது மேலும் நம்பிக்கையில் குறைவையே ஏற்படுத்துகிறது'' என்றேன் நான், என் ஆளின் மீதிருந்து கண்ணை எடுக்காமல்.

அவர்கள் அறிய ஆவல் கொண்டவர்களாகவும், என்னைக் கிண்டலடித்தும், குறும்பாகப் பேசியும், மகிழ்ச்சியாகப் பேசியபடி, நான் ஒரு துறவியின் கட்டுப்பாட்டைக் கடைப்பிடிப்பேன் என நம்பினார்கள். ''நான் ஒரு சுவாமியும் இல்லை; சாதுவும் இல்லை'' என்று நானும் என் பங்கு விளையாட்டைத் தொடர்ந்தேன். நாங்கள் மூவரும் ஒப்புக்கொள்ளும்போது இந்தியர்கள் தலையை அசைக்கும் விதத்திலேயே அசைத்தோம். 'ஆம், சரிதான், புரிகிறது, மாற்றுக் கருத்தில்லை' என்றெல்லாம் சொல்லி அந்த விஷயத்தைத் தூங்க வைப்பதுபோல: ஒரு பிரச்சினையும் இல்லை. ஒரு பிரச்சினையும் இல்லை. நாங்கள் வறுமை பற்றி நொந்து கொண்டோம்: பக்சீஷ், பக்சீஷ். அவர்களது நடன குருவையும், ''கம் ஆன் கர்ல்ல்ஸ்ஸ்ஸ்... 12 ஸ்டெப்ஸ்... நாட் ஆல் ஆர்ர்ர் யூ டம்ப்?'' அவைகள் வேடிக்கையாயிருந்தன. நாங்கள் சிரித்தோம். மாலை மிகவும் வெப்பமாகதான் இருந்தது. இரவில் நேரமாகிக்கொண்டே வந்தது. ''நான் படுக்கப் போகிறேன்'' என்று கிளம்பினாள் ஜேன். நானும் லாவ்ரியும் முகத்துக்கு முகமாய்ப் பேசி எங்கள் பரஸ்பர கவர்ச்சியை வடிவமைக்கும் தருணம் கிடைத்தது.

''உனக்கு சிட்னியில் ஆண் நண்பன் யாரேனும் உண்டா?''

''இந்தக் கேள்வி அழைப்பைப்போல இருக்கிறது'' என்றாள் லாவ்ரி கடுப்பாக.

''இந்த பதில் மறுப்புமில்லை'' என்றேன் நான் அதே தொனியில்.

சிறிது நேரத்தில் நாங்களும் கிளம்பினோம். லாவ்ரி எனது 'குவில்ட்'டுக்குள் புகுந்து கொண்டாள். கோயிலின் உட்பக்கம் ஆழமாக நாங்கள் படுத்துக் கொண்டோம். அடுத்த நாள் மூன்று படுக்கையறை உள்ள மாடி முற்றத்தை நோக்கி இருப்பது, அதை

ஒரு தனியார் வீட்டில் வாடகைக்கு எடுத்துக் கொண்டோம். நான் அவர்களுடன் தங்கினேன்.

அவர்கள் காலையில் நடன வகுப்புகளுக்குப் போய்விட்டு வருவார்கள். நான் படித்துறைக்கு ஒரு முறை போவேன். மதியத்துக்கு மேல் நரேஷ் தமது வேலைகளை முடித்துவிட்டு வருவார். நாங்கள் சாதுக்கள், பின்மூட்டையுடன் திரிவோர் என பல விஷயங்கள் பற்றிப் பேசினோம். படகை எடுத்துக்கொண்டு வாரணாசியின் நதியின் அக்கரைப்பக்கம் போய் வந்தோம். திரும்பி வரும்போது பாதியில் படகிலிருந்து நதியில் இறங்கி முழு உடையுடன் குளிர்ந்த நீரில் நீந்தினோம்.

லாவ்ரி மற்றும் ஜேன் இறுக்கமான சுபாவம் கொண்டவரல்லர். லேசானவர்கள். வருவதை அதன் வழியிலேயே ஏற்று வாழ்பவர்கள்.

மாயத்தன்மை - மற்றும் காதல்வயமான ஒரு சுழல் வட்டப் புரிதலை அவர்களது நம்பிக்கைகள் அவர்களுக்குத் தந்தன. கர்மா மற்றும் மறுபிறவி ஏசுபிரானை ஒரு அவதாரமாகவும், கிருஷ்ணர் ஒரு கடவுள், மற்றும் சிவன் நடனத்தின் கடவுள்... எந்த-விபத்தும்-இல்லை என்னும் அடிப்படையே, அர்த்தம் என்ன என்னும் அவர்களது தேடல்: ஒவ்வொன்றும் அன்பில் குளித்தன. அவர்களது மதத்தின் ஒழுக்க நெறிகள் அவர்களைச் சுடர்விடுவோராக்கின; சுதந்திரமாய், சோம்பேறித்தனத்தை நோக்கி அவர்களை வழி நடத்தின. தமது கலையை, தினசரி பயிற்சி செய்த அவர்கள் அசுரன், கடவுள் என இரண்டாகவும் வேடமேற்றார்கள்.

''இந்தியாவுக்கு யாரும் சந்தர்ப்பவசமாக வரமுடியாது உனக்குத் தெரியுமா?'' லாவ்ரி தனது 'கர்மா- அதன் பலன்' கோட்பாட்டை நியாயப்படுத்த முயன்றாள்.

''கர்மா - டி-டி-டா, மாயா - டி-டி-டூ, பிரம்மா - வா-பா-டி-டூ'' நான் ஒரு மந்திரவாதிபோல அபிநயித்துக் கூறினேன்.

''எனது கர்மா என்னை உனது பாதையில் கொண்டுவந்து விட்டுவிட்டது. உனக்குத் தெரியுமா? நாம் போன ஜென்மத்திலும் சந்தித்தோம். நான் எதுவாக இருந்தேன்? அழகான ஒரு இளைஞனா? இல்லை அச்சப்பட வேண்டிய ஒற்றைக் கண் குடிகாரனா உன்னை மயக்கினேனே? யா. நம்மிருவரையும் கொஞ்சம் குண்டானவர் களாக யோசித்துப் பார். நீ கடைவீதியில் மீன் விற்றுக் கொண்டிருந்தாயா? இல்லை ஷெபா நாட்டின் மகாராணியா?'' நான் ராஜமரியாதை தருவதுபோல் பாவனை செய்தேன்.

அரிய கனமான முகத்துடன் ''மரணத்துக்குப் பிறகு என்ன நிகழ்கிறது என்று நினைக்கிறாய்?'' என்று கேட்டாள்.

''வாழ்க்கையின் மறுபக்கம் எதுவுமில்லை'' என்று நான் கருத்தாய் பதில் கூறினேன். இந்தப் பணிவை நாம் கண்டிப்பாக முடிவின்மைக்குத் தரக் கடமைப்பட்டவர்கள்.

பூசாரி இல்லை. ஆனால் பிராமணர். நரேஷிடம் தொன்மை இந்தியாவின் எல்லா விருப்பு வெறுப்புகளும் இருந்தன. ஒரு இளவரசன்போல அவர் நடப்பார். ஒரு குடையைத் தூக்கியபடி கிராமத்துப் பெண் ஒருத்தி கூடவே வருவாள். ஆனால் அவர் அந்தக் குடையை விரித்து நான் பார்த்ததே இல்லை. சமூகமத அடுக்குகளில் அவரது ஜாதி அவரை மனிதர்களின் நடுவே உச்சாணிக் கொம்பில் வைத்திருப்பதாக அவர் கருதினார். அது ஒரு பரம்பரைத் திமிர். பிறப்பால் தாழ்ந்த ஜாதியினர் நல்ல நிலையில் இருந்தாலும் அவர்கள் இழிந்தோரென்றே அவர் கருதினார். தமது குறுகிய தொட்டிலுக்குள் சுயகௌரவத்துக்கு இதையே அவர் அடிப்படை யாகக் கொண்டிருந்தார். அவரது ஜனேவு அவரது சட்டைக்குள் இருந்தாலும் அவருக்கு எப்போதும் இதை நினைவு படுத்திக் கொண்டே இருந்தது. எனக்கும்தான்.

நான் குடியரசின் மகனாவேன். சமத்துவம், சகோதரத்துவம், சுதந்திரம். நான் படகோட்டி, பீடி விற்பவர் அல்லது ரிக்ஷா ஓட்டுபவர் எல்லோரிடமுமே மரியாதையுடனேயே பேசுவேன். அவர்களிடம் எளிய நட்புமிக்க சொற்றொடர்களை மொழி பெயர்க்கச் சொன்னால் நரேஷ் அவதார புருஷர்போல அவர்களை விரட்டுவார். கட்டளையிடுவார். ஆனால் அவர் கேட்கிற ஆளில்லை.

அவரால் மிகவும் நெஞ்சைத் தொடும் தருணங்களையும் காட்ட முடியும். அவர் சாதுக்களின் முன் தலை வணங்கினார். அவர்களை மிகுந்த மரியாதையுடனேயே கேள்விகள் கேட்பார்: ''மகாராஜ்ஜியால் பிரம்மன் பற்றி, எனக்குக் கூற இயலுமா?'' என்று கேட்டுவிட்டு, ''அவரது பாதங்களை அமுக்கி விட அவர் என்னை அனுமதிப்பாரா?'' என்றும் கேட்பார்.

அவரது அப்பாவுக்கும் மாமாக்களுக்கும் கொல்கத்தாவில் சந்தனமர விற்பனை வியாபாரம் இருந்தது. ஒரு செல்வாக்கு மிக்க வணிகம் அவர்களுடையது என்பது என் கருத்து. அவரது பிறப்பிலிருந்தே நரேஷ்தான் பின்னாளில் வியாபாரத்தை எடுத்துச் செய்வாரென்றும் தமது முறைப் பெண்ணை மணந்து கொள்வார் என்றுமே நம்பி இருந்தார்கள்.

நாங்கள் இருவரும் கிருஷ்ணமசந்திர வேதாந்த ஆசிரமத்தின் மொட்டைமாடியில் உடைந்த மேற்கூரைக்குக் கீழே நதியைப் பார்த்தபடி அமர்ந்திருந்தோம். அந்த இடம் இரண்டு பாழடைந்த அரண்மனைகளுக்கு இடைப்பட்டு இருந்தது. அது சாம்பல் நிறமான இரண்டு ஆங்கில யூ வடிவ மாடிகள் வராந்தாக்களுடன் இருக்கும் பழைய கட்டடம். அதன் முற்றத்தில் ஒரு சிறிய சிவன் கோயில் ஒரு அரச மரத்தின் கீழே இருந்தது. அதன் கூரை முகட்டில் ஒரு மூங்கில் கம்பம் மீது காவிக் கொடி.

''நீங்கள் இந்த முறைப்பெண்ணைக் காதலிக்கிறீர்களா?''

''நான் அவளுடன் வளர்ந்தவன். அவள் எனக்கு ஒரு சகோதரிபோல. ஆனால் அவளை மணந்து கொள்வேன். ஜாதி, ஜாதகம் மற்றும் வரதட்சிணை அடிப்படையில் முன்பின் தெரியாத பெண்ணை மணப்பதை விட நன்கு அறிந்த பழகிய பெண்ணைத் துணையாக ஏற்பது மேலானது.''

''கடவுளின் தாம்பத்திய வாழ்க்கை பற்றி ஒவ்வொரு விவரமும் தெரிந்தவர் நீங்கள். நீங்கள் ஏன் சொந்த வாழ்க்கையில் காதலிக்கத் தவறுகிறீர்கள்?'' நான் நினைவுபடுத்தும் விதமாகக் கூறினேன் ''உங்கள் திருமணம், வேலை எல்லாமே உங்கள் எல்லா நிகழ்வும் நீங்கள் பிறந்த உடனேயே திட்டமிடப்பட்டது உங்களுக்கு உறுத்தலாயில்லையா?''

''இல்லையே. வாழ்க்கை இந்த விதத்தில் மிகவும் எளியதா யிருக்கிறது.''

''இந்த எளிமையில் மக்கள் பிறப்பால் உள்ள ஜாதிக்குள் குறுக்கி விடப்படுவது சரியானதென்றா நினைக்கிறீர்கள்?''

''உங்களுக்கு ஜாதி பற்றி எதுவுமே தெரியவில்லை லூடோஜி. உங்கள் ஜாதியே உலகில் உங்கள் இடத்தைத் தீர்மானிக்கிறது.''

''நீங்கள் காதலை வெறுத்தீர்கள். இப்போது வித்தியாசமாய் இருக்கும் உங்கள் உரிமையை விட்டுக் கொடுக்கிறீர்கள். இறந்த காலத்தில் இந்தியாவில் நிறையவே மாற்றங்கள். நீங்கள் பிரிட்டிஷ் காரர்களை வெளியேற்றினீர்கள். ஆனால் புரட்சி செய்யவில்லை. இன்றைக்கு மனித இனத்துக்குப் புனிதமானதும், முன்வடிவ மானதும், ஆன்மிக வேட்கையும்... பிறந்தவர் அனைவரும் சுதந்திரமாகப் பிறந்தார்கள். அவர்களது கௌரவமும் உரிமைகளும் அனைவருக்கும் ஒன்றே.''

''அவர்கள் அனைவருக்கும் காரணமறியும் தருக்கமும், மனசாட்சியும் கடவுளால் கொடுக்கப் பட்டுள்ளன. அவர்கள் பிறரிடம் சகோதர உணர்வுடன் பழக வேண்டும்.''

லட்சியவாதமானது நான் முன் வைத்தது. ஆனால் அதுவே உலகத்துக்குப் பொதுவானது.

தெருவில் தயிர்க் கடையில் பாலைக் காய்ச்சும் மணம் இங்கே வந்தது. சுவர்களின் மீது தட்டப்படும் வரட்டியின் மணம் சுற்றுச் சூழலில் வரும் மணத்தை மேம்படுத்தியது. ஆனால் சிறுநீர் காய்ந்த படிவுகளில் இருந்து வரும் துர்நாற்றம் இவை யாவற்றையும் கெடுத்தது. மிகவும் வரவேற்கத்தக்க உஷ்ணமான காற்று கங்கையிலிருந்து வந்து கொண்டிருந்தது. பால் காய்ச்சும் பாத்திரங்களின் மீது நிழலை வீழ்த்துவேன் என மிரட்டிக் கொண்டிருந்த பிச்சைக்காரனை பால்கடைக்காரர் சபித்துக் கொண்டிருப்பது கேட்டது.

''லட்சியங்களுக்கு அதன் மதிப்பைக் கொடுப்பது வயது அல்ல'' நான் அழுத்தம் திருத்தமாகக் கூறினேன். ''அப்படி இருந்திருந்தால் சாத்தியமான மேம்பாடு மிக்க மாற்றம் மானுடத்தில் நிகழ்ந்திருக்காது! நமது முன்னோர்களை நாம் நமது எதிர்காலத்துக்குள் இழுக்க வேண்டியதில்லை. அவர்கள் கண்டிப்பாக சரியாகதான் இருந்தார்கள் என்பது தவறான அணுகுமுறை.''

★★★

ஒற்றை மின் விளக்குடன் மங்கலான வெளிச்சம் மற்றும் அழுக்கான சுவர்களுடன் இருந்த ஒரு தெரு ஓரக் கடையில் நான் மதிய உணவு அருந்தும்போது கண்ணில்பட்டது... 'ரமண மகரிஷியின் போதனைகள்: ஆத்மன் (சுயம்) என்பதை உணர்வதே, மானுடத்துக்கு ஒருவர் செய்யும் விலை மதிப்பற்ற உதவி.' பிறகு பக்கங்களைத் திருப்பும்போது ஒரு பத்தியில் பார்த்தேன்: 'சாதனாக்களை (தன்னில் தன்னை நிலைநிறுத்திக் கொள்ளச் செய்யும் தியானப் பயிற்சிகள்) உனது மனம் கொள்ளும் வேலைகளைத் தவிர்ப்பதற்காக நீ பயன்படுத்தினால், உன் சாதனாக்களை நிறுத்திய பின் அது மீண்டும் முழு வேகத்துடன் செயற்படத் துவங்கும். நீ யார் என்று அறிவாய். ஆத்மனை (சுயத்தை)க் கண்டறிவாய்' என்பதே அந்த ஞானியின் ஆலோசனைகளாக இருந்தன.

''அந்த சுயம் என்பது என்ன?'' நான் ஒரு இளம் சாதுவை, மறுநாள் அவர் தினமும் தனது தண்ணீர் ஜாடியை நிரப்ப கங்கைக்கு வரும் தருணத்தில் கேட்டேன்.

அவர் இருபது வயது நிரம்பியவர். வெள்ளை வேட்டி மட்டும் அணிந்து, தலையை முடிந்து, நிமிர்ந்து அமர்ந்து தியானம் செய்பவர். அவரால் மெல்லிய குரலில் ஓரளவு ஆங்கிலத்தில் பேச இயன்றது.

''நான் ஒரு தத்துவத்தை நிலை நிறுத்துவோம்'' என்று துவங்கினார். ''உந்து சக்தி, கடவுள் என்று அழைப்பீர்களோ, இல்லை ஒருமை, என்றுமே பிறக்காதது, பிரம்மன் - பிரம்மன் என்றால் அனைத்திலும் தொன்மையானது, எல்லாவற்றுக்குள்ளும் ஒரே மாதிரி இருப்பது என்றோ அழையுங்கள். அது ஒரு பெரிய விஷயமே இல்லை. எல்லாமே அவரிடமிருந்தே வருகின்றன. அது முதல் வடிவிலும் பூரணமானது; பிற, பூரணத்தின் பகுதிகளான வடிவங்களிலும், அவற்றின் பரிமாற்றங்களிலும் அது பூரணமானதே. ஒவ்வொன்றும், ஒவ்வொரு நிகழ்வும் அவர்களின் செயல்களும், அவை அவனின் நாடகம், அவனின் லீலை.''

''அவ்வாறு நாம் எடுத்துக் கொள்ளலாம்'' ஒப்பும் குரலில் நான் கூறினேன்.

''ஒரு துண்டுப் பகுதியுடன் உங்களை நீங்கள் அடையாளப்படுத்திக் கொள்ளும்போது (இது மாயா பிரபஞ்ச பிரமை) நீங்கள் உங்களது எஞ்சிய பகுதியை கவனிக்காமல் விட்டு விடுகிறீர்கள், பூரணம், பிரபஞ்சம், அந்த நாடகம் அனைத்தையும். யார் அதை நடத்துபவர்? பிரம்மன். அஹம் பிரம்மாஸ்மின். நானே பிரம்மம், ஆத்மன், சுயம் என்பதே அதைப் புரிந்த பிரக்ஞை.''

''நீங்கள் சாது வாழ்க்கை முறையில் இருப்பவரா இல்லை விடுதலை தேடுபவரா?''

''நான் ரிஷிகேசத்தில் சமஸ்கிருதம் கற்றேன். அதையே பாடமாக நடத்தவும் செய்கிறேன். நான் என் வாழ்க்கையை மோட்சத்துக்கு அர்ப்பணித்திருக்கிறேன்.''

நான் தஸ்ஸாவாமேத் படித்துறையை நோக்கி, இந்த உரையாடல் பற்றிய சிந்தனையுடன் நடந்து சென்று கொண்டிருந்தபோது, ஒரு பெண் என்னை நிறுத்தி இவ்வாறு கூறினார்:

''நான் இங்கேயேதான் வாழ்பவள். உங்களுக்கு நான் இருக்கும் இடம் தெரியாவிட்டால் பரவாயில்லை.'' அது ஹிந்தியில் இருந்தது எனக்கு அரைகுறையாகவே புரிந்தது. பிறகு ஒருவரிடம் வேண்ட அவர் மொழிபெயர்த்தார். ''அதனால் எனக்கு ஒன்றுமில்லை'' என்று கூறி நான் நகர்ந்தேன். மொழிபெயர்ப்பாளரும் என் திசையில் எனக்கு முன்பாகப் போய்விட்டார். போகிற போக்கில் அந்த ஆள்

ஆறு சாதுக்கள் வரிசையாக உட்கார்ந்திருப்பதைப் பார்த்து 'பிச்சைக்காரப் பயல்கள்' என்று சத்தமாகக் கூறினார்.

பரம்பரை பரம்பரையாக, வசதியான குடும்பத்தில் இருந்து வந்திருக்க வேண்டும் இந்த ஆள். அவரது குறிப்பில் அந்தத் தன்னிறைவு வெளிப்பட்டது. பிறர் எவ்வளவு ஒடுங்கி உள்வாங்கிப் போய் இருந்தார்களோ அவர் அவ்வளவு குண்டானவராக இருந்தார். ''மூன்று வேளை சாப்பாடு - ஒரு நாளைக்கு பாபு'' என்பார்கள் அந்தப் பகுதி ஏழைகள்.

''இவர்களே இந்த நாட்டை அறியாமையில் ஆழச் செய்வோர்'' என்று சபித்தார் அதே ஆள்.

''நீங்களே அறியாமையில் இருப்பதாய் அவர்கள் கருதுகிறார்கள் பாபுஜி'' என்றேன் நான் பட்டும் படாமலும் 'மாயை போன்றவை'.

''மாயா!'' வெறுப்பாய் பதிலளித்தார் ''நான் உங்களை ஒரு ஊசியால் குத்தினாலும், அப்போது நீங்கள் மாயை போன்றவை என்பீரா?''

மனோதத்துவம் அனேகமாய் வலி பற்றிய கேள்வியில் தடுமாறுகிறது!

ஆனால் கேள்வி இதுவே: யார் விளையாடுகிறார்?

பிறகு, நான் ரமண மகரிஷியில் படித்தேன் 'சிலந்தி நூலைத் தன் வாயிலிருந்து வெளியே விட்டு, பின்னர் மீண்டும் உள்ளே இழுத்துக் கொள்வதுபோல, மனமே உலகை தனக்குள்ளேயிருந்து வெளிக்காட்டுகிறது; பின்னர் தனக்குள்ளேயே ஐக்கியப்படுத்திக் கொள்கிறது.'

உலகைப் பற்றிய இந்தத் தத்துவம் மிகவும் புத்திசாலித்தனமான தாகவே எனக்குத் தோன்றியது. இருந்தும் நான் அதை எதிர்த்தேன்.

அத்தியாயம் 10

பிரமைகளின் பயன்களை விட்டு நீங்குவாய்

''ஹிந்து மத விதிகள், கடவுள்களைக் கொண்டாடி, தத்துவ லட்சியவாதக் கருத்துகளை உபதேசிக்கின்றன. இவற்றை நாங்கள் பரத நாட்டியத்தில் ஒரு முன்மாதிரியாக எடுத்துக் கொள்கிறோம்'' என்றாள் ஜேன், கிருஷ்ணர் இடுப்பை வளைத்து ஆடுவதாய் பாவனை செய்து, பக்கவாட்டில் கவர்ந்திழுக்கும் பார்வையைச் செலுத்தி, புல்லாங்குழல் வாசித்தபடி.

அந்தக் கலைப்பொருட்கூடம் கிட்டதட்ட யாருமற்றிருந்தது.

''இது உனக்குப் பிடிக்கும்'' என்றாள் லாவ்ரி. ''பார். இது நடராஜர். நெருப்பு வட்டத்துக்குள்ளே, சிவன், தனது ஐந்து செயல்களை நடனமாக ஆடுகிறார்: படைத்தல், காத்தல், அழித்தல், அவதரித்தல் மற்றும் விடுதலை.''

அவர்கள் இருவரும் நான்கு கரமுள்ள அந்தக் கடவுள் முன் பணிந்தார்கள்.

''புரிந்துகொள்ள சிக்கலான அவரது எல்லா போதனைகளும் இந்த ஒரு உருவத்தில் இருக்கின்றன.''

''மனித வடிவிலிருந்தாலும், சிவன் ஒரு உருவத்துக்குள் அடங்கி விடும் கடவுள் அல்லர்'' என்றாள் லாவ்ரி. ''அவர் ஈடு

இணையற்றவர். பரத நாட்டிய நடனத்தில் முத்திரைகள், ஆன்மிகமான உணர்வை கை, கால்களின் வெவ்வேறு நிலை அசைவுகள் வாயிலாக ஒரு தரிசனமாகத் தருவதாகும்.''

''போதுமான அறிமுகம் செய்தாகிவிட்டது'' என இடைமறித்தாள் ஜேன். ''நடராஜர் என்னும் முத்திரையில் அவரது வலது கால், குள்ளமான அசுரனான முயலகனை அவர் அழுத்தி இருக்கிறார். அவன் அறியாமை மற்றும் மனிதனின் ஆசைகளின் குறியீடு ஆவான். இந்த அசுர கதாபாத்திரம் தனது உடலைத் தான் என நம்பும், உலகின் எல்லா உயிர்களும் ஒன்றே என எண்ணாமல் தன்னைத் தனியாய்க் காண்பவனாவான். காணப்படுபவை அனைத்துமே பிரமை என அறியாதவனுமாவான்.''

''கர்மா - டி-டி-டா, மாயா - டி-டி-டு'' என்று லாவ்ரி மறுபடி மறுபடி கிண்டலாய்ப் பாடி ''நாம் தான் இந்த அசிங்கமான மனிதன்'' என்றாள்.

''இல்லை. நீ மிகவும் பிரகாசமானவள்'' என்று நான் பாராட்டினேன்.

இருவரும் தமது இடது காலைத் தூக்கி, வலது முட்டிக் காலுக்கு மேலே குறுக்காக நிறுத்தி, நடராஜரின் முத்திரையைக் காட்டினார்கள்.

''உயர்த்திய இடது கால், மிகவும் உயர்ந்த பிரக்ஞை நிலையைச் சுட்டுவதாம்'' என விளக்கினாள் லாவ்ரி. ''கடந்து செல்லும், ஒன்றாய்க் குவியும் பிரக்ஞை, காணப்படுபொருளோ அல்லது அதன் பிடிமானமோ இல்லாதது.''

''இரண்டு கால்களுமே இரண்டு பிரக்ஞை நிலைகளைச் சுட்டுகின்றன'' என தொகுத்துக் கூறினாள் ஜேன். ''குள்ள அசுரன் இருமை - அதில் காணும் ஜீவன் மற்றும் காணப்படுவது இரண்டுமே உடலைத் தானே என அடையாளம் காண்பதான மனதின் அனுபவங்கள்... மற்ற ஒன்றோ - தெய்வீகமானது, காண்பவன், காணப்படுவது என்னும் வேறுபாடே அற்றது. சிவோகம், சோகம்... அதுவே நான்!''

''இரண்டு மேற்கைகளுமே இயங்குகின்றன. வலது கையில் உடுக்கை ஆடி ஒலிக்கிறது. ஓம் முக்காலத்தின் எல்லா ஒலிகளின் சாரமானதாம்; ஓம் என்னும் தெய்வீகச் சொல், உச்சரிப்பு. ஓம் உலகையே சிருஷ்டிக்கிறது.''

ஜேனின் கை வளையல்கள் ஒரு துவக்கத்தைப்போல் ஒலித்தன.

''இடது கை அறிவு என்னும் நெருப்பை ஏந்தியிருக்கிறது'' என உரையாடலுக்குள் நுழைந்தாள்.

''உலகையே அழிக்கும் அறிவு'' என்று லாவ்ரி ஊழிக்காலத்தை விவரிக்கும் தொனியில் பதிலளித்தாள். ''அந்த நெருப்புப் பிழம்பு அவரைச் சுற்றுகிறது. பிரபஞ்சத்தின் வடிவமான கடவுள் நெருப்பு வட்டத்துக்குள் இருப்பதுபோல தோன்றலாம். ஆனால் நெருப்பு ஒன்றே! நெருப்பு வளையம் மாயை. சிவன் மாயையை ஆட்டுவிக்கும் எஜமானர்.''

''ஆ'' இறுதியில் எனக்கு எட்டிவிட்டது. ''மாலை வேளையில் கங்கைக்கு ஆரத்தி காட்டும் பூசாரி, ஆரத்தி விளக்கைச் சுற்றும் போதும் ஒரு நெருப்பு வளையமே தோன்றுகிறது. நெருப்பின் பிரமை - நெருப்பின் நடனம்.''

''நெருப்பைச் சுற்றும் அசைவே பிரமையை உண்டாக்குகிறது'' என ஒருங்கிணைத்தாள் லாவ்ரி.

''உடுக்கையே நெருப்பு. சிருஷ்டியும் அழிவுமானது. உலகின் வடிவம் உருப்பெறும் அதிர்வு அது. எதையும் அப்படியே பார் என உனக்கு எடுத்துக் கூறும் அறிவு அது - ஒரு மாய நெருப்பு வளையம் - ஒரு மேலுலக பிரமை. அதிலிருந்தும் நீ விடுபட வேண்டும் என்பதற்காக'' என ஜேன் தொகுத்துக் கூறினாள்.

''எவ்வாறு?'' என்று கேட்டபடியே லாவ்ரி, வெண்கலச் சிலையில் இருக்கும் நடராஜரின் நடன முத்திரையைச் செய்து காட்டினாள். ''அசையாத இரண்டு கீழ்ப்பகுதிக் கைகள் அதைச் சுட்டுகின்றன. உள்ளங்கை மேலே நோக்கி இருக்கும் வலது கை சாந்தம், மனதின் சமநிலை, எது இருக்கிறதோ அதை அப்படியே உடனியாய் ஏற்பது, உணர்ச்சிப் பெருக்கு அழிதல் மற்றும் பயம் ஒழித்தல் ஆகியவற்றைக் குறிக்கிறது. இடது கை, கீழே பார்த்திருப்பது, பூமித்தாயைக் குறிக்கிறது. அவளை ஒரு சாட்சியாக, பிறருக்கு பிரக்ஞை என்பதை எது நிஜமாய் இருக்கிறதோ அதில் நிலை நிறுத்தும்படி நினைவு படுத்துகிறது. மாறாக, எதை மனம் மிகைப் படுத்தித் தனது இச்சைகளுடன் திட்டமிடுகிறதோ, அச்சப்படுகிறதோ நம்புகிறதோ அல்லது யூகிக்கிறதோ அவைகளை அல்ல.''

அரங்கைக் கடந்து சென்று கொண்டிருந்த ஜப்பானிய ஜோடி நின்றார்கள். அவர்களுள் இளைஞன், இரண்டு ஆஸ்திரேலியப் பெண்களின் நடராஜர் போன்ற முத்திரையை புகைப்படம் எடுக்க விரும்பினான். லாவ்ரி ஜேனுக்குப் பின்னே நின்று மேலும் இரண்டு கைகளாகத் தனது கைகளைப் பின்னே இருந்து நீட்டினாள்.

''எனக்கு புகைப்படம் அனுப்புங்கள்.''

''ஆம். ஆம்...'' என்றான் நிப்போனெஸ்.

மின்னஞ்சல் முகவரிகள் பரிமாறிக் கொள்ளப்பட்டன.

''சிவன் நடனத்தை நிறுத்தும்போது'' முத்தாய்ப்பாகச் சொன்னாள் லாவ்ரி ''காண்பவனும் காணப்படுவதும் மறைந்து விடுகின்றன.''

''அதற்குப் பின்னர் என்ன ஆகும்?''

''ஒன்றுமில்லை. அதுவே உலகின் முடிவு. குறைந்தபட்சம் உன் உலகின் முடிவு.''

அவள் என் கையைப் பிடித்தபடி, என் காலடிகளை ஒட்டி நடந்தாள்.

★★★

''அவனைப் பார். மிகவும் எடுப்பாக இருக்கிறான்'' என்றாள் ஜேன்.

அவள் குறிப்பிட்டது, சில நாட்களுக்கு முன் நான் ஆத்மன் அல்லது சுயம் பற்றி விவாதித்த இளம் சாது ஆவார்.

அன்று அவர் ஒரு கோம்சா அணிந்திருந்தார். அது ஒரு சிறிய கோவணம். அது அவரது மயிர் நிறைந்த தொடைகளையும், கால்களையும் மறைக்கவில்லை. நிமிர்ந்த முதுகு, தசைப்பிடிப்பான மார்பு, கோதுமை நிறத் தோல், கருமையான தலைக் கொண்டை, நெற்றியில் மூன்று கோடிட்ட விபூதிப்பட்டை, அவர் அடோனிஸின் துறவு வடிவமாகத் தெரிந்தார். (அடோனிஸ் கிரேக்கப் புராணத்தில் அழகிய இளைஞன்.)

''ஒழுங்காயிருங்கள்'' என்றேன் நான் பல்லைக் கடித்தபடி. அவர்கள் இருவரும் இங்கிதமில்லாமல் நடக்க முற்பட்டால் நான்தான் எச்சரிப்பேன்.

பிரம்மச்சரிய விரதம் இருப்பவரது வாழும் உதாரணத்தைக் கண்டாலேயே அதற்கு சவால் விடவே ஜேன் விரும்புவாள். வேடிக்கையாக, அவள் துறவு விரதம் ஏற்றோர் அதில் எவ்வளவு உறுதியாக இருக்கிறார்கள் என்பதைப் பரிட்சை செய்து பார்க்க விரும்பினாள். இதற்கு லாவ்ரியும் துணை நின்றாள். அந்த இரண்டு பெண்களின் மென்மையான அழகிய தோல் மற்றும் புன்னகை ஒரு ஆசானாயிருக்கும் துறவியின் பசியையே கிளறிவிடும். அவர்களின் தடாலடியான அணுகுமுறை, உசுப்பேற்றுவதில் அவர்களுக்கு இருக்கும் ரசனை, லாவ்ரியின் கண்கள் இவை வயதான அல்லது இளமையான எந்தத் துறவியையும் படித்துறையில் நிலை தடுமாற வைத்துவிடும். துறவிகளில் பலரும் தமது சபதங்களை நீர்க்கச் செய்துவிட இந்தக் கவர்ந்திழுக்கும் சூழலில் தயாரானார்கள்.

அன்றைய தினம், கங்கையின் கரையில் தனியே அமர்ந்திருக்கும் அந்த இளம் சாதுவைக் குறி வைத்தாள் ஜேன். அவருக்கு மாயா பாபா என்று பெயரிட்டாள்.

தான் அவருடன் அமரலாமா என்று கேட்டாள். அவருக்கு வியப்பு எங்கள் ஆர்வம் கண்டு. சரி என்று அமரலாம் என்றார்.

''உலகம் உண்மையிலேயே மாயையா?'' அவரைக் கேட்டாள் ஜேன்.

அவள் முதிர்ச்சியுடன் அந்த விளையாட்டை விளையாடிக் கொண்டிருந்தாள். தனது உடல் மொழியால் அவரை ஈர்க்கவும் அதே சமயம் அது விரசமாயில்லாமலிருக்கவும் அவளுக்கு முடியும்.

அவர் சற்றே நகர்ந்து அமர்ந்தார், தமது நல்லொழுக்கத்துக்கு அடையாளமாய்.

''ஒரு விதமான பிரமையே. ஒரு கனவுபோல.''

''நான் உம்மை ஒரு ஊசியால் குத்தினால், நீங்கள் அந்த வலியை ஒரு பிரமை என்று சொல்வீர்களா?' என்று என்னை ஒருவன் படித்துறையில் கேட்டான். அதற்கு உங்கள் பதிலென்ன?'' நான் கவலையுடன் கேட்டேன்.

''வலியால்தான் நாம் நமது வாழ்க்கைக்குள் ஒரு அர்த்தத்தைக் காண முயல்கிறோம்'' விளக்கினார் மாயா பாபா. ''அதன் பின் நாம் எப்படித் துன்பத்தைத் தவிர்ப்பது என்று தேடுகிறோம். வலியின் மறுபக்கம் என்பது இன்பம், ஆனால் இவை இரண்டுக்குமே பின்னாற்பக்க நகர்வில் உள்ள பக்கம் அசையாதிருத்தல். அதாவது வலியோ அல்லது இன்பமோ அதைப் பின் நோக்கித் திருப்பினால் அது அசைவின்மை. துறவினால் மட்டுமே அசைவின்மை சித்திக்கும்.''

இச்சைப்படுவது விட்டுவிடுவதற்கென்றே என நான் நினைத்தேன்... ஆனால் இச்சையை அசையா நிலைக்குக் கொண்டுவந்து திருப்தி காண்பதை எண்ணியதே இல்லை.

''மரணத்துக்குப் பிறகு வேறு மாதிரியான கனவு இருக்குமா?'' ஜேன் கேட்டாள்.

இறுக்கமான 'ஜீன்ஸ்' காற்சட்டையும், 'ஷிபான்' துணியாலான மேற்சட்டையும் அவள் அணிந்திருந்தாள். அது அவளின் சிறிய மார்புகளைக் காட்டியது. அவளின் சோப்பின் வாசனை தூக்கலா யிருந்தது. அவளின் முடிக்கற்றைகள் அவள் சட்டை மீது தவழ்ந்தன.

''நாம் அச்சுறுத்தும் மாய பிம்பங்களை எதிர்கொண்டு வெல்ல முயல்கிறோம்'' என்றார் மாயா பாபா.

அவரது பார்வை எதன் மேலும் நிலைக்கவில்லை.

''வாழ்க்கை ஒரு கனவுதான் என்றால் நாம் அந்தக் கனவைக் கண்டு முடிப்போமே, விழித்து எழுந்து கொள்ளாமல்'' என்றாள் ஜேன். மெதுவாக அவர் பக்கம் நகர்ந்து சாய்ந்தபடி.

அவர் இன்னும் தள்ளி நகர்ந்து கொண்டார்.

ஒழுக்கம் என்னும் சிற்பம் வடிவமைக்க, ஒரு சிற்பி அவரைத்தான் மாதிரியாக எடுத்துக் கொண்டிருப்பார். கவர்ச்சியால் வசியம் செய்வதில் கவர்ச்சியான தோற்றம் உடையவர்கள் அதிக உஷ்ணமா யிருப்பார்கள், கவரும் தோற்றமில்லாதவர்களை ஒப்பிட. புனிதத்துவம் முன் நாம் சமமானவர்களும் அல்லர். மாயா பாபாவுக்கு இந்த ஊனம் இருந்தது. வாழ்க்கை கனவு என்னும் தடத்தில், அவரை வசியம் செய்வதோ, தொடுவதோ அல்லது பிடித்துக் கொள்வதோ அல்லது குறைந்தபட்சம் அவரது நிழலின் நிழலாவதோ... ஜேன் அதனுள் விழுந்துவிட்டாள். அவளது வழக்கமான சரசக் காட்சி அங்கே இல்லை.

''அது ஒரு அற்புதமான அனுபவமாக இருக்கும்'' என்று அவள் அழுத்திக் கூறினாள். ''அதை முயற்சித்துப் பார்ப்பதை விட்டு விட்டு அது கனவு காணவோ அனுபவிக்கவோ உகந்ததல்ல என்று ஏன் முடிவு செய்ய வேண்டும்?''

''நம்மை நிறைக்கும் அல்லது துள்ள வைக்கும், இன்ப துன்பங்கள் தற்காலிகமானவையே. வயதாகும் நமக்கு. விரும்பப்படக் கூடியவர்களாக இருக்க மாட்டோம். நமது புலன்கள் செயலிழக்கும்' என ஆருடம் கூறினார் எபெபெ என்னும் கிரேக்க விளையாட்டு வீரர் தொன்மைக் காலத்தில். சுகம் கூட சுவையிழக்கும்.''

''இதைப் பற்றி உனக்கு என்ன தெரியும்?'' நான் கிசுகிசுத்தேன்.

''அப்படி தளர்ந்து போகும்போதுதான் துறப்பதற்குச் சரியான தருணம்'' என்றாள் லாவ்ரி.

''வாயை மூடு'' ஜேன் அதட்டினாள்.

''நீங்கள் ஏன் துறக்கிறீர்கள்?'' ஜேன் மாயா பாபாவைக் கேட்டாள்.

''பிரமைகளின் பலன்களை ஒருவர் துறந்தால் மட்டுமே அவரால் பிரமையிலிருந்து விடுபட முடியும்'' அவர் தமது பிரத்தியேக தருக்கத்தில் பதிலளித்தார்.

''நான் உங்களுக்கு காதல் என்னும் கலையைக் கற்பிக்க விரும்புவேன்'' என்றாள் ஜேன் அவர் மீது வைத்த கண்ணை எடுக்காமலேயே.

அவர் தம் எதிரே இருந்த நடைபாதையைப் பார்த்தபடி இருந்தார்.

''அறிமுகமில்லாதவருக்கு உங்களை நீங்களே அளிக்க முடியாது'' என்றார் மாயா பாபா தமது அவநம்பிக்கையை ஒழுக்க நெறிப்படுத்தியவாறு.

ஒருவர் தமக்குள்ளேயே ஒரு சீரின்மையைக் கண்டால் மட்டுமே தன்னைக் கிளர்ச்சியிலிருந்தும் விடுவித்துக்கொள்ள இயலும்.

அவர் அவள் பக்கம் திரும்பினார்.

''உங்களுக்கு நான் ஒரு குருவாயிருப்பேன்'' என்றாள் ஜேன் உற்சாகமூட்டியபடி, அவரின் கண்களை நேருக்கு நேர் பார்த்து.

''உங்களை நான் குருவாகத் தேர்வு செய்யவில்லை'' எதிர்த்தார் மாயா பாபா, இறுதியாய்ப் புன்னகைத்தபடி.

''தற்காலிகமாயிருந்தாலும் இன்பம் நல்லதே. கடவுள்கள் நமக்குத் தரும் இன்பத்தை நாம் ஏற்க வேண்டும். நாம் அவற்றின் மீது பற்றுக் கொள்ளக் கூடாது. அவ்வளவே'' ஜேன் ஆசிரியைபோல ஆருடம் கூறினாள்.

''தற்காலிகமானது கவர்ந்து, தனது நகர்வில் உங்களை அடிமை செய்துவிடுகிறது. எது நிரந்தரமோ அதைத் தேடுங்கள்'' என்றார் துறவியான சமஸ்கிருத விற்பன்னர்.

''ஒரு மனிதன் தனது மனைவியுடன் வாழ்நாள் முழுவது மிருக்கிறான்'' என்ற எதிர்வினையுடன் அவளைக் காப்பாற்றும் விதமாக ''அவரது மனைவி மரணமடைந்தாலும், அவர் அவளது மறைவால் துயருற்றாலும், அவர் அவளுடன் நிறையவே இனிய விஷயங்களைப் பகிர்ந்துவிட்டார். எனவே அவர் தான் நேசித்தவளை இழந்ததைப் பற்றிப் புலம்பாமல், மறையப் போவது ஒன்றைப் பற்றி அறிவதை உங்களுக்கு நீங்களே மறுத்துக் கொள்ளாதீர்கள். அதைத் தெரிந்துகொண்டதைப் பற்றி சந்தோஷப் படுங்கள் என்றார் தலாய் லாமா. அது ஒரு இரவானாலும், வாழ்நாள் முழுவதற்குமான காதலானாலும்.''

''வாழ்க்கையின் லட்சியம் அது வைத்திருப்பது அனைத்தையும் அறிவதல்ல'' என்றார் மாயா பாபா. ''அது வழங்க முன்வருபவை

எல்லையற்றவை... மறுபக்கம் அவற்றிலிருந்து எப்படி விடுபடுவது என்பதே.''

''இல்லை...'' என்றாள் ஜேன் பெருமூச்சுடன். ''நான் ரதி, நீங்கள் காமன் என கற்பனை செய்யுங்கள்.''

அவள் தனது கரங்களை நான்கு கைகள் உள்ள பெண் கடவுள்போல உயர்த்தினாள். பிறகு அவற்றை ஒன்றாய்ச் சேர்த்து ஒரு பிரணாமத்தைச் செலுத்தினாள். குனிந்து வணங்கியபடி ''நாம் இருவருமே பிரம்மனிலிருந்து வந்தவர்கள், இச்சையும் இன்பமும் ஒன்று சேர்வதற்கென்றே...'' அவர் எதிரே விழுந்து வணங்கி பிச்சை கேட்டாள் ''நான் உங்கள் பெண் இணையாவேன்.''

கடவுள்களை முன்மாதிரியாக எடுத்துக் கொள்ளும்போது அவர்களுக்கு ரத்தமும் சதையும் வந்து விடுகிறது. தன்னை ஒரு சக்தியாக முன் வைத்து அவள் மாயா பாபாவைக் கடவுளாகும்படி வேண்டிக் கொண்டாள்.

அவரோ பின்வாங்கினார்.

அவரது கொள்கைகளுடன் எனக்கு உடன்பாடில்லையென்றாலும், நான் கற்றறிந்த துறவியும், தத்துவவாதியுமான அவர், கிரேக்க ஞானி எபிக்டெடுஸ் போல, தனது இச்சைகளையே மாற்றிக் கொள்ள விரும்பினார், உலகை மாற்ற முயல்வதை விடுத்து. தமது விழுமியங்களில் அவர் உறுதியாயிருந்தார். அவரைக் கொச்சைப் படுத்துவதில் பங்கேற்பது எனக்கு அவமானமாயிருந்தது. ஆனால் அவர் தம்மைக் கொச்சைப்படுத்த அனுமதிக்கவில்லை.

''நீ பரமலோசனை, காண்டுவை வசியப்படுத்தியவள்'' அவர் எதிர்விசையைப் பிரயோகித்தார் புன்னகையுடன், ''அந்த தேவதை காண்டுவின் தபஸ் நிறுத்தப்பட என அனுப்பி வைக்கப்பட்டவள். அந்தத் துறவியின் தவம் தொள்ளாயிரத்து ஏழு வருடங்கள், இரண்டு பௌர்ணமிகள் மற்றும் மூன்று நாட்கள் கெட்டது. அவர் இச்சைப் பட்டுவிட்டார்.''

ஒரு மாயக்கதைக்கு பதில் மற்றொன்று.

''நமது எல்லா இச்சைகளும் தீராப்பித்தாக வேண்டுமென்பதில்லை'' என்றேன் நான் சமரசமாக.

''காதலிப்பது ஆபத்துக்குள் நுழைவதும், வாழ்க்கைக்கு வாசலைத் திறப்பதும், அதனுடன் இணங்கி இருப்பதுமாகும்'' என்றாள் ஜேன் அழுத்தமாக. ''வாழ்க்கையை வாழாமல் அதைத் தாண்டிச் செல்ல

முயல்கிறீர்கள்; காதலென்றால் என்னவென்று தெரிந்து கொள்ளாமலேயே காதலுக்குப் பரிகாரம் தேடுகிறீர்கள். இன்பத்தைக் கண்டு அஞ்சாதீர்கள். அது ஒரு நொடி மட்டுமே!''

''இன்னொன்றாய் ஆதல் என்னும் சாகரத்தைத் தாண்டும் முடிவை ஒரு நாள் நாம் எடுக்க வேண்டும். பவ சாகரம் என்னும் மாறிக்கொண்டே இருக்கும் உலகத்தில் இருந்து வெளியேற வேண்டும்'' என்றார் அந்தத் துறவி.

நாம் அதை நிஜமாகவே விரும்ப வேண்டுமா? இல்லை அதை ஏற்பதுதான் அவர் சொல்லுவதா? நான் வியந்தேன்.

அதன் பின் ஜேன் அவரை மாயா பாபா என்றே அழைத்தாள். குறும்பாகவும், மந்திரவசப்பட்டது போலவும், அவர் மீது புகையின் வாடை வந்தது என்றாள். ஃபான் பறவையைப்போல, கீழே முடிகள் மேலே மழமழவென்றிருந்தார். வாய்ச்சொல் வீரர்; அவருக்கு அனுபவமே இல்லை. ஆனால் பரிசோதனைகள் செய்கிறார். அவர் மாயா மாயா என்று சொல்லியபடியே என்னைப் புணர்ந்தார், ஒரு மருத்துவப் பரிசோதனைபோல. அவருக்குத் தனது உடலைப் பற்றியே ஒன்றும் தெரியவில்லை. எனக்குள் அவரது குறி நுழைந்து வெளியேறுவதை அவர் பார்த்துக்கொண்டே இருந்தார். அவர் அப்படித் தன் உடலைப் பார்ப்பதைக் காண்பது எனக்குக் குதூகலமாயிருந்தது.

''அவர் 'இன்னொன்றாய் ஆதல் என்னும் சாகரத்தைத் தாண்டும் புள்ளியை' அவர் அவதானித்துக் கொண்டிருந்தாரோ என்னவோ'' நான் நினைவு கூர்ந்தேன். ''ஒரு வேளை அவர் இயங்குதலில் இயங்காமையைக் கண்டிருக்கலாம். அல்லது கிளர்ச்சியைக் கடந்து செல்லுதலை.''

''பெண் குறியில் 'ஜி ஸ்பாட்' என்னும் உணர்ச்சிப் புள்ளி இருப்பது போல் ஒவ்வொருவருக்கும் ஒன்று உண்டு'' என்றாள் லாவ்ரி.

''தனது சபதங்களை அவர் சரிபார்க்கக் கொள்ளும் நீட்சி அவரை மேலும் மதிக்க வைக்கிறது'' என்றேன் நான்.

''தான் அனுபவிக்காததைத் தாண்டி ஒருவரால் போக முடியாது'' என்றாள் ஜேன் தனது குற்ற உணர்வைக் களைந்து கொள்வதுபோல.

★★★

''எனக்கு விஷ்ணுபோல பத்து கைகள் இருந்தால் நான் ஆயிரம் விதமாக உன்னைத் தடவுவேன்'' என்றேன் அன்றிரவு என்

அணைப்பில் இருந்த லாவ்ரியிடம். நான் என் குறியின் முன் பின் அசைவை அவதானித்தேன். குத்துவது போன்ற, மகிழ்ச்சிகரமான, இனிப்பும் காரமுமான, ஒன்றுபடுதலின் உராய்வில், தனக்குள் எழும்பும் கிளர்ச்சி. பிடிவாதமான மந்திரக்காரர்கள் தள்ளி வைத்த ஒரு முரண். விட்டேற்றித்தனத்தைத் தழுவுதல். ஜுரத்தையும் தியாகத்தையும் ஒன்றிணைத்தல்: மென்மை, ஒரு மனித சிருஷ்டி. பிரபஞ்சத்தின் 'பெருவெடிப்பு' ஒரு பிரம்மாண்ட உயிரின் கலவி உச்சமாகவே இருந்திருக்க வேண்டும். அவர் கலவி யாருடன் செய்கிறார் என்பதே பெரிய கேள்வி: என்னுடனா?

புணர்ச்சியில் மரணத்துக்குப் பின் வேதனை. குறி சிறியதாகி விடுகிறது. மீண்டும் சுயத்துக்கு. சதையிலிருந்து ரத்தம் விலகிக்கொள்ள, உடல் மீண்டும் எடை மிகுந்ததாகத் தோன்றுகிறது. லாவ்ரி ஒரு சிகரெட்டைப் பற்ற வைத்தாள். அவள் சூடாயிருந்தாள். இருவரும் மீண்டும் அவரவர் உலகிற்கே வந்து விட்டோம். அவளருகே படுத்தபடி, நான் ஒரு துறவி ஒரு மலையின் மீது, அதன் மறுபக்கம், தியானத்தில் இருப்பதாய்க் கற்பனை செய்தேன். எல்லாவற்றிற்கும் அப்பாலுக்கு மிகவும் அண்மையாய். என்றும் நிலைக்கும், அசைவற்ற மகிழ்ச்சியில்.

நான் அவதூத கீதையைத் திறந்தேன்:

தேட எதுவும் இல்லாதபோது

விழைய எதுவும் இல்லாதபோது, எதுவுமில்லை

எங்கே எண்ணம் அல்லது பேச்சு நடைபெற முடியாதோ

அங்கே அனைத்திலும் ஒரே போலிருக்கும் பிரம்மன் பிரகாசிக்கிறான்.

விளக்கு அணைந்தது. மின்விசிறியின் காற்று நின்றது. அடைபட்ட அறையில் மின்சாரம் இன்றிப் புழுங்கினோம். எங்கள் உடல்களில் வியர்வை பெருக்கெடுத்தது.

''ஒன்றுமின்மையில் இனிய அனுபவம் பிரகாசிப்பதே'' நான் அவளுக்குத் தொகுத்துக் கூறினேன்.

''சிகரெட்டிலும்தான்'' என்றாள் அவள்.

''எனக்கு 'லைட்டரை' கொடு.''

மெழுகுவர்த்திச் சுடர் போன்ற பிரகாசம்.

அவதூத கீதையைக் கையில் எடுத்துக்கொண்டாள், வாசித்தாள், பின்

''ஒன்றுமின்மையைக் கொண்டாடுவது. பைத்தியக்காரத்தனமாக இல்லை?''

''ஆம். கிறுக்குத்தனமானதும் போற்றக்கூடியதும்.''

மின்சாரம் வந்தது. விளக்கும் மின்விசிறியும் இயங்கின.

அதற்குப் பிறகு நான் மாயா பாபாவைப் படித்துறையில் பார்க்கவே இல்லை.

★★★

''ஜாதி பற்றி உங்களது பாரம்பரியம் ஞானத்துடன் என்ன சொல்கிறது என்பதைக் கேளுங்கள் நரேஷ்ஜி...''

நாங்கள் கங்கைக் கரையில் ஒரு மொட்டை மாடியில், விரித்து வைக்கப்பட்ட பெரிய துணிக் குடைகள், நாற்காலிகள், மேஜைகள் நிறைந்த உணவகத்தில் சாக்லெட் சாப்பிட்டுக் கொண்டிருந்தோம். நான் அவதூத கீதையின் இந்தப் பகுதியை அவருக்குப் படித்துக் காட்டினேன்: 'வேதங்களில்லை, கடவுள்களில்லை, பலியிடுதல்கள் இல்லை, நிச்சயமாக ஜாதிகள் எதுவுமில்லை, இனக்குழுக்கள் ஏதுமில்லை, பிறப்புமில்லை. இறுதியான உண்மை பிரம்மனே - எல்லாவற்றிலும் ஒரேபோல் இருப்பவன் அவன்.'

லாவ்ரியும் ஜேனும் எங்களுடன் சேர்ந்து கொண்டார்கள்.

''நான் என் தர்மத்தையே கடைப்பிடிக்கிறேன்'' என்றார் நரேஷ்.

''தர்மம் என்பது மாயை உங்கள் பண்பாட்டில்!''

''அப்படி இல்லை. மாயை, பிரமை அதாவது உங்கள் பண்பாடு, தர்மத்தாலேயே தீர்மானிக்கப் படுகிறது. அதுவே உங்கள் ஊழ், உலகில் உங்கள் இடம். ரோஜா எப்போதும் சாமந்தி ஆகிவிடாது. ஒரு கழுதை ஒரு யானையாகிவிடாது. நான் நானாகவே அல்லாமல் வேறொன்றாக முடியாது. எனது தர்மம் ஒரு பிராமணனாக இருப்பது ஆகும்.''

அவரது தர்மம் என்ன, ஜாதி என்ன என்பது முடிவானதும், ஒரு சாதாரணப் பையனான நரேஷுக்குத் தாவிப் போய்த் தமக்குப் புனிதமாகவும், முடக்கமுடியாததாகவும் தரப்பட்டுள்ள உரிமைகளை, நிலை நாட்டுவதில் தயக்கமே இருக்கவில்லை. திரை மேல் முத்தங்கள், கைபேசி என்னும் நவ நாகரிகக் காலத்தில் இருந்தாலும் சுதந்திரத்துக்கு முற்பட்ட இந்தியாவின் மனோபாவமே அவரிடம் இருந்தது. மிகவும் பாரம்பரியத்தின் மீது பிடிமானம்,

ஆனால் பெண்சுகம் விஷயத்தில் தாராளம். அவருக்கு ஜேன் மீது ஒரு கவர்ச்சி. ஜேன் யார்? மிலேச்சர் - காலாசாரமே இல்லாத காட்டுமிராண்டி. மிலேச்சர், தீண்டத் தகாத தலித்தை விடக் கீழானோர், நரேஷின் ஜாதிக்காரர்களுக்கு. எனவே மிலேச்சர்களும் தீண்டத் தகாதோரே. ஆனால் ஜேன் அவரது அசடு வழிதலுக் கெல்லாம் மசியவில்லை. அவளுக்குத் துறவிகள் மீதே பித்து.

''பலராயிருப்பதால், கடவுள்கள் ஒன்றே-ஒன்று-தான் ஆக இருக்கவில்லை. அவர்கள் சகிப்புத்தன்மையையும் சார்பு நிலைத் தன்மையையும் உணர்ந்தவர்கள். ஆபிரகாமின் கடவுளிடம் குறைவது சார்பு நிலைத் தன்மையே நீங்கள் கூறுவதுபோல'' என்று நரேஷிடம் அவன் ஜேனைப் பார்த்து இளிப்பதிலிருந்து திசை திருப்புவதற்காகக் கூறினேன்.

'''முழுமையான தனித்துவம் இல்லை' என்ற நிலையிலுள்ள கடவுள்களுக்கு இருவர் இணைந்தால் தான் இன்பம் என்பது தெரிந்திருந்தது'' என்று நரேஷ் அவசரமாகப் பதிலுரைத்தார். ''அதற்குப் பின் அவர்கள் சிரிக்கலாம். அது உங்கள் கடவுளுக்கு நிகழவில்லை. ஏனெனில் அவருக்கு உங்கள் உலகத்தை சிருஷ்டிக்கும் யோசனை தெளிவாக இருந்தது.''

''ஆனால் அதற்கு முன்னால் நம்மால் தெரிந்துகொள்ள முடியாதே'' என்றாள் லாவ்ரி சிந்தனை வயமாக.

''எனது துவக்கத்துக்குப் பின் அவருக்கு நிறையவே வேடிக்கை இருந்திருக்கும்'' ஜேன் குறுக்கே புகுந்து கூறி, இறுக்கத்தைக் குறைத்தாள்.

''புராணங்களின்படி'' நரேஷ் துவங்கினார், ''குரங்குகளின் அரசரான அனுமான், இந்தியாவுக்கும் ஸ்ரீலங்காவுக்கும் இடையே பாலம் அமைத்து, ராவணனுடன் சண்டையிட்டு, ராமனின் துணைவியான சீதையை மீட்க விரும்பினார். அவர் ராமரை பாலத்துக்காகப் போடப்படும் கற்கள் மிதக்கும்படி ஒரு அற்புதம் நிகழ்த்த வேண்டினார். அதன் பின் அஸ்திவாரமாக ஒரு கல்லைப் போட்டார். அது மூழ்கி விட்டது.''

''ராமரே, தாங்கள் இந்தக் கற்கள் மிதக்கும்படி செய்யக் கூடாதா' என்று அவர் கேட்டார். பிறகு ஒவ்வொரு கல்லின் மீதும் ராம் ராம் என்று எழுதித் தண்ணீரில் போட்டார். அவை மிதந்தன.''

''ராமன் என்னும் பெயர் ராமனை விட சக்தி மிகுந்தது'' என்றார் ராமர் அந்த அற்புதத்தை அவதானித்து.

''சுயகேலி என்பது கட்டாயமான ஒரு தெய்வீக விழுமியம் ஆக வேண்டும். அரசியல் நிர்ணயச் சட்டத்தின் கீழ் கடமையாக வேண்டும்'' என்றேன் நான்.

''அது ஆற்றலின் குண நலன்'' என ஒப்புக் கொண்டார் நரேஷ்.

''அது கடவுளை இன்னும் பிடித்தமானவராக மாற்றுகிறது'' என்றாள் லாவ்ரி.

''எங்கள் கடவுள் இடியையும், மின்னலையும் தேர்வு செய்கிறார்'' என்றாள் ஜேன்.

''ஏனென்றால் அவர் அநீதிக்குப் பழி வாங்குகிறார்; தன்னிடம் விசுவாசமாயில்லாதவர்களை அழிக்கிறார்'' என்றேன் நான். ''ஆனால் கர்மாவுக்குக் கர்மபலன் கிடைப்பதால் ஹிந்துக் கடவுள்கள் அன்பாயிருக்கலாம்.''

நரேஷ் எங்களை விஷ்வநாத் கோயிலுக்கு பூஜை நேரத்தில் அழைத்துச் சென்றார். பூசாரி, ஒரு மீட்டர் உயர லிங்கத்தின் மீது உருகும் வெண்ணெயைக் கொட்டினார். பிறகு தமது உள்ளங்கைகளில் வெண்ணெயை எடுத்துக்கொண்டு, முழு லிங்கத்தின் மீதும் பூசினார், பிரார்த்தனைகளை முணுமுணுத்தபடி.

தெய்வீகச் சுயமைதூனம்.

பிறகு ஒரு வாளி புதுப் பாலை அதன் மீது ஊற்றினார்.

எனது குடியரசு மற்றும் நாத்திகக் கண்ணோட்டத்தில் அது வீண். அந்தத் தாந்திரிக பிராமணருக்கு ஆண் பெண் இணையும் ஈரம் இது என்பது புரிந்தது.

''இச்சைகளால் நச்சாகிப் பொழியும் திரவங்கள்'' என்று நரேஷ் முணுமுணுத்தார்.

பால் தெய்வீக யோனி வடிவ கீழ்ப்பகுதியில் விழுந்து, பிறகு ஆண்குறி வடிவ சாக்கடை நாளத்தின் வழியே வெளியேறியது.

''ஒற்றைக்கடவுட் தத்துவம் பால்வேறுபாடில்லாத ஒரு மனோதத்துவத்தை உண்டாக்குகிறது. நீங்கள் சொல்வது சரியே நரேஷ்'' என்றேன் நான் கோயிலுக்கு வெளியே, ''ஒரே-ஒரு-ஒற்றைக்-கடவுளுக்கு தாம்பத்திய உறவே கிடையாது விளக்கங்களின்படி.''

''ஆனால் இங்கே நிறையவே உடல் சுகம் இருக்கிறது'' என்றாள் லாவ்ரி, குரலில் ஒரு குறுகுறுப்புடன்.

''அதற்கு எப்போது வாயால் சப்பி சுகம் தரும் வேலையைச் செய்வார்கள்?'' தனது வாயைப் பெரிதாகத் திறந்து, எங்கள் அனைவரையும் சிரிக்க வைத்தபடி கேட்டாள் ஜேன்.

''வாருங்கள். நாம் எல்லோரும் ஒரு சில்லும் புகைக்கலாம்'' என நான் பரிந்துரைத்தேன்.

ஆசி படித்துறைக்குப் போகும்போது நரேஷ் போதித்தார்:

''ஒரு யோகியின் சமநிலையைச் சோதிக்க, இன்பம் ஒரு பரிசோதனை என பகவத் கீதை போதிக்கிறது: யார் இன்பம் துன்பம் இரண்டையும் சமமான மனதுடன் துய்ப்பாரோ, அவனே ஞானியாவான். அழிவில்லா வாழ்வுக்குத் தயாராகி விட்டவனாவான்.''

''உங்களுக்கு எங்கும் உடலின்பமும், சோரம் போகிறவர்களுமே தென்படுகிறார்கள்'' என்று நான் பதிலடி கொடுத்தேன்.

''உடலின்பத்துக்கு அலைபவர்கள் அல்லர், தாந்திரிகர்கள்'' அவர் என்னைச் சரி செய்தார்.

''நீங்கள் இன்பத்தின் சோதனைகளை எதிர்கொள்வதில் மிகவும் தைரியசாலி'' என்றாள் லாவ்ரி கிண்டலாக, என் கையைப் பற்றியபடி.

''சிலர் நீண்ட காலம் தயங்குவார்கள்'' என்றாள் ஜேன் நினைவு கூரும் விதமாக.

''ஞானிகள் இந்தச் சோதனைகளை எதிர்கொள்கிறார்கள்'' என்றார் நரேஷ் அழுத்தமாய்.

''ஞானிகள் பற்றி எனக்கு நம்பிக்கை இருக்கிறது. ஆனால் நீங்கள் துவங்கு புள்ளியில்தானே தங்கி விட்டீர்கள்!'' ஜேன் குறிப்பாகச் சுட்டிக் காட்டினாள்.

நாங்கள் அனைவரும் வெடித்துச் சிரித்தோம்.

''துறவிகளின் கொள்கை! நான் துறவி அல்லேனே. நற்பண்போ, தீயதோ, இன்பம் மற்றும் துன்பம் இவை இரண்டு கோட்பாடு களுடன் இணைந்துள்ளவை. நீ எங்கும் இருந்தால், உனக்கு அவை பொருந்தா'' அவர் மேற்கோள் காட்டினார்.

''பம் பம் போலே நாத்'' ஆண்குறி வடிவ புகைக் குழாய்க்குள் நெருப்பு மூட்டும்முன் ஒரு சாது உரக்க அறிவித்தார்.

முகாம் நெருப்பைச் சுற்றி அமர்ந்திருக்கும்போது, ஒரு சாது, என்னையும் நரேஷையும் பார்த்து, சுமாரான ஆங்கிலத்தில் ''நான்

பெண்களை நம்புவதே இல்லை. மிருக இனத்தில் மிகவும் பயங்கரமான ஜந்துக்கள் பெண்களே. அவர்கள் திருமண வாழ்க்கையில் பொருத்தமானவர்கள். ஆனால் அவர்களால் கடவுளை அடையவே முடியாது. பெண்கள் நெருப்பு. ஆண் வெண்ணெய். பெண்ணின் எதிரில் ஆண் உருகி விடுகிறான்.''

ஜேன் வெடித்து எதிர்க்கத் தயாராகிக் கொண்டிருந்தாள். நான் அவசரமாக ''உங்களுக்குத் தெரியவில்லை சுவாமிஜி. ஒரு ஆண் உருகும்போது அழகிய நெருப்பு உதயமாகிறது.''

''திருமணமே ஒரு ஆணையும் பெண்ணையும் பிரமைகளுக்குள்ளும் துன்பங்களுக்குள்ளும் தள்ளுகிறது'' அவர் வருத்தமே இல்லாமல் பேசிக்கொண்டே போனார்.

''திருமணம் செய்துகொள்வதில் எந்த அர்த்தமும் இல்லை'' என்றேன் நான் கிண்டலாக.

''பெண்கள் விலங்குகளா என எனக்குத் தெரியாது. ஆனால் உங்களுக்கோ, ஆண் என்பவன் அவனது குறி மட்டும்தான்'' என்றாள் ஜேன் ஆத்திரத்துடன்.

''எனக்கு 78 வயதாகிறது. நான் நல்ல உடல் நிலையில்தான் உள்ளேன். திருமணமே செய்து கொள்ளவில்லை. எந்தக் கவலையுமில்லை; வங்கியில் சேமிப்புக் கணக்குப் புத்தகமுமில்லை. காரும் இல்லை'' அந்தத் துறவி, தனது பட்டியலைத் தனது மகிழ்ச்சிக்காக வாசித்தார்.

''உங்களுக்குத் தெரியாத ஒன்றைத் துறப்பதில் எந்த அர்த்தமுமில்லை'' ஜேன் முரணை எடுத்துக் காட்டிக் கூறினாள்.

இந்த ஆள் எவ்வளவு சுவாரசியமில்லாமல் பேசுகிறார் என்பதைப் புரிந்துகொண்ட ஒரு சாது, எங்களது உரையாடலின் போக்கைப் புரிந்துகொண்டு, ''ராதா இல்லாமல் கிருஷ்ணன் யார்?'' என்றார்.

நரேஷ் மொழிபெயர்த்தார்.

''நாம் எல்லோருமே ராதா'' என்றார் மற்றொருவர்.

''நாம் பெண்களில்லையே...'' என மறுத்துக் கூறினார் மூன்றாமவர்.

''உலகமே இல்லையென்றால் கடவுள் என்பது என்ன?''

''புராணங்களின்படி, ராதா கிருஷ்ணரின் மனைவி'' என்று விளக்கினார் நரேஷ். ''மனோதத்துவ ரீதியில் அவள் அவரின் பெண் துணை, தன்னை வெளிக்காட்டும் சக்தியாக அவருக்கு அவள்

இருந்தாள். எது இருக்கிறது தோற்றத்தில் என்னும் அடிப்படையில் அவளே கிருஷ்ணர். இவ்வாறாக, ஒவ்வொன்றுமே ராதா. இந்த யோசனையின் ஒருமைப்பாட்டில், நாம் எல்லோருமே ராதா. இதுவே தாந்திரிகம்.''

★★★

நரேஷ் இச்சைக்கு ஆதரவாகப் பேசுவதையும், இன்பத்தைப் புகழ்வதையும் தொடர்ந்து செய்து வந்தார். மறு நாள் படித்துறையின் கற்பலகைகள் மீது ஒருவர் பக்கம் ஒருவராகப் படுத்துக்கொண்டு, நட்சத்திரங்களைப் பார்த்துக் கொண்டிருந்தோம். குளிர்ந்த காற்றை அனுபவித்தபடி. எழுந்து அமர்ந்து நரேஷ் கிசுகிசுத்தார்.

''கடவுளோ, தந்தையோ அல்லது வேறு எந்த ஒரு மனிதனுமோ காமனுக்கு நிகராயிருக்கவில்லை. இச்சை, தானே பிறந்து, தானே வாழ்ந்து வருபவன்.''

''அருமையான சித்தரிப்பு'' என்றேன் நான் தூசிபோல சிதறிக் கிடக்கும் நட்சத்திரங்களை வியந்தபடி. ''துவக்கத்தில், எல்லா வற்றுக்கும் முன்னால் இச்சையின் கடவுள். தானே உதித்தவர்.''

''அதற்குப் பிறகு என்ன ஆனது?'' என்றாள் ஜேன்.

''சிவ புராணத்தின்படி, சிருஷ்டி என்பது ஒரு எண்ணமே. அந்த எண்ணத்தின் விதை இச்சை, முதல் கடவுள், மனதை இயக்கிய முதல் ஆற்றல் என்று அது கூறுகிறது. அங்கே இச்சையும் அதைத் தரும் அதிகாரமும் இருந்தன.''

''ஆனால் அது ஒவ்வொரு முறையும் வெற்றியளிக்காதே'' என நான் வருத்தத்துடன் கூறினேன்.

''வைஷ்ணவ உபநிடதம் கூறுகிறது: இன்பத்தை அடைய மிகவும் விழையும் ஒருவன், இச்சைகளைச் சார்ந்து இருக்கத் துவங்குகிறான். ஆனால் ஞானியோ, புலனின்பங்களை அவை வரும் வழியில் ஏற்று, அவற்றின் மீது பற்றற்று இருக்கும்போது, அவன் இச்சைகளினின்றும் விடுதலை ஆகிவிடுகிறான்.''

''உங்கள் மதம் அதிசயமானது'' பரவசமாய்க் கூறினாள் ஜேன். ''இன்பங்களை உள்வாங்கி நீங்கள் இச்சைகளிலிருந்து விடுபட்டீர்கள்.''

''ஆனால் அது பற்றற்ற நிலையில் இருந்தால் மட்டுமே'' லாவ்ரி முரணைச் சுட்டிக் காட்டினாள்.

''உங்கள் ஆராய்ச்சியைப் படிக்க மிகவும் ஆவலாயிருக்கிறேன். உங்களுடன் மட்டுமே அதைப் பற்றிய ஒரே உரையாடல் நடக்கிறது'' நான் கனிவாகக் கூறினேன். ''ஆனால் உபநிடதங்களில் உடல் என்பது ரத்தம், சதை, சிறுநீர், சளி மற்றும் மலம் இவற்றால் ஆனதே; அதன் இருப்பு என்பது இச்சைகளைத் துரத்துவதானது; அந்தத் துரத்தல் பொறாமைகள், அரிப்புகள், துன்பங்கள் மற்றும் மரணத்தையுமே கொண்டது. இப்படி எல்லாம் சொல்லியவர்கள் உங்கள் மதத்தின் தூய்மைவாதிகள்; அவர்கள் உங்கள் குறியின் விரைப்பை ஒழித்துக்கட்ட நினைப்பவர்கள் அன்பு நரேஷ்.''

''நீங்கள் காதலித்தால் இப்படி இந்த விஷயங்களைக் காண மாட்டீர்கள்'' என்றார் நரேஷ் வெறுப்பும் சலிப்புமாய்.

''லூடோவுக்கு இது ஒரு முக்கியமான குறிப்பு'' என்று அங்கீகரித்தாள் ஜேன். ''பிராய்ட் முத்தத்தை இரண்டு காமக் கிளர்ச்சி உள்ள வாய்ப் புலங்கள் ஒன்றாதல் என்றார். சில்லிட்டதாய், புறவயமானதாய். அன்பும், கிளர்ச்சியும் இல்லாத உடலுறவு, குட்டிக்கரணம் போடுவது போன்றது'' என்று அவன் தோளில் தட்டிக் கிளம்பச் சொல்லி சைகை செய்தாள் ஜேன்.

''ஆனால் அவர்களுடன் அது துள்ளலான மகிழ்ச்சி'' என்றார் நரேஷ்.

''நரேஷுக்கு இது ஒரு முக்கியமான குறிப்பு'' என்றேன் நான் மத்தியஸ்தமாய்.

★★★

ஒரு நாள் நாங்கள் ஆசி படித்துறையில் ஒரு படகு வீட்டில் வசிக்கும் ஒரு சாதுவைப் பார்க்கப் போயிருந்தோம். அந்தச் சிறிய மறைவிடம் அழுக்கான தட்டுகள், கோப்பைகள், பெரிய கிண்ணங்கள், எரிவாயு அடுப்பு, எண்ணெய் விளக்கு, புத்தகங்கள் மற்றும் எங்கும் சிதறிக் கிடந்த விரிப்புகளுடனிருந்தது.

அந்த மிதவை ஆசிரமத்தின் நடுநாயகமாக, சிவனின் பயங்கரமான தோற்றம் புலிப் பற்களுடன், கோபத்தில் சிவந்த கண்களுடன், நீண்ட முடிகளுமாய் வரையப்பட்ட ஓவியம் ஒன்று இருந்தது. கைலாஷ் புரி பாபா, செங்கற்களை அடுக்கி, அதன் மேல் பலகை வைக்கப்பட்ட ஆசனத்தின் மீது அமர்ந்திருந்தார். நாங்கள் கொஞ்சம் சுத்தம் செய்யும் பணியை முடித்து, பாத்திரங்களைக் கழுவி, அதன் பிறகு அவர் முன்னர் அமர்ந்தோம். உரையாடலின்போது அவர் கூறினார்:

''நுட்பமான மெய்நிலையில், காற்றில் பறக்கும் ஒரு பறவை, நிலத்தில் நீங்கள் பதித்துப் புலனாகும் காலடித் தடத்தை விட எந்த விதத்திலும் குறையாத ஒரு அடிச்சுவடை இட்டுச் செல்கிறது.''

நரேஷ் மொழிபெயர்த்தார்.

''குருஜி, இதன் பொருளென்னவென்று தாங்கள் கூற இயலுமா?''

''காட்சியாவது எதுவுமே, அதற்கு முந்தி நிகழ்ந்ததும் பின்னால் இல்லாமற் போனதுமான ஒன்றிலிருந்தே வெளிப்படுகிறது.''

''அவ்வாறெனில், எனக்கு முன்னால் நான் இருந்தேன்!'' ஜேன் பரவசமாய்க் கூறினாள்.

''இல்லை. அதைவிட மோசமானது. நீ என்று ஒன்று இனி இல்லை'' என்று பதிலளித்தாள் லாவ்ரி.

''நான் என்னைப் பற்றிய ஒரு எதிர்பார்ப்புக்கு மேற்பட்டு எதுவுமாயில்லை'' என்றேன் நான் குனிந்து பணிந்தபடி.

பாபா கடகடவென சிரித்தார். தமது போர்வைக்குள் கையை விட்டு, நாகப்பாம்பின் உருவம் செதுக்கப்பட்ட சில்லும்மை வெளியே எடுத்தார்.

அத்தியாயம் 11

நீ இருக்கும் இடத்தில்தான் நானும் இருக்கிறேன்

ராமசிரவன் பாபா, பல நாட்கள் தினமும் காலையில் ரணமஹால் படித்துறையில் உள்ள ஒரு மின் விளக்குக் கம்பத்தின் அடிப்பகுதியில் இருந்த கான்கிரீட் பலகை மீது ஒரு சிறிய சோபாவில் வீற்றிருக்கும் சிறிய வினாயகர் சிலையை, ஒரு காவித் துணித் துண்டின் மீது வைத்து வழிபட்டார். அவரது கோயில் தயாரானதால், அவர் ஊதுபத்தி ஏற்றி, சிறிது தண்ணீரையே பிரசாதமாகப் படைத்து வழிபட்டார். அவர் பக்தி மார்க்கத்தைச் சேர்ந்த பாபா. மிகவும் தீவிரமான பக்தர். அவரது காலடியில் ஒரு பத்து ரூபாய் நோட்டை வைத்துவிட்டு வணக்கம் சொல்லிச் சென்றேன்.

அவருடன் ஒரு நாள் அமர்ந்தேன்.

பத்து வயதில் அனாதையான அவரின் மாமா ஒருவர் எடுத்து வளர்த்தாலும், மிகவும் கொடுமைப் படுத்தியதால், பாபா அந்த வீட்டை விட்டு வெளியேறினார். அவர் மூன்று சாதுக்களை அணுகிப் பாதுகாப்பு கேட்டார். கடந்த இருபத்து மூன்று வருடங்களாக அவர் தெருக்களில் அலைந்து திரிந்து வருகிறார். அவர் காவி நிற குர்த்தாவின் மீது ஒரு பச்சை நிற பனியனும், லுங்கியும் அணிந்திருந்தார். அவரது எண்ணெய் தடவிய கருமுடி தோள்கள் வரை நீண்டு தொங்கியது.

''நீங்கள் இந்த வாழ்க்கையில் என்ன தேடுகிறீர்கள்?'' நான் அவரைக் கேட்டேன்.

''பகவான்.''

''நீங்கள் அவரைக் கண்டீர்களா?''

ஒரு ஆழ்ந்த புன்னகையுடன் என்னைப் பார்த்தார் பாபா, பிறகு முணுமுணுப்புபோல கூறினார்,

''அவரே யாவும்.''

''பிறகு நீங்கள் ஏன் முடிவில்லாமல் அவரையே நோக்கி நடக்கிறீர்கள்?''

''அவரை ஒவ்வொரு இடத்திலும் காண்பதற்கென்றே. நீங்கள் கடவுள்'' என்று என்னை ஆனந்தத்துடன் பார்த்தார்.

பல கடவுட்களை வழிபடுவது மிகவும் இனிமையானது என்று எனக்குப் பட்டது.

''நீங்கள் மீண்டும் சென்று உங்கள் மாமாவைப் பார்த்தீர்களா?''

''வெகு காலம் கழித்தே அவன் அங்கே போனான்.''

''சந்திப்பு எவ்வாறு இருந்தது?''

''அவரே யாவும். எல்லாம் நன்றாய் இருக்கின்றன'' என முடித்தார் ராமசிரவன்.

ஒவ்வொருவராய் பல சாதுக்கள் எங்களுடன் வந்து அமர்ந்தனர். அந்தப் பக்கம் வந்த ஒரு ஆள் ரூபாய்த் தாள் ஒன்றை கணேசரின் முன் வைத்துச் சென்றார்.

''இந்தக் கலியுகத்தில் பக்தி ஒன்றே விடுதலைக்கான வழியாகும்'' என்றார் அந்த பக்தனின் நெற்றியில் திலகம் வைத்தபடியே ராமசிரவன் பாபா.

''எனக்குக் கடவுள் நம்பிக்கை இல்லை'' நான் வாக்குமூலம் கொடுத்தேன்.

''நீங்கள் ஏன் அவரை நேசிக்க விரும்பவில்லை?'' ஆச்சரியமாகக் கேட்டார்.

''சென்ற வாரம் டெராடூனில் நிலச்சரிவு உண்டாகி, இருபத்தைந்து ஆயிரம் பேர் மாட்டிக் கொண்டார்கள். கடவுளுக்கு அவர்கள் மேல்

கொஞ்சம் மரியாதை இருந்திருந்தால் அவர்களைக் காப்பாற்றி இருக்கவேண்டும்.''

''ஒரு போரில் படை வீரர்கள் கொல்லப் படுகிறார்கள். ஆனால் அவர்கள் யாரும் மன்னன் இல்லை'' என்றார் பாபா மர்மமான தருக்க முறையில்.

''மேலுலகிற்கான பாதைகளைத் துன்பமும் ஏமாற்றமுமே திறக்கின்றன'' என்றார் பாபாக்களில் ஒருவர்.

''கடவுளால் ஏதாவது செய்ய முடியும் என்றால், அவர் ஏன் மக்களின் துன்பத்தைக் குறைக்கக் கூடாது? நான் கடவுள் இன்னும் தோழமையானவர் என்றே கற்பனை செய்வேன்! அவர் வழங்கும் நீதி இன்னும் கருணை மிகுந்ததாக இருக்கலாமே.''

''ஒரு செயல்முறையாக, சிருஷ்டி முழுமையான ஒன்றாக இருக்க முடியாது. அதனால்தான் வலி என்பதும் அதனுடன் சேர்ந்தே இருக்கிறது'' என்றார் மற்றொரு பாபா.

''முழுமை என்பது கடவுளிடம் திரும்பச் செல்வதில், அசைவின்மையில் ஒருமையில் மட்டுமே சாத்தியம்! நாம் துன்பப்படப் பழகிக்கொள்ள வேண்டும்!'' என்றார் முதலில் பேசிய பாபா.

''நிச்சயமாக! ஆனால் யோசனைகளும் தத்துவங்களும் இருக்கின்றனவே'' நான் எதிர் தரப்பாய்க் கூறினேன் ''வலி என்பது நமது கருத்து இல்லையே.''

''உங்களது வாழ்க்கை மகிழ்ச்சியாகத்தானே இருக்கிறது. பெரும் சக்தி உங்களை மறந்துவிட வில்லையே... பின்னர் அவளை நீங்கள் எப்படிக் குற்றம் கூறலாம்?''

''காலை, மதியம் மற்றும் மாலையில் பிரார்த்தனை செய்த பின்பும் கடும் வேதனை அடையும் கோடிக்கணக்கான மக்களுடன் நான் என்னை ஒருவனாக உணர்கிறேன்.''

''அச்சா'' ராமசிரவன் பாபா ஒப்பும் குரலில் கூறினார். ''உங்களிடம் இருக்கும் அந்த வலி பற்றிய பிரக்ஞைக்காக அவரை நேசியுங்கள். வலி பற்றிய பிரக்ஞை சமாதி நிலைக்கு இட்டுச் செல்லும் என்று கூறுவார்கள். உங்களிடம் அந்த பிரக்ஞை இருக்கிறது பிரசாத்ஜி.''

என்னை ஒருவர் பிரசாத் என்று அழைப்பது அதுவே முதல் முறை.

நாங்கள் உரையாடிக் கொண்டிருக்கும்போது, அந்தப் பக்கம் சென்ற ஒரு சாது, ஓடி வந்து என் பாதங்களைத் தொட்டார்.

''ஹரி ஓம் குருஜி.''

''முஜே?''

''ஹான்.''

''நஹீன்.''

''ஆப் ஹமாரே குரு ஹைன். நீங்களே என் குரு. நீங்களே சரஸ்வதி பிரசாத் பகவன் சிவோகம் பாபா!'' அவர் எழுந்து நின்றபோது அப்படிக் கூறியதுபோல இருந்தது. ''நீங்களே எனக்கு பாலமணி பாபா என்னும் பெயரைக் கொடுத்தீர்கள்.''

எப்படியோ குழந்தைப் பருவத்திலிருந்து அவரது குரு பிரசாத் பாபா என எனக்கு அவர் புரிய வைத்து விட்டார். ஆனால் குரு இறந்துவிட்டார். அவர் என் பிறப்புக்குச் சற்று முன்புதான் இறந்தார். பித்துக்குளித்தனமான நம்பிக்கை. ஆனால் பாலமணி பாபா அவருக்குத் தெரிந்திருக்க வாய்ப்பே இல்லாத விவரங்களான என் முகவரி, என் அம்மாவின் பெயர், என் முன்னாள் தோழியின் பெயர் இவை எல்லாவற்றையும் கூறினார்.

''அது உங்களுக்கு எப்படித் தெரியும்?''

''நீங்கள்தான் எனக்கு எல்லாவற்றையுமே பார்க்கக் கற்றுக் கொடுத்தீர்கள்,'' பிறகு மிகவும் தீர்க்கமான குரலில், ''மைன் யஹான் ஹீ ரஹ்தா ஹூம் ஜஹான் ஆப் ரஹ்தே ஹைன். பாவஜூத் இஸ்கே ஆப் நஹீன் ஜான் தே ஹைன் கி யே கஹான் ஹை. (நான் நீங்கள் வசிக்கும் இடத்தில்தான் வசிக்கிறேன். இருந்தும் உங்களுக்கு நான் இருக்கும் இடம் தெரியாது.)''

சில நாட்கள் முன் ஒரு பைத்தியக்கார அம்மாள் பேசிய அதே பித்துக்குளித்தனமான வார்த்தைகள்! ஆனால் இந்த முறை எனக்கு திக்கென்றிருந்தது. சூரியன் தனது விழிகளை மூடிக்கொண்டு உலகமே மறைந்து விட்டதுபோல இருந்தது.

''பாபாஜி நீங்களே என் குரு என்றார் பாலமணி பாபா'' அவரது அருகாமை அப்போதுதான் உறைத்தது.

'' இல்லை. எனக்கு தர்மம் (தலையெழுத்து) ஒன்றும் வேண்டாம்.''

நான் ஓட்டம் பிடித்தபோது அவர் ஆருடம் கூறினார். ''நீங்கள் இன்னும் ஐந்து வருடத்தில் திரும்பி வருவீர்கள் பாபாஜி.''

இந்த நாடு என்னுடன் பேசுகிறது! நான் வியப்புடன் கண்டறிந்தேன். அதன் கடவுள்கள் எனக்கு வழி காட்டுகிறார்கள்... இந்தத்

தெளிவற்ற சொற்றொடர்களை நான் விண்டு விடை காண முயன்றேன். இவை அர்த்தமற்றவை என முடிவு கட்ட எண்ணினேன். அதன் எந்தத் தன்மை அதை கவனிக்கச் செய்கிறதோ, எது மறுபடியும் அதே முறையில் கவனம் பெறுகிறதோ இவை யாவும் ஒரு அடையாளம் ஆவதாகக் கண்டேன். விதி என்னும் வடிவம் பெறும்போது, ஒருவர் அதிர்ஷ்டத்தின் செய்திகளைக் கண்டு கொள்ளாமல் இருக்க முடியுமா? ஒரு ஆள் அதை நம்பினால் அவனுக்குப் பைத்தியம்தான் பிடிக்கும்.

என்னைப் பற்றி அந்த ஆள் தெரிந்து வைத்திருப்பவற்றை, அவர் தெரிந்துகொள்ள வாய்ப்பே இருக்கவில்லை. ஆனால் அதை நான் நோண்டிக்கொண்டே போக விரும்பவில்லை; ஏனெனில் அது பல நிச்சயமானவற்றைச் சிதைத்துவிடும். ஆகவே நான் இந்தச் சந்திப்பை மறக்கவே விரும்பினேன்.

''ஆப் பத்ர ஹிந்தி மே லிக் ரஹேன் ஹைன்? (நீங்கள் ஹிந்தியில் கடிதம் எழுதுகிறீர்களா?)'' சுவாமி நிருபேந்திரா என்னைக் கேட்டார்.

''ஜீ ஹான் ஆஜ் கல் மைன் ஹிந்தி சீக் ரஹா ஹூம் (ஆம் ஐயா. நான் சில நாட்களாக ஹிந்தி கற்றுக் கொண்டு வருகிறேன்)'' நான் பதில் கூறினேன்.

''முஜ்கோ பானி சாஹியே (எனக்குத் தண்ணீர் வேண்டும்)'' என்றார் என் ஆசிரியர்.

''கங்கா சப்ஸே படி அவுர் பவித்ர் நதி ஹை (கங்கை மிகவும் தூய மிகவும் பெரிய நதியாகும்)'' என்று நான் பதில் கூறினேன், என்னை மிகவும் கர்வம் கொண்டவனாய் ஆக்கியது என் ஹிந்தி அறிவு.

அவரிடம் சொற்றொடர்களை உருவாக்கும் முறை, வினைத்திரிபு மற்றும் ஆண் பால் பெண் பாலுக்கு ஏற்ப பெயர் வினைச் சொற்களைப் பயன்படுத்தும் முறை ஆகியவற்றை நான் கேட்டறிந்தேன். பிறகு ஈஷா உபநிடதத்தின் மூன்று மொழிபெயர்ப்புகளை நான் படித்து வருவதால் அதில் சில ஐயங்களைக் கேட்டேன்.

ஒரு சுலோகத்தில் 'உடலை மட்டும் வழிபடுவோர் இருளில் அழிவார்கள்; மனதை வழிபடுவோர் இன்னும் அடர்ந்த இருளில் அழிவார்கள்' என்று கூறப்பட்டிருந்தது. அடுத்த சுலோகத்தில் சடங்குகளை வழிபடுவோர் இருளில் தள்ளப்படுவார்கள் என்றும் அதை விட மோசமான இருளில் அறிவை வழிபடுவோர் வீழ்வார்கள் என்றும் கூறப்பட்டிருந்தது. மூன்றாவது சுலோகம் வெளிப்படையாய்த் தெரிபவை வெளிப்படாதவை பற்றி இருந்தது. நிருபேந்திரா அந்த சுலோகங்களை வடமொழியில் வாசித்தார்.

‘‘இல்லை. இல்லை. இவை இதுவும் இல்லை. அதுவும் இல்லை’’ அவர் உறுதி செய்தார். ‘அவித்யா மற்றும் வித்யா’. தம்மை அறிவல்லாதவற்றுக்கும், பிரித்துப் பார்க்காதிருப்பதற்கும், மாயைக்கும் தம்மை அர்ப்பணிப்பவர்கள் இருளில் இருப்பவர்கள். அறிவுக்கும், பிரித்துப் பார்ப்பதற்கும் மற்றும் ஆன்மிகப் பயிற்சிகளுக்கும் யார் தம்மை அர்ப்பணிக்கிறாரோ அவர் இன்னும் மோசமான இருளில் இருப்பவர்.’’

‘‘ஏன் அவர்கள் இன்னும் மோசமான குழப்பத்துக்கு ஆளாக வேண்டும்?’’

‘‘ஏனெனில் ஒருவரை மேலானவராய்ப் பரிணமிக்க வைக்காத ஆன்மிக அறிவு மெய்யானதல்ல. அது ஒரு சமாதானம். அவ்வளவே. ஒருவர் ஒரு விளையாட்டின் விதிகளைத் தெரிந்து வைத்திருப்பதால் அவர் விளையாட்டில் அனுபவம் பெற்றுவிட முடியாது. அதேபோல், இருமையற்ற வழியைப் பற்றி உபதேசிப்பது மட்டுமே ஒருமையை எட்டியதாகிவிடாது.’’

‘‘வித்தை மற்றும் ஞானம் இவை இரண்டுக்கும் உள்ள வேறுபாடு என்ன?’’

‘‘கடந்து செல்லும் தனித்தன்மையும் ஆற்றலுமுள்ள ஒன்றின் இரு பக்கங்களே அறிவும் அறியாமையும். வித்தை மார்க்கம் என்பது ஒன்றுக்கு எதிரான மற்றொன்று போலவே இதுவும் உண்மையானதே என்று நிறுவுவதாம். அதனால் இரண்டையுமே நீங்கள் நம்ப மாட்டீர்கள்; நம்பிக்கைகளைத் துறப்பீர்கள்; அறிவை சிம்மாசனத்திலிருந்தும் இறக்கி விடுவீர்கள்; சமயத்தால் செய்யப்பட்ட குருட்டு விதிகளைத் தூக்கி எறிவீர்கள்; உண்மை பற்றிய நம்பிக்கையைத் தவிர்ப்பீர்கள்; உண்மை - பொய் என்னும் வெற்று இருமையினின்றும் விடுபடுவீர்கள்; பழக்கப்படுத்தப்பட்ட மனப்பாங்கை முடித்து வைப்பீர்கள்... ஞானம் என்பது நேரடி அனுபவம், இறுதியான மெய்நிலை பற்றிய ஒரு உள்ளுணர்வாம்.’’

★★★

மதியம் அல்லது மாலைகளில் கங்கையை ஒட்டியுள்ள ஆசிரமங்களிலும் அல்லது பல்கலைக்கழகத்துக்கு அருகே உள்ள கோயில்களிலும் பஜனைகள் நிகழ்த்தப்பட்டன. நான் சில நாட்களில் ஆஸ்திரேலியப் பெண்களுடன் அங்கே போய், பல சாதுக்களுடன் சேர்ந்து தலைபாரம் நீங்குமளவு பாடுவேன். எளிய துதிப்பாடல்களை தொண்டை வற்றுமளவு, மயக்கம்போல் சுற்றுமளவு பாடுவேன்.

சங்கர சிவா சங்கர சிவா

சம்போ மகா தேவா சங்கர சிவா

கடவுள்களின் பெயர்கள், அவர்களின் குண நலன்கள் அன்பின் சொற்கள்... உரத்த குரலில் பாடிய பிறகு, வரிசையான உரத்த குரல்கள் மேளம் ஒலிக்க, ஜால்ரா ஒலிகள் காதுச் சவ்வைக் கிழிக்க, இத்தனைக்குப் பின் இரண்டு பாடல்களுக்கு இடையே அமைதி நிலவும். எனக்குள்ளும்தான். புயலின் மையம்போல திடீரென ஒரு சுழற்காற்றைக் கருக்கொண்ட அமைதி.

லாவ்ரியும் ஜேனும் சில சமயங்களில், சில நடன அசைவுகளைக் கிருஷ்ணர் மற்றும் ராதை, ராமர் சீதை, அனுமான் ராவணன் என்னும் பாத்திரங்களாக மாறி பரத நாட்டிய முறையில் செய்வார்கள்.

நாங்கள் தேநீர்க் கடைகளில் அமர்ந்து 'சாட்' நொறுக்குத் தீனிகளான கொண்டைக்கடலை மற்றும் நீராவியில் வெந்த சாத வகைகள் இவற்றைச் சாப்பிடுவோம். சாதுக்களின் சில்லும்மும் சேர்ந்து கொள்ளும். ''பார்வையைக் குவிய வைத்து, நுட்பமான கதவு போன்ற நெற்றியின் மத்தி மீது தியானித்தால், அந்த இடத்தில் அவர் ஒளியைக் காண்கிறார். சிவனின் ஒளி அது. சிவன் ஒரு படகோட்டி! அந்த ஒளியையே கருத்தில் கொள்ளும்போது, அவர் அந்த ஒளி வடிவாகவே ஆகி விடுகிறார்.''

பிரக்ஞை மூழ்கி மறைந்து விடக்கூடிய ஆழ்ந்த பள்ளம்.

★★★

சௌக் பகுதியில் உள்ள ஒரு உணவகத்தில் நாங்கள் சாப்பிட்டுக் கொண்டிருந்தபோது, சுமார் பத்து வயது இருக்கும் இரண்டு சிறுவர்கள் எங்கள் மீதிருந்து கண்களையே எடுக்கவில்லை.

''அவர்கள் என் தலைமுடியின் கருமையை வியக்கிறார்கள்'' என்றாள் ஜேன்.

''அவர்கள் இந்த வெள்ளைக்காரனின் மர்மத்தை கவனிக்கிறார்கள்'' என்று லாவ்ரி என் பக்கம் பேசினாள்.

''அவர்கள் பசித்திருக்கலாம். ஆனால் பிச்சைக்காரர்கள் இல்லை. அவர்கள் வாழ்க்கையை அனுபவிப்பவர்களை அவதானிக்கிறார்கள். அவர்களுக்கு அனுபவம் தேவை.''

ஜேன் அவர்களை எங்களுடன் சாப்பிட வரும்படி அழைத்தாள். அவர்களின் சில ஆங்கிலச் சொற்கள் மற்றும் என் அரைகுறை ஹிந்தி ஒரு நினைவு கூரக்கூடிய உரையாடலைத் தந்தது.

''நீங்கள் வளர்ந்த பின்பு என்ன ஆக விரும்புகிறீர்கள்?''

''டூரிஸ்ட்.''

வாழ்க்கை ஒரு கனவு என்றே தோன்றுகிறது.

எட்டு முதல் பதினான்கு வயது வரை உள்ள பத்துப் பன்னிரண்டு சிறுவர்கள், உணவகத்துக்கு எதிரே, வெட்கமே இல்லாமல் எங்களைக் கும்பலாகக் கிண்டலடித்துக்கொண்டு நின்றிருந்தார்கள்.

''நான் ஒரு இளஞ்சிவப்புப் பன்றிபோல இருக்கிறேன் என்று ஒரு பையன் கூறுகிறான்'' என்று நான் மொழிபெயர்த்தேன். ஓரிரு வார்த்தைகளையும் அவர்களது உடல் மொழியையும் வைத்து இதை நான் யூகித்தேன்.

கூர்ந்து கேட்டேன்:

''மற்றொருவன் கூறுகிறான்: பன்றி இல்லை. குரங்கின் பின்புறம்.'' உயரமானவன் கூறுகிறான், ''வெள்ளைக்காரர்கள் அவர்களது வெள்ளை நிறத்துடன் எப்போதும் வாந்தி எடுக்கப் போவதுபோல தோன்றுகிறார்கள்.''

நான் அவர்களை மிகவுமே சிரிக்க வைத்துவிட்டேன். அவர்களது நிறம் சற்றே பழுப்பானது. பற்கள் வெண்மையாய், முடி கறுப்பாய் பள்ளி மாணவர்கள். பள்ளிக்கூடம் முடிந்த பின் ஒன்றாய்த் திரிகிறார்கள்.

''மேற்கத்தியர்களைப் பார்த்துப் பொறாமைப்படுவதை விட அவர்களைக் கிண்டல் செய்வது ஆரோக்கியமானது'' என்றாள் லாவ்ரி ஒரு நேர்மறையான நிலைப்பாட்டில்.

''நான் உன்னோடு படுக்கிறேனா இல்லை ஜேனோடா என்று கேட்டுக் கொண்டிருக்கிறார்கள். நீ மிகவும் தட்டையாக இருக்கிறாயாம். தக்காளி, எலுமிச்சம்பழம்... அதை விட சிறியதாய் இருக்கிறதாம்.''

''தேநீர்?'' ஜேன் உபசரித்தாள்.

தேநீரும் பிஸ்கட்டுகளும் அவள் வரவழைத்தாள். அலுவலகத்தில் இருந்து வந்த நரேஷ் எங்களுடன் சேர்ந்துகொண்டார்.

''நீங்கள் திருமணம் செய்து கொள்ளாமலேயே உங்கள் நாட்டில் ஒருவருடன் உறங்குவீர்களா?'' என்றான் உயரமான பையன். அவனுக்கு அதற்கு பதில் தெரியும். அவன் சைகைகள் வேறு செய்து தனது கேள்வியைப் புரிய வைக்க முயன்று கொண்டிருந்தான்.

''ஆம். ஆனால் யாரோடு வேண்டுமானாலும் இல்லை'' என்றாள் ஜேன்.

அவர்கள் படாரென சிரிக்கத் துவங்கி, பேராரவாரமாகச் சிரித்துக் கொண்டே போனார்கள்.

''இல்லை. மாட்டோம்'' என்று அவர்கள் ஒரே குரலில் கூறினார்கள்.

''நீங்கள் கன்னித்தன்மை இழந்த ஒரு பெண்ணை மணக்கச் சம்மதிப்பீர்களா?'' இந்தக் கேள்வியை நான் நரேஷை மொழி பெயர்க்கச் சொன்னேன்.

''அப்படியென்றால் நீங்களும் திருமணத்துக்கு முன் உடலுறவு வைத்துக்கொள்ளக் கூடாது'' நான் அவர்களுக்குத் தெரிவித்தேன்.

''கன்னித்தன்மை விரதமிருந்து காத்துக்கொள்ளும் அளவு மதிப்புள்ளதல்ல'' என ஜேன் உபதேசித்தாள்.

நாங்கள் யாரையும் ஒப்புக்கொள்ள வைக்கவில்லை. ஆனால் நாங்கள் சில நண்பர்களைச் சம்பாதித்தோம்.

★★★

''எது மாறுவதே இல்லை என்று உங்களால் கூற இயலுமா?'' உரையாடலைத் தொடங்கும் விதமாக அவர் கேட்டார்.

அவர் ஒரு வெள்ளை வேட்டியும் வெளிர் மஞ்சள் நிறச் சால்வையும் அணிந்திருந்தார். அவரது தலை புதிதாக மழிக்கப்பட்டிருந்தது. அவரது ஜாதி அடையாளம் மிதமிஞ்சிய பகட்டாயிருந்தது.

''எதுவுமேயில்லை'' என நான் கொலைவெறியோடு பதிலளித்தேன்.

''எதுவுமேயில்லை என்று கூற முடியாது சார். மாறாதது ஒன்று இருக்கிறது, அதுதான் மாற்றம். மாற்றம் என்னும் நீரோட்டத்தைத் தவிர எல்லாமே மாறிவிடுகின்றன.''

அவர் தன்னைப் பற்றி மிகவும் பெருமை கொண்டிருந்தார்.

நாங்கள் அனுமான் படித்துறையின் படிகளில் பேசியபடி அமர்ந்திருந்தோம். லாவ்ரியும் ஜேனும் அவர் பேச்சைக் கவனிக்கவில்லை. நரேஷ் தாந்திரிகத்தைப் பற்றி விளக்கிக் கொண்டிருந்தார்: உடலுறவு மனோரீதியான ஒருமைப்பாட்டை நாம் பெறும் பயிற்சியாகும்; கிளர்ச்சியும் ஆன்மிக எழுச்சியும். உடல் முழுவதுமே ஒரு படையலே. எந்த வீரியத்தால் பிரம்மா கோடிக்கணக்கானோரைப் படைத்தாரோ அதற்கு மனம்

அடிமையாகிறது. பகவத் கீதையில் பகவான் கிருஷ்ணர் 'மனிதர்களுக்கு உள்ளே நான் இச்சையாவேன்' என்கிறார்.

மலினமாகச் சுற்றிச் சுற்றி வந்து கொண்டிருக்கும் சலிப்பூட்டும் அவரது (கணேஷ்) உரையாடலில் நான் மாட்டிக்கொண்டேன். நடனமாடும் சிவன் அவதரித்த இடமான சிதம்பரம் கோயிலில் கணேஷ் ஒரு பூசாரியாக இருந்தார். ஆனால் நரேஷுக்கோ நுண்கலைகளில், நடனத்தில் மற்றும் மனோதத்துவ விஞ்ஞானத்தில் ஆர்வமே இல்லை. அவர் தன்னிரக்கம் கொள்ளவே விரும்பினார். இப்படித்தான் அது துவங்கியது: ''நான் பிறப்பால் பிராமணன். பிராமணர்களே ஆகச்சிறந்த தூய்மையானவர்கள். நாங்கள் பல ஜென்மங்களாக நல்ல வாழ்க்கை வாழ்ந்திருக்கிறோம்.''

அவர் தமக்கென ஒரு அந்தஸ்து அல்லது உரிமையைத் தீவிரமாக நம்பினார். அதைக் கண்டு பொறாமை கொள்ளக் கூட யாருக்கும் எந்தக் காரணமும் கிடையாது. அவர் குள்ளமானவராகவும், பெரிய பானை வயிறுடனும், சீரில்லாத முக்கோண வடிவ முகமும், கண் ஒவ்வொன்றும் ஒவ்வொரு பக்கம் பார்த்தபடியும், நீட்டிக் கொண்டிருக்கும் காதுகளும், மிகவும் நீளமான மூக்குமாக இருந்தார். இந்த விசித்திரமான, ஒழுங்கற்ற உடலமைப்பு பல தலைமுறைகளாக, உறவுக்குள்ளேயே திருமணம் செய்து வந்ததன் விளைவே.

''எங்களுக்கு இதுவே இறுதி ஜென்மம்'' என்றார் அவர்.

அதுவே எல்லோருக்கும் நல்லது என்று என்னையும் மீறி நான் நினைத்துக் கொண்டேன்.

''பிரபஞ்ச விதியில் இருந்து எதுவும் தப்ப முடியாது. சிவனே யாவுமாகும்.'' முடிவில்லாத ஒரு விளக்கத்தை அவர் கூறி முடித்தார். நெடுங்காலமாக இருந்து வரும் ஒரு புகாரை அவர் விவரித்தார். தமிழ் நாட்டில் பல தசாப்தங்களுக்கு முன்பு, நிலச்சீர்திருத்தம் அல்லது நிலம் வைத்திருப்போருக்கு உச்ச வரம்பு கொண்டுவரப்பட்டது. அதில் பிராமணர்களுக்கு பரம்பரையாய் இருந்து வந்த பல ஹெக்டேர் நிலத்தில் ஒரு பகுதி நிலமற்றோருக்கு வழங்கப்பட்டது. கணேஷ் இதைச் சொல்லும்போது தமது ஜாதியினர் பாதிக்கப்பட்டதாகக் கருதினாரே ஒழிய, காலகாலமாக பரம்பரை பரம்பரையாக அடிமையாயிருந்து வந்தோர் தமக்கென ஒரு சிறிய வயல் கிடைக்கப் பெற்றதைக் கண்டு அதன் நியாயத்தைப் புரிந்து கொள்ளவில்லை.

''கோயில் பணிகளில் நாங்கள் மொத்தம் இருநூறு குடும்பங்கள் இருக்கிறோம். இப்போதெல்லாம் கோயிலுக்கு வருவோரின்

எண்ணிக்கையே குறைவு. முன் காலத்தில் நிறைய பேர் வருவார்கள். ஒவ்வொருவரும் ஒரு ரூபாய் தட்டில் போடுவார்கள். ஆனால் அந்த ஒரு ரூபாய்க்கு அப்போது மதிப்பு இருந்தது. இப்போதும் திலகம் வைப்பதற்கு ஒரு ரூபாய்தான் போடுகிறார்கள். எங்களுக்கு வருமானமே இல்லை. நாங்கள் கஷ்ட ஜீவனத்தில் இருக்கிறோம்.

பூஜைகள் கர்மாவைத் தூய்மை செய்வதில் மிகவும் முக்கியமானவை. கடவுள்கள் பக்திக்குக் கவனம் கொடுக்கிறார்கள். நரகம் எல்லாக் காலத்துக்கும் இல்லாவிட்டாலும், அங்கு போகாமல் இருப்பதே நல்லது.'' அவர் நம்பிக்கை, அச்சம் இரண்டின் அடிப்படையிலுமே தமது தொழிலைச் செய்து வந்தார்.

அச்சமூட்டும் ஹிந்து மதத்தின் இந்தத் தத்துவங்கள் அவரது வருமானத்துக்கு வழி செய்தன. கடவுளைத் தொழாதோர் பெரும் இன்னல்களை அடைவார்கள் என்றும், கர்மா அவர்களைப் பழி வாங்கும் என்றும் அவர் மிகவும் நம்பினார்.

அவரிடம் கொஞ்சம் விளையாடுவதற்காக, ''சுவாமி, நீங்கள்தானே மாற்றமே இல்லாதது மாற்றம் மட்டுமே என்று கூறினீர்கள். ஆனால் நீங்களோ நதியை நிறுத்த விரும்புகிறீர்கள். உங்கள் மதம் மூட நம்பிக்கை மிகுந்தது. நெற்றியில் திலகம், பூசாரிக்கு ஒரு ரூபாய் இவற்றால் ஒருவருக்கு துரதிர்ஷ்டம் விலகுமா? அது வேலைக்கு ஆகாது. ஒவ்வொருவருக்கும் இது தெரியும்!''

''இல்லை. அது பலனுள்ளதே. கண்டிப்பாக பலனுள்ளதே'' என்றார் கணேஷ். ''சிவன் சக்தியுள்ள கடவுள்.''

''தனது பூசாரிகள் வயிற்றைக் கழுவ வழி செய்யாத கடவுளைச் சந்தேகியுங்கள்.'' அவருக்கு அழுத்தமாகச் சொன்னேன். ''இந்தியா மாறிக்கொண்டு வருகிறது. உங்களது வாடிக்கையாளர்கள் முன்காலத்தில் உங்களுக்கு அடிமைகளாக இருந்தவர்கள். இப்போது அடுத்த தலைமுறை பள்ளிக்கூடம் போய்ப் படிக்கத் துவங்கி விட்டார்கள். அவர்களுக்கு இதெல்லாம் நடக்காத விஷயம் என்பது தெரியும். அவர்களைக் கடவுள் துன்பத்திலிருந்து காப்பாற்றுவதில்லை. சந்தையில் உங்களது சடங்குகளுக்கு விலை ஒரு ரூபாய் மட்டுமே. அதற்கு மேலில்லை. சந்தையே உங்களுக்குச் சொல்கிறது. ஒன்று இதை ஏற்றுக் கொள்ளுங்கள். இல்லையேல் மாறுங்கள். உங்களால் மவுசை உண்டாக்க முடியவில்லை என்றால் இதை மாற்றி அமையுங்கள்.''

நான் ஒரு பூசாரிக்குக் கணக்கு வழக்கு பார்த்துச் சொல்கிறேன் என்பது எனக்கே வியப்பாக இருந்தது.

''அச்சா'' என்றார் அந்த அந்தணர், மிகவும் ஆர்வமாய் ''நாங்கள் என்ன செய்ய வேண்டுமென்று நீங்கள் நினைக்கிறீர்கள்?''

''சர்வ வல்லமையுள்ளவர் அனைத்தையும் பார்த்துக் கொள்கிறார்... அதெல்லாம் முடிந்து போன கதை. கடவுள் இன்னலிலிருந்து பாதுகாப்பதில்லை. அதற்கு காப்பீட்டு நிறுவனங்கள் இருக்கின்றன. அதிக செலவு கிடையாது, ஆனால் ஒப்பிட்டால் அதிகம் சார்ந்திருக்கத் தகுந்தது. அவரது கருணையிலிருந்து மக்கள் செல்வத்தையும் மகிழ்ச்சியையும் எதிர்பார்ப்பதில்லை; ஒன்று அவர்கள் லாட்டரிச் சீட்டு வாங்குகிறார்கள். இல்லையேல் கடுமையாக உழைக்கிறார்கள். அவர்களுக்கு எதை நம்ப வேண்டும் என்று யாரும் சொல்லித் தரத் தேவையில்லை. சூழல் எப்படிப்பட்டதானாலும், அவர்கள் தமக்கு நல்வாழ்வு தர வல்லதான ஞானத்தைத் தேடுகிறார்கள். ஒன்று அதைத் தர முன்வாருங்கள். இல்லையேல் நீங்கள் இருக்கப் போவதில்லை. உபயோகிப்பாளரே பொருளுக்கான உத்தரவைத் தருகிறார். அவருக்குக் கோயிலுக்குப் போகாமலிருக்கும் சுதந்திரம் உண்டு.

நடராஜர், உங்கள் விக்கிரகம் அறிவு என்னும் தீயை ஏந்தியிருக்கிறது; அது உலகை அழிக்கும் தீயாகும்.'' லாவ்ரியின் பேச்சில் இருந்து நினைவுபடுத்தி எடுத்துரைத்தேன், ''நாம் ஒரு தீயின் வட்டம் அதைச் சுற்றி இருப்பதாகக் காண்கிறோம். ஆனால் உண்மையில் அதில் தீயும் அதன் அசைவுமே இருக்கின்றன. நாம் இந்த குடை ராட்டின வட்டத்திலிருந்து எப்படி வெளியேறப் போகிறோம்? உங்களால் இந்தக் கேள்விக்கு பதில் சொல்ல முடியுமென்றால் நீங்கள் தொழில் செய்யலாம். இல்லையேல் நீங்கள் வெளியேதான்.''

கணேஷ் ஒரு கலைப் பொருள். தொன்மையான உபநிடத காலத்தில் இருந்த அறிவின் நகல். சிக்கலான, கட்டாயமான சடங்குகளைக் கூறும் உபநிடதங்களை, அவரது முன்னோர் அவருக்கு விட்டுச் சென்றிருக்கிறார்கள்; உண்மை என்னவோ இவை அத்தியாவசிய மானவை அல்ல. நம்பிக்கையில்லாத - ஆத்திகர்கள் அது இல்லாமலேயே சமாளித்து விட்டார்கள். சடங்கு முறைகளைத் தவிர்த்து அவரிடம் வழங்க எதுவுமில்லை. அந்தப் பாரம்பரியங்கள் மீது இவர்களது ஜாதி வைத்திருந்த விசுவாசம் அந்தச் சடங்குகளின் மரணத்தில் ஒலிக்கப்படும் மந்திரங்கள். மாறாதவர்கள் காணாமற் போய்விடுகிறார்கள். பல சமயங்களில் காணாமற் போனவர் களுக்கே அது தெரிந்திருக்கிறது.

''அன்பை போதியுங்கள்; அன்பு விற்கும்'' என்றேன் நான் களைப்படைந்தவனாய்.

சாதுக்களின் நிழலில் பூசாரிகள் பிரகாசிக்காமற் போனார்கள்.

★★★

ஒரு வைகிங் (வட ஐரோப்பியப் பழங்குடிகள்) போல உயரமாகவும் பலசாலியாகவும் இருந்த அவருக்குப் பணி ஒப்பந்தங்களுக்குக் குறைவேதுமில்லை. ''ஐ ஆம் ஃப்ரம் அர்கன்ஸாஸ்! பாப்ஸ் ம நேம். மைக்ரோபயாலஜிஸ்ட்! வர்க் ஃபார் மான்சாண்டோ. டு யூ நோ மான்சாண்டோ?'' மிகவும் காட்டமான அமெரிக்க உச்சரிப்புடன் இருந்தார். 'எங்குமில்லாமல் - மிகவும் ஆழமாய்' என்று கடலோர அமெரிக்கக் குடிமக்கள் தமது மத்திய மேற்கின் சக குடிமக்கள் பற்றிக் கூறுவார்கள்.

''அது மரபணு மாற்றிய, மலட்டு விதைகளைத் தயாரித்து விற்கும் ஒரு பன்னாட்டு நிறுவனத்தின் பெயர்'' என்றாள் ஜேன். ''சோயா, சோளம், தக்காளி, பருத்தி...''

அவருடைய தலைமுடிகள் மஞ்சளும் நரைமுடியுமாயிருந்தன. ஒரு குதிரை வால் போன்று முடிக்கற்றை இருந்தது. அவருக்கு ஐம்பது வயதிருக்கும். நாங்கள், முதுகுச்சுமையுடன் அலையும் மற்றும் பயணத்தால் களைப்படைந்திருக்கும் பயணிகளுக்கான ஒரு உணவகத்தில் இருந்தோம். அவர் தமது பைக்குள் கையை விட்டு 'அழிக்கும் ரப்பர்' அளவில் இருந்த ஒரு அபின் துண்டை வெளியே எடுத்தார்.

''சரியாகக் சொன்னாய்! அவமானகரமானது அது. பயங்கரமான யோசனை! நான் அதன் ஒரு அங்கம். ஆனால் என் ஓய்வு நேரத்தில் எனக்காகவும் வேலை செய்கிறேன்.'' ஒரு அசட்டுச் சிறுவனைப் போல தன் கண்களை விரித்த அவர், அபின் துண்டின் கீழ் சுட்டுக் கொண்டிருந்த 'லைட்டர்' நெருப்பின் மீது கவனமானார். பிறகு, தமது உள்ளங்கையில் உள்ள தூளை அசைத்துக் காட்டி ''நான் என்ன செய்கிறேன் என்று உங்களுக்குத் தெரியுமா?'' என்று கேட்டார், அபின் தூள்களைப் புகையிலையுடன் கலந்தபடியே.

''ஒரு 'ஜாயிண்ட்' எனக்குத் தெரியும்'' என்றாள் லாவ்ரி சிரித்தபடி. அவளது குரல் கனமாய் ஆஸ்திரேலியாவின் புற நகர்ப்பகுதியி லிருந்து நேரே வருவதுபோல இருந்தது.

''நோ மேன்'' என்றார் பாப். ''நான் டிஹெச்சி எனப்படும் போதை மூலக்கூறை, போதைச் செடிகளின் நார்களின் மரபணுக்களில் உற்பத்தியாவதைக் கட்டுப்படுத்துகிறேன். நான் ஒரு மைக்ரோபயாலஜிஸ்ட்'' என்று எங்களுக்கு நினைவு படுத்திவிட்டு,

''அந்த மரபணுக்களை மூலிகை, அன்னாசி அல்லது தக்காளி இவற்றின் தாவரங்களின் மரபணுக்களுடன் சேர்த்துவிடுகிறேன். நீங்கள் அவற்றை உங்களின் தோட்டத்தில் வைத்து வளர்த்து, அதன் இலைகளைப் புகைக்கும்போது, கஞ்சாவின் அதே போதை உங்களுக்குக் கிடைக்கும். கஞ்சா அபின்... போதைப்புல்... எதைப் போலும்... புரிகிறதா மேன்?'' என்றார்.

''அருமையானது!'' பெண்கள் இருவரும் வியந்தார்கள்.

முழுதும் புத்திசாலித்தனமானது என்று நான் எண்ணினேன்.

இரண்டு சிகரெட்டின் சுற்றுத் தாளைப் பிரித்தெடுத்து ஒன்றாய் ஒட்ட அருகாய் வைத்தார்.

''நான் இணையத்தில் அந்த விதைகளை விற்பேன். அவற்றுக்கு பிரின்ஸஸ் என்று பெயர். அதை விதைப்பவர்களுக்கு போதையும் லட்சக் கணக்கில் விதைகளும் கிடைக்கும்'' ஒரு பாட்டுப் பாடுவது போல கூறினார். ''அவர்கள் அதை மற்றவர்களுக்கும், அவர்கள் வேறு சிலருக்கும் பகிர்வார்கள்... அது பன்மடங்காகப் பெருகும் மேன். காவல்துறைக்கு ஒன்றுமே புரியாது.''

''நீங்கள் உண்மையில் மாற்று உலகமயமாக்கம், மரபணு மாற்றுத் தொழில் நுட்பத்தின் ஆதரவாளர். அதே சமயம் அபூர்வமானவர்.''

''மரபணு மாற்றுத் தொழில் நுட்பத்தை நாம் முற்றிலுமாக எதிர்க்கக் கூடாதுபோல'' என்றாள் ஜேன்.

''இந்தக் கண்ணோட்டத்தில் அவை மிகவும் சுவாரசியமாக இருக்கின்றன'' என அங்கீகரித்தாள் லாவ்ரி.

''பார்க்க அவை சாதாரண மூலிகை அல்லது தக்காளிச் செடியைப் போலவே இருக்கும்'' பாப் விளக்கினார். ''தக்காளியை யார் தடை செய்ய முடியும் மேன்? மூலிகைகளை யார் கட்டுப்படுத்த முடியும்? அவற்றை வளர்ப்பதை யார் சட்ட விரோதமாக்க முடியும்! அவர்கள் எல்லோரையுமே சதுரமாக, வியாபாரம், லாபம் என சிந்திக்கச் சொல்கிறார்கள். உலகமே போதையில் இருக்கும்போது மேன், யுத்தங்களே இருக்காது. மலட்டு விதைகளைப் பரப்புவதும் ஒரு வகையில் யுத்தமே.''

''நீங்கள் எதிரியின் எல்லைக்குள் இருக்கும் ஒரு முகம் மறைந்த உளவாளி'' லாவ்ரி பாராட்டினாள்.

''அடுத்த புரட்சிக்குப் பின், உங்களுக்கு பதக்கங்கள் கிடைக்கும். தெருக்களும், பாலங்களும் உங்கள் பெயரைத் தாங்கும்'' நான் ஆருடம் கூறினேன்.

''ஆமென்'' ஜேன் மறுபிறவி எடுத்தவள்போல பிரகடனம் செய்தாள்.

அவர் புகையிலை, கஞ்சாக் கலவையை ஒரு கூம்பு வடிவத்தில் தாளில் சுற்றினார்.

''பலரும் மூலிகையைப் புகைப்பார்கள். மூலிகை மூலிகைதான்.''

''நாம் இதை சில எலிகள் மீது பரிசோதனை செய்ய வேண்டு மில்லையா?'' நான் பரிந்துரைத்தேன்.

''புரட்சி நம் மனங்களில் நடக்க வேண்டும். தெருக்களில் அல்ல'' என்றார் அந்த அமெரிக்கர் எங்கள் பேச்சுக்களைக் கவனிக்காதது போல. ஆமென்! பம் ஷங்கர்!

அவர் அந்தக் கூம்பின் முனையைத் தமது நாக்கின் மீது வைத்து, ஈரமாக்கி, பிறகு அதற்குத் தீ வைத்து, புகையை உள்ளுக்கு இழுத்தார்.

''உலகை மாற்ற வேண்டுமென்றால் நமது கர்மாவை நாம் மாற்ற வேண்டும் என் நண்பரே'' அவர் தமது மூச்சைப் பிடித்தபடி பேசினார்.

அவர் குப்பென்று பழுப்பு நிறப் புகையை வெளியே விட்டார். பிறகு அழுத்தமாக ''அதன் கர்மாவை மாற்ற நீங்கள் அது எதன் மீது நகர்கிறதோ அதை மாற்ற வேண்டும். மனம் அமைதி படுத்துகிறது. உங்களை கற்பனை மிகுந்தவராக மாற்றுகிறது.''

''நீங்கள் ஒரு மதபோதகர்.''

''ஆம்.''

அவர் எனக்கு கஞ்சா அடைக்கப்பட்ட சிகரெட்டைக் கொடுத்தார்.

''இது சணலா மூலிகையா?''

''சரஸ் மேன். நல்ல பார்வதி சரஸ்.''

''சிவாஸ் ரீகல் மதுவுக்கு மற்றொரு பயிர்முறையில், 18 வருட ஊட்டக் குறைவு; மரபணு மாற்றமே இல்லாதது.''

''விரைவில் நாம் காய்கறிக் கடையில், ஒரு கிலோ 'ட்ரிப்' தக்காளி, இரண்டு கிலோ சாதா தக்காளி என்று கேட்கலாம்'' லாவ்ரி தொடங்கினாள்.

''இன்னும் இருபது வருடங்களில், சிவாஸ் மணம் கொண்ட, போதை மாற்றப்பட்ட பானங்கள், பல வருடங்கள் பாண்டங்களில் அன்பும் அரவணைப்புமாய்'' நான் முன் வைத்தேன்.

''உங்கள் பால்கனியில் உள்ள மூலிகை, கொலம்பியாவைச் சேர்ந்ததா?'' ''இல்லை. அது ஆப்கான் மற்றும் அர்கன்ஸாஸ் வகைகளின் கலப்பு. இவை குறைவாகவே வீச்சமடிக்கும்'' என்று ஜேன் வித்தியாசமாகச் சொன்னாள்.

'மாய உருவங்களை மனதில் எழுப்பக்கூடிய உருளைக்கிழங்குகள், அபின் வெள்ளரிகள் இவற்றை கனவு காணாமல்' சிந்தித்தார் பாப்.

மேலும் வெளிர் சிவப்பு யானைகளும்.

பின் தாராளமயமாக்கம் என்னும் தத்துவத்தைக் கண்டுபிடிக்க வேண்டிய தருணம் இது.

டைம்ஸ் ஆஃப் இந்தியா இதழில்...

40000 விவசாயிகள் தற்கொலை

மஹிகொ என்னும் இந்தியாவின் மிகப்பெரிய விதைகள் உற்பத்தி செய்யும் நிறுவனத்தை மான்சாண்டோ விலைக்கு வாங்கி விட்டதால், 40000 பருத்தி விவசாயிகள், கடன் சுமை தாளாமல் விஷம் குடித்துத் தற்கொலை செய்துகொண்டார்கள். உள்ளூரில் இருந்த எல்லா விதைகளையும் அழித்த பின்பு, மான்சாண்டோ நிறுவனம், பருத்தி விவசாயிகளை மரபணு மாற்றிய பருத்தி விதைகளை, கடன் அடிப்படையில் அவர்களுக்கு விற்றது. அதனுடன் உரமும் கடனுக்கே தரப்பட்டது. அந்த விதைகளின் விலை மிக அதிகம். ஆனால் மகசூல் எதிர்பார்த்த அளவுக்குப் போகவில்லை. அதனால் கடனை அடைக்க முடியாத விவசாயிகளின் நிலம் கையகப் படுத்தப்பட்டது. அப்படிக் கைப்பற்றப்பட்ட வயல்கள் பெரிய உணவு நிறுவனங்களால் வாங்கப்பட்டன.

பின் தாராளமயம் மிகவும் அவசரமாகத் தேவைப்படுகிறது.

★★★

மகாவீர் பாபா தஸ்ஸவாமேத் படித்துறையில் ஒரு மண்டபத்தில் அமர்ந்து காற்று வாங்கிக் கொண்டிருந்தார். சூரியன் மேலெழும்பி இருந்தது. இனிய வெப்பமாயிருந்தது. நான் அவரருகில் அமர்ந்தேன்.

''அடிப்படையில் தாங்கள் சாது என்னும் வாழ்க்கை முறைக்காக சாதுவாய் இருக்கிறீர்களா? இல்லை விடுதலைக்காகவா?''

அவர் ஒரு மங்கிய வெளிர் சிவப்பு லுங்கியையும், 'டீ' ஷர்ட் மீது கையில்லாத முரட்டுத் துணியாலான மேற்சட்டையும் அணிந்திருந்தார். அதில் பத்துப் பன்னிரண்டு சட்டைப் பைகள் இருந்தன.

''உலகம் ஒரு பிரமை என்று அறிவதற்கும் அதனின்றும் விடுபடுவதற்கும் இடையே ஒரு வித்தியாசம் உண்டு; விட்டேற்றித்தனம் மற்றும் துறத்தல்.''

''மாயையுடன் நீங்கள் உண்மையை மறுக்கிறீர்கள்; நீங்கள் அதைக் கடப்பதில்லை'' என்று நான் மறுப்புத் தெரிவித்தேன்.

''நீங்கள் வெல்வதாக உணரும் வரை உங்கள் இருப்பை நீங்கள் இல்லையென்று சொல்ல மாட்டீர்கள்'' என்றார் அந்த அமைதியானவர். அவர் எதையும் எதிர்பார்க்கவுமில்லை; அதிலேயே திருப்தி அடைந்தவராகவும் இருந்தார்.

''அது ஒருவேளை உண்மையாக இருக்கலாம்'' நான் ஒப்புக் கொண்டேன். ''ஆனால் நாம் உலகுக்குக் கெட்ட பெயர் வாங்கித் தருவதற்காக நம்மை வருத்திக்கொள்ள வேண்டுமா?''

''நீங்கள் அதிலிருந்தும் விடுபட விழைய வேண்டும் காரணம் எதுவாயிருந்தாலும்.''

''கர்மா, மாயை மற்றும் பிரமை, இவை யாவுமே மற்றது எது போலவும் பிரமையானவையே; ஏனெனில், எல்லாமே பிரமைகளே. நீங்கள் இல்லாத தொடர்புகளிலிருந்து உங்களை விடுவித்துக் கொள்ள விரும்புகிறீர்கள்.''

''மாயையும் கர்மாவும் உங்களை விதியுடன் பிணைக்கவில்லை'' என்றார் பாபா மகாவீர். ''அவைகள் உங்களை ஒரு விளையாட்டில் பரவசமாய் வைத்திருக்கின்றன. மாயை என்பது வடிவங்களையும் அசைவையும் வசியம் செய்வதாகும். விட்டேற்றித்தனமும், துறவுமே உங்களை அதிலிருந்து விடுவிக்கும்.''

நான் துறப்பதற்கு எதைத் துறக்க வேண்டும்? என்னை நானே கேட்டுக்கொண்டேன் மணிகர்ணிகா படித்துறையில். என்ன அவசரம்? என்ன அருவருப்பு? என்ன சவால் அல்லது என்ன சந்தேகத்துக்கு ஒருவர் பதிலளிக்க வேண்டும்? நான் வியந்தேன். நாங்கள் இரவு நதியின் மீது கவிந்திருப்பதையும் பிணங்கள் எரிவதையும் பார்த்துக் கொண்டிருந்தோம். நரேஷ் ஒருவேளை இச்சையின் பின் நகர்வைப் பற்றி யோசித்திருக்கலாம். லாவ்ரி என் கையைத் தனது இரு கரங்களாலும் பற்றிக் கொண்டிருந்தாள். ஜேன் மௌனமாயிருந்தாள்.

விட்டேற்றித்தனம், நான் நினைவு கூர்ந்தேன். அது மரணத்தைத் தோற்கடிக்க ஒரு வழியா, சண்டையை விட்டுவிடுவதால்? தன்னை ஒரு நொடியேனும் துணியின் துண்டுகளால் கட்டப்பட்ட பிணமாய்,

மரணமடைந்தவன் இடத்தில் வைத்துப் பார்க்காதவன் யாரேனும் உண்டா? இல்லை. இந்த இடத்தில் பிரச்சினை ஒன்றுமில்லை. நாம் நதியில் மூழ்குபவர் ஒருவரைக் கற்பனை செய்வோம். கண் சிமிட்டும் நேரத்தில், நான் தண்ணீரில் விழுந்து தத்தளிக்கிறேன், என்னால் முடியாது என்று போராட்டத்தைக் கைவிட்டு விடுகிறேன். தண்ணீருக்குள் சுவாசிக்க முயல்கிறேன். நான் வெகு விரைவில் இருட்டைத் தொட்டுத் திரும்பி வராத இடத்துக்குப் போய் விடுவேன். ஒரே ஒரு வருத்தம் என் வயிற்றைப் பிசைகிறது. இறுதியாக ஒரு முறை நான் வடிவங்கள் மற்றும் அசைவில் வசியம் என்பதற்குப் பின்னால் யாரேனும் ஏதேனும் விளையாட்டு விளையாடுகிறார்களா என்பது எனக்குத் தெரிய வேண்டும். நடக்கப் போவது எதுவானாலும் நான் ஏற்றுக்கொள்வதற்கு முன்பாக, விட்டேற்றித்தனம் மற்றும் துறவு. அதன் பின் மாபெரும் உறக்கம்... வெறுமையான உறக்கம். அதில் கனவு இருக்குமா இருக்காதா?

இல்லை. அந்த நொடியில் அது காலம் கடந்த ஒன்றே. நாம் நிச்சயமாக சாவு வரும் ஒரு வியாதி நமக்கு வந்திருப்பதைத் தெரிவிக்கும் மருத்துவமனை பற்றி யோசிக்க வேண்டும். அதிக பட்சம் மூன்று மாதமே உயிர் இருக்கும் என்பார் மருத்துவர் ஒரு வழியாக. எனக்கா இது என எனக்கு நானே சொல்லிக் கொள்வேன். நாளை என்று என் வாழ்நாளெல்லாம் தள்ளி வைத்து வந்தவை என் நினைவுக்கு வரும். இப்போது இல்லை, இங்கே இல்லை, மூன்று மாதமொன்றும் இல்லை... மிகவும் குறைவானது... மேலும் எதற்கு அது? நான் அதை எதிர்க்க முடிவு செய்வேன்; ஆனால் எதை எதிர்ப்பது, மரணத்தையா அல்லது என் மரணத்தை நம்புவதையா? நான் செத்துக் கொண்டிருக்கிறேன் என நான் பயங்கரமாகப் பயப்படுவேன் நடுநடுவே. மயங்குவேன், மறுப்பேன், வெறுப்பேன், துக்கப்படுவேன், பயப்படுவேன், கையறு நிலையை நொந்துகொள்வேன், ஆத்திரப்படுவேன், கைவிடுவேன்... எந்தெந்த வழியெல்லாம் சாத்தியமோ அத்தனை வழியிலும் இத்தனையும் செய்வேன். நானில்லாத உலகைக் கற்பனை செய்வேன். நானில்லாமல் இருக்கப் போகும் சிலரைப் பற்றியும். என்னுடைய உடல் இல்லாமல் நான் என்று ஒன்று இருக்கிறதா என மறுபடியும் ஆய்வேன். நாம் போகலாம் என மறுபடி மறுபடி தேற்றிக் கொள்வேன். இறுதி நாள் அன்று நான் நாளை வரை வாழ விரும்புகிறேன் என்று சொல்வேன். ஆனால் மறு நாளோ நான் இன்னும் உயிரோடு இருக்கவே விரும்புவேன். துறத்தல் என்பது போராட்டம், பேரம், சமாதானம் மற்றும் திட்டமிடுதல் என்னும் யுக்திகளை விட்டு விலகுதல்.

நாம் போராட்டத்தை எதிர்த்துப் போராடுதலில் நாம் கவனிப்பதைத் தவிர வேறு எதையும் செய்யாமலிருப்பது போன்ற ஒரு நிலையையே தியானம் நமக்குக் காட்டுகிறது. அங்கே சலனத்துக்கும் தேவைக்கும் வெளியே, பயமோ, மறுப்போ, துக்கமோ, வெறுப்போ, ஆத்திரமோ அல்லது கைவிட்டு விடுதலோ எதுவுமே இல்லை.

★★★

சுவையான சந்திப்புகள் பயணத்தில் நிகழ்வது, ஒரு பருவ நிலை மாறிவிடுவது போலவும் மற்றும் ஒரு விமானப் பயணச்சீட்டை விட லேசான ஒன்றுமாகும்... நாங்கள் ஒருவரை ஒருவர் காதலித்தோம். குழந்தை எதையும் கருக்கொள்ளவில்லை, எந்த வெறுப்பும் கழிவிரக்கமும் இல்லாமல் பிரிந்தோம். ஒரு குழந்தைகள் கதையை விட சற்றே மேலானதாயிருந்தது. அந்த இரண்டு ஆஸ்திரேலியப் பெண்களும் என்னுடன் சாகசப் பயணத்தை கோவாவிலும் தொடர முன் வந்தார்கள். கடற்கரையில் தூக்கமில்லா இரவுகள் கிளர்ச்சியிலும் தொழில் நுட்பத்திலும் போயிருக்கும். நானோ அசைவின்மையைப் புரிந்துகொள்ளவே விரும்பினேன். அல்லது அதை ஒருவர் தன்னைத் தவிர யாருமாகவே இல்லாமல் இருத்தல் என்று காணலாம். அது எதையும் கட்டுப்படுத்தாது. அது ஒளியின் வடிவமுள்ளது. அதை உள்ளொளி என்னும் அகப்பார்வையால் மட்டுமே காண முடியும்... அதைப் போன்ற ஒன்று அது.

''ஒருவேளை சிட்னியில் சந்திப்போம்'' என்றாள் லாவ்ரி.

''க்யூ செரா செரா'' நான் வாக்களித்தேன்.

நரேஷுக்கு வருத்தம்தான். ஆனால் அவரும் அடுத்த வாரம் கிளம்பவேண்டி இருந்தது. அவர் ஒரு ரயில் பிடித்து கொல்கத்தா போனார்.

படித்துறையில், ஒரு யோகி எனக்குப் பிராணாயாமம் கற்றுத் தந்தார். அது ஒரு யோக சாதனை. ஒரு கால அளவில் மூச்சை உள்ளுக்கு இழுத்து, நான்கு கால அளவுகளில் அதை உள்ளே அடக்கி, பிறகு இரண்டு கால அளவுகளில் வெளியேற்றி... இப்படியான ஒரு பயிற்சி. ''வலது நாசி வழியே சுவாசி; அதேபோல இடது நாசி வழியே. அதற்குப் பிறகு இதை இருமடங்கு, மும்மடங்கு மற்றும் நான்கு மடங்காக ஒருவர் செய்துகொண்டே போகவேண்டும். இது பிரமைகளின் ஊற்றான மனதின் செயல்களைக் கட்டுப்படுத்தும்'' என்றார். நான் முயன்றேன். அது அமைதிப்படுத்தியது, அதுவும் விரைவில். நான் வேறு எதையுமே நினைக்க முடியவில்லை! நான் மூச்சுமுட்டுதலில் என்ன

கண்டுபிடிக்க முடியும்? இறுக்கம் தளர்ந்திருக்கக் கற்கலாம்... மெதுவாகலாம்... மனதைக் குவிக்கலாம்... ஒருவேளை.

மற்றொரு சாது, மனஸ் என்பதன் சின்னம், ஒரு அற்புதமான முத்து. ஏனெனில் அது விருப்பங்களைப் பூர்த்தி செய்கிறது. கண்ணோட்டங்களையும் பரபரப்பையும் அது விண்டு விளக்கிக் கொள்வதால், அதனிடம் மகிழ்ச்சி, துன்பம் இரண்டின் சாவிகளும் இருக்கின்றன. பொருட்கள் மனிதர்களைத் தொல்லைப்படுத்த வில்லை. பொருட்களைப் பற்றிய சீர்தூக்கல் முடிவுகளே மனிதனைத் தொல்லைப் படுத்துகின்றன. இதையே எபிக்டெடுஸும் இதை ஆழ்ந்து ஆராய்ந்து கூறினார்.

நான் உத்தவ கீதையில் படித்தேன்:

இன்ப துன்பத்தின் மூல ஊற்று உடல் அல்ல
கடவுள்களோ ஆன்மாவோ அல்லது கோள்களோ அல்ல
செயலும் (கர்மா) அல்ல காலமும் (கால்) அல்ல
மனமே அது, முழுமையான காரணம் ஆகும்
சம்சாரச் சக்கரத்தை எது சுற்றி விடுகிறது?

அத்தியாயம் 12

சாந்தம்

ஒரு நாள் நான் கேதார் படித்துறையைச் சுற்றியுள்ள சந்துகள் வழியே நடந்து கொண்டிருந்தேன். இரண்டு அடுக்குமாடிகள் கொண்ட வீடுகளாலான ஒரு குடியிருப்பைக் கண்டேன். கறுப்பு நிறமாயிருந்த அந்த வீடுகளைச் சுற்றி வளைத்து ஒரு மிகப் பெரிய ஆலமரம் வளர்ந்திருந்தது. அதன் அடிப்பகுதியில் உள்ள மரத்தின் முண்டுகள், மற்றும் அதிலிருந்து கிளம்பி, வளைந்தும் நெளிந்தும், பருமனாய் மண்ணுக்குள் மறையும் வேர்களின் அமைப்பு ஒருவருக்கு வினாயகரின் வடிவமாகத் தென்பட்டது. ஆரஞ்சு வண்ணத்தில் அவரது ஒரு உடைந்த தந்தம், தும்பிக்கை இவற்றை யெல்லாம் கண்டுபிடித்து, வேர்களில் மற்றும் மரத்தின் முண்டுகளில் ஒரு வினாயகரை வடிவமைத்திருந்தார். அவரது கன்னங்களில் ஒரு கன்னத்தில் திரிசூலம், மறு கன்னத்தில் ஸ்வஸ்திக் வடிவச் சின்னம் ஆகியவற்றை வரைந்து, அவரின் நெற்றியில் திலகமும் இட்டிருந்தார். அவருக்கு ஒரு வாழைப்பழம், சில பூக்கள் மற்றும் இறைந்து கிடந்த சோற்றுப் பருக்கைகள் படையலாக வைக்கப்பட்டிருந்தன.

சில அடிகளில் ஒரு சுவரில் சாய்ந்தபடி ஒரு சாது புகை பிடித்துக் கொண்டிருந்தார். ஒரு அம்மாள் அடிக்கும் 'பம்ப்' அருகே உள்ள கல்லின் மீது துணி துவைத்துக் கொண்டிருந்தார். அவரது வாளியில் இருந்த நீரின் மீது சூரிய வெளிச்சம் விழ அந்த வாளி மரகதம்போல மின்னியது. இரண்டு குழந்தைகள் ஆடைகளின்றி ஓடிக் கொண்டிருந்தனர். ஈரமான இரு குழந்தைகள் வீட்டுக்கு வெளியே

ஒரு சால்வைக்குள் புகுந்து குளிரில் நடுங்கிக் கொண்டிருந்தனர். கட்டப்பட்ட கயிறு அனுமதித்த அளவு இங்கும் அங்கும் ஓடி ஒரு ஆடு கத்திக் கொண்டிருந்தது. சோம்பேறித்தனமான ஒரு காட்சி.

நான் படித்துறையின் படிகளில் ஏறி அமர்ந்தேன். சாதுவுக்குக் கொடுப்பதற்காக, என் பையில் இருந்து ஒரு ஆரஞ்சுப் பழத்தை வெளியே எடுத்தேன். சாது புகை பிடித்து முடித்தார். தீர்க்கமாகவும் அன்பு நிறைந்ததாகவும் இருந்தது அவர் என்னைப் பார்த்த விதம்.

''வேர்ர்ர் ஆர்ர்ர் யூ ஃப்ரம்ம்?'' அவர் என்னைக் கேட்டார்.

அவர் கூன் விழுந்து இருந்தார். குள்ளமானவர். அவரது தலைக் கொண்டை நரைமுடியுடன் முன்பக்கம் சாய்ந்திருந்தது.

நான் அவர் மார்புப் பக்கம் கையைக் காட்டி ''நான் உங்கள் இதயத்தில் இருந்து வந்தேன்'' என இட்டுக் கட்டிக் கூறினேன்.

''ஆஅ... ராம்...!'' அவர் பெருமூச்சு விட்டார், கண்களைத் தாழ்த்தியபடி.

''யூ ஆர் இன் லவ் விஇஇத் இண்டியா!'' என்றார் அவர் தனது கண்களை உயர்த்தி என்னைப் பார்த்தபடி, தமது மகிழ்ச்சியை மறைக்காமல்.

''ஆமாம் பாபாஜி. அது மெதுவாக எனக்குள் நிகழ்ந்து கொண்டிருக்கிறது.''

''இங்கே வந்து வாழுங்கள்'' என்றார் பின் பக்கம் சுட்டிக் காட்டி. ''இந்த வீட்டில் ஒரு அறை காலியாக இருக்கிறது. அது உங்கள் தங்கும் விடுதியை விட வசதியானது.''

அவர் தரைத் தளத்தில் இருந்த அந்த அறையை எனக்குக் காட்டினார். மேலே இரண்டு தளங்களில் குடித்தனங்கள் இருந்தன. என்னை அவர் வீட்டுச் சொந்தக்காரருக்கு அறிமுகம் செய்து வைத்தார். அந்த வீட்டுக்காரர் தமது மனைவி, இரு குழந்தைகள் மற்றும் மாமியாருடன் பின் கட்டில் வசித்து வந்தார்.

அடுத்த நாளே நான் அங்கே குடிபோய்விட்டேன்.

வராந்தாவின் மறுபக்கம் ராம் திலக் பாபாவின் அறை இருந்தது. அவர் அறையிலும் எந்த அறைகலன்களும் இல்லை. இரண்டு விரிப்புகள் மட்டுமே இருந்தன. அவர் அவற்றை ஜன்னல் எதிரே விரித்து அமருவார். ஆலமரம் அருகே உள்ள குடியிருப்பைப் பார்த்தபடி இருக்கும் அந்த ஜன்னல்கள். எனது அறையும் அதே அமைப்புள்ளதே.

நாங்கள் ஒரு ஏற்பாட்டைச் செய்தோம். நான் பருப்பு, கோதுமை மாவு, எண்ணெய் மற்றும் காய்கறிகளை வாங்கி வந்தேன். மாலையில் அவர் தாம் இரவல் வாங்கி வைத்திருந்த ஒரு மண்ணெண்ணெய் அடுப்பில் உணவு சமைப்பார். எதுவும் பேசாமல் நாங்கள் இருவரும் மௌனமாகச் சாப்பிடுவோம். அவருக்கு நான் ஆரஞ்சும், அப்பம் போன்ற பணியாரங்களையும் வாங்கி வருவேன்.

''நீங்கள் என்ன செய்கிறீர்கள் சுவாமிஜி?'' என்று நான் கேட்டேன்.

''ஆலமரத்தின் குளிர் நிழலில் அவன் எண்ணங்கள் எங்கே இருந்து வருகின்றன என்று சிந்திக்கிறான்'' என்றார்.

நான் மூன்று நான்கு நாட்கள் ஜன்னல் அருகே என் 'குவில்ட்'டை விரித்து, அதன் மீது அமர்ந்து எங்கே இருந்து எண்ணங்கள் வருகின்றன என்று கண்டுபிடிக்க முயன்று தோற்றேன். பிறகு படித்துறையில் எரியும் மற்றும் பிரகாசிக்கும் சாந்தம் வெய்யில் உச்சத்தில் உள்ளபோது இருக்கும். படித்துறைக்குப் போகும் படிகள் காலியாக இருக்கும். சில படகுகள் மட்டும் பிரகாசிக்கும் கங்கையில் அங்கும் இங்கும் தென்படும். எருமைகள் படித்துறைச் சுவர்கள் அருகே நின்றிருக்கும். தென்றல் காதில் கிசுகிசுக்கும். அந்தத் தனிமை மிகவும் இனிமையாயிருந்தது.

''நீங்கள் அமைதியாக உங்களுள் எழுந்து, கடந்து செல்லும் எண்ணங்களை அவதானியுங்கள்'' என நான் திரும்பி வரும்போது திலக் பாபா விளக்கினார்.

மறுநாள் நான் என் எண்ணங்களை அவதானிக்கத் துவங்கினேன். உளவு பார்க்கப்படுவதால் அவை தமக்குள் தாமே தனியாகப் பேசிக்கொண்டன. அவைகளுக்கு என்னிடமிருந்து எந்த ஊக்கமும் கிடைக்கவுமில்லை. எண்ணத்தையே ஒரு இலக்காக எடுத்துக் கொள்ளும்படி ராம் திலக் பாபா அறிவுரை கூறி இருந்தார். அதை நான் பரிட்சித்தேன். முழு நாள் கூட ஆகவில்லை. சலிப்பு என்னும் சாதாரண உணர்வு என்ன என்பதை நான் கண்டறிந்தேன். பிடிமானத்தில் கட்டுண்டிருந்த ஆடு; ஆனால் கயிறு எதுவும் இல்லை.

அதை வலி என்று நாம் கண்டிப்பான அணுகுமுறையில் கூற முடியாது. பிடிவாதமானதும், அழுத்தமானதும், விட்டு விட்டு வருவதுமாய், முதல் மாடியில் சமீபத்தில் பிறந்த குழந்தையின் அழுகையைப்போல இருந்தது. காரணம் இல்லாத ஒரு உணர்வு, அல்லது ஏதோ ஒன்று இல்லாமற் போனதே காரணமாய், எச்சரிக்கை செய்வது என்னும் பிரக்ஞையின் செயலாய்; ஒரு வெறுமை.

பசியைப்போல, திசுக்கள் கேட்டுத் தொல்லை செய்கின்றன; அவை ஆக்சிஜன் மிகுந்த ரத்தத்தைத் தேடுவது மட்டுமன்றி, நரம்புத்திசுக் களின் நுண் முனைகளைச் சாப்பிட விழைகின்றன; தலைக்குள் மின்சார இயக்கம், இயங்குதலுக்காகவும் அசைவுக்காகவும் பரவ வேண்டி அவை முனைகின்றன. அவை நரம்புகள் வழி பரிமாறப்படும் நுண் அதிர்வுகளை வெளிப்படுத்தி, தமது சுருக்கமான பதிவுகளை ஒன்றோடு ஒன்று பகிர்ந்து கொள்கின்றன. அது அவற்றுக்கு இன்பம் தருகிறது. அவைகளே சில சமயம் பதற்றப்படுத்துகின்றன, கவலை அளிக்கின்றன, வெறுப்பேற்றுகின்றன, பல அசௌகரியங் களை உண்டாக்குகின்றன.

என் கவனம் நான் காண்பது எல்லாவற்றையும் சிக்கென பிடித்துக் கொண்டது; வியப்போ அல்லது ஆழ்ந்த சிந்தனையோ, களைப்பால் தளர்ந்த பயணிகள் சில சமயம் ஒரு பாட்டில் தண்ணீரை வைத்து சமாளிப்பதுபோல; வெறுப்பானாலும், தான் கட்டப்பட்டிருந்த கயிற்றை இழுத்துப் பார்ப்பதில் சலிப்படையாத ஆடு; வெள்ளைச் சட்டை மற்றும் நீல டையுடன் அண்ணன்கள் பள்ளிகளில் இருந்து திரும்புகிறார்கள்... புதிதாய்ப் பிறந்த குழந்தைகள் ஒரு நாளின் பெரும் பகுதியை ஏன் முடிவே இல்லாமல் பிறக்கிறோம் என்று அலசுவதில் செலவழிக்கின்றன. அவை மனதுக்குள் மனித நிலையின் சூழல் பற்றிய முதல் வெறுப்பலைகளைக் கொண்டிருக்கின்றன.

வினாயகருக்குப் படைக்கப்பட்ட சாதத்தை ருசி பார்ப்பதற்காக ஒரு அணில் ஆல மரத்தின் மேலே இருந்து இறங்கி வருகிறது. இன்னொன்றும் அதனுடன் சேர்ந்துகொண்டது. அவை இரண்டும் திருடும் இடத்தில் கொள்ளையர்கள் இருக்கும் பதற்றத்துடன் இருந்தன. காரணம் இருந்தது. ஒரு நோஞ்சான் பூனை எங்கிருந்தோ வந்து ஒரு அணிலைத் துரத்த, அது மரத்தின் மீது ஏறிக்கொண்டது. பூனை என்னவோ பின்னாடியே துரத்திச் சென்றது. மரத்தின் மீது அணிலை யாரும் வெல்ல முடியாது. அவை பக்கவாட்டில் நகரும். திடீரென ஒரு வட்டம் அடித்து வந்த திசையிலேயே ஓடும். உச்சாணிக் கிளைக்கு விறுவிறுவென்று ஏறிவிடும். அந்த அணில் தப்பியது. ஆனால் சூழலில் அச்சம் கவ்வியது. அந்த அணில் பிற அணில்களுக்கு ஆபத்தைத் தெரிவித்துவிட்டது. அவைகள் அதிர்ச்சி அடைந்தன!

தன்னை விட நூறு மடங்கு பெரியதான ஒரு காய்த் துணுக்கைத் தலையிற் சுமந்து ஒரு எறும்பு சுவரின் மீது ஏற முற்பட்டது. தலைகுப்புற விழுந்தது. ஆனாலும் மீண்டும் ஏறியது. மறுபடி

மறுபடி விழுந்து ஏறியது. பத்து முறை, இருபது முறை... ஐம்பத்து நான்காம் முறை முயன்று கதவின் மேலுள்ள காற்றுவருவதற்கான ஓட்டையைச் சென்று அடைந்தது. ஒருமுக முனைப்பு.

சலிப்பு: முடிவில்லா அரிப்பு. சும்மாயிருப்பதை விட வேறு எதுவானாலும் சரி.

சில சமயங்களில் நான் எதையுமே காணவில்லை. என் பார்வை என் எண்ணத்துக்குள் மறைந்து கொண்டது. உருவங்களும், யோசனைகளும் அல்லது உணர்வுகளும் சுற்றி அலைந்தன.

''சலிப்போடு போராடாதே. அதை ஏற்றுக் கொள்'' ராம் திலக் பாபா பரிந்துரைத்தார். ''மீண்டும் மீண்டும் முயல்வாய்.''

''என் மீது மட்டுமே மனதைக் குவிக்குமளவு எனக்கு என் மீதே ஆர்வமில்லை. இது பயனளிக்கவில்லை.''

''அவ்வாறென்றால் ராம நாம மந்திரத்தை எடுத்துக் கொள். அருகே வா.''

ராம் திலக் என் காதில் மூன்று முறை ஓதினார் ''ஓம் ஸ்ரீராம் ஜெய ராம் ஜெய் ஜெய் ராம்...'' இசைப்பது போல.

''மறுபடி மறுபடி இந்த மந்திரத்தையே உச்சரி. அமர்ந்தாலும், நின்றாலும், நடந்தாலும், துணி துவைத்தாலும், உணவு உண்டாலும் அல்லது கனவு கண்டாலும். உனது எண்ணம் யார் உண்மையிலேயே இயங்குகிறார்கள் என்பதைத் தெளிவாக்கும்.''

''அதற்கு என்ன பொருள்?''

''ராமனே பிரக்ஞை. பிரக்ஞையின் மிகப்பெரிய கடவுள். நான் பிரக்ஞையின் கடவுளை வணங்குகிறேன். வெற்றி, வெற்றி, பிரக்ஞைக்கு வெற்றி.''

நான் அதைத் திரும்பத் திரும்ப உச்சரிக்க ஒப்புக்கொண்டேன். 'போகர்' என்னும் பகடை விளையாட்டில் எப்போது பணயம் என்னவென்று தெரிவிப்பார்கள் என்பார்கள். அதேபோல, நான் அதைத் திரும்பத் திரும்ப உச்சரிக்க மறந்து போனேன். நினைவு வைத்திருந்தேன். இந்த ஒலிகளைத் திரும்பத் திரும்பச் சொல்லி வேறு எதையோ நினைத்துக் கொண்டிருப்பேன். ''ஓம் ஸ்ரீராம் ஜெய ராம் ஜெய்ஜெய் ராம்.'' நான் அதை வெறி பிடித்தவன்போல கூறவில்லை. ஆனால் அதைப் பரிசோதித்துக் கொண்டிருந்தேன்.

ஒரு பக்கம் நான் இந்த மந்திரத்தைச் சொல்லியபடி நடந்து கொண்டிருந்தபோது, மறுபக்கம் ஒரு அந்தணர் என் வலது கை

மணிக்கட்டைப் பற்றி, அதில் ஒரு கம்பளி நூலைக் கட்டி, என்னிடம் ஒரு ஆசீர்வதிப்பை விற்க முயன்றார். நான் என் கையை பலமாக இழுத்துக்கொண்டு '' நான் கடவுள்'' என்றேன் தீவிரமான கண்களுடன். ''என் காலில் விழுந்து வணங்கு.'' அந்த ஆள் பயந்து ஓடியே போய் விட்டார். ''அவரும் கடவுள்தான்'' என்றார் ஒரு ஆள் இதை வேடிக்கை பார்த்தபடி. ஜெய் ராம்.

நான் நடைப் பயிற்சிகளுக்குச் சென்றேன்.

இண்டிகா புக் ஷாப் கடையின் கண்ணாடிக் காட்சி அலமாரியில், 'காட் ஈஸ் மை சீயீவொ' என்னும் புத்தகத்தின் பத்துப் பிரதிகள் வைக்கப்பட்டிருந்தன. அது அறவழியில் சரியான முறைகளில் ஆன தாராளமயமாக்கம். அந்த தாராளமயமாக்கத்தின் வணிகக் குழுமத்தின் பெயர் 'வெர்ல்ட் கார்ப்பொரேஷன் லிமிடெட்'. அது கடவுளின் தனிப்பட்ட பயன்பாட்டுக்காக ஆனது. அதன் ஊழியர்கள் தாராளமயமாக்கத்தால் மோசமாக பாதிக்கப்பட்டவர்கள். பங்குதாரர்களை அதிருப்திக்கு ஆளாக்காமல் கடவுளை எப்படி திருப்திப்படுத்துவது, இன்னும் நடைமுறைச் சாத்தியமாகச் சொன்னால், லாபத்தை இழக்காமல் எப்படிக் கடவுளைத் திருப்திப்படுத்துவது; புதிய தலைமுறை சிறு முதலீடுகளிலும், ஓய்வூதியத் திட்டங்களிலும் பலன் பெறப் பறக்கும்போது, மந்திர மாயங்கள் எப்படிப் பொருளாதாரத்தைக் காப்பாற்றும் என்பதாகவும் இந்த நூலைக் கண்டேன். பங்குதாரரை விட வேறு கடவுள் யாரும் கிடையாது; அவருக்கு ஈட்டுத் தொகையே தேவதூதன் என்று கிரிகொரி நகைச்சுவையாக நடித்துக் காட்டி இருப்பார். அவனுக்கு நிறைய நாட்களாகவே நான் மின்னஞ்சல் அனுப்பவில்லை. நான் சங்கராச்சாரியாரின் உரையுடன் கூடிய கதா உபநிஷத்தை வாங்கினேன். மேலும் இரண்டு நாவல்களையும் வாங்கினேன்: பங்கஜ் மிஷ்ராவின் 'எ டெர்ரேஸ் ஆன் தி கேஞ்ஜஸ்' மற்றும் ராஜாராவின் காந்தபுரா. நான் நிசர்கடாட்ட மகாராஜின் 'ஐ ஆம் தட்' புத்தகத்தின் பக்கங்களைப் புரட்டினேன்: வெளியேறும் வழி எதுவும் இல்லை. வெளியேறும் வழியும் கனவின் ஒரு பகுதியே. கனவு ஒரு கனவே என்பதை மட்டும் நீ நினைவில் கொள்ள வேண்டும்.

ஸ்ரீராம் ஜெய்...

சைக்கிள் ரிக்ஷாவாலா தலை பின் இருக்கையிலும், பின்பக்கம் ஓட்டுநரின் இருக்கையிலும் கால்கள் 'ஹாண்டில் பார்' மீதுமாக, ஒரு சாம்பல் நிறப் பருத்திப் போர்வைக்குள் தூங்குகிறார். இன்னும் கொஞ்சம் முயற்சியுடன் இந்தப் பிச்சைக்காரன் காற்றில் பறப்பான். ஸ்ரீராம்...

மிஞ்ச் சில்லிவாலா மிளகாய்களைத் துண்டாக்கித் துண்டாக்கி எண்ணெய்ச் சட்டியில் போடுகிறார். அவரது வாடிக்கையாளர்கள் ஒருவரோடு ஒருவர் பேசிக்கொள்வதே இல்லை. கத்திக் கொள்கிறார்கள். வாய் முழுவதும் எரியும் காரம் என்னும் நெருப்பு. நல்ல தெம்புள்ள, பட்டுப் புடவை அணிந்த ஒரு பெண்மணி அரிசியின் விலைக்குப் பேரம் பேசுகிறார். ஒரு மிட்டாய்க் கடையின் முன் ஒரு எருமை தான் வேறு எதையோ நினைத்துக் கொண்டிருப்பதாக பொய்முகபாவம் காட்டுகிறது. மிட்டாய்க்காரர் அதை நம்பவில்லை. அவர் ஏற்கெனவே தனது குச்சியை எடுக்கக் குனிந்துவிட்டார். அரைக்காற் சட்டை முழுக்க ஓட்டைகளாக இருக்கும் ஒரு சிறுவனை ஒரு பயணி புகைப்படம் எடுக்கிறார். ஒரு அழுக்கான ஊர்சுற்றி, அழுக்கான லுங்கியும், பழுப்பு நிறப் போர்வையுமாய்த் தெருவில் ஆடி ஆடி ஒரு போதைக்கு அடிமைபோல நடந்து போகிறான். ஜெய் ராம்... இசையாலும் நாமஜெபத்தாலும் ஈர்க்கப்பட்டவனாய் நான் ஒரு வெள்ளைப் பளிங்குக் கோயிலுக்குள் புகுந்தேன். அது அனுமான், குரங்குக் கடவுளின் கோயில். அது காலியாயிருந்தது. அதில் ஒரு குறுந்தகடு இடைவிடாமல், பூஜைக்கான நாமஜெபத்தைக் கூறிக்கொண்டே இருந்தது. ஓம் ஸ்ரீராம்... தஸ்ஸவாமேத் படித்துறையின் படிகளில் எளிய, குஷ்டரோகமான, உடல் ஊனமான, மனச்சோர்வான, சோம்பேறியான அல்லது களைப்படைந்த பிச்சைக்காரர்கள் மற்றும் கர்மாவால் பாதிக்கப்பட்டவர்கள் தங்கள் கைகளை நீட்டிப் பிச்சை கேட்டார்கள். ராம்...

ஓம்...

''எங்கே இருந்து?''

''பகவான்'' என்றேன் நான் வானத்தை நோக்கி விரலைக் காட்டி.

''பகவான்! மனிதனின் உருவாக்கம்'' என்றார் அந்த இளம் ஆண். அவர் சாது இல்லை. ஆனால் நாத்திகர், வீடற்றவர், செயலின்மையைப் பயிற்சி செய்பவர். ''பகவான் என்று சொல்வதில் பொருளேது மில்லை. எனக்குத் தெரியாது என்று எனக்குத் தெரியும் என்றார் சாக்ரடீஸ். அதுவே துவக்கம். அந்த நொடியே பகவான்.''

''சரி.''

''இவை யாவுமே எதுவுமில்லை.''

பகுத்தறிவுவாதி.

''ஜய் ராம் ஜய் ராம்.''

பத்தொன்பதாம் நூற்றாண்டின் துவக்கத்தில், காமக்கலைகள் பற்றிய சிற்பங்களுள்ள ஒரு கோயில் விரேந்திரா என்னும் அரசரால் கட்டப்பட்டது. அது இப்போது ஒரு அருங்காட்சியகமாக ஒரு கஞ்சனின் முகம் கொண்ட ஒரு அந்தணனின் கட்டுப்பாட்டில் இருந்து வருகிறது. பயணிகளிடம் பணம் பறிக்க என மட்டுமே எப்போதாவது திறப்பார் அந்தக் கோயிலை. ஒரு பிணத்தின் கண்கள் மீது ஒரு காக்கை பாய்வதுபோல ஒரு நாள் என் மீது பாய்ந்தான். தனது ஆரம்பப் பள்ளி ஆங்கிலத்தை வைத்துக்கொண்டு, இந்த ஆள் குரங்கைப் பற்றி மட்டுமே பேசினான். தேவைகள்... செலவுகள்... சிவனும் பார்வதியும் பல்வேறு நிலைகளில் உடலுறவு வைத்திருக்கும் சிற்பங்களைத் தனது இரண்டு பண அரிப்புத் தொல்லைகளுக் கிடையே காட்டினான். ''உங்கள் காதலுக்கு இந்தக் கோயில் ஒரு புகலிடம்'' என்றேன் நான். எந்தப் பணமும் கொடுக்கவில்லை.

ராம்!

ஒரு மரத்துண்டே தெருவின் நடுவில், மேடைபோல வைக்கப் பட்டது. மற்றொரு துண்டின் மீது ஒரு சுண்ணாம்புக் கட்டியால் எழுதப்பட்ட அடையாளம் கூற முடியாத கடவுளின் உருவம் வரையப் பட்டிருந்தது. ஒரு எரியும் எண்ணெய் விளக்கு இருந்தது. கடந்து செல்வோர் சில்லறைகளை வீசிச் சென்றார்கள். பிறகு தமது விரல்களால் இதயத்தையும் அந்த விளக்கு தீபத்தையும் தொட்டுக் கொண்டார்கள். இரு ஊதுபத்திகள் இருபக்கமும் எரிந்து கொண்டிருந்தன. ஜெய் ராம்!

ஒரு மடிக்கணினி அளவு பெரிய புத்தகம் ஒன்றை ராம் திலக் பாபா அடிக்கடி எடுத்து வாசிப்பார். அதன் சில பக்கங்களை வாசித்து, அதில் கூறப்பட்டுள்ள ஞானத்துக்கு அந்தப் பகுதியில் கூறப்பட்டிருக்கும் விஷயங்களின் பொருத்தத்தை அவர் ஆழ்ந்து புரிந்துகொள்ள முயல்வார். அவர் அதை நூறு முறைகள் படித்திருந்தாலும், அவற்றைப் புரிந்துகொண்டதாக அவர் முடிவுகட்டிக் கொள்ளவில்லை. அவர் மேலும் மேலும் ஆழ்ந்து அதைப் புரிந்து கொள்ள முயன்றபடி இருந்தார். அவர் மிகவும் குறைவாகவே பேசுவார். நீங்கள் எப்படி இருக்கிறீர்கள் என்ற ஹலோ அல்லது குட் பை என்ற சம்பிரதாயமான பேச்சே அவரிடம் இருக்காது. அவர் ஒரு உபநிடதத்தைப் பற்றிக் குறிப்பிட்டு, ஒரு தத்துவத்தை விளக்க முற்பட்டு தமது மெல்லிய குரலில் ''ராம்! மாயா என்பதை வெறுக்கக் கூடாது. அதை நேசிக்க வேண்டும்'' என்பார். அல்லது, ''அகவயமான மெய்நிலை ராம் என்பது முழு உலகையும் தானாகவே காண்பது'' என்பார். இது என் திசுக்களுக்கு உணவளித்தது. ஜெய் ஜெய் ராம்!

அவர் அதிகாலையில் கங்கையில் குளிப்பார். மெதுவாக, அமைதியாகக் குளிப்பார். அவர் சமைக்கும்போதோ, தமது துணிகளைத் துவைக்கும்போதோ, குழாயிலிருந்து தண்ணீர் விழும் சத்தம் மட்டுமே கேட்கும். அவர் தரை மீது வழுக்கிச் செல்வது போலவும், பொருட்கள் மீது உரசிச் செல்வது போலவுமே தோன்றும். அது அவரது ஆரவாரமற்ற ஒருங்கையே காட்டியது. அவருடைய ஒரே ஒரு பலவீனம் புகை பிடிக்கும் பழக்கம். ஆனால் அது அவரை இன்னமும் விரும்பத்தக்கவராகவே தோன்றச் செய்தது.

''தாங்கள் தமது புத்தகத்திலிருந்து எனக்கு மொழிபெயர்த்துக் கூற முடியுமா பாபாஜி?''

ராம் திலக் வாசித்தார்: அது என்பதிலும் கனவுகளிலும் இருக்கிறது - தெய்வீகம்- அதன் பெருமையை அனுபவிக்கிறது! அதன் பிறகு புலன்கள் மனதுக்குள் இழுத்துக் கொள்ளப்படுகின்றன. அதுவே ஒரே ஒரு உள்ளார்ந்த புலன். அது தான் பார்த்தவற்றை, கேட்டவற்றை மீண்டும் பரிசோதிக்கிறது. பல்வேறு இடங்களில் தான் அனுபவித்த வற்றை மீண்டும் அனுபவிக்கிறது வெவ்வேறு விதமாக. அது தான் பார்க்காததைப் பார்க்கிறது. கேட்காதவற்றைக் கேட்கிறது. அனுபவிக்காதவற்றை அனுபவிக்கிறது. இருந்ததையும் இல்லாத வற்றையும் வேறு விதமாகப் பார்க்கிறது. இவை அனைத்தையும் அவற்றின் தரத்தை வைத்துப் பார்க்கிறது. இவ்வாறாக அது எல்லாவாகவுமே ஆகிவிடுகிறது.

ஸ்ரீ ராம்!

★★★

''காசிதான் இந்தியாவின் திருத்தலங்களிலேயே மிகவும் புனிதமானது. காசியில் உங்களது இறந்தகாலம் நீரால் அடித்துச் செல்லப்பட்டு விடுகிறது'' ராம் திலக் என்னிடம் கூறினார். ''காசிதான் உயர்நிலையின் உச்சம். கங்கை மாதா உங்களை உள்ளே எடுத்துக் கொள்கிறாள். மூன்று முழுக்கு. மூன்றாவது முழுக்குப் போடும் போது நீங்கள் மறுபிறவி அடைகிறீர்கள்.''

ஓம் ஸ்ரீ...

மறு நாள் நான் அந்தப் புனித நதியில் நீராடப் போனேன். அதில் எத்தனையோ பொருட்கள் அடித்துச் செல்லப்படுகின்றன. அழுகியும் போகின்றன. பத்து கோடி மக்கள் ஆயிரம் கிலோமீட்டர் தூரத்துக்கு அதையே சாக்கடையாகவும், குளிக்கும் தொட்டியாகவும், துணி துவைக்கும் வாளியாகவும், கழிவுகளை வெளியேற்றும்

வழியாகவும் பயன்படுத்துகிறார்கள். நான் குறிப்பாக யாரையும் வேண்டாமல், எனக்கு கிருமித் தொற்று இருக்கக் கூடாது எனவும், அவர் உத்திரவாதம் அளித்தபடி புதுப் பிறப்பு கிடைக்கும் எனவும் முங்கிக் குளித்தேன். செத்துப் போகாமலேயே புதுப் பிறப்பு. நான் காசியின் உள்ளூர் மக்களைப் போலவே மார்பு வரை நீரில் நின்றேன். பிறகு சூரியனைப் பார்த்துப் புன்னகைத்து, வணங்கி, செங்குத்தாக முங்கினேன். ஒரு முறை, இரண்டு முறை, மூன்று முறை... எனக்கு எந்த திடீர் தலைகீழ் மாற்றமும் உணர்வாகவில்லை. அது மதிய நேரம். தண்ணீர் உறையும் குளிர்ச்சியில் இருந்தது. மறுபிறவி என்றால் அது மரணத்தால் மட்டுமே என ஒருவர் நம்பலாம். ஓம்...

நான் துவட்டிக்கொண்டு, படிக்கட்டுகளில் படிந்துள்ள அழுக்குகளில் வழுக்கி விடாமலிருக்க எச்சரிக்கையாக நடந்து படியேறி, சுற்றுச் சுவருக்கு முட்டுக் கொடுக்கும் பெரிய பெரிய கற்களுள் ஒன்றின் மீது அமர்ந்துகொண்டேன்.

ஸ்ரீ ராம்... இச்சைகள் எண்ணங்களைப் பரிந்துரைக்கின்றனவா அல்லது எண்ணங்கள் இச்சைகளைப் பரிந்துரைக்கின்றனவா? நான் இன்று கடைவீதியிலிருந்து வரும்போது திருமூர்த்தி தங்குமிடத்தி லிருந்து வெளியே வந்து கொண்டிருந்த ஒரு இளம் பெண்ணை நினைவு கூர்ந்தேன். நான் அந்தப் பக்கம் சுற்றி வர வேண்டும். நான் சமஸ்கிருதத்தில் மனிதன் (மனு) என்னும் சொல்லை அசை போட்டேன். மனிதன் என்ற சொல் மனது என்னும் சொல்லில் இருந்து வந்தது. லத்தீன் மொழியில் ஹமஸ் என்னும் சொல்லில் இருந்தே மனிதன் என்பதற்கு ஹோமோ என்றும் பெயர். ஹமஸ் என்பது மண், பூமி என்பவை வாழ்க்கையின் மூலக்கூறுகள். ஆனால் மனிதன் என்பவனுக்குக் குறிப்பாக மனம் என்பது பொருந்தும். எனவே நான் சமஸ்கிருத வார்த்தையே சரியென்று முடிவு செய்தேன். ஸ்ரீராம்...

ராம்சிரவண் பாபா, வினாயகரின் பெரிய பக்தர் முகத்தில் நான் கண்ட சிரிப்பு என்னை மகிழ்ச்சியில் ஆழ்த்தியது என்பதைப் பின்னர் நான் உணர்ந்தேன். நிகோலாஸ் என்ன புது வணிகத் திட்டம் வைத்திருப்பார், பாரிஸில் அவரது விற்பனைக்கு என்று வியந்தேன். கிரிகொரி வரவு செலவுக் கணக்குகள், வரைபடங்கள் மற்றும் ஆராய்ச்சித் தரவுகளை வைத்துக்கொண்டு எந்த இரு வணிக நிறுவனங்களின் இணைப்பை அலசிக் கொண்டிருப்பான் என எண்ணிப் பார்த்தேன். நாம் பேராசையே உலகின் விழுமியமாகி விடுமோ என்று பயப்படும்போது நம்மைத் தடுத்து, வணிகர்களும் லாபமுமே உலகை ஆள்கின்றன. உலகம் சுதந்திர வர்த்தக

முறையைக் கொண்டுவந்ததில் எந்தப் பயனுமில்லை. நான் சிறுநீர் கழித்தேன். ஜெய் ஜெய் ராம்!

இந்தியா என்று ஒன்று இல்லை என்று கூறிய கிரிகொரியை நினைத்துப் புன்னகைத்தேன். நீ கூறியது உண்மையே; இந்தியா அதைப் பற்றி நிறையவே பேசுகிறாள். நான் அவனிடம் பிரபஞ்ச நேர வித்தியாசத்தில் பேசினேன். மெய்நிலை என்பது ஒரு யோசனையே என்றார் பிளாட்டோ. இந்த யோசனையோடு ஒருவர் எப்படி வாழ்வது? ஓம் ஓம் ஓம்... ராம் திலக் பாபா கூறிய சாந்தமான ஒளியின் மீது மனதைக் குவிக்க முயன்றேன். ஓம்... ஆனால் நான் தன்னிலேயே சாட்சியாயிருக்கும் ஒரு உண்மையைக் கொணர்ந்தேன். ஒரு துறவி வறுமையில் இருந்து தப்பிக்க முயலவில்லை. தனக்கு எதுவும் தேவையில்லை என்று அவர் முடிவு செய்துவிட்டார்; இன்னும் லேசாக ஆவதற்காக. தன்னை இறுக்கத்திலிருந்து விடுதலை செய்துகொள்வதற்காக. ஒருவேளை இதுவே இலகுவாதல் என்பதாயிருக்கலாம்.

நான் மென்மையான நினைவு கூரலுடன் லாவ்ரியையும், தோழமை மிகுந்த உற்சாகத்துடன் ஜேனையும் நினைத்துக்கொண்டேன். 'ராம் நாம் சத்ய ஹை.' ஒரு ஊர்வலம் ஒரு வாடிக்கையாளரை மணிகார்ணிகா படித்துறைக்குத் தூக்கிச் சென்றது. ஸ்ரீராம்... ''அவன் பெண்களையும், தங்கத்தையும் விட்டுத் தள்ளி, வீடில்லாமல் இருக்கிறான்.'' தன்னைப் பற்றித் தானே ஒரு பாபா ஆசி படித்துறையில் பேசிக் கொண்டார். தங்கத்துக்கு அவர் சொல்வது பொருத்தமே. ஆனால் பெண்கள் விஷயத்தில் அது சரியில்லை என்று எனக்கு நானே சொல்லிக் கொண்டேன். ஓம்... முக்கோணப் பாய்மரம் உள்ள படகு ஒன்று, விசித்திரமாக எனக்கு இச்சைகளின் உலகை நினைவுபடுத்தியது. நான் ஒரு படகில் அமர்ந்தபடி, பல நிலப்பரப்புகளைப் பார்த்தபடியே பயணிக்கிறேன். நான் அங்கேயே என் முன்னே நடப்பவைகள் எனக்குள் வந்து மறைவதை உணர்ந்தபடி அமர்ந்திருந்தேன் அசையாமல். ஸ்ரீராம்...

நான் எனது ஹிந்தி வகுப்பை ரத்து செய்துவிட்டு, மூன்று நாட்கள் நதிக்கரையில் படித்துறையில் அமர்ந்து, புதுப் பிறப்பு தர வல்ல அந்த நதியையே அவதானித்து வந்தேன். மென்மையான பார்வையால் பொருட்கள் பார்க்கப் படும்போது அந்தப் பார்வையில் இருந்த ஒரு பிரகாசம் கசிகிறது. மூன்று நாட்களும் என் எண்ணங்கள் காலையில் குளித்த பின் பதற்றத்தின் பிணையத்தி லிருந்து, மாலையில் சாந்தம் நோக்கித் திரும்புகிறது என்பதைக் கண்டறிந்தேன். ஜெய் ராம் ஜெய் ஜெய் ராம்...

சாந்தம்! இது சலிப்பின் முடிவில்லாத அழைப்பு போன்றதில்லை. சாந்தம் - திருப்தியின் அசைவின்மை. கைகளால் தடவிக் கொடுக்கப்படும் ஒரு சுகத்துக்கு இணங்குவதுபோல். இலேசான தன்மையும், காரசாரமற்ற தன்மையும் கலவையாயிருக்கும் ஒன்று. பஞ்சு போன்ற ஒரு ஆச்சரியம். ஒரு இணக்கம். மற்றொருவராய் இருக்கும் இச்சை, நிறுத்தி வைக்கப்பட்டது... ஓம்...

நான்காம் நாள்: சாந்தம் காலை முதலே என்னுள் இருந்தது. இது ரகசியமானது என எனக்கு நானே சொல்லிக் கொண்டேன். ஒன்றும் செய்ய இருக்கவில்லை, ஒன்றும் செய்யத் தேவையில்லை, ஒருவர் செய்யவென ஒன்றுமில்லை. லட்சியம், கடமைகள், பொறுப்பு இவை யாவுமே வீணானவை. இதுவாயிருக்க வேண்டும் என்று ஒன்றுமில்லை. வைத்திருக்கவோ, அடையவோ, கண்டுபிடிக்கவோ, நிரூபிக்கவோ அல்லது லாபமடையவோ எதுவுமேயில்லை. ஊழோ அல்லது கடவுளோ, அல்லது தகுதிகளின் வரிசையோ... ஒன்றுமே செய்யத் தேவையில்லை. ஸ்ரீராம் ஜெய ராம் ஜெய ஜெய ராம்... வாழ்வதற்கு ஒரு விலையோ அல்லது இலக்கோ கிடையாது. ஒருவர் தமக்கு என்ன விருப்பமோ அதையே வாழ்க்கையுடன் செய்யலாம்.

எதுவுமே லேசாகிவிட்டது.

அவதூத கீதை உறுதி செய்தது:

செய்வதற்கான காரணமும் இல்லை; செய்யவேண்டிய காரியமும் இல்லை

பிறகு எப்படி நண்பனே, நான் வெற்றி அல்லது தோல்வியைப் பற்றிப் பேசுவேன்?

பூஜிக்கவும் எதுவுமில்லை

பிறகு நான் எப்படி அறிவைப் பற்றி பேசுவேன்?

''நீங்கள் எதைத் தேடுகிறீர்கள்?'' சந்திரஹாஸ் பாபா, எனது முதல் சாது மற்றும் ஒரு-நாள்-குரு என்னைக் கேட்டார். அப்போது நான் ''சாந்தம்'' என்றே பதில் தந்திருந்தேன்.

இந்த நாடு என்னிடம் பேசியது.

''உங்கள் வீடு எங்கே இருக்கிறது?'' இந்த பாபா என்னை மீண்டும் கேட்டார். இந்த சாந்தத்தில் என்னால் பதிலே கூற முடியவில்லை. எதுவுமே செய்யத் தேவையில்லை என்பதே என் மந்திரமாக ஆகி இருந்தது. கங்கை தீரத்தில் இருந்த அந்த நொடிகளையே இந்தக்

கேள்வி எனக்கு நினைவு படுத்தியது. இந்த அளவு ஆழ்ந்த ஒரு நல் உணர்வை நான் அனுபவித்ததே இல்லை. கங்கை எனக்கு இந்தப் பரிசை வழங்கியது. இந்த உள்ளுணர்வை உத்வேகப் படுத்தியது. நான் அந்த நாளில் பிறந்தேன்.

நான் ராம் திலக் பாபா முன்பு பணிந்து என் கண்டுபிடிப்புகளைக் கூறினேன்.

''அச்சா'' அவர் பரவசமாகக் கூறினார், அவர் ஒரு பெரிய சாதனை புரிந்ததுபோல, ''இந்த சாந்தத்தைப் பேணுங்கள்; பின்னர் மீண்டும் இந்தியாவுக்கு வாருங்கள்.''

மறுநாள் என் அண்டை வீட்டுக்காரரும் குருவுமானவர் விடைபெற்றார்.

''தாங்கள் எங்கே போகிறீர்கள்?''

''என் காலடிகள் இட்டுச் செல்லும் இடத்துக்கு'' என்றார் ஏதோ அந்த விஷயம் மிகவும் வெளிப்படையானது என்பதுபோல.

அவருக்கு நான் ஒரு காணிக்கை கொடுத்தேன். அவர் தமது சிறிய பையையும் இரண்டு போர்வைகளையும் எடுத்துக்கொண்டு கிளம்பினார். அவரது அறை இரண்டு குழந்தைகள் உள்ள ஒரு தம்பதியினருக்கு வாடகைக்கு விடப்பட்டது. ரணமஹால் படித்துறையில் உள்ள எனது லிங்கம் கோயிலுக்கு நான் திரும்பினேன்.

★★★

மாலையில் நான் ராகங்களைக் கேட்பதற்கோ அல்லது நடனத்தை ரசிப்பதற்கோ கோயிலுக்குப் போவேன். இல்லையென்றால், சாதுக்களுடன் அமர்ந்து உரையாடுவேன் அல்லது எனது குகைக்குள் அடைந்து கிடப்பேன். அந்த மாதிரி வேளைகளில் நான் ஒரு மெழுகுவர்த்தியை சுடரேற்றி, லிங்கத்துக்கு அர்ப்பணித்து அன்றைய நிகழ்வுகளை அசை போடுவேன். சில சமயம் வாழ்க்கையின இலக்குகளாகச் சிலவற்றைக் காட்டி, சிறைப்படுத்தும் எண்ணங்கள் தோன்றும். எதுவுமே செய்யத் தேவையில்லை என்னும் இந்த மந்திரம், இந்த நிச்சயத்தன்மை, இந்த சுதந்திரம் உடனடியாக என்னை, கட்டாயத்துக்குட்பட்ட வாழ்க்கை என்னும் சுமையிலிருந்து விடுவித்தது. என்னைச் சரியான மன நிலைக்குத் திரும்ப எடுத்துச் சென்றது. சில சமயங்களில் எழும் யோசனைகள், அகம் மற்றும் இச்சைகளின் கொடுமைக்கு அப்பாற்பட்டிருந்தேன். அடையவோ, நிரூபிக்கவோ அல்லது கண்டுபிடிக்கவோ ஏதுமில்லை. ஆனால் எனக்கு மறந்து போய்விடும். தொந்தரவுக்கு ஆளாகும்போது, சாந்தம் என்பது சாந்தமாக இருக்காது. அதன் பிறகு ஒரு காவி உடை

அணிந்த, அமைதியான மனிதனின் தரிசனத்துக்காகப் போவேன். அவரது தேஜஸில் காரணமே இல்லாத ஆனந்தத்தின் நொடிகளை அனுபவிப்பேன்.

ஒரு மதிய நேரத்தை நான் துர்க்கையின் கோயிலில் கழித்தேன். வேறு எங்குமில்லாதபடி அங்கே தரையில் அமர்ந்தே அம்மனை வழிபட வேண்டும். நான் ஆழ்ந்து சிந்தித்தேன்: எபிகுரோஸ் கூறியிருக்கிறார், ''போதுமானது மிகவும் குறைவு என்று எண்ணும் மனிதனுக்கு எதுவுமே போதுமானதல்ல.'' சாதுக்கள் அதைப் பற்றிப் பேசுவது மட்டுமல்ல; அவர்கள் அதுவாகவே ஆகி விடுகிறார்கள். இதுவே வாழவேண்டிய வழி இல்லையா? ஆனால்... நான் மூன்று நாட்களில் இறந்து விடுவேன் என்றது காரணம் தேடும் குரல்.

சில குரங்குகளைத் தவிர, அங்கே பக்தர்கள் யாரும் வரவில்லை. ஒற்றை வருகையான எனக்கு, அந்தப் புனித இடத்துடனான சந்திப்பு மூன்று நிமிடங்களுக்கு மேல் நீளவில்லை. பிறகு பக்தர்கள் ஒருவர் பின் ஒருவராக, உம்மணாமூஞ்சியுடன் இருந்த பூசாரி மற்றும் ஒரே பக்கம் பார்க்கும் அவரது சிலை இவற்றின் முன் வந்தார்கள். அவர்களுக்கு அவர் திலகம் இட்டார். ஒரு தேக்கரண்டி புனித நீரை வழங்கினார். அவர்கள் அதைக் கொஞ்சம் குடித்துப் பின் கையைத் தலைமேல் துடைத்துக்கொண்டு, ஒரு காணிக்கையைத் தந்துவிட்டுக் கிளம்பினார்கள்.

நான் அவதூத கீதையைத் திறந்தேன். அந்த ஞானி பிரகடனம் செய்தார்: உண்மையில் நானே மெய்நிலை, ஊழ் போன்ற குறைகளால் தளைக்கப்படாதவன். தைரியத்துடன் விலக்கிக் கொள்ளுதல்... இது என் மனதுக்குப் பிடிபட்டது. விடுதலை என்பது ஒரு மனிதன் தனக்குத் தானே தந்துகொள்வது அல்லவா? மாயா பாபா காரணத் தருக்கத்துடன் விளக்கியிருந்தார் ''ஒருவர் பிரமைகளின் பலன்களைத் துறந்தால் மட்டுமே பிரமையிலிருந்து தப்பிக்க முடியும்.'' நான் மூன்று நாட்களுக்குள் இறந்து விடுவேன். உள்ளேயிருந்து பழைய பல்லவி, எச்சரித்தது.

நான் சிவனை வந்து, எனக்கு உத்வேகம் தரச் சொல்லிக் கூப்பிட்டேன்.

மாயை, கர்மா, மோட்சம், மெய்நிலை என்னும் ஒரு உலகம் இருக்கிறதா? ஒருவேளை அது சரியான கேள்வியாய் இல்லாமல் இருக்கலாம். ஒருவர் அதினின்றும் தன்னை விடுவித்துக்கொள்ள ஆசை கொள்ள வேண்டுமா? அதுவும் இல்லை. நான் இருக்கிறேனா இல்லையா? அதுவும் இல்லை. ஆராயக் கூடிய தகுதியுள்ள ஒரே

கேள்வி: நான் எப்படி வாழவேண்டும்? எனக்குக் கிடைத்த பதில்... ஒரு பாபாவாக.

சாதுக்கள் இறையியல் தத்துவங்களின் பாதுகாவலர்களோ அல்லது கருவிகளோ கிடையாது. அவர்கள் ஒரே நம்பிக்கைக்குள் வார்க்கப் பட்டவர்களோ அல்லது கட்டாய லட்சியத்தில் நிலைப்பவர்களோ கிடையாது. ஒவ்வொருவரையும்போல அவர்கள் தாம் எதை நம்ப விரும்புகிறார்களோ அதையே நம்புகிறார்கள். சிலரே கடும் தபஸ்யா புரிகிறார்கள். பெரும்பான்மையினர் அதையெல்லாம் செய்வதில்லை. மலைகளின் தனிமையில் வருடங்களாக தியானம் செய்வோர் எத்தனை பேர்? ஒன்றாய் ஆவது என்னும் கடலைத் தாண்டுவோர் அல்லது செயலின்மையின் உச்சத்தைத் தொட்டவர்களோ எத்தனை பேர்? சுண்ணாம்புக் கால்வாயில் கொதிபட்டு மடியும் வரை ஒரு கையை மேலே தூக்கியபடி அல்லது முட்படுக்கையில் படுத்தபடி இருப்போர் எத்தனை பேர்? மிகவும் சிலரே. எதை அடைய என்பதே எனது சொந்த விடையாக இருந்தது. ஒருவர் தனது உடலை பிரக்ஞையின் சிறை என்று கருதினால், இந்தக் கடினப் பயிற்சிகளால், அவை விடுதலை என்னும் உத்தரவாதம் தருவதால் பயனுண்டு. இல்லையெனில் இதைச் செய்யத் தூண்டுதல் எங்கிருந்து வரும்? உலகிலிருந்து முழுதுமாய் வெளியேறாமல் அதைப் பணிவுடன் துறப்பவர்கள் பலருண்டு; அதன் நகர்வுகளை அவதானித்து, செயலின்மையை நிறைவுடன் பயிற்சி செய்து, தெருக்களில் அலைந்து, நிறைவே தத்துவம் என்பதைத் தம் மீது தரித்துக்கொண்டு, உற்சாகம் மிகுந்த ஆனந்தத்தில் குளித்துக்கொண்டு, இவ்வாறாக வேறு எந்த இச்சையும் வேண்டாமென இச்சிக்கிறார்கள். அவர்கள் உடனிருப்பது இனிமையாகவே இருக்கிறது.

என் கிளர்ச்சி, துறப்பின் எவரெஸ்ட் சிகரத்தை எட்டுவது அல்ல. காற்றில் நடப்பது, ஒரே சமயத்தில் இரண்டு இடங்களில் இருப்பது அல்லது மரணமில்லாத நிலையை அடைவது எதையுமே நான் தேடவில்லை. என் மனோதத்துவ ஆர்வத்தில் நான் பதற்றமாகவே இல்லை; என்னிடம் ஒரு வீரனின் இதயமோ அல்லது தடகள வீரனின் ஊக்கமோ இல்லை. நான் நிறைவின் சமவெளிகளில் வாழ்வதில் திருப்தி அடைவேன். எதுவும் செய்ய வேண்டியது இல்லை என்னும் நிச்சயம் தரும் சாந்தத்தில்.

அஷ்ட வக்கிரம் இன்று என்ன சொல்லுகிறது?

இச்சைகளிலிருந்து யாருடைய மனம் விடுபட்டிருக்கிறதோ, இச்சைகளி லிருந்து விடுபடும் இச்சையில் இருந்தும் விடுபட்டிருக்கிறதோ, அந்த

ஒப்பற்ற ஆன்மா தன்னையறிவதில் நிறைவைக் கண்டதாம். அவர் எதனுடன் ஒப்பிடத் தக்கவர்? (III,12)

தன்னையறிதலில் நிறைவு அடைவது என்பதே எனக்கு ஒரு விழுமியமாய்த் தெரிந்தது. அது நெருங்கக் கூடியதா? அது ஒரு லட்சியமாக இல்லாமல் இருக்கலாம். ஆனால் ஒன்றில்லை (போராட்டம், வினை மற்றும் எதிர்வினை, ஒப்பிட்டு நோக்குதல்) என்பதை விடவும், ஒரு கனமின்மை, இருப்பில் ஒரு கடுமையின்மை. பாபா வாழ்க்கையில் மிகவும் எனக்குப் பிடித்தது இதுவே. ஆனால் நான் இன்னும் மூன்று நாட்களில் இறந்துவிடுவேன் என அந்தக் கோழை கிசுகிசுத்தது.

நான் என் சிந்தனையின் முடிவுக்கு வந்ததாக நினைத்தபோது, ஒரு இளம் சாது என்னருகில் வந்தார். என்னுடன் கைகுலுக்கி விட்டு, அவர் தாம் ஒரு மேற்கத்தியருடன் பேச விரும்புவதாகவும் என் அருகில் அமரலாமா என்றும் கேட்டார். நான் அனுமதித்தேன். ஆனால் அவராக எதுவும் பேச ஆரம்பிக்கவில்லை.

நான் அவரை ஒரு அலைந்து திரியும் துறவியின் தினசரி வாழ்க்கை பற்றிக் கேட்டேன்:

''நான் என் குருவுக்கு பணிவிடைகள் செய்வேன்.''

''நீங்கள் வேறு என்ன செய்கிறீர்கள்?''

''நான் யோக ஆசனங்கள் செய்வேன், தியானம் செய்வேன், நேசிப்பேன், கொடுப்பேன்...'' அவர் அடுக்கினார்.

''நீங்கள் எங்கே தூங்குகிறீர்கள்? உங்கள் உணவு எங்கே கிடைக்கிறது?''

''கோயிலில். இல்லையேல், நாங்கள் பிச்சை எடுப்போம்.''

''இது கடினமானதா? நீங்கள் எப்போதாவது பசியுடன் இருக்கிறீர்களா?''

''அடிக்கடி அப்படி ஆகாது.''

''குளிர்?''

''அடிக்கடி ஆவதில்லை.''

''நீங்கள் சில சமயம் ஓய்வெடுப்பீர்களா?''

''மழை பெய்யும்போது?''

''நாங்கள் மழைக் காலத்தில் மலைப் பகுதிக்குப் போய்விடுவோம்.''

''உங்களுக்கு அலுப்பே வராதா?''

''சில சமயங்களில்.''

அவர் தொடர்ந்து ரத்தினச் சுருக்கமாகவே பேசி வந்தார். அவர் தன்னைப் பற்றிப் பேசக் கற்றுக் கொள்ளவேயில்லை. தெருக்களில் என்ன நடக்கிறது? உங்கள் ஆசனாக்கள் உங்களுக்குள் எதை உண்டாக்குகின்றன? உதய் பாபா என் கேள்விகளைப் புரிந்து கொள்ளவில்லை. அவருக்கு வயது பத்தொன்பது. அவர் சிறு வயதிலிருந்தே இதே போலதான் வாழ்ந்திருக்கிறார். அலைவது அவருக்கு சாதாரண வாழ்க்கை. அவருக்கு ஆசனாக்கள் அவருடைய கண்ணோட்டத்தில் பள்ளிக் கூடத்தில் தரும் வேலைகள் போன்றவை. கொஞ்ச நேரம் கழித்து அவர் கிளம்பியிருந்தார்.

அடுத்த முறை நான் ஹிந்தி படிக்கும் மண்டபத்தில் எங்கள் சந்திப்பு நிகழ்ந்தது. அவர் என் எதிரே அமர்ந்து என்னைப் பார்த்துக் கொண்டிருப்பார். நானாக எதாவது கேட்டால் பதில் சொல்லுவார்.

''என்னுடன் உரையாடலில் நீங்கள் என்ன கண்டுகொண்டீர்கள்?''

''கண்டுகொள்ள எதுவுமில்லை.''

சாதுக்கள் தமது ஒரு வட்டத்தில் இருந்து மற்றொரு வட்டத்திலுள்ள சாதுக்களுடன் உரையாடிப் பழகுவார்கள். சிலரை நான் ஆசி படித்துறையில் கண்டேன். இந்த ஒருவர் என்னைத் தேர்வு செய்திருந்தார். நான் அவரை தரிசித்தேன். அவர் என்னை கவனித்தார். அவரது துணையில் என்னை நானே அவதானிப்பது எளிதாயிருந்தது. நான் கவனிப்பது கவனிக்கப்பட்டது.

ஒரு நாள் உதய் பாபா விடுப்பு எடுத்துக்கொண்டு என்னிடம் வந்து எனது உபதேசத்தைக் கேட்டார்.

''நான் கற்றுத்தருவதா?'' திடுக்கிட்டுப் பதில் கூறினேன். ''எனக்கு எதுவும் தெரியாது. நான் தகுதி உள்ளவன் அல்லேன்.''

''உண்மையான குருமார்களும் இப்படிதான் பதில் சொல்லுவார்கள்'' என்றார் உதய். அவருக்கு வேறு நாட்டில் இருந்து வந்திருக்கும் இந்த ஆள் விசித்திரமானவர் அல்லர்; வித்தியாசமானவரே, இவர் கொஞ்சம் ஞானத்தை அடைந்திருக்கிறார் என்று எண்ணினார்.

''ஒருவர் சாதிக்க எதுவுமில்லை. இது தெரிந்தால் அதன் பின் எல்லாமே லேசாகிவிடுகிறது.''

நிறைவை அடைந்தவராய், உதய் என் முன்னே தலை வணங்கி எனக்கு ஒரு கட்டு ஊதுபத்தியைக் காணிக்கையாக்கி, கீழே விழுந்து வணங்கி விடைபெற்றார்.

''சாதுக்கள் மூன்று நாட்களில் மரணம் அடைவதில்லை'' என்றேன் நான் காரணமும் எச்சரிக்கையும் செய்யும் பிடிவாதமான குரலிடம்.

★★★

குண்டான, கனிவான ஒரு குருவோடு நானும் பதினைந்து சாதுக்களும் ஆசி படித்துறையில், வருடாந்திர வெள்ளம் கொண்டுவந்த மண் மேட்டின் மீது அமர்ந்திருந்தோம்.

இளைய சாதுக்கள் ஒரு தூனி நெருப்பை மூட்டிக் கொண்டிருக்க, பிறர் புற்களால் ஆன துடைப்பத்தால், மண்ணைத் தள்ளிவிட்டுக் கொண்டிருந்தார்கள். ஒரு பெரிய பிளாஸ்டிக் விரிப்பை மரக்குச்சி களின் மீது கட்டி, அவர்கள் ஒரு பெரிய சதுரம் போன்ற இடத்தை, போர்வைகளையும் நெருப்பையும் சேர்த்து மறைப்பதாய் உண்டாக்கினார்கள். நெருப்பு கொழுந்து விட்டு எரிந்தது. அதை அவர்கள் இறை அருளாகக் கருதினார்கள். ஓம் நமச்சிவாய! நாகா பாபாக்கள் உடைகளைக் களைந்தார்கள். நாங்கள் சில்லும்கள் புகைத்தோம். நாங்கள் துதிப்பாடல்களைப் பாடினோம். குருவைப் போற்றுவதற்காக அவர்கள் அவரைப் பல முறை மேலே தோள்மீது தூக்கிக் கொண்டார்கள். குருஜி கீ ஜய். இந்த தெய்வீக ஊர்சுற்றி களுக்கு அது ஒரு விருந்து.

''இங்கே தினமும் விருந்துதான்'' என்றார் ராமானந்த தாஸ் மகாதியாகி. அவர் பெரிய புன்னகை பூத்தார். அவருக்கு கஞ்சாவைத் தருவிக்கும் பொறுப்பு இருந்தது. ''நீங்கள் ஏன் இங்கே வந்தீர்கள்?'' என்று கேட்டார்.

''ஞானம்'' நான் மகிழ்ச்சியுடன் பதிலளித்தேன்.

எழுந்து நின்றார் அந்த 22 வயது பாபா தமது ஒரு கையையும் முகவாயையும் உயர்த்திப் பிரகடனம் செய்தார்:

''இறுதியான ஞானம் எல்லாமே ஒன்றே என்பதாம். ஒன்றே யாவும். நீங்கள் இப்போது என்ன செய்யப் போகிறீர்கள்? ஒரு சாதுவாகப் போகிறீர்களா?''

நான் ஏக்கத்திலும் பயத்திலும் நடுங்கினேன்.

இரண்டு பாபாக்களுக்கு நடுவே நான் படுத்து உறங்கினேன். வானத்தின் கீழே படுப்பது அதுவே முதல் முறை.

காலையில் நான் ராம்சந்த் தாஸின் பாதம் பணிந்து தட்சிணையைக் கீழே வைத்தேன். அவர் அதை மகிழ்ச்சியுடன் ஏற்றார். தன்னால் பயன் இருந்ததால் தான் கௌரவிக்கப்பட்டதாகக் கருதினார். அவருடைய குருவுக்கும் நான் காணிக்கை தந்தேன். அவர் அந்தத் தொகையின் மதிப்பை எல்லோருக்கும் நிறைவுடன் அறிவித்தார். அதன் பின் நான் சுதந்திரமான, அன்பான, எளிமையான இந்த மனிதர்கள் மறைவதைப் பார்த்தேன். செயின்ட் ஃப்ரான்சிஸ் ஆஃப் அஸ்ஸிஸியின் சீடர்களைப்போல் இவர்கள் நகரங்களையும் கிராமங்களையும் சுற்றி அலைகிறார்கள்.

இறுதி ஞானம் எல்லாமே ஒன்றுதான் என்பதாம்.

துறவிகளைப் புனிதர்களாகக் கொண்டாடும், அவர்களுடைய வாழ்நாளெல்லாம் அவர்களை ஆதரிக்கும், ஒரு பண்பாடு ஞானம் மிகுந்தது என்றே நான் கருதினேன். இப்படி ஒரு வாழ்க்கை முறை சாத்தியமாயிருக்கும் இந்த நாடு அற்புதமானதே. நான் மூன்று நாட்களில் சாக மாட்டேன்! நான் நடுக்கங்களுக்கும் பயத்துக்கும் செவி கொடுக்க மறுத்து, எனக்கு நானே ஒரு நாள் திரும்ப வருவேன் என்று வாக்குறுதி தந்துகொண்டேன்.

தொழிலில் எனது வெற்றிகள் எவையானாலும் அவற்றை நான் எப்படி எடுத்துரைத்தாலும், எனக்கு சாந்தம் என்ற ஒன்று கிட்டாது என்பது எனக்குத் தெளிவாகப் புரிந்தது. உலகாயதமான ஒருவராய் ஏன் இருக்கக் கூடாது என்பது எனக்குப் புரிந்தது.

ஒருவர் எதையுமே செய்ய வேண்டியதில்லை என்னும் இந்தக் கருத்து, இந்த வெல்தங்க்சாவ், இந்த தரிசனம் எனக்கு சாந்தத்தைத் தந்தது; ஆனால் நான் அதைப் பேணவில்லை. நான் அதன் பிரகாசத்தில் என் வாழ்க்கையைக் கழிக்க விரும்பினேன்.

பாலமணி பாபாவின் ஆருடம் பலித்தது.

ஐந்து வருடம் கழித்து, நான் என் வீடு, வேலை, வருமான வரி, உலகச் செய்திகள் மற்றும் கட்டாயக் கவலைகள் இவற்றை விட்டேன்; என் நண்பர்களை, மதுவை, பாலாடைக்கட்டியை, இனிப்புக்களை, சாவுசிஸ்களை விட்டேன். பல இனிய மகிழ்ச்சிகளான மாதச் சம்பளம், வருட ஊக்க ஊதியம், சுருள்கள் வைத்த படுக்கை, தனி கார்கள், மைய உஷ்ண ஏற்பாடு மற்றும் என் புத்தகங்களையும். ராம் திலக் பாபாவின் அறிவுரையை ஏற்று நான் வாரணாசிக்குத் திரும்பினேன். பின்னர் என் குருவான ஆனந்த பாபாவைச் சந்தித்தேன்.

பாகம் மூன்று

அத்தியாயம் 13

தொடக்கம்

செருப்புக் கடைக்கு எதிரே, ஒரு ஆள் இரு கரம்கூப்பி எங்களை வணங்கினார். ராம் ராம்! ஒழுங்காகக் கத்திரித்த மருதாணி பூசிய தாடி அவர் முஸ்லிம் என்று காட்டியது. அல்லா! அல்லா! ஆனந்த பாபா முணுமுணுத்தார். தனது இரு உள்ளங்கைகளையும் மேற்புறமாகக் காட்டியபடி. அவர்கள் இருவரும் ஒருவரை ஒருவர் பார்த்துப் புன்னகைத்துக் கொண்டார்கள். அவருக்குப் பின்னால் மூன்று பெண்கள் புர்கா அணிந்தவராய் ஒரு குண்டான ஆளின் பின்னே வந்து கொண்டிருந்தார்கள். மூன்று பெண்களும் ஒரு கூம்புபோல, கண்கள் பார்க்கும் ஓட்டைகள் மட்டுமே ஜன்னலாய் கைகள், கால்கள், முகங்கள் எதுவுமே அற்றவர்களாய் இருந்தார்கள். தமது நிழல்களின் நிழல்கள்போல இருந்தார்கள் அவர்கள். ஜெய் ராம்! என்றார் ஒரு சாது தனது களிமண் புகைக்குழாய்க்குப் பின்னிருந்து. ஜெய் ராம் என்று என் குரு பதிலளித்தார். மற்றவர் சில்லும்மை உறிஞ்சுவதில் கவனமாக இருந்தார்.

இறுதியாக, ஒளிரும் கங்கையும் அதன் புத்தம்புதுக் காற்றும். காலைச் சூரிய ஒளி, இரவில் இறங்கிய ஈரப்பதத்தைக் காய வைக்கும் அளவு சூடாக இல்லாவிட்டால், அலஹாபாதின் ஆடைபோல, ஈரத்தின் புகை மூட்டம் சூரிய வெளிச்சத்தில் தெரிந்தது.

ஹிந்துக்கள், சங்கமங்களை மிகவும் புனிதமாகக் கருதுகிறார்கள். அவர்கள் அதை ஒன்றுபடுதலின் சின்னமாகக் காண்கிறார்கள். அதனாலேயே அங்கே குளித்துத் தம்மைத் தூய்மைப்படுத்திக் கொள்கிறார்கள். மண்ணுடன் சேர்ந்து பாயும் கங்கை,

இமாலயத்தின் மகள், மின்னும் தெளிவான நீருடன் வரும் யமுனை சூரியனின் மகள், மூன்றாவதான சரஸ்வதி கண்ணுக்குத் தெரியாத நதி, புராணங்களின்படி ஒளி வடிவமானவள். இந்த மூன்று நதிகள் சங்கமிக்கின்றன. அதன் பின் ஆனந்த பாபா ஒரு தூனியை சுடுகாட்டுக்கு அருகே மூட்ட விரும்பினார். நாங்கள் அடுப்புக்கான கற்களைத் தேடி எடுத்தோம். சில மரத் துண்டுகளையும் கொண்டுவந்தோம்.

நாங்கள் அங்கே இரண்டு நாட்கள் தூங்கி வாழ்ந்தோம்.

இரண்டு நாட்களும் எரியும் ஐந்து பிணங்களை நோக்கியபடி இருந்தேன். எரிந்து தமக்குள்ளேயே சரிந்து விழுந்து இறுதியில் ஐந்து சாம்பற் குவியல்களாயின. இரண்டு நாட்களையும் பிண ஊர்வலங்களின் 'ராம் நாம் சத்ய ஹை' ஒன்றே ஆட்சி செய்தது. நான்கு ஆட்கள் மூங்கில் பாடை மீது மஞ்சட் பட்டு போர்த்திய பிணைத்தைச் சுமந்து வர பெற்றோர், உற்றார், உறவினர் எல்லோரும் ஒன்றாய்க் கூவினர் 'ராம் நாம் சத்ய ஹை'. கடவுளின் பெயர் ஒன்றே உண்மை.

முதலில் எரிவது மஞ்சள் துணியே. அதன் பின்பே பிணம் நிர்வாணமாக எரிகிறது. ஆனால் அது முதலில் கொப்பளிக்கிறது, பிறகு வேகுகிறது, பிறகு கருகுகிறது, ஆண் குறி முதலில் ஒரு கொள்ளிக் கட்டையாயிருக்கிறது. பிறகு கருகிய திரியாய். பிறகு ஊசலாடுகிறது. இறுதியில் மறைந்தே போகிறது. நெருப்பில் ஊசலாடும் ஒரு கைப் பகுதி மேலெழுந்து அடங்கிப் பிறகு, துண்டாகி வெளியே வீழ்ந்து விடும்போது ஒரு டொம்ரா இரண்டு குச்சிகளைக் கொண்டுவந்து வெளியே போய்விட்ட உடலின் பகுதியை எடுத்து வந்து மறுபடி நெருப்பில் போடுகிறார். வயிறு வெடிக்கிறது. உள்ளேயிருந்த குடல்கள் வெளியே வழிகின்றன. மகன்கள் எரியும் தகப்பனின் மண்டை ஓட்டைக் கற்களை வைத்து உடைக்கிறார்கள். புகையுடன் ஒரு திரவம் அதற்கு உள்ளே இருந்து வெளியேறுகிறது. கண்கள் எப்போதோ காணாமற் போய்விட்டன. கன்னங்கள் எரிந்து கொண்டிருக்கின்றன. எரிந்த சிதையின் கருகிய மேற்பகுதிக்கு உள்ளே தெரியும் கனன்று கொண்டிருக்கும் நெருப்பின் தாண்டவம் முடியும். அடங்கும். ராம் நாம் சத்ய ஹை. கருகும் வீச்சமடிக்கும் இந்தப் பேய்களுக்கு அருகே நாங்கள் சுவாசித்துக் கொண்டுதான் இருந்தோம். தள்ளி நதியில் மிதக்கும் மாடுகள், நாய்கள், சாதுக்கள் மற்றும் ஏழைகளின் பிணங்களுக்காக நாய்கள் சண்டையிடுகின்றன. நதியிலிருந்து சில பிணங்கள் கரை ஒதுங்க அவற்றை நாய்களும் காகங்களும் பங்கு போட்ட எச்சத்தை மீன்கள். மீன்களைப் பிடிக்க மீனவர் வலை வீசுகிறார். கங்கையின் உணவுச் சங்கிலி.

நான் எப்படி என்னை எரியும் சிதையில் உள்ள பிணத்தின் இடத்திலோ, அல்லது கவனமில்லாமல் டொம்ராக்கள் வாளி வாளியாக கங்கையில் கொண்டுபோய்க் கொட்டும் சாம்பலின் இடத்திலோ வைத்துக் கற்பனை செய்து பார்க்காமல் இருப்பேன்? நான் ஒன்றுமேயில்லை. ஒன்றுமேயில்லை என நினைத்துக் கொள்வதே நிறைய இருப்பதாகும் என ஆனந்த பாபா என்னிடம் கூறியுள்ளார்.

ஒரு நாள் மிகவும் புகை பிடித்ததால், ஒரு மயக்க நிலை இருந்தது; அது கடுமையான களைப்பாக மாறியது; அதன் பின் பெரும் தளர்ச்சியாக ஆகிவிட்டது. நான் இடைவிடாமல் கொட்டாவி விட்டுக்கொண்டே இருந்தேன். உட்கார்ந்து இருப்பதே மிகவும் சிரமமாக இருந்தது. நான் படுத்துக் கொண்டேன். ஆனால் உடல் மிகவும் கனத்தது. எனக்கு நான் நினைவை இழக்கப் போகிறேன் என்பது தெரிந்தது, ஆனால் அதை என் முழு வலிமையுடன் எதிர்த்தேன். உலகமே பொடிந்து விழுந்துவிடும்போல இருந்தது. அதை ஒன்றாக வைக்க முயற்சிப்பது மிகவும் கடினமாக இருந்தது. மரணமும் இதேபோல எதிர்க்க முடியாத விதத்தில் வரவேண்டும் என நினைத்துக்கொண்டேன். நான் நினைவிழந்தால் மரிப்பேன் என்று தோன்றியது. நான் மூச்சு விடுவதை நிறுத்திவிடுவேன் என்றும்... ஆனால் நான் சாகவும் தயாராகிவிட்டேன். போராட்டத்தைக் கைவிட்டு, மயக்கமடைந்தேன்.

முழுமையான நிச்சயமான ஒன்று என்றால் அது மரணம் மட்டுமே. ஆனாலும் நமக்கு அதைப் பற்றி ஒன்றுமே தெரியாது. அன்று நமக்கு சூரியன் உதிக்காது. ஆனால் மற்றவருக்கோ விசுவாசமாக அவன் உதிப்பான். நாம் அறிந்துகொள்ள முடியாத ஒரே விஷயம் மரணம், ஆனால் நாம் அதை அஞ்சுகிறோம். அந்தப் பகுதியை நாம் வாழவே போவதில்லை. பிரக்ஞை தானே தன் இருப்பின்மையை அனுபவிக்க முடியாது. மரணம் என்னும் நொடி துன்பம், இறப்பு மற்றும் பிரக்ஞை இவை முடிந்து போன பின் வருகிறது. நான் நினைவில்லாமல் இருந்தபோது நான் உயிருடனிருக்கவில்லை. நாம் உயிருடனில்லாதபோது நமக்கு வாழ்க்கையில்லை. நாம் எப்படி ஒன்றுமின்மையைக் குறித்து அச்சப்பட முடியும்? ஒன்றுமின்மை எப்படி நமக்குத் தவறு இழைக்க முடியும்? பிரச்சினை எங்கே இருக்கிறது? பிரச்சினையே இல்லை. என்றுமழியாதவனா யிருப்பதான வாக்குறுதிகளை விடவும், இந்த எண்ணமே என்னை மிகவும் விடுவிப்பதாக நான் கண்டேன்.

மரணமடைந்தவன் குடும்பத்திலிருந்து உறவினர்கள் வந்தார்கள், இறந்தவர்களின் விருப்பங்களைப் பற்றித் தெரிந்து கொள்வதற்காக,

எங்களிடம் கேட்டறிய விரும்பினார்கள். தர்மம் செய்வது என்பது, நீத்தார் சடங்குகளில் ஒன்று என்பதால் அவர்கள் எங்களுக்குக் காணிக்கைகள் கொடுத்தார்கள். ஒரு நாளின் பல தருணங்களில், ஒரு பிராமணருடன் யாத்திரிகர்கள் நதியின் ஓரம் வரை சென்று, அங்கே சடங்குகளைச் செய்து, காணிக்கைகளுடன் அதை முடிப்பார்கள்.

''சென்று உன் தலையை ஒட்ட மழித்துப் பின் குளித்துவிட்டு வா. இன்று இரவு உனக்கு நான் தீட்சை, துறவின் தொடக்கத்தைத் தரப்போகிறேன்'' என்றார் ஆனந்த பாபா.

''அச்சா.''

நான் என் தலைமுடி கற்றை கற்றையாக என்னைச் சுற்றி விழுவதைப் பார்த்தேன். நாவிதர் தமது பணியை முடித்து என் மொட்டைத் தலையைத் தடவும் வரை நான் கண்ணைத் திறக்கவே இல்லை. இப்போது திடீரென எனது காதுகள் வித்தியாசமாக மிகவும் பெரியதாக எனக்குப் புதிய தோற்றம் தரக் கூடியவையாக இருந்தன. முதன் முதலில் என்னைக் காக்கும் காதுகள் நிர்வாணமாக நீட்டிக் கொண்டிருப்பதைப் பார்த்தேன். மற்றொன்றையும் கண்டறிந்தேன். துறவு வாழ்க்கை தொடங்கிவிட்டது.

நான் திரும்பி வந்தபோது, ஆனந்த பாபா இரண்டு சந்யாசிகள், மம பாபா மற்றும் கிருஷ்ணா பாபா என்னும் பெயருள்ளோர், கடந்து போய்க் கொண்டிருப்பதைப் பார்த்து அவர்கள் இருவரையும் அழைத்தார்.

''உனது தலையை மூடிக்கொண்டு போய் விறகுச் சுள்ளிகளை எடுத்து வா'' என்று கட்டளையிட்டார் ஆனந்த பாபா.

அன்று அமாவாசை இரவு. சிதைகள் எரிந்து தணிந்திருந்தன. சுடுகாட்டில் யாரும் இல்லை. எங்கள் தூனியின் தழல்களின் ஒளியில் இருந்து எங்களின் பயமுறுத்தும் நிழல்கள் வீழ்ந்தன.

இரு சந்யாசினிகளில் மம பாபாவே குருவாவார். அவருக்கு நாற்பது வயதிருக்கும் அவரது நீண்ட தலைமுடி வந்து அவரது வெற்று மார்பில் விழுந்து அவருடைய நீண்ட தாடியுடன் இணைந்து கொண்டது. சாம்பல் நிற திட்டுக்கள் படர்ந்த காவி வேட்டியை அவர் அணிந்திருந்தார். அவரது விரல் நகங்கள் கறுப்பாய் இருந்தன. அவர் எரியும் கரித்துண்டுகளை எடுத்து உள்ளங்கையில் வைத்துக் கொள்வதை விரும்பினார். கிருஷ்ணா பாபாவுக்கு வயது பதினைந்தோ பதினேழோ. அவர் ஒரு சேவக சிஷ்யர். மம பாபா அவருக்குப் பணிவையும் சரணடைவதையும் கற்றுத் தந்தார்.

எரியும் நெருப்பில் மற்றொரு குச்சியைப் போட்ட பிறகு என் குரு என்னிடம் கூறினார் ''நீ இப்போது மரித்து மறுபடி பிறப்பாய். நேற்று இருந்ததுபோல இன்று இருக்க வேண்டியதில்லை. தீட்சை என்பது இரண்டாவது பிறப்பின் சடங்காகும்.''

புகை கண்களைச் சுட்டு, வெப்பம் எரித்தது. கிருஷ்ணா பாபா ஒரு சில்லும்மைத் தயார் செய்தார். நாங்கள் அதை மௌனமாய்ப் புகைத்தோம். ஆனந்த பாபாவின் அருகில் மங்கலான மஞ்சள் நிறத் துணி ஒன்று இருந்தது. அதில் கொஞ்சம் அரிசி, கோதுமை மற்றும் பார்லி பிளாஸ்டிக் பைகளில் இருந்தன.

வேறு எந்த மாலைப் பொழுதைப் போலவும், பட்டினியாய் இருந்த நாய்கள் மனித உடலின் எரிந்து எஞ்சிய பகுதிகளுக்காகச் சண்டையிட்டன. ஈக்கள் மொய்க்கும் அந்த விலங்குகள், தீண்டத் தகாதவைகள் எங்களுக்கும் எங்கள் படையல்களுக்கும் அருகே வந்தன. அவைகளை விரட்ட, மம பாபா ஒரு கற்பனைக் கல்லைப் பயன்படுத்தினார். கிருஷ்ணா பாபா தனது திரிசூலத்தை.

''நீ உன் புலன்களை கட்டளைக்குட் படுத்தினால், உனக்கு அதுவே பாதுகாப்பு; உன் புலன்கள் உன் கட்டுப்பாட்டில் இல்லையென்றால் நீ நிர்வாணமானவன்'' என் குரு அறிவித்தார். ''உன் ஆடைகளைக் களைவாய்.''

அவர் தமது கமண்டலத்திலிருந்து நீர்த் துளிகளை என் தலைமேல் தெளித்து, தோள்களின் மேல் கொஞ்சம் உஷ்ணமாயிருந்த சாம்பலைக் கொட்டினார்.

''மனிதனே பலி! எல்லாமே எரிக்கப்பட்ட பிறகு எது எஞ்சுகிறதோ அதுவே அழிவற்றது. சாம்பலே உன் ஆடை, உன் நெற்றியில் அதைப் பூசிக் கொள்வாய்.''

இருந்தாலும், அவர் எனக்குக் காவி வேட்டியைக் கொடுத்து, விளக்கினார்:

''சரஸ்வதி சம்பிரதாயத்தில், சாதுக்கள் நிர்வாணமாக இருப்பதில்லை. அவர்கள் நெருப்பு நிற ஆடைகளை அணிவார்கள். அவர்கள் ஜாதி, பணம் மற்றும் பாலின அடிப்படையில் பேதங்கள் பார்ப்பதில்லை. கோடானுகோடி மக்களைப் படைத்தவர் ஒருவர் மட்டுமே. ஒரே ஒருவர் அவரே. நீயே அவராவாய்.''

அவர் ஒரு தேங்காயைத் தூனியின் கற்கள் ஒன்றின் மீது மோதி உடைத்து, உள்ளே இருந்த இளநீரை நெருப்பில் ஊற்றினார்.

''உனது அகம் என்பது என்னவாய் எஞ்சியிருக்கிறது என்று பார்'' என என்னிடம் இரண்டு தேங்காய் மூடிகளைக் காட்டினார். பின்னர் அவற்றையும் நெருப்புக்குள் போட்டார்.

ஆனந்த பாபாவின் ஒன்று சேர்ந்து குவிந்த இரு கைகளுக்கு இடைப்பட்டு மம பாபா ஊற்றிய தண்ணீர் என் தலை மீது விழுந்தது. வெகு அரிதாய் 'நான்' என்று மொழிந்து அவர் பேசுவார். அப்படி அவர் அறிவித்தார்:

''நான் உன்னை நீர், செடிகொடிகள் மற்றும் பூமிக்கு ஒப்படைக்கிறேன். நான் உன்னை எல்லா உயிருள்ள உயிரில்லாத ஜீவன்களிடமும், பிரஜாபதி என்னும் படைப்போனிடமும் ஒப்படைக்கிறேன். சாவித்திரி, சூரியன், சந்திரன் ஆகியோரிடமும் ஒப்படைக்கிறேன். ஓம் நம் சிவாய சுபம் சுபம் குரு குரு சிவாய நம ஓம். நான் உன்னை மூன்று வேதங்கள், உபநிடதங்கள், புராணங்கள், பிராமணன், ரிஷிகள் வரிசையில் குரு மற்றும் ஆச்சாரியர்கள் ஆன கபிலர், பிரதிபிகர், பதஞ்சலி, சங்கராச்சாரியார், சுவாமி வித்யாரண்யர், நாராயண குரு, விவேகானந்தர், மகரிஷி தயானந்தர், விஷ்வாத்ம பாபா ஆகியோரிடம் நான் ஒப்படைக்கிறேன். வித்யா மற்றும் பரவித்யாவிடமும் நான் உன்னை ஒப்படைக்கிறேன். சுபம் சுபம் குரு குரு சிவாய நம ஓம்.''

''நீ உன் குருவிடம் சரணடைய விரும்புகிறாயா?''

''ஆம், நான் என் குருவின் பாதங்களில் சரணடைய விரும்புகிறேன்'' என பதிலளித்தேன்.

''உனது குரு யார்?''

''சுவாமி ஆனந்த சரஸ்வதி பாபா.''

தூனியிலிருந்து எடுத்த சாம்பல் மேல் எழுதி அதன் பிறகு அறிவித்தார்:

''விஷ்வாத்ம ஆனந்த சரஸ்வதி பாபாவுக்கு அளிக்கப்பட்டிருக்கிற அதிகாரத்தால், சரஸ்வதி சம்பிரதாய குருமார்களின் பாரம்பரியத்தில், ஆனந்த பாபா, உனக்கு உன் பெயரான ஆனந்த பிரசாத் சரஸ்வதி பாபா என்னும் பெயரை அளிக்கிறேன். பாபாஜி உன்னை பிரசாதம், படையல் என அழைப்பார். அக்னி என்னும் நெருப்புக் கடவுளே உன் எஜமானர். தெய்வீக உலகில், அவரே சக்தி, எல்லாப் பிரக்ஞையிலும் அவரே உறுதிப்பாடு. வேறுபடுத்தித் தெளிதல் என்னும் நெருப்பில் அறியாமையும், அதன் அடிப்படையிலான பழக்கங்களும் எரிந்து மடியட்டும்.''

நான் பல்வேறு தானியங்களை நெருப்புக்கு அர்ப்பித்தேன், ஓம் நம சிவாய என்னும் உச்சரிப்புடன். தானியங்கள் நெருப்பில் வெடிக்கும் சத்தம் சிவாய, சிவாய என்றே கேட்டது. ''வாழ்க்கையின் நோயும், துன்பமும், மரணமும் இந்த சமர்ப்பணத்தில் மறையட்டும்'' ஆனந்த பாபா நல்வாழ்த்து கூறினார்.

அவர் பாலில் தம் விரல்களை வைத்து, ஒரு இரு துளி பாலை விரல்களிலிருந்து நெருப்புக்குள் சிந்தினார். பின்னர் மம பாபாவிடம், தேநீர் தயாரிக்கச் சொல்லி பாலைக் கொடுத்தார்.

சிதையில் இருந்து திருட இனி எதுவும் இல்லை. நாய்கள் அகன்றன.

சாம்பலில் மூன்று விரல்களை வைத்து, பின் என் நெற்றியில் இணையான மூன்று கோடுகளை சாம்பலால் இட்டார். செய்தித்தாள் காகிதத்தால் ஆன சிறிய பொட்டலம் ஒன்றைப் பிரித்தார். அதில் ஒரு தீக்குச்சியை இட்டுப் பின் என் நெற்றியில் விபூதிப் பட்டைக்கு இடைபட்டு இரு கண்களுக்கும் நடுவே ஒரு செங்குத்தான திலகத்தைத் தீக்குச்சியால் இட்டார். ''உள் நோக்கினால் பார். பன்மை மறைந்து ஒன்றே புலப்படும்.'' இந்தத் திலகமிடுதலின் உணர்வு நெடு நேரம் நிலைத்தது. அக நோக்கு என்பது எப்படிப்பட்ட பார்வை? நான் வியந்தேன்.

'காணப்படும் முழுமை, காணப்படாத முழுமையிலிருந்து மறைந்து விட்டாலும், முழுமையில் மாற்றம் ஏதுமில்லை' என்கிறது ஈஷா உபநிடதம். இதை உணர்ந்தவன் முடக்கப்பட முடியாதவன் ஆகிறான். பிரம்மனின் இயல்பு சத்சிதானந்தா (பிரக்ஞை, இருப்பு மற்றும் ஆனந்தம்). பிரம்மன் பல வடிவங்களில் வந்தாலும் அவை பிரம்மனின் இயல்பை மாற்றுவதில்லை. அதுவே அக நோக்கு ஆகும்.

உறுதிமொழிகளை ஏற்கும் தருணம் வந்துவிட்டது: உண்மையா யிருப்பது, கொல்லாமை, எதனையும் பற்றி இருக்காமல் இருப்பது...

''நீ எந்த சம்பளத்தையும் ஏற்க மாட்டாய். நீ பிச்சை எடுத்தே உண்பாய்...'' ஆனந்த பாபா ஒவ்வொன்றாய் நினைவு கூர்ந்தார்.

துறத்தல் பற்றிப் பேசினார்: எல்லா உயிர்களையும் நீ சகோதர சகோதரிகளாகவே காண்பாய். அடக்கம்: நீ புகழுக்கும் அவமானத்துக்கும் சமமான மனோபாவத்தையே கொள்வாய். ஈடு இணையற்ற அடக்கம்: உன்னை ஆசீர்வதிப்போர், சிவனையே உன் மூலம் புகழ்வார்கள். துறத்தலின் ஒரு கட்டுப்பாடு காண விரும்பத்தக்கவனாய் இருக்கக் கூடாது... தலையை வாரவோ,

கழுவவோ கூடாது. மீசையையும் தாடியையும் வளர விட்டுவிட வேண்டும். காமம், இச்சை அல்லது ஆசை இவற்றின் அடிப்படையிலான எந்தச் செயலையும் செய்யக் கூடாது. தபஸ்யாவைப் பயிற்சி செய்ய வேண்டும். தரையில் படுத்து உறங்க வேண்டும். இன்னும் பல விவரங்கள்... அவர் இறுதியாய் ஒரு குச்சியை நெருப்பில் இட்டார். அதன் தீப்பொறிகள் என் உறுதிமொழிகளுக்கு நிறுத்தற்குறிகள் இட்டன.

எனக்கோ அந்த உறுதிமொழிகள் பாபாக்களின் சகோதரத்துவத்துக்குள் நுழையும் வழிகளாகவே இருந்தன; ஒரு சம்பிரதாயம். நான் அவற்றுக்கு உண்மையாகவே இருக்க விரும்பினேன், ஆனால் அதை ஒரு பரிட்சார்த்தமாகச் செய்து பார்க்கவே விரும்பினேன்; தீவிரமாக அல்ல.

நான் மதக் கட்டுப்பாடுகளுக்குள் அடங்குபவனாவன் அல்லன். அதற்கு உட்படுத்திக் கொள்வோருக்குள் நான் ஒருவனல்லேன். எனது சுதந்திர விருப்பம், என்னால் கூட அடமானம் வைக்கப்பட முடியாது. தவறுகள் செய்யும் உரிமையை எனக்கு நானே தந்திருக்கிறேன். எனது முடிவுகளை மாற்றிக் கொள்ளும் உரிமையையும் கூட. நிரந்தரமானவை என்னும் அளவுகோலில் என் வாக்குறுதிகள் மறு பரிசீலனைக்கு உட்பட்டவையே.

நான் மதவம்புகளில் அதிக ஈடுபாடில்லாதவன் என்பதை ஆனந்த பாபா அறிந்திருந்தார். ஆனால் அவர் எனக்கு துறவில் தொடக்கம் செய்து வைத்தது குருமார்களின் பாரம்பரியத்தின் நீரோட்டத்தில், என்னை இணைக்கவும், தொடர்பு செய்யவுமே. ஒரு பிச்சைக் காரனாகாமலேயே, பிச்சை எடுக்க அனுமதிப்பதாக அது இருந்தது.

இதோ இங்கே நான் மீண்டும் பிறந்திருக்கிறேன் - எனக்கு நானே சொல்லிக் கொண்டேன்.

அதற்குப் பின் நான் தலைப்பாகை கட்டிக் கொள்ளத் துவங்கினேன்.

மறு நாள் நாங்கள் மறுபடியும் பயணம் தொடர்ந்தோம்.

★★★

காவி உடை, புரவலர்களுக்கு என்னைக் கொஞ்சம் புனிதமாகக் காட்டியது. நான் இனிமேல் மேற்கத்தியனே அல்ல; ஒரு ஆளே அல்ல. அவர்கள் என்னை பாபாஜி என்றே அழைத்தனர். நான் துறவி; மிதம் மற்றும் விடுதலையின் சின்னம். பற்றின்மையை மற்றும் ஆனந்தத்தை மதித்து அவற்றில் பங்கேற்கும் விதமாக, வயதில் பெரியவர்களும் என் பாதம் பணிந்தனர். எனக்கு

வேட்டிகள், சால்வைகள், போர்வைகள் போன்ற பரிசுப் பொருட்கள் வந்தன. சில சமயம் ஒரு கடைக்காரர் தமது கடையிலிருந்து எனக்கு என்ன வேண்டுமோ அதை எடுத்துக் கொள்ளலாம் என்பார். ஒரு காணிக்கையாக. இலவசமான வாழ்க்கை.

★★★

எட்டாம் நூற்றாண்டில் சங்கராச்சாரியார் பத்து துறவுப் பாரம்பரியங்களை (தஸ்னாமி சம்பிரதாயாஸ்) உருவாக்கினார். கிரி (மலை), புரி (நகரம்), பாரதி (பாரத தேசம்), தீர்த்தா (புனிதத்தலம்), வனா (காடு), ஆரண்யா (தோப்பு), பர்வதா (மலை), ஆசரம் (அடைக்கலம்), சாகர் (கடல்), சரஸ்வதி (ஆசிரியர்).

இவ்வாறாக, அவர் அலைந்து திரியும் சாதுக்களை அமைப்புக்குள் கொண்டுவந்து நெறிப்படுத்தினார். அவர்களது துறவு நடைமுறைகள், வாழ்க்கை முறை மற்றும் தத்துவத்தில் அவர்கள் தம்மை உட்படுத்திக் கொள்ளும் சிந்தனைத் தடங்கள் வேறுபடும். முதன் முதலாக, நாகா பாபாக்களைக் கொண்டு, அகாரா (துறவுப் போர் வீரர்களின் பயிற்சிக் கூடம்) ஒன்றை இஸ்லாமியப் படையெடுப்பை எதிர்கொள்ள ராமானுஜாசாரியார் நிறுவினார். பிரிட்டிஷ்காரர்களின் ஆக்கிரமிப்பு துவங்கிய பின் அந்தப் பயிற்சிக் கூடம் ஏழு விதமான படைப் பிரிவுகளாகத் தானே விரிவடைந்தது. ஆனந்த அகாரா, நிரஞ்சனி, ஜூனா, அவஹன், அடல், மஹா நிர்வாணி மற்றும் அக்னி.

நாகா பாபாக்கள் உடை அணிவதில்லை. அவர்களுக்கு நாம் திகைக்குமளவு சக்திகள் இருக்கின்றன என நம்பப்படுகிறது. சில நாகா பாபாக்களுக்குக் காயடிக்கப்பட்டது. பொதுவாக, பதினைந்து வயதில், ஆண் குறியைக் குச்சியில் வைத்துக் கட்டிப் பல வாரங்களுக்கு இழுப்பார்கள்.

இப்படிச் செய்வதால், குறி விரைப்பை அடையத் தேவையான முக்கிய திசுக்கள் பெரிதும் சிதைந்து போய்விடும். அவற்றுக்கு ரத்தம் பாய்ச்சும் நாளங்களும்தான். குறியின் விரைப்பு என்பது சாத்தியமே இல்லாத ஒன்றாக ஆகிவிடும்.

குழந்தைப் பருவத்து அப்பாவித்தனத்தைத் தக்க வைத்துக்கொண்டு, புலனின்பத்தின் அச்சுறுத்தலுக்கு ஆளாகாமல் இருப்பதில் இந்த பாபாக்கள் பெருமை அடைந்துள்ளனர். அவர்கள் இந்த ஊனப்படுத்துதலை ஒரு அவமானகரமான ஒன்றாக நினைக்கவில்லை.

அகாராக்களுக்கு அப்பாலும் நத் சம்பிரதாயா என்னும் சாதுக் குழுக்கள் இருக்கிறார்கள். மத்யேந்திரநாத் நத் பத்துப் பெயர்கள்

(தஸ்னாமி) ஆன சம்பிரதாயத்துக்கு முற்பட்டுத் தமது நத் சம்பிரதாயா தொன்மையானது என்கிறார். அவர்களின் மூத்த சாது மீனால் விழுங்கப்பட்டு, கடலடியில் சிவன் பார்வதிக்குத் தந்த ரகசிய உபதேசத்தைக் கேட்டறிந்தவர்.

பிற நத் சம்பிரதாயங்கள், சிவனின் அவதாரமான தத்தாத்ரேயரைத் தம் முன்னோடியாகக் கருதுகின்றனர். அவர்களது லட்சியம் இந்தப் பிறவியிலேயே சாந்தம், சுதந்திரம் மற்றும் மகிழ்ச்சியை அடைந்து மறுபிறவி இல்லாமல் இருப்பதாம்.

இந்த அமைப்புகள் அனைத்துமே கிளை, கிளைக்குக் கிளை என்னும் விதத்தில் விரிவடைந்தன. சீடர்கள், குருமார்களின் போதனையைத் தமது சீடர்களுக்கு வழங்கினர். மதக் கட்டுப்பாடுகள் எதுவுமில்லை.

தன்னிகரற்ற முதலீடானதாய் அல்லது வேறு எதுவுமானதாய் அறியப்பட்ட உயிர், சொற்பொழிவால் ஆனதல்ல. அனுபவத்தால் ஆனது. இருந்தாலும், அது பல தடிமனான புத்தகங்கள் வழியாக பிறருக்குச் சென்று சேருவது நிற்கவில்லை. இந்த அறிவுபூர்வமான மற்றும் ஞான மார்க்கமான சிந்தனை ஐந்து பெரும் பிரிவுகளாய்ப் பிரிந்தது. மேலும் சீடர்கள் பல உப பிரிவுகளாக உள்ளனர். அதைக் கற்போருக்கு சுவாமி என்னும் பட்டம் கிடைக்கிறது.

உதாசின்ஸ் (சோகத்தின் பாரம்பரியம்) எனப்படுவோர் சீக்கிய மதத்தின் பயணப்படும் சாதுக்கள். அவர்கள் புலனின்பத்தைத் துறந்து, நீதியை வாள் முனையில் காக்கும் உறுதி ஏற்றவர்கள்; ரத்தக் கறை படிந்த தமது ஆன்மிகத் தலைவர்களின் வரலாற்றை அவர்கள் எடுத்துரைக்கிறார்கள்; தலை வெட்டப்பட்டு இறந்தவர்கள், அங்கஹீனம் செய்யப்பட்டவர்கள், நெருப்பில் எரிக்கப்பட்டும் உயிரோடு எழுந்தவர்கள் என்னும் வரலாறு அது. தியோகிர்ஸ் (பேசக்கூடியவர்கள்) கிராமங்களிலும் நகரங்களிலும் கல்வி கற்பிக்கின்றனர். கோரக்நாதிகள் தமது பாரம்பரியம் பிரம்மாவின் காலத்தோடு ஒப்பிடக் கூடியது என்றும், பிரம்மா படைப்பை நிகழ்த்திய உடனேயே, பிரம்மா, விஷ்ணு, சிவன் மூவருமே ஆசான் கோரக்நாத்தின் சீடர்களானார்கள் என்றும் நம்புகிறார்கள். அவர்கள் யோகா மற்றும் மந்திரங்களைப் பயிற்சி செய்வோராவர். பதினைந்தாம் நூற்றாண்டில், கபீர் பிராமணர்கள் மற்றும் இமாம்கள் இருவரையுமே அவர்களது குறுகிய மன நிலைக்காகச் சாடினார். ராமானான்றின் என அழைக்கப்படும் ஒரு பிரிவினர், எண்ணிக்கையில் குறைவு என்றாலும் கபீரின் பாடல்களைப் பாடியும் அவற்றை மீளுருச் செய்தும், ராமாயணத்தை மனப்பாடமாகக் கற்றுப் பாடியும் வருபவர்கள் ஆவர். அவர்கள் விளம்பர கோஷம்போல

''கலியுகத்தில் இறைவனின் நாமத்தை ஜபிப்பது மட்டுமே விடுதலைக்கு வழி'' என திரும்பத் திரும்பக் கூறுகிறார்கள். ஃப்ரெஞ்ச் கவிஞர் ட்ருபடோ போல, இவர்கள் சடங்குகளையும், அந்தணர்களையும் இடித்துரைத்தும், இருமையின்மை மற்றும் உச்சரிக்க இயலாத மேன்மையுள்ள கடவுளைப் போற்றியும் பாடல்கள் பாடுபவர்கள்.

> நீ உன்னை நீயே புனித நீரில் தூய்மைப்படுத்திக் கொள்வதாக
> நம்புகிறாயா?
> விறகை அதற்குத் தீ மூட்டுவதற்கு முன்பாகக் கழுவுகிறாயா?
> புனித நீர் முக்தியைத் தருமென்றால்
> தவளைகளே முதலில் காக்கப்படும்
> ஒரு நாளில் எத்தனை முறை முங்கி எழுகின்றன!
> பகலும் இல்லை, இரவும் இல்லை; குரானும் இல்லை,
> வேதமும் இல்லை
> உலகின் பைத்தியக்காரத்தனம் உன்னைத் தொந்தரவு செய்ய
> விடாதே
> என்கிறான் கபீர்; அவனைத் தவிர வேறு எதையும் வணங்காதே

19ஆம் நூற்றாண்டில், சுவாமி விவேகானந்தர், ராமகிருஷ்ண மடத்தை, கத்தோலிக்க நிறுவனங்களுடன் ஒப்பிடுமளவு ஒன்றாய் நிறுவினார். பள்ளிகள், கல்லூரிகள், மருத்துவமனைகள், அனாதை ஆசிரமங்கள் என அவை ஏழை எளியோருக்கு விடுதலை தரும் நிறுவனங்களாக அமைந்தன.

பிறரால், தள்ளி வைக்கப்பட்டவர்களாய், உடல் முழுதும் விபூதி பூசிய அகோரிகள் தமது மனதின் திறன்களுக்காகப் புகழ் பெற்றவர்கள். அவர்கள் தாந்திரிகத்தின் மிகவும் கறுப்பான முறைகளைப் பயிற்சி செய்பவர்கள். சுடுகாட்டில் வாழும் அவர்கள், மனித மண்டை ஓட்டில் மதுவை அருந்தி, பசுவின் மாமிசத்தையும், வெந்த பிணத்தின் மாமிசத்தையும் உண்பவர்கள்; அவர்கள் தமது மற்றும் நாயின் மலத்தையும் உண்பதாய் வதந்திகளும் உண்டு. மிகவும் வெறுக்கத்தக்க வழிமுறைகளால் அவர்கள் மதக் கட்டுப்பாடுகளை உடைப்பதில் விடுதலையைக் காண்கிறார்கள். ஏனெனில் சிவன் தூயது - தூய்மையற்றது, விருப்பு - வெறுப்பு என்னும் வேறுபாடுகளிலிருந்து விடுதலை பெற்றோரை நேசிக்கிறார். பேய், பிசாசு அனைத்தையும் சேர்த்து எதற்குமே அஞ்சாதவர்கள் அவர்கள். அவர்களில் சிலர் மிகவும் சத்தமாகப் பேசுவார்கள், நினைவு முற்றிலுமாய்த் தவறும் அளவு மது அருந்துவார்கள்; சிலர் ஒரு யானையையே வீழ்த்துமளவு இடைவிடாது கஞ்சா

புகைப்பார்கள். பிற சாதுக்கள் இவர்களிடமிருந்து தள்ளியே இருப்பார்கள். ஏனெனில் இவர்கள் மகா கோபக்காரர்கள் மற்றும் மிகவும் சண்டைப் பிரியர்கள். ஆனால் எனது பார்வையில் அவர்கள் கண்களில், உச்சமான வெறுப்பை எதிர்கொண்ட ஒருவர் அந்த வழியில் எல்லாவற்றுக்கும் மேலாக உயர்ந்த ஒரு பாங்கே தென்பட்டது.

இன்னும் நாசூக்கான ஒன்றாய், கனேயர்கள், அளவுக்கு அதிகமான கிருஷ்ண பக்தியில் தம்மைத் தாமே ராதைகளாக உணர்ந்து, புடவை நகைகளை அணிந்து தமது காதல் கடவுளைக் கவர முயல்வார்கள்.

ஒவ்வொரு பிரிவினரின் தோற்றங்கள் மாறுபடும், வைஷ்ணவர்களும் ஸ்வேதாம்பர்களும் வெள்ளை ஆடையை அணிபவர்கள். பைரோநாதர்கள் மற்றும் சில தாந்திரிகர்கள் கறுப்பு உடையையும், சைவர்கள் காவி அல்லது சிவப்பு வண்ணத் துணியையும், உதாசின்களும் பிற தாந்திரிகர்கள் சிவப்பு-கறுப்பான உடுப்புக்களையும், கோரக்நாதிகள் ஒற்றைத் தோடையும் அணிபவர்கள். அகோரிகள் தமது குறியை பாம்புபோல் வளைந்த ஒரு துணியால் மூடிக் கொள்கிறார்கள். காளி - துர்காவை வழிபடுவோர் மற்றும் ரமணாந்திரிகள் கறுப்புத் திலகத்தையும், அனுமன் பக்தர்கள் ஆரஞ்சு வர்ணத் திலகத்தையும், திகம்பர்களும், நாகா பாபாக்களும் நிர்வாணமாய் விபூதியைப் பூசிக்கொண்டு நடமாடுகிறார்கள். நிர்வாணிகள் தலைக் கொண்டையை வலது பக்கமாகவும், நிரஞ்சனிகள் நடுவிலும், ஜுனாக்கள் இடது புறமாயும் வைத்திருப்பார்கள். அவர்கள் தூனி நெருப்பை மூட்டும் பயிற்சி செய்வார்கள். சில சாதுக்கள் ஒரு கத்தி, வேல், திரிசூலம் அல்லது மூங்கிற் கம்பை வைத்திருப்பார்கள். வைஷ்ணவர்கள் உடலில் பதினான்கு விதமான சூட்டுக் குறிகளையும் முப்பத்தாறு விதமான திருமண் பூச்சுக்களையும் கொண்டவர்கள். அவர்களுக்கும் நாகாக்கள், படை அணிகள், துறவுப் போர் வீரர்கள் மற்றும் கிளைக் குழுக்களும், புதுமைகள் கொண்ட வழக்கங்களும் உண்டு.

பத்து தத்துவ சிந்தனைப் பள்ளிகள், அகாராக்கள், நாத்கள், மடங்கள், குரு சிஷ்ய பாரம்பரியங்கள், கிருஷ்ணரை நேசிப்பவர்கள், அனுமான் அல்லது கணேசரின் நண்பர்கள், காளி அல்லது கங்கையின் மைந்தர்கள், சைவர்கள், வைணவர்கள், ஜைனர்கள்*, சூபி மற்றும் சீக்கிய மதங்களின் பிரிவுகள் என, ஒவ்வொரு சாதுவும் பல தத்துவ முறைகள் அவற்றின் கிளைகள் இவற்றைச் சார்ந்து பல கடவுள்களை நேசிக்கிறார். எண்ணற்ற வழிகள் ஒரே இலக்கை நோக்கியே போகின்றன என அவர்கள் பிரகடனம் செய்கிறார்கள். எந்த இலக்கும் இல்லை என்னும் புரிதல் ஒருவருக்கு நிகழுமே ஆனால், ஒருவர் புரிந்து கொள்ள எதுவுமே இல்லை என்று புரிந்துகொண்டால், நாம் அதுவாக மாறவில்லை என்றாலும்,

உண்மையிலிருந்து ஒரு வாழ்க்கை முறையை உருவாக்குவதே இந்தப் பயிற்சி ஆகும்.

பயிற்சியைத் தன்னந்தனியாகவோ, இருவரோ மூவரோ, பத்துப் பதினைந்து பேர் ஒன்று கூடி சாலைகளிலோ, தனியே ஒரு குடிலிலோ அல்லது குகையிலோ அல்லது கூட்டாக ஒரு அகாராவிலோ அல்லது ஆசிரமத்தில் குருவோடோ எங்கே செய்தாலும் அதுவே.

ஒருவர் தண்டி சந்யாசியாக ஒரு குச்சியுடன் கற்பிப்பவராய் இருக்கலாம்; புலன்களையும் மனதையும் பயன்படுத்தி அவற்றைக் கடந்து செல்லும் தாந்திரிகராக இருக்கலாம். அல்லது விகாரர்களாக, தியானம் மற்றும் கல்வியால் தனித்தன்மையைத் தொலைக்க முயல்பவர்களாக. அல்லது மௌனமாகவே இருக்கும் முனி. சில பெண்களும் இந்த ஆண் உலகத்துக்குள் ஊடுருவி விடுகிறார்கள். ஆனால் அவர்கள் பெயர் சாத்வி. அவர்கள் பின்னணியிலேயே இருப்பார்கள். அவர்கள் வெகு அபூர்வமாகவே சாலைகளில் திரிவார்கள். அவர்கள் பெண் துறவிகளின் ஆசிரமத்தில் ஒரு மாதாஜி என்னும் குருவுக்குக் கீழே இருப்பார்கள்.

சில சாதுக்கள் ஜாதி வேறுபாட்டைக் கடைப்பிடிப்பார்கள். சிலர் அதை விட்டொழித்தவர்கள். எனக்கு இரண்டு விதமான அடையாளம் இருந்தது. ஒன்று மிலேச்சன்; மற்றது வெள்ளைக்காரன் - இரண்டுக்கும் ஒரே பொருளல்ல. தீண்டத்தகாதவராய் நடத்தப்படும் பறையரை விட கீழானவனே மிலேச்சன். அவன் காட்டுமிராண்டி. அவன் சுத்தமற்றதை விட மோசமானவன். பறையர் என்பவரோ ஜாதிகளுக்கு வெளியே இருக்கக் கட்டாயப்படுத்தப்பட்டு அதை ஏற்றவர். இப்படி ஜாதிகளுக்கு வெளியே உள்ளவர்களுக்கென உபஜாதிகளும் உண்டு. செருப்புத் தைப்பவர் தெருக்கூட்டுபவரை விட சுத்தமானவர், பால்காரர் துணி துவைப்பவரை விடவும் தூயவர், பழங்குடியினரோ டொம்ரா என்னும் பிணம் எரிப்பவருக்கும் தீண்டத் தகாதவரே. காட்டுமிராண்டி ஜாதிகளுக்குள் வராதவன்; அவன் இந்த ஜாதி அடுக்கை நிராகரிப்பவன்.

சில சந்தர்ப்பங்களில், ஒருசிலர் என் கைப்பட்ட பொருட்களை வாங்கிக்கொள்ள மாட்டார்கள்; சிலர் என்னைத் தொட்டுக் கை குலுக்கவே கூசுவார்கள். அப்போதெல்லாம் நான் ''மகாராஜ், நான் ஜாதி பேதம் பார்ப்பதில்லை, சமூகத் தராதரங்களையோ, குடும்ப உறவுகளையோ, இனங்களையோ, அல்லது உங்களுக்குள் மட்டுமே இருக்கும் தூய்மையையோ'' என்பேன். ஏனெனில், நான் ஒரு வெள்ளைக்காரன், வரலாற்றில் ஆதிக்கமான இனத்தைச் சேர்ந்தவன்; படித்தவனாகவும் கேட்பவனாகவும் இருப்பவன். அது என்னை வேறு ஒரு நிலையிலான ஜாதியாக மாற்றியது. அதற்கு என

ஒரு வரையறை தேவைப்பட்டது. ஆனால் எல்லா இடங்களிலும் அப்படி இல்லை. பண்டாராக்களில், மேற்கத்திய சாதுக்களை, எல்லா சாதுக்களின் வரிசைக்கும் பின்னால், பைத்தியக்காரர் களுடன், அதற்கும் பின்னால் அமரும் பெண் துறவிகளுக்கு ஒரு வரிசை முன்பாக உட்கார வைப்பார்கள்.

★★★

ஒரு பணியில், பலகாலம் இருந்து நிபுணராகிப் புகழ் பெறுவதைப் போலவே, சாதுக்களிலும், ஒருவர் தனியாளாக, படிப்பறிவில்லாத வராய்த் துவங்கி, உச்சமான நிலையான அவதாரம் - ஒரு வாழும் கடவுள் அல்லது மஹா-மண்டலேஸ்வர் - அதாவது ஒரு அகாராவின் தலைவர் என்னும் பதவி அடைந்து, கும்ப மேளாவில் யானை மீது வருவது வரை உயரலாம். அவர் திரிபவராகவோ அல்லது ஒரு இடத்தில் நிலைத்து விட்டவராகவோ இருக்கலாம்; பன்னிரண்டு வருடங்கள் நின்றபடியே தவம் புரிபவராகவோ, ஆயிரம் வருடம் அசையாது தியானம் புரிபவராகவோ, ஆசிரமங்களின் நிறுவனராகவோ, கிராமத்துப் புனிதராகவோ, ஆச்சாரியராகவோ (ஆசிரியர், கடவுள் பற்றிக் கற்பிப்பவர்), சுவாமி (பண்டிதர்), மஹாந்த்* (ஒரு விதமான பிஷப்), குரு, யோகி, நான்கு சங்கரமடங்களின் தலைமை ஆசிரியர், ஜீவன் முக்தர் - விடுபட்ட ஆன்மா - என பலவிதமான நிலைகளை ஒரு சாது அடையலாம். சிலர் நவநாகரிகமானவர்கள். தங்களைப் பற்றித் தொலைக்காட்சிகள் மூலம் துதிகளைப் பரப்பிவிட்டு, கோடிக்கணக்கில் வழிபடுவோரைப் பெறுவார்கள். சிலர் மலையின் உச்சியில், தனிமையில் பெயர் தெரியாமலேயே போய்விடுவார்கள்.

சாதுக்களிடம் சில வேளைகளில், புரவலர்களிடமிருந்து முக்கியமான நன்கொடை மருத்துவமனை, பள்ளிகள், சத்திரங்கள் இவற்றுக்காக... பிற எந்த நிறுவனங்களிலும் உள்ளதைப் போலவே, இதிலும் போலிகள் உண்டு. வேறு எங்கும் போலவே இங்கும் ஊழல்கள் உண்டு. ஒவ்வொரு தலைமுறையும் தமது காலத்தில் புனிதர்கள், தவயோகிகள் மற்றும் பணம் சுருட்டுவோர் என எல்லா விதமானோரையும் உண்டாக்கியிருக்கிறது.

ஒரு சாதுவின் அந்தஸ்து, நிர்வாகத்தில் அவரது பதவி, அவரது பட்டங்கள் இவற்றைத் தவிர பல அளவுகோல்களில் நிர்ணயிக்கப்படும்: எத்தனை வருடங்கள் அவர் சாதுவாக இருந்தார், அவரது குருவின் புகழ், தனிப்பட்ட முறையில் சீடராக அவரின் ஆன்மிக சாதனைகள், அவர் செய்த தபஸ்யாக்கள் எவ்வளவு கடுமையானவை, அவர் அடைந்த சித்திகள் (மனோரீதியான ஆற்றல்கள்) என அவர் பறைசாற்றிக் கொள்பவை, அவரது ஞானம்,

வயது, ஜாதி, மற்றும் புரவலர்களின் செல்வத்தின் மீது அவருக்கு இருக்கும் செல்வாக்கு, அவர்களின் புகழ், அவர் கட்டியது என்ன, அவர் நிறுவிய அற நிறுவனங்கள் என்னென்ன, அவரது தொலைக்காட்சியில் தோன்றிய நேரம் எவ்வளவு - இவ்வாறாக மிகவும் சிக்கலான ஒன்றாகும். யார் உயர்ந்தவர் என்பதைப் பற்றி நிகழும் சண்டைகள் எண்ணற்றவை. அடக்கமான எதிர்ப்புகள், அல்லது மந்திர ஆற்றல் பற்றி நேரடியான சவால்கள் என தொடர்ந்து, ஊழல் புகார்கள் அல்லது கைகலப்புகள் வரை போகும். ராமனுக்கும் ராமனுக்கும் சண்டை1 என நாம் அவற்றை அழைக்கலாம். சாதனையின் ஒரு அடையாளம் பணிவு; ஆனால் இதிலிருந்து வாழும் துறவிகள் தனது மானத்தை இழக்காமல் விதிவிலக்கு கோரலாம். ஏனெனில் அவர்கள் எல்லாவற்றுக்கும் அப்பாற்பட்டவர்கள்.

பிரயாகையில், ஒரு கும்ப மேளாவில், ஒரு மகாந்த் ஆகிய சீக்கிய உதாசின் குரு - அவரது சீடர்கள் ஆகியோருக்கும், தபஸ்விஜி பாபாவுக்கும் அவர்களின் கொடிக் கம்பங்களின் உயரம் பற்றி சண்டை மூண்டது. ஒரு நாள் இரவு, மிகவும் வசதியாய், மர்மமானது என அழைக்கப்பட்ட மகாந்த்தின் மரணத்துடன் அது முடிவுக்கு வந்தது. சில நாட்கள் கழித்து தபஸ்விஜி பாபாவை அவமதித்த சாதுவின் உடலின் பாகங்கள் வெட்டப்பட்டதாய் முகாமின் மற்றொரு புறம் கிடைத்தன.

---

1. ராமனுக்கும் ராமனுக்கும் சண்டை - உண்மையில் ஒன்றுமே நடப்பதில்லை.

காட்டுக்கிடையே, அமைதியாய் இருக்கும் ஒரு குடில் யாரும் அறியாமலேயே போய்விடும். கொண்டாடப்பட்டவர்கள், புகழ் வாய்ந்தோருக்கு இடையேதான் உரசல்கள் நிச்சயமாக வந்தபடியே இருக்கின்றன. சண்டையிடும் இந்த பாபாக்களின் மாவீர முன்னோடிகள் யார்? காலம் தோன்றியது முதலே கடவுள்களுடன் சண்டையிட்டு அவர்களையே சபித்தவர்களாய், திரிக்கப்பட்ட நிகழ்வுகளின் வரலாற்றுக்குரியவர்கள்.

ஜூனா அகாராவின் பரோன் பாபா, ஹரி புரி பாபாவுக்கு எதிராக ஒரு தாந்திரிக மந்திரத்தைக் கூறி சூனியம் வைத்தது போன்ற ஒன்றைச் செய்துவிட்டார். அந்த அகாராவின் அடுத்த பட்டம் யாருக்கு என்பதே இருவரின் கருத்து வேறுபாடாகும். மறுநாளே ஹரி புரி கோமாவில் விழுந்தார். சில நாட்களில் மரணமும் அடைந்தார்.

உண்மையில் மருத்துவ அறிக்கை அவரது மரணத்துக்கு மாரடைப்பே காரணம் என்றே இருந்தது. ஆனால் கொல்லும் மந்திரங்களே, புராணத்தின் வீரர்களை உருவாக்குகின்றன. அவர்கள் அழியாப் புகழ் அடைவதற்கும் அவையே காரணமாம். மானசீக ஆற்றல்களைப் பற்றிக் கனவு காணும் பாபாக்கள் அனேகர். புகழ் பெற்றவர் ஆகாவிட்டாலும், பிரபலமானவராகவும், நினைவு கூறத்தக்கவராகவும் இருப்பதை அவர்கள் அந்த அளவு விரும்புவதில்லை. மறக்கப்படுவதை விடவும், தூற்றப்படும் கொலைகாரனாவதை அவர்கள் விரும்பினார்கள். ஜுனா அகாராவின் மண்டலேஸ்வரராகத் தேர்ந்தெடுக்கப்பட விரும்பினார் கௌஷல் கிரி. நான் அவரை முதன்முதலாகப் பார்த்ததன் பின்னர், இரண்டு வருட இடைவெளிக்குப் பின் சந்தித்தபோது ஒரு கும்பல் அவரது கால்களை உடைத்துவிட்டிருந்தது.

பாபாக்கள், யோகிகள், பேரறிவாளர்கள், மருத்துவர்கள், ஷமன்கள், ஃபகீர்கள், சுவாமிகள், ஆச்சாரியர்கள், தத்துவவாதிகள், பண்டிதர்கள், முடிமிகுந்த அல்லது மொட்டைத் தலையர்கள், ஆடையுள்ளவர்கள் அல்லது நிர்வாணமானவர்கள், பக்தி மார்க்கம் அல்லது ஞான மார்க்கத்தைக் கொண்டவர்கள், தபஸ்யாவில் கடுமையானவர்கள் அல்லது விட்டேற்றியாயிருப்பவர்கள், உடலூனமானவர்கள் அல்லது பிச்சைக்காரர்கள், குஜராத்தி, பெங்காலி, கன்னடம், தமிழ், ஹிந்தி என பல மொழிகள் பேசுபவர்கள், அவற்றின் வெவ்வேறு உச்சரிப்புக்களை வெளிப் படுத்துபவர்கள் இவர்களே சில லட்சக்கணக்கானோராய், அறியப்படாத ஆன்மாக்களாய் வட இந்தியாவிலிருந்து தென் இந்தியா வரையான சாலைகளை மிரட்டுபவர்கள், ஆயிரத்து ஐந்நூறு கி.மீ. உள்ள கங்கையின் பள்ளத்தாக்குகளையும், யமுனை மற்றும் நர்மதை ஆறுகளின் கரைகளையும் சுற்றி வருபவர்கள்.

அவர்கள் துறவிகள்; உலகிடம் ஒட்டாதவர்கள், இச்சைகளை வென்றவர்கள், கிட்டதட்ட ஒன்றுமில்லாமலேயே காலத்தை ஓட்டுபவர்கள். இருந்தாலும் இந்தக் கிட்டதட்ட ஒன்றுமில்லைக் குள்ளும் தன்னை முன் வைப்பது, கொஞ்சம் பேராசை, ஏமாற்றுதல், மோசமான மனோ நிலைகள் மற்றும் அழிக்கவே முடியாத வெறுப்புகள் இவை நுழையத்தான் செய்தன. ஆனந்தம் கண்ணீரை அடக்கியதே. ஆனாலும் முயற்சிகள் வீண் போவதில்லை. உலகின் மீது வெறுப்போ அல்லது அந்த வெறுப்பின் மீது காதலோ, லட்சியத்தின் மீது காதலோ அல்லது கடவுளின் மீதோ, ஒரு கடாட்சத்துக்காகவோ இல்லை ஒரு வாழ்க்கை முறைக்கென்றோ, அந்த முயற்சிகள் ஓரளவு சுதந்திரமான, நல்ல மற்றும் லகுவான மனிதர்களை உருவாக்கதான் செய்தன. ஒரு சவால் ஆகும் அது.

சாதுக்களும் சாதாரண மனிதர்கள் போன்றோரே. யாரும் கையில் ஒரு பட்டயத்தை வைத்துக்கொண்டு அடக்கமாகத் திரியத் துவங்குவதில்லை. சிலர் துறவின் அதிகார விளையாட்டுக்களில் சிக்கித் திணறுகிறார்கள்.

நிழலுருவங்கள் விடியற்காலையில் வருகின்றன; அவை மறு நாள் பொழுது புலரும்போது வேறு திசையில் சென்றுவிடுகின்றன. இரண்டு மூன்று நாட்கள் அல்லது மேலும் ஓரிரு நாட்கள் நட்பே. அரட்டையடிப்போராய், கச்சிதமானோராய், முன்கோபிகளாய், சிக்கனமானோராய், அசிங்கமானோராய், அமைதியானவராய், நட்புமிக்கவராய், அதியத்தில் ஆழ்ந்தோராய், மகிழ்ச்சியானோராய், கவனமிக்கவராய் இருக்கும் இந்த ஆண்கள் மற்ற எந்த ஆண்களையும் போன்றோரே. துறவில் பட்டயம் பெற்று யாரும் திரியத் துவங்குவதில்லை.

பெரும்பாலானோர் தாராளமானவரே; செலவு செய்வோரே; பகிர்வதையும் கொடுப்பதையும் உள் நோக்கமற்றுச் செய்வோரே; கடவுளைப்போல என்று சொல்வார்களே அந்த அளவு தனக்கென எதுவும் வைத்துக்கொள்ளாமல் கொடுத்து விடுபவர்கள். அவர்கள் பதுக்குவது அழகற்றது என்று எண்ணுவோராவர். எல்லாமே செலவாகும் நாள் விருந்துதானே.

புராதன காலத்து அறிவுரை மூப்பில் துறவி ஆகி விடு என்பதாம்; அல்லது குடும்பத்திலிருந்து பிய்த்துக் கொள்ளவோ, சுதந்திரப் பாதையில் நடக்கவோ, சமூகக் கட்டுப்பாடுகளிலிருந்து தப்பிக்கவோ, ஒருவர் வழி நடக்கவோ அல்லது சாகசத்துக்காகவோ ஒருவர் சாதுவாகலாம். பெற்றோரே ஒரு குழந்தையை சாதுவாக்க முடிவு செய்து கொடுத்து விட்டிருக்கலாம்; அல்லது குழந்தைப் பருவத்தில் அல்லது பிற்காலத்தில் கடவுளின் அழைப்பு வந்திருக்கலாம்; ஒரு சோதனைக்காலத்தில் மட்டும் சாதுவாக, பதினைந்து நாட்கள் மட்டும் சாதுவாக, ஒரு மாதம் மட்டுமோ அல்லது ஒரு வேலை போய் மறு வேலை கிடைக்கும் வரைக்கான காலகட்டத்திலோ எவ்வாறாயினும் ஒருவர் புனிதராகவே முழுமையாய் ஏற்கப்படுகிறார். ஒரு வாழ்க்கைக்கும் இன்னொரு வாழ்க்கைக்கும் நிரந்தர விவாகரத்து எதுவும் கிடையாது. ஒரு சாது என்னிடம் ஒரு முறை கூறினார், ''என்னை வைத்துக் காப்பாற்றும் பெண் ஒருத்தியை சந்திக்கும்போது நான் பாபா வாழ்க்கையை விட்டுவிடுவேன்.''

சில சாதுக்கள் தம்மை ஓர் பான்வாலாவாக ஆக்கிக்கொண்டு ஒரு சிகரெட் கடையை வைப்பார்கள்; சிலர் கடவுள் வடிவங்களையும், மோதிரங்களையும் தெய்வீக மந்திரத்துடன் விற்பார்கள்; ஒரு ஆரஞ்சு வண்ண நூல் அவர்களால் ஆசீர்வதிக்கப்பட்டது. அதற்கு

ஒரு காணிக்கை கிடைக்கும். ஒரு குளிர்பானக் கடை, அல்லது நடமாடும் கடிகாரம் சரிசெய்யும் கடை, அல்லது தெருவோரம் அமர்ந்து பகவத் கீதையை சத்தமாக வாசிப்பது... இவ்வாறாக ஒரு புனிதத் தலத்தின் அருகே அவர்களுக்கு வருமானம் கிடைக்கிறது. கடவுள் அவர்கள் மனதில் எப்போதும் இருக்கிறார். சிலர் அதிக விலையில்லாத நகைக் கற்களை விற்பார்கள்; சிலர் ரகசிய அறைகள் உள்ள 'பவுச்சுகளை', சிலர் கஞ்சா மற்றும் அபினை விற்பார்கள்.

முதலில் நிலத் தரகராக இருந்தவர்தான் தாவல் புரி பாபா. அதில் இருந்து ஓய்வு பெற்றதும் சாதுவான அவர் ஐந்தே வருடங்களில் மாகந்த் ஆகிவிட்டார். அவரது தொனியும் நடவடிக்கையும் குரூரமானவையாகவும், குழப்பமானவையாகவும் இருக்கும். ஐந்தாறு சில்லும் பாபாக்கள் மற்றும் இரண்டு வேலைக்காரர் களுடன் அவரது அவை இருக்கும். போதைப் பொருள் விற்பதில் பூச்சிகள் போலவும், வேசிகளின் குணத்தோடும் இருந்தார்கள் அந்த சீட பாபாக்கள். காவல்துறையின் ஆபத்தும் இல்லை.

தாவல் புரி பாபாவின் கைபேசி அடிக்கடி அலறும். அவர் தம் பையில் இருந்து நான்கு ஐந்து பொட்டலங்களுக்குள் வைக்கப் பட்டிருக்கும் முறுக்கிய கஞ்சா இலைகளைக் கொடுத்து அனுப்புவார். எடுத்துச் சென்ற பாபா கத்தை கத்தையாக நோட்டுக்களுடன் திரும்பி வர, இவர் தம் இடுப்பில் இருக்கும் 'பெல்ட்'டில் உள்ள பணப் பெட்டகத்தில் முதல் நாள் விற்பனைப் பணத்துடன் சேர்த்து எண்ணிப் பார்த்து பத்திரப்படுத்துவார்.

சாதாரண குறுமதியினரின் உலகம், ஆன்மிகம் எதுவும் இல்லாததாய்.

''இதை எப்படிக் காண வேண்டும் பாபாஜி?'' என்றேன் நான் கிளம்பும்போது.

''உலகம் மாறிக்கொண்டே வருகிறது; தர்மம் பலவீனப்பட்டுக் கொண்டிருக்கிறது, மக்களிடம் பொருள் வேட்கை மிகுந்து விட்டது'' என பதிலளித்தார் என் குரு. ''நிறுவனங்களின் தலைமை, தமது சீடர்கள் நிறுவனம் நீண்ட காலம் தாக்குப் பிடிக்க என பரிசாகக் கிடைத்தவர்கள் என்று முடிவு செய்து, அத்தகையோரைப் பேணுகிறது. இப்போது ஒரு நிலத்தரகருக்கு ஆன்மிக மதிப்பு; ஒரு சீடரின் மகத்துவத்தை விட அவர் எதில் வலுவானவர் என்பதையே பார்க்கிறார்கள். இந்தப் பாரம்பரியத்தை இப்படி எல்லாம் காப்பாற்றி அடுத்த தலைமுறையிடம் ஒப்படைக்க விரும்புகிறார்கள். அவர்கள் இந்த அளவு பொருள் வேட்கையுடன் இருக்க மாட்டார்கள் என்னும் நம்பிக்கையுடன்.''

அகாரா வணிகம்.

அத்தியாயம் 14

பிச்சை எடுப்பது

நீங்கள் கோகுலத்தில் உள்ள கிருஷ்ணர் கோயிலுக்குப் போயிருக் கிறீர்களா? என்னால் உங்களுக்கு வழிகாட்டியாக ஆக முடியும். உங்கள் விஜயம் அந்தக் கோயிலுக்குப் போகாவிட்டால் நிறைவு பெறாததே. புனிதத் தலங்கள் கோயில்களால் நிறைக்கப் பட்டிருக்கின்றன. அவற்றைச் சுற்றிக் காட்டத் தனைத் தானே வழிகாட்டி என அறிவித்துக்கொண்ட வழிகாட்டிகளுக்கு, கோயில் பூசாரிகளிடமிருந்து தரகுக் கூலி கணிசமாகக் கிடைக்கிறது. பணமே அவர்களது கடவுள். யாத்திரிகர்களிடம் அந்தத் தரகர்கள், வந்திருக்கும் ஆளின் தோற்றத்தில் இருந்து அவரது அந்தஸ்தை யூகித்து, மிகவும் புத்திசாலித் தனமாக, சில கேள்விகளை வந்திருக்கும் காரணம், மனதில் உள்ள குறை அதற்கேற்ற வழிபாடு இவை தொடர்பாகக் கேட்பார். அதன் பின் பல கோயில்களுக்கு அழைத்துச் செல்வார். அந்தக் கோயில்களில் வசூலாகும் காணிக்கைத் தொகையில் பாதி இவருக்குத் தரகுக் கூலியாகக் கிடைத்துவிடும்.

முதலில் அவர்கள் பயணிகளை ராதாவின் இடம் என்ற கோயிலுக்கு இட்டுச் செல்வார்கள். பின்னர் கிருஷ்ணரின் ஒன்று விட்ட சகோதரரான பலராமர் மற்றும் அவரது தந்தை மற்றும் அத்தை மகன் என ஒவ்வொருவரின் கோயிலாகக் காட்டுவார்கள். ஒவ்வோர் கோயிலிலும் காணிக்கைக்கான பணம் வேண்டுவார்கள். கோயில் வணிகம். ‘ஒரு கடவுளை நீங்கள் பார்த்தால் போதும்’ என்றேன் ஒரு முறை நான் பக்தர்களில் மிகவும் பணம் பறிகொடுத்த ஒருவரிடம். நான் கூறியதன் பொருளாதாரப் பரிமாணத்தை அந்த

ஆள் உடனே புரிந்துகொண்டார்; ஒருவேளை ஒற்றைக் கடவுட் தத்துவத்தின் அடிப்படையும் அதில் இருந்திருக்கலாம். அவர் உடனே கிளம்பிவிட்டார். உடனே பூசாரிகள் என்னிடம் ''கடவுளுக்கான வழி ஒன்றே ஒன்றுதான் என நீங்கள் நினைக்கிறீர்களா?'' என்று கேட்டார்கள். நான் அந்த வழியில் போகவில்லை.

ஆயிரம் தூண்கள் இருக்கும் ஒரு கோயிலில் நாங்கள் மழைக்காக ஒதுங்கி எங்கள் தரை விரிப்புகளைப் போட்டு அவற்றின் மீது அமர்ந்தோம். அதன் அமைப்பு அந்தக் கூடத்தை ஒட்டி எல்லாப் பக்கமும் திறந்த ஒன்றாகவே இருந்தது. கோயிலின் பக்கவாட்டில் இரும்புக் கம்பிகளே சுவர்கள்போல அல்லது வேலிகள்போல அமைக்கப்பட்டிருந்தன. கோயிலின் மேற் கூரை மீது ஆரஞ்சு வண்ணம் பூசப்பட்டிருந்தது.

தலை தவிர உடலில் வேறு எங்கும் முடியே இல்லாத மொழு மொழுவென குண்டாக இருக்கும் ஒரு அந்தணர் எங்களை வந்து வணங்கினார். நாங்களும் அவரும் ஒரே குழுவாய் செயற்படுவது போல பல தேவையில்லாத தகவல்களை எங்களுடன் பகிர்ந்து கொண்டார். பல பக்தர்களும் சுற்றி இருந்தனர்.

தலைக்குப் பின் ஒரு ஆண்குறியின் வடிவத்தில் ஒரு குடுமி தொங்கிக் கொண்டிருந்தது. ''முதலில் இதை முழுவதும் திறந்தே வைத்திருந்தோம். பல கெட்ட வழியில் செல்வோரும் இங்கே வந்து உடலுறவு செய்யத் துவங்கியதால், நாங்கள் நாலாப் பக்கமும் இரும்புக் கம்பி வேலி போட்டுவிட்டோம். கெட்ட பழக்கம் எங்களுக்கு ஒரு லட்ச ரூபாய் செலவு வைத்துவிட்டது!'' மிகவும் மகிழ்ச்சியாக அவர் விவரித்த விதம், தம்மை நல்லோர் நடுவே வீரராய்க் காட்டிக்கொள்ளும் ஒன்றாகவே இருந்தது. அது அவர் முகத்தில் தெரிந்தது; அவர் துறவிகளிடமிருந்து இந்த நல்லொழுக்கம் காக்கும் சாதனைக்கான பாராட்டுக்களை எதிர்பார்த்தார். ஆனந்த பாபா பட்டும்படாமலும் ஹான் அச்சா என்று ஓரிரு தடவைகள் கூறினார்.

காதலிலும் இன்பத்திலும் மத நம்பிக்கைகளை வைத்து அவற்றை எதிர்த்து செய்யும் போராட்டம் போன்ற ஒன்றை நம்பும் கும்பலுக்குள் என்னை ஒருவனாகக் காட்டியது, என்னை மத நம்பிக்கை மீறல் மன நிலைக்கே கொண்டுசென்றது.

''அவர்கள் வேறு எங்காவது போயிருப்பார்கள் சுவாமிஜி. இப்போது எங்கேதான் போவார்கள்?''

அந்த ஆள் விசித்திரமான ஒரு முகபாவத்தை பதிலாக வெளிப்படுத்தினார். ஆனந்த பாபா என்னை வாழ்த்துவதுபோல என்னைப் பார்த்துப் புன்னகைத்தார்.

''ஆயிரம் தூண்கள் என்பது காட்டுக்குச் சமமான இடம். ஊருக்குள் இடமில்லையென்றால் ஒருவர் காட்டுக்குள் போகத்தானே செய்வார்? ஒரு நல்ல காரியம் செய்யுங்கள். வேலியாக இருக்கும் இரும்புக் கம்பிகளை விற்றுவிடுங்கள். அதை இன்னும் விரும்பும் மக்களைப் பற்றி நினையுங்கள்.''

ஆனந்த பாபா கடகடவென்று சிரித்தார். எனக்கு அவரைச் சிரிக்க வைப்பது மிகவும் பிடிக்கும். எனது எதிர்ப்பு வழியில் அந்த ஆளை எதிர்த்துவிட்டேன். இவ்வளவு கேவலமான ஒன்றை நான் ஏன் கூறினேன் என்று அந்த பிராமணர் என்னை உற்றுப் பார்த்தார். என் குரு பக்கம் திரும்பினார். என் குருவின் முக பாவத்தில் அவருக்கு எந்த ஆதரவும் கிடைக்கவில்லை.

மோசமான ஆங்கிலத்தில் ''அது பாவகரமானது,'' என்றார் அந்த அந்தணர். ''கோயிலில் உடலுறவு கொள்வது பாவம் செய்வதாகும்.''

''ஆனால் கடவுள்கள் அதைச் செய்கிறார்களே! இல்லையா?'' என நான் பதிலடி கொடுத்தேன்.

பிராமணரின் கண்கள் மறுபடியும் கேள்விக் குறியுடன் ஆனந்த பாபாவைப் பார்த்தன.

''ஒவ்வொரு இடத்திலும் சிவன் வடிவில் ஒரு ஆணும், பார்வதி வடிவில் ஒரு பெண்ணும் இருக்கிறார்கள்'' என்றார் ஆனந்த பாபா அது ஒரு வெளிப்படையான தத்துவம் என்னும் பொருளில்.

''நீங்கள் பிரம்மச்சாரிதானே?'' என்றார் அந்தப் பூசாரி என்னைப் பார்த்து; நான் வேறு ஏதாவதோ என்ற சந்தேகத்தோடு.

''ஆமாம் சுவாமிஜி. ஆனால் மீதி உலகமும் அப்படியில்லை'' என்றேன் வணங்கியபடி. ''அவற்றைச் செய்வோருக்கு மட்டும் சம்பந்தப்பட்டவை இந்த விஷயங்கள்.''

''சர்வம் கலாவிதம் பிரம்மன்'' - இவை யாவுமே பிரம்மன் - ஆனந்த பாபா சற்றே சூழலைக் குளிர்விக்கும் விதமாகக் கூறினார்.

''கிருஷ்ணர் பெரிய காதல் மன்னன் பண்டிட்ஜி'' நான் நினைவு கூர்ந்தேன்.

''கிருஷ்ணர் கிருஷ்ணரே'' பதற்றத்துடன் அந்த பிராமணர் பதிலளித்தார்.

''ஆனால் எல்லா உயிர்களும் கிருஷ்ணரிலேயே வாழ்கின்றன'' நான் பதில் கூறினேன்.

''நீங்கள் தீவிரமாக இல்லை'' என்றார் அவர் முடிவாக.

அவருக்கே இறுதி வார்த்தை சொல்லும் அதிகாரத்தை நான் தரவே இல்லை. அவரோ வெட்கமே இல்லாமல் வெற்றியை நிலை நாட்டினார். நான் அவதூத கீதையைக் கையில் எடுத்தேன்:

அறிவுரையான கட்டாய நன்னடத்தையும் தடைகளும் தாண்டப் படுகின்றன

தூய்மையானதும் தூய்மையற்றதும் இல்லை இனிமேல்

பிரித்துப் பார்ப்பதிலிருந்து மனம் விடுதலை அடைந்தது

தடை செய்யப்பட்டது அவனுக்கு அனுமதிக்கப்பட்டதாம்

அவர் எல்லா சட்டங்களுக்கும் அப்பாற்பட்டவர்

எல்லாமே அடையப்படுகின்றன.

''அவர் உங்கள் சிஷ்யரா பாபாஜி?'' அவர் என் குருவைக் கேட்டார்.

''ஹான். ஹான்.'' ஆமாமென்று தலையசைத்தார் குரு. ''அவன் எல்லா விஷயங்கள் பற்றியும் நகைச்சுவையாகப் பேசுவான். அவனை அவன் சிரிக்க வைக்கிறான். நல்ல சீடன் அவன்.''

மூன்றாம் நபர் ஒற்றைப் படையில் என்னும் அடிப்படையில் நம் அனைவர் பற்றியுமே பாபா கூறினார் ''அவரின் தரிசனத்தை அவன் காணவில்லையே என அவன் வருந்துகிறான்.'' (அவன் கண்ட பிம்பம் அல்லது அவனது கருத்து.)

''அச்சா அச்சா'' என்றார் அந்த பிராமணர் எழுந்து நகர்ந்தபடியே.

நல்ல சீடனா நான்? இல்லை. என் குருவை மற்ற சிஷ்யர்கள் தரும் பய பக்தியுடன் நான் அணுகவில்லை. ஆனால் நான் அவரை வேடிக்கையானவற்றால் மகிழ்வித்தேன். கடினமான நேரங்களைப் பொறுமையுடன் கடந்து எப்போதும் என்னைப் பற்றி வருத்தம் கொள்ளவில்லை.

''எனக்கு ஏன் பிரசாத் என பெயர் வைத்தீர்கள் பாபாஜி?''

''ஏனென்றால் நீ ஆனந்தை சிரிக்க வைக்கிறாய்.''

எனக்கு அது தெரியும். இருந்தும் அவர் வாயால் கேட்க விரும்பினேன்.

''ஐந்து வருடங்கள் முன்பே, ஒரு சாது வாரணாசியில் என்னை பிரசாத் என்றே அழைத்தார். அவர் என்னை தம் குருவின் மறுபிறவியாகக் கண்டார்.''

''நீ அதனுடன் வாழ விரும்புகிறாயா?''

''இல்லை. எனக்கு வேலிகள் பிடிக்காது.''

★★★

நேரம் மற்றும் பணம் ஒன்றாயமையும் அபூர்வமான தருணங்களுள் ஒன்றில், சங்கராச்சாரியார் அல்லது உபநிடதங்களின் தொகுப்பை நான் அதிர்ஷ்டவசமாகக் கண்டுபிடித்தேன். படித்தேன். அவற்றைத் தவிர, என்னிடம் இருந்த மகாபாரதத் தொகுப்பை நான் பழைய புத்தகக் கடைக்காரரிடம் கொடுத்து அதற்குப் பதிலாக, புராணங்களின் தொகுப்பு ஒன்றை வாங்கினேன். தொன்மையான அந்த நூல்களில் ரிஷிகள் ஒன்றைப் பதிவு செய்திருக்கிறார்கள். ஒரு காலத்தில், ரிஷிகள் கடுமையான தவத்தில் இருக்க அது மூவுலகையும் அசைக்கத் துவங்கிவிட்டது. தேவலோகத்தில் இதனால் அச்சமுற்ற தேவர்கள், சில அப்சரஸ்களை அனுப்பி அவர்கள் தவத்துக்கு இடையூறு செய்தார்கள். சபலப்பட்டு தவம் கலைந்து, அப்ஸரஸ் களுடன் உறவு கொண்ட ரிஷிகளுக்கு சில மகள்கள் பிறந்தார்கள் என்றும் மற்றும் சிலவாகவும் சில கதைகள். தேவர்களுக்கும் அசுரர்களுக்கும் யுத்தம் வந்தபோது, நடுவர்களாக, இந்தப் புராணங்களின் ஆசிரியர்களான ரிஷிகளே இருந்தார்கள். அவர்களை, தமக்கே வெற்றி என அறிவிக்கக் கோரினர் தேவர்கள். அவர்கள் இவர்களது மகள்களைத் திருமணமும் செய்துகொண்டார்கள். இந்தச் சின்னஞ்சிறு வடிவம் கொண்ட ரிஷிகள் தேவேந்திரனையே மிரட்டி இன்னொரு இந்திரனை சிருஷ்டிக்கப் போவதாகச் சவால் விட்டார்கள். பிருகு முனிவர் சிவனைப் பார்ப்பதற்காக சிவலோகத்துக்குச் சென்றபோது, சிவனோ பார்வதியுடன் தனிமையில் இருந்தார்; பிருகுவைச் சந்திக்கவில்லை. இதனால் கோபமுற்ற பிருகு அவருக்கு என்றும் லிங்க வடிவிலேயே வணங்கப்படும் சாபத்தைக் கொடுத்தார். பிரம்மாவுக்கு அதே கதிதான். தன் வணக்கத்தை ஏற்று திரும்ப வாழ்த்தாத பிரம்மாவுக்கு 'உனக்கு உலகில் கோயிலே இருக்காது' என்று சாபம் கொடுத்தார் பிருகு. பிரம்மாவை வணங்கினால் துரதிர்ஷ்டமே வரும் என்னும் வதந்தியைப் பரப்பினார். அது வேலை செய்தது. இந்தியாவில் ஒரே இடத்தில்தான் பிரம்மாவுக்குக் கோயில் இருக்கிறது. துர்வாசர் என்னும் நாத்திக முனிவர் தர்ம்தியோ என்னும் மன்னனை 'நீ தாழ் குலத்தில் பிறந்து பின் மீண்டும் மன்னனாவாய்' என சபித்தார்.

இந்தப் புராணங்களைப் படிப்பவர்கள் மிகப் பெரிய உயர்வுகளை அடைவார்கள் என்றும் புராணங்களில் கூறப்பட்டுள்ளது.

மகாபாரதத்தில் கூறப்பட்டிருக்கிறது:

பண்புகளின் புகலிடமானது எது?
கருணை.
புகழுக்கு மிகவும் ஏற்ற நிழல் எது?
நற்பண்பு.
எண்ணங்களுக்கு மிகவும் ஏற்ற சரணாலயம் எது?
உண்மை.
மகிழ்ச்சிக்குப் பாதுகாப்பான இடம் எது?
பொறுமை.
நிழலான இருப்பிடங்களுள் உயர்ந்தது எது?

நான் செய்தித்தாள் கையில் கிடைக்கும்போது, படித்துக் கொண்டுதான் இருந்தேன். அதில் சில செய்திகள்: இருபது வயது இளைஞன் ஒருவன் மின்சார 'வயரை' வைத்து, கழுத்தை நெறித்துத் தாயைக் கொன்றான்; பிறகு அவரது ரயில்வே துப்புரவுத் தொழிலாளி வேலையைத் தனதாக்கிக் கொண்டான். அடுத்தது - முன்னோர்களின் அஸ்தி என கூறி கையில் ஒரு பாண்டத்துடன் ஒரு தம்பதி, ஒரு வீட்டின் கதவைத் தட்டுவார்கள்; நம்பி உள்ளே விட்டுவிட்டால் வழக்கமான குற்றச் செயலே. திரும்பத் திரும்ப வரும் குற்றம்: ஒரு கணவன் தனியாகவோ இல்லை தாயின் துணையோடோ, தனது மனைவி மேலே மண்ணெண்ணெய் ஊற்றி, தீ வைத்துக் கொன்றுவிடுவான். இது சமையலறையில் விபத்து என்று அவன் சாதிப்பான். பிறகு வேறு ஒரு பெண்ணை மணந்து புதிய வரதட்சணை பெறுவான். மற்றும் சிலர் அவள் தற்கொலை செய்துகொண்டாள் என்று சொல்லி, தம் மீது கொலைப் பழி வராமல் தப்பிப்பார்கள். இப்படி ஒரு கொலை செய்வது வெறுக்கத் தக்கது. இந்தியாவில் ஒவ்வொரு ஆறு மணி நேரமும் ஒரு பெண் கொலை செய்யப்படுகிறாள்.

அடுத்த செய்தி அரசாங்கம் வயாகராவின் உற்பத்தியை அனுமதித்திருக்கிறது. பத்து இடங்களில் தொழிற்சாலைகள் வர இருக்கின்றன. குறி எழுச்சி எல்லா மக்களின் வரவு செலவுக்கு ஏற்ற மாதிரி என்று நினைத்தேன். புனிதத்துவமானவர்களால் சூழப்பட்டிருந்தாலும் என்னால் இன்னும் ஆண் பெண் உறவு பற்றிய நகைச்சுவையான சிந்தனைகளைக் கொள்ள முடிகிறது.

ஆனந்த பாபா அத்வைதத் தத்துவம் பற்றி என்னிடம் விளக்கிக் கொண்டே போனார். பிரக்ஞையிலிருந்து, மனோரீதியான

வழிகளில் பிரம்மனை உணரும் பாதைகளின் வரைபடத்தை எனக்குத் தந்து கொண்டிருந்தார்.

இசை மனதை ஊக்கப்படுத்தும் என்பதை அனைவரும் அறிவோம். ஒரு அவமதிப்பு ஒருவர் மனதில் எதிர் அலைகளை உண்டாக்கி அவரை நிலைகுலையச் செய்கிறது. காதலை அறிவிப்பது மனதுக்கு இதமானது. அதே போலதான் மனோரீதியான கட்டமைப்பு மூலம் பலவற்றை நாம் நிகழ்த்த முடியும்.

''உருவங்களும் வடிவங்களும் இல்லாதவற்றை ஒருவரால் தெரிந்து கொள்ள முடியாது. ஏனெனில் எல்லாமே உருவங்களும் வடிவங்களும் உள்ளவை. இல்லாமலிருப்பதும் அவ்வாறானதே. ஆனால் இல்லாமலிருக்கும் நிலை ஒன்று இருக்கிறது என்று யாருமே கூற முடியாது. அப்போது இல்லாமலிருப்பதற்கும் இருப்பதற்கும் வித்தியாசம் இல்லாமற் போய்விடும்.

''எவருமே தனது இருப்பு பற்றிய கேள்வியையே எழுப்புவதில்லை. தனது இருப்பையே கேள்விக்கு உள்ளாக்குவது, உண்மையற்றதாகும். ஏனெனில் கேள்வி கேட்பவரும், அவர் யாரைக் கேட்கிறாரோ அவரும் இருவரும் இருந்தாக வேண்டும். அதுதானே நடைமுறை!''

''பிரக்ஞையின் மீது மாயையின் தாக்கத்துக்கு முன்பாக, இருப்பு பற்றிய கேள்விகள் எழுவதற்கு முன்னால், பிரக்ஞை (சித்) இருக்கிறது. இந்த பிரக்ஞையின் மீதே இருப்பு பற்றிய கேள்வி எழுப்பப் படுகிறது.''

''மற்றொன்று-இல்லாத-ஒன்றே ஒன்று' (ஏகம் ஏவ அத்வைதம்) மற்றும் பிரக்ஞை நிரந்தரமாய் இருக்கும் மற்றும் என்றும் இருக்கும். அதை விளக்க வேண்டுமென்றால் அதற்கு இல்லாத குணங்களையும் பெயர்களையும் ஒருவர் தந்தே ஆகவேண்டும். ஏனெனில் அதற்கு வெளியே எதுவுமே இல்லை; அது மட்டுமே ஒன்றே ஒன்றாய் இருக்கிறது. ஒருமை என்பது சாதகமான குணங்கள் என்று நாமாக நினைக்க வேண்டியதில்லை.''

''மாயை என்பது நிகழ்த்தப்படும் ஒரு திரை போன்றது பிரக்ஞை. மனதின் இயக்கங்கள் நிற்கும்போது மட்டுமே மாயை ஒரு நிழல்போல அந்தத் திரையில் தோன்றியது தென்படும். மனம் எண்ணங்களற்று இருக்கும்போது, சாட்சியாய் இருக்கும் பிரக்ஞை இயங்காமை காணும் காட்சியாகும்.''

''இது பிரக்ஞை (சித்) வடிவில் பிரம்மனின் தரிசனம் (உடனடி அனுபவம்) ஆகும். இதுதான் பிரம்மன் பற்றிய விழிப்புணர்வு என்றால், ஒன்றைப் பற்றிய விழிப்புணர்வு உள்ள யாரும் இதை

அறியாமல் விட்டுவிட முடியாது. பிரக்ஞைக்கு வெளியே அறியக்கூடியது என்று எதுவுமில்லை.''

அது ஒரு வரட்டு சொல் விளையாட்டு அல்ல; அது மனதைச் சுழற்றி அடிக்கும் ஒரு உரை. மனதைச் சொற்கள் இல்லாமல் செய்து, கருத்தாக்கம் எதுவும் இல்லாமற் செய்து காலியானதாய்ச் செய்வது. மற்றும் விழிப்புள்ளதாகவும்.

★★★

நெல் வயல்களில் கூலிக்காரப் பெண்கள் நாற்றுக்களை இடம் மாற்றி நட்டுக் கொண்டிருந்தார்கள். புறநகரப் பகுதிகளில், ஏழைகள் ரயில் பாதைகளின் ஓரத்தில் வசித்து வந்தார்கள். குதிரைகள் ஏற்கெனவே வெட்டப்பட்டுள்ள புல்வெளியில் மேய்ந்து கொண்டிருந்தன. மாடு மேய்ப்பவர் நகராட்சியின் மைதானத்தில் தமது மாடுகள் மேய அழைத்துப் போய்க் கொண்டிருந்தார். ஹரி ஓம்! ஒரு இளம் பிராமணர் ஒரு மாமரத்தின் நிழலில் தமது பாடங்களைப் படித்துக் கொண்டிருக்கிறார். போக்குவரத்து நாற்சந்தில் உள்ள வட்டவடிவ பளிங்குச் சுவரின் மீது ஒரு சாது அமர்ந்து தியானத்தில் முடிவில்லாமல் போக்குவரத்தை வெறித்துக் கொண்டிருக்கிறார். நம சிவாய.

சிறிய சிவப்பு வண்ணமாய் விளிம்பு ஒளிர மேகங்கள் கிழக்குப் பகுதியில் இருந்தன. சற்று நேரத்தில் ஆரஞ்சு வண்ணமான எரியும் நட்சத்திரம் முகத்துக்கு முகம் எதிராய். இந்த வெளிச்சத்துடன் தனியாக, மிர்சாபுர் போகும் வழியில் நூற்றுக்கணக்கான முகங்கள், ஆயிரக்கணக்கான பார்வைகள், நொடிகள், ஊழ்கள். ஒரு லட்சம் வண்ணங்கள். ஆனால் ஒரு ஒற்றை உயிர். ஓம் நம சிவாய.

ஒரு நாள் நாங்கள் ஆறு சாதுக்கள் இருக்கும் ஒரு குகைக்கு வந்தோம். ஒருவர் மற்ற ஒருவரின் குதிகால் பக்கம் இருந்த பிசிறான தோல் வளர்ச்சியை சவர 'பிளேட்' வைத்து வெட்டி எடுத்துக் கொண்டிருந்தார். மூன்றாமவர் தமது பையைச் சுத்தம் செய்து கொண்டிருந்தார். நான்காமவர் கிழிந்த சட்டையைத் தைத்துக் கொண்டிருந்தார். மரங்கள் எரியும் நெருப்பு ஒன்றிலிருந்து கஞ்சாவின் சட்டிகள் வழி புகை பிடித்துக் கொண்டிருந்தார்கள். நமோ நாராயணா... நம சிவாய...

''உட்காருங்கள் மகாராஜ் ஜி... தயவுசெய்து...''

''நாம் எப்போது சாப்பிடலாம்?'' என்றார் கால் மருத்துவர்.

''இன்னும் சமையல் முடியவில்லை என்பதை நீங்கள் பார்க்க வில்லையா?'' என்றார் சமையற்காரர்.

''உங்களிடம் சரஸ் உள்ளதா?''

''அவர்களிடம் கொஞ்சம் உள்ளது'' என்றார் ஆனந்த பாபா.

ஆனந்த பாபா என்னைச் சில்லும் தயார் செய்யும்படி கூறினார். தனது பையைச் சரி செய்து கொண்டிருந்தவர், ''இன்று நான் மிகவும் குண்டானவர்களை பார்த்து 'உங்கள் கொழுப்பில் கொஞ்சம் தாருங்கள்' என்று பிச்சை எடுத்தேன்'' என்றார். அனைவரும் கொல்லென்று சிரித்தார்கள்.

''எவ்வளவு பிச்சை உங்களுக்கு இன்று கிடைத்தது?''

''இருபத்தைந்து ரூபாய். உங்களுக்கு?''

''முப்பத்தைந்து'' என்றது கொழுப்பு.

வில்லன்களின் ஒரு குழு சாதுக்களாக. அல்லது கடவுள்களின் ஒரு சபை, சாதுக்களாகி, வில்லன்களாகி... நம சிவாய... நான் சிவனை வணங்குகிறேன். உலகம் என்பது ஒரே உயிரே. ஆனால் பல பிரதிநிதித்துவங்களும் கண்ணாடிகளுமாய்...

அவர்களுள் மற்றவர்களை விட அமைதியாக இருந்த ஒருவருடன் நான் அமர்ந்து கொண்டேன். அவர் ஒரு சிறிய பிளாஸ்டிக் பையை எடுத்தார். ஒரு சிறுவன் தனக்குக் கிடைத்த பொக்கிஷத்தை அறிவிக்கும் உற்சாகத்துடன். லட்சுமி மா. அந்த பிளாஸ்டிக் பைக்குள் கசங்கிய அலுமினியப் பொட்டலம்.

பம் பம் போலே நாத். நெருப்பைச் சுற்றி அமர்ந்திருந்தவர்களுக்குள் சில்லும் கை மாறிக் கொண்டிருந்தது.

மிகவும் தள்ளி நாங்கள் பிரம்மவிசாரா என்னும் புகழ் பெற்ற பணக்கார சுவாமியின் ஆசிரமத்துக்குச் சென்றோம். அவரைச் சுற்றி இருந்த பத்துப் பதினைந்து பேர் எந்த வரையறைக்குள்ளும் வராதவர்கள். அவர் கையில் இரண்டு கைபேசிகள் இருந்தன. அதில் உலகம் முழுவதும் இருந்து வரும் அழைப்புகளுக்கு அவர் எக்கச்சக்கமான அருளாசிகளை அள்ளி வழங்கிக் கொண்டிருந்தார். நல்வாக்கு நாயகர், திருமண வாழ்க்கைக்கு வழிகாட்டி மற்றும் நிதி முதலீட்டில் நிபுணர் இவை எல்லாமே ஆனவர் அவர். அவர் கைபேசியில் குறுகிய காலத்தில் பங்குகள் சரிவது பற்றிய தமது அலசலை முன் வைத்தார். ஒரு ஏமாற்றப்பட்ட மனைவிக்குப் பொறுமை காட்டும்படி அறிவுரை வழங்கினார். மன அழுத்தத்தில் இருக்கும் ஒருவருக்கு ஒரு மந்திரத்தை உபதேசித்தார். ஒரு இளம் ஊடக நிருபருக்கு அலுவலக அரசியல் பற்றி சில குறிப்புகள்

வழங்கினார். அவருடைய சீடர் அவருக்குத் தங்கக் கோப்பையில் தேநீர் வழங்கினார்.

> ஒருவர் பிரபஞ்சத்தை இயற்கை மற்றும் பிரக்ஞை இவை யாவற்றுடன் ஒன்று என்று காணும்போது, மற்றொருவரின் இயல்பையோ அல்லது செயல்களையோ புகழ்வதோ இகழ்வதோ கூடாது. *(உத்தவ கீதை,* XXIII,*1)*

★★★

சையதுபுர் கிராமத்தில் ஆனந்த பாபா எங்கள் எல்லோரிடமும் இருந்த பணம் முழுவதையும் ஒரு பிச்சைக்காரனுக்கும் அவனது மூன்று குழந்தைகளுக்கும் அவர்களது தேவையின் அவசரம் கருதிக் கொடுத்துவிட்டார். எங்களுக்கு தர்மசத்திரம் எதுவும் தங்குவதற்குக் கிடைக்கவில்லை. நாங்கள் தெருவோரம் தங்கிக் கொண்டிருந்தோம். பட்டினி கிடக்கவில்லை. ஏனெனில் குடும்பிகள் எங்களுக்குத் தேவைக்கு மேலேயே வழங்கிவிடுவார்கள்.

பிச்சையெடுப்பது ஒரு தொழில் மற்றும் ஒரு பணி இரண்டுமாக இருந்தது. ஒரு சாதனாவாக சரியான கவனமும் உயிரின் இருப்பும் ஆன ஒன்று. இந்திய வரலாற்றில் அரசர்கள் தமது சிம்மாசனத்தை விட்டு விட்டு, வெறும் காலுடன் தெருக்களில் கப்பரை ஏந்தி பிச்சை எடுக்கப் போவார்கள்.

''யாரிடமும் பரிதாபமாய் யாசிக்காதே. கேட்காதே. உனக்கு எதுவுமே தேவையில்லை'' என் குரு எச்சரித்தார். ''நீ பிட்ச்சோடம், அரசர்களின் அரசன்; பிச்சைக்கார வடிவில் வந்த சிவன். உனக்கு பிச்சை போடுபவர் பகவான். காப்பவராய் வரும் சிவன் வடிவம். இந்த ஒருமையை உணரும் வாய்ப்பைக் கொடுப்பாயாக.''

ஆனந்த பாபா ஒரு கடை எதிரே, அந்தக் கடைக்காரர் தன்னைக் காணும் வரை நின்றார். அதன் பின் அவர் உணவு உண்ணும் முன் இசைக்கும் மந்திரமான ''இவை எல்லாமே பிரம்மன். பிரம்மனால் வழங்கப்பட்டு பிரம்மனால் ஏற்கப்படுகிறது'' என்பதை இசைத்து, அங்குள்ள அனைவரையும் வாழ்த்தினார். கொடுத்தாலும் கொடுக்கா விட்டாலும் எல்லோரையும் வாழ்த்துவார் பாபா.

ஒரு சாப்பாடுக்கு நாங்கள் தரவேண்டிய தலைக்கு இருபது ரூபாய் என்பது எங்களுக்குக் கிடைத்து விட்டது. துறவிகளைப் புனிதர் களாய்க் கருதி பிச்சை போடுகிற நல்ல மனங்கள் இருக்கத்தான் செய்கின்றன.

மாதக் கணக்கில் பிச்சை எடுத்து அலையும்போது, விதிவிலக்கான சம்பவங்களும் நிகழத்தான் செய்தன.

''கலியுக போலிகள்! பொய்ச் சாமியார்கள்! கிருமிகள்! நம்பத் தகாதவர்கள்!''

''நம சிவாய'' குனிந்து வணங்கினார் பாபா. ''அவனைத் தவிர யாருக்கும் இது நன்றாகத் தெரியாது'' என்று கூறிச் சிரித்தார். எதுவுமே அவரை பாதிக்காது.

''அங்கே பார். வாட்டசாட்டமான அந்த வெளிநாட்டுக்காரனும் பிச்சை எடுக்கிறான். அதான் இந்தியா இந்த நிலையில் இருக்கிறது'' என்றார் ஒரு கடைக்காரர்.

''அவமானமும் அவமரியாதையும் பரிட்சைகள்'' என்பார் ஆனந்த பாபா. ''பதிலே சொல்லாதே. உறுதியாய் ஒருமையிலேயே இரு.'' நான் உறுதியாய் இருந்தேன்.

மற்றொரு கடைக்காரர், ''நானே ஒரு பிச்சைக்காரன் மகாராஜ்! ஒவ்வொரு நாளும் நான் பகவானை எனக்கு அதிகப் பணம் தரச் சொல்லி வேண்டி வருகிறேன். உங்கள் வழியைப் பார்த்துக் கொண்டு போங்கள்'' என்று உரத்த குரலில் வாடிக்கையாளர்கள் மற்றும் வேலைக்காரர்கள் எதிரில் என்னைப் பார்த்துக் கத்தினார். ஆனால் இந்த முறை நான் பதில் சொன்னேன்.

''நான் பிச்சைக்காரன் இல்லை. பாபுஜிக்கு என்னை விட நிறையவே அது தேவைப்படுகிறது.''

நான் என் பையில் இருந்த எல்லாப் பணத்தையும் எடுத்து அவர் முன் வைத்தேன். ''கடவுள் உங்கள் பிரார்த்தனைகளுக்கு பதிலளித்தார்'' என்று கூறி ஆசி கூறிவிட்டு நகர்ந்தேன். ஏன் அப்படிச் செய்தோம் என மனம் வருந்தவும் செய்தேன். நிறைய பணம் போனது என்றெல்லாம் ஒன்றுமில்லை. ஆனால் அந்த சலசலப்பு. அது அனாவசியம் என்றே உணர்ந்தேன். ஆனால் அந்தக் கடைக்காரரோ என் பின்னாலேயே வந்தார். அவரது கடுமையான முகம் பாதி புன்னகைப்பதாக மாறியது. கைகூப்பியபடி ''என் மீது கோபம் கொள்ளாதீர்கள், பாபாஜி, நீங்கள் ஒரு உண்மையான சந்நியாசி என்பதை நான் புரிந்து கொண்டேன். நீங்கள் உங்களிடம் இருந்தது எல்லாவற்றையுமே என்னிடம் கொடுத்து விட்டீர்கள். நீங்கள் எனக்கு அப்பாபோல இப்போது.''

அவர் திரும்பவும் என்னைக் கடைக்குள் அழைத்துக் கொண்டுபோய் ஒரு கேம்ப கோலா என்னும் குளிர்பானம் வரவழைத்துக்

கொடுத்தார். பின்னர் இருநூறு ரூபாயும் கொடுத்தார். பொருளாதார ஆதரவில் ஒரு அதிர்ஷ்ட நாள்தான் அது! நான் துறவிலும் பணத்தைத் துச்சமென்று ஒதுக்குவதில்லை. முக்கியமான பிச்சை கிடைக்கும் போதெல்லாம் அவற்றுள் பாதியை ஆனந்த பாபா அருகில் உள்ள பிற சாதுக்களுடன் பகிரும்படி கூறுவார். எஞ்சிய பாதியில் சரஸ், புத்தகம், சாப்பாடு என வாங்கலாம். தேநீரோ அல்லது ஊதுபத்திகளோ வாங்கலாம். நான் 'போயம்ஸ் ஆஃப் துக்காராம்' மற்றும் 'தி ருபையத் ஆஃப் சர்மாத்', 17ஆம் நூற்றாண்டில் வாழ்ந்த ஒரு சூபியின் கவிதைகள். அவர் அரசரின் ஆணைப்படி நிர்வாணமாகச் சிறையில் இடப்பட்டு, பின்னர் மரண தண்டனையால் இறந்தார். அவர் மீது சாட்டப்பட்ட குற்றம் அவர் முழு கல்மாவையும் ஓதவில்லை என்பதாகும். அவரோ லா இலஹா 'கடவுள் இல்லை' என்பதுடன் நிறைவடைந்தார். ''நான் பொய் சொல்லாமல் கடவுளைத் தவிர வேறு எந்தக் கடவுளும் இல்லை என்று கூற முடியாது'' என்றார் அவர் வழக்கு விசாரணையின் போது, ''ஏனெனில் எனக்கு கடவுளைத் தெரியாது.'' அடக்கமாகக் கூட ஒருவர் இந்த விஷயங்களைக் குழப்பக் கூடாது. ''ஒரு பெரிய சத்தம் கேட்டு நாம் விழித்து எழுந்தோம். ஆனால் எங்கும் இருளான இரவே இருந்ததால் மீண்டும் உறங்கினோம்'' என்றார் அவர் மரண தண்டனை கிடைத்ததும். மனசாட்சி உள்ள, முட்டாள்தனமான மென்மையான மனிதர் அவர். அவர் ஒரு ஹிந்துவாயிருந்திருந்தால் அவர் கொண்டாடப்பட்டிருப்பார்.

அத்தியாயம் 15

பாங் ஹந்தி மந்திர்

காவி நிறமான ஒரு சூறைக்காற்று கங்கைச் சமவெளியைத் தாக்கியது. ராஜஸ்தானில் இருந்து மணல் மண் எல்லாவற்றையும் அள்ளிக்கொண்டு வந்திருந்து. எங்கும் மண் வாடையும், சுவாசிக்கும் காற்றில் மண்ணுமே இருந்தன. லூ எனப்படும் வெப்பக் காற்று கோடையின் கடுமையை அறிவித்தது. வெப்பம் அதிகரித்துக் கொண்டே போனது. சிறிது நேரத்தில் 40 டிகிரியை எட்டிவிடும்.

மாரிக்காலத்துக்கும் முன்பான ஜூன் மிகவும் வெப்பமானது; நாங்கள் பழைய டெல்லி ரெயில் நிலையம் எதிரில் உள்ள பாங் ஹந்தி மந்திர் என்னும் பாபா கோயிலில் தங்கினோம்.

கோயிலுக்குப் பின்னே, பெரிய முற்றம். அதைச் சுற்றி இரும்பு வேலிகள். இரும்புத் தகடுகளால் கூரை வேயப்பட்ட ஒரு அறை அந்த முற்றத்தில் முப்பது சாதுக்களின் புகலிடமானது.

சிமெண்ட் தரையாலான முற்றம் முழுவதும் பறவை எச்சங்கள். ஆல மர விதைகள், காற்று அள்ளி வந்த பிளாஸ்டிக் கோப்பைகள் குப்பையாகக் கிடந்தன. ஒரு மேடையின் மீது முட்டை வடிவ வட்டத்துக்குள் சிவனும் பார்வதியும் சேர்த்தியாய்க் காட்சி அளித்தார்கள். பிரக்ஞை மற்றும் அதன் காட்சி வடிவமான இந்த உலகம் இவை இரண்டும் ஒன்று சேர்ந்ததுபோல. வெள்ளை, மஞ்சள், சிவப்பு மலர்களால் இந்த லிங்கம்-யோனி வடிவம் அலங்கரிக்கப்பட்டிருந்தது. அதற்குச் சற்றே தள்ளி, ஒரு அடித்து

நீரிறைக்கும் குழாய் பெரிய சிமென்ட் வட்டத்துக்குள் இருந்தது. இரண்டு பாபாக்கள் ஒரே சமயத்தில் குளிக்கலாம். முற்றத்தின் மறுமுனையில் சமையலறை; சமையற்காரர்களின் கூப்பாடு உச்சத்தில் கேட்டது. அதை ஒட்டி ஒரு திறந்த கூடம். அதில் மேலும் இருபது பாபாக்கள் அடைபட்டுக் கிடந்தார்கள். அதன் மீது இரண்டு அடுக்கு மாடிக் கட்டடம் இருந்தது. மகாந்த் போரோ புரி மகாராஜ் என்னும் சாமியார் முதல் மாடி முழுவதையும் பயன்படுத்தினார். பாங் ஹந்தியின் தலைமை அவரே. இங்கும் அங்குமாக ஆறு ஏழு மரங்கள் அவற்றின் கீழே சிறிய மேடைகள். அவற்றில் அமர்ந்தே நாங்கள் அளவளாவினோம். வலது பக்கம் மிகவும் தள்ளி, நன்கு பராமரிக்கப்பட்ட கழிப்பறைகள். மூலைகளிலெல்லாம் செங்கற் துண்டுகளும் குப்பைகளும் சேர்ந்து மக்கிக் கொண்டிருந்தன.

சுற்றுச் சுவரை ஒட்டி மூங்கில் கம்புகளை நிறுத்தி அவற்றின் மீது பிளாஸ்டிக் தாட்களை அடைப்பாகச் சுற்றி வைத்திருந்தார்கள். கூரையாக இரும்புத் தகடு ஒன்று இருந்தது. அதுவே ருஜுலா பாபாவின் இடமாக இருந்தது. மிகவும் மூப்பெய்தி இருந்த அவர் மரணத்துக்காகக் காத்திருந்தார். அவர் யாருடனும் பேசுவது இல்லை. அவரது ஜடா முடிக் கற்றை தரையில் புரளுமளவு நீண்டிருந்தது. அவர் அந்த முடிக்கற்றைகள் அளவு மெலிந்து இளைத்திருந்தார்.

மொட்டை மாடியில் நிரஞ்சன் பாபா நான்கு மூலைகளில் செங்கற்கள் - மேலே ஒரு மரத்துண்டு - அதற்கு மேல் ஒரு கத்திரிப்பூ நிற வெல்வெட் துணி இவற்றை வைத்து அதன் மேல் ஒரு வெண்கல வினாயகரை வைத்து ஒரு வழிபாட்டு இடத்தை உருவாக்கினார். அதைச் சுற்றி அலுமினியச் சட்டங்களில் அடைக்கப் பட்ட சிவன், பார்வதி, தத்தாத்ரேயர் படங்களை வைத்திருந்தார். புத்தம் புது சாமந்திப் பூக்கள் தெய்வீகமாக்கின அந்த இடத்தை. மஞ்சள் முண்டாசு, ஒழுங்கு செய்யப்பட்ட தாடி, உருண்டையான சுருக்கமில்லாத முகம், நிரஞ்சன் பாபா காலை முதல் மாலை வரை ஒரு சிறிய அமரும் பலகையில் உட்கார்ந்தபடி ஏதோ ஒரு புத்தகத்தில் இருந்து மந்திரங்களைச் சொல்லி பூஜைகள் செய்தபடி இருந்தார். ஒரு புத்தகத்திலுள்ள சுலோகங்களைச் சொல்லி முடித்துவிட்டால் அதை வலது பக்கம் வைப்பார். இடது பக்கம் இருக்கும் கட்டுப் புத்தகங்களில் இருந்து ஒன்றை எடுத்து பூஜையைத் தொடருவார். மதிய வேளையில் அவர் ஏற்றும் ஊதுபத்திகள் மற்றும் வைக்கும் மலர்களின் வாசனை, கீழே சில்லும் மற்றும் வண்டிகளிலிருந்து வரும் கார்பன் மோனாக்சைட் எல்லாம் கலந்து ஒரு குழப்பமான வாடை இருந்தது. நிரஞ்சன் பாபா பயணங்களை

நிறுத்திக்கொண்டார். அவர் தீவிர பூஜைக்காரர் என்று அறிந்து நிறைய பக்தர்கள் அவரிடம் ஆசி பெற வந்த வண்ணம் இருந்தார்கள்.

பாலா பாபாவுக்கு வயது 17. வீட்டிலிருந்து ஓடி வந்த அவர் இந்தக் கோயிலிலேயே தங்கிவிட்டார். குட்டையான தலை முடி, ஒல்லியாய் உயரமாய் இருப்பார், அவர் அணிந்திருந்த கொம்சாவுக்கு உள்ளே ஜாதியின் பூணூல் உண்டு. அவர் ஜீன்ஸ் அணிவார். நான்கு ஐந்து வார்த்தைகளே பேசுவார். அதுவும் அவர் மெல்லும் சூயிங்கம் வழியே சரியாக நம் காதில் விழாது. அவருக்குச் சில்லும் புகைப்பது மிகவும் பிடிக்கும். குழுக்கள் மாறிப் போய் ஒரு இழுப்பு இழுப்பார். வயதில் பெரியவர்கள் கை காலை அழுத்தி விடுவார்.

நாகா பாபா ஒரு தந்த நிற பட்டு குர்த்தாவையும் ஆரஞ்சு நிற வேட்டியையும் அணிந்திருந்தார். அவர் 35 வயதானவர். 25 வருடங்களாக சாதுவாக இருக்கிறார். அவர் தம்மிடம் தரிசனத்துக்காக வந்த வெளிநாட்டவர், மற்றும் அவர் அழைத்து வந்த வெளிநாட்டவர் எல்லோரிடமும் நிறைய பணம் வசூல் செய்வதிலேயே கவனமாக இருந்தார். ஐம்பதே ஆங்கில வார்த்தைகளை வைத்துக்கொண்டு, இந்த சுற்றுலா-பாபா அவர்களுக்கு இந்து மதத்தின் அடிப்படைகளைக் கற்றுக் கொடுத்து வந்தார். கர்மா, மறுபிறவி மற்றும் சாதுக்களுக்கு நிறைய தட்சிணை கொடுத்து அவர்களின் நல்லாசிகளால் முன் ஜென்ம கர்மாவிலிருந்து விடுபடுவது என்பவற்றை எடுத்துரைத்தார். இரண்டு மூன்று ஆங்கில வார்த்தைகளை 'பேட் கர்மா', 'குட் கர்மா' என்றெல்லாம் பயன்படுத்தி அவர் சம்பாதித்தார். சாதுக்கள் பற்றிய ஒரு மோசமான பிம்பத்தையே அவர் ஏற்படுத்தினார். ஆனாலும் அவர் நான்கு வாழைப்பழங்கள் இருந்தாலும் அவை அனைத்தையும் பிறருக்குக் கொடுத்துவிட்டு ''நாம் எல்லாவற்றையுமே பகவானுக்குக் கொடுத்தால் மட்டுமே அது வேறு ஒன்றாகத் திரும்ப வரும்' என்றார். அது நடந்தது. மாற்றாக பகவான் நிறையவே கொடுத்தார். எங்கள் புரவலர்கள் எங்கள் விரிப்புகளில் நிறையவே பணம் போட்டார்கள், எங்கள் பாதங்களை வணங்கி. ஒரு நாள் பால பாபா ஜேம்ஸ் பாண்ட் கிரனோலா என்றால் என்ன என்று கேட்டார். அவர் ஒரு அகராதியை வைத்துக்கொண்டு நீல ஸ்டீபன்ஸன் எழுதிய ராசி பலனைப் படிக்க முயற்சித்துக் கொண்டிருந்தார்.

ஒரு வயதான முனி பாபா ஒரு மொட்டை மாடியில் ஒரு மூலையில் எப்போதும் தனிமையில் இருந்து வந்தார். அவர் சில்லும் வேண்டும் என்றால் மட்டுமே ஒரு குழுவிடம் வந்து பேசுவார். நான் உருவாக்கியது என்னென்ன மற்றும் என்னைப் பற்றி உணர்ந்தவை என்னென்ன என்பவற்றை நான் அவரைப் பார்க்கும்போது நினைவு

கூர்ந்தேன். பேச்சைத் தவிர்க்கும் ஒருவரிடம் பேசும்போது என்னையுமறியாமல் நான் என்ன பேசுகிறேன் என்பதை நானே அவதானித்தேன்.

வேலிக்கு அருகே இருக்கும் மரத்துக்குக் கீழே அணில்களுடன் மொஹபத் பாபா விளையாடிக் கொண்டிருந்தார். வெளிர் சிவப்பு 'டீ ஷர்ட்', நேரு 'ஜாக்கெட்' மற்றும் பச்சை நிற வளையல் இவற்றை அணிந்தவர்.

''இந்த உலகை எப்படிப் பார்க்கிறீர்கள்?''

''இந்த உலகம் நன்றாகவே இருக்கிறது எனக்கு.''

''நீங்கள் எப்போதிலிருந்து சாது?''

''நாளை முதல்.''

தபஸ்விஜி பாபா பன்னிரண்டு ஆண்டுகளுக்கு உட்காராமல் படுக்காமல் இருக்கும் சபதம் எடுத்து மூன்று ஆண்டுகளே ஆகின்றன. அவர் வெளிநாட்டவர் வந்தால் தம் வேட்டியை விலக்கி, வீங்கி சீழ் பிடித்த கால்களைக் காட்டுவார். அவர்களிடம் நூறு ரூபாயாவது வசூல் செய்யவே விரும்புவார். ஆனால் அவரது களிம்பு முப்பது ரூபாய் மட்டுமே.

''ஆட்டோ, பஸ் எதிலும் நான் நிற்கிறேன்'' என்பார். ஓரிரு நிமிடங்கள் மட்டும் மொட்டை மாடி விளிம்பில் அமருவார். ஆனால் உடனே எழுந்துவிடுவார். இரவில் ஒரு கம்பத்தின் மீது சாய்ந்தபடி நின்றபடியே தூங்குவார். அவரைப் பார்க்கும் போதெல்லாம் பரிதாபமாக இருக்கும். ஒரு நரகத்தின் சின்னமாயிருந்தார் அவர். தானே வரவழைத்துக்கொண்டது இது.

தனது ஆண்குறியில் பத்து கிலோ எடையைத் தொங்கவிடும் துறவி, அல்லது கையைத் தூக்கி வைத்தபடியே இருக்கும் துறவி... இவர்களுக்கு என்ன கிடைக்கிறது? ஒரு ஒலிம்பிக் தடகள வீரன்போல புகழும் பெருமையும்.

''எல்லா நேரமும் நின்று கொண்டிருப்பதனால் நீங்கள் மேலான ஞானம் பெறுவீர்களா?'' நான் ஒருமுறை கேட்டேன்.

''இந்த உடல் ஒன்றுமில்லை என எனக்கு நானே நிரூபிக்க என் குரு இந்த தபஸைச் செய்யச் சொன்னார். அதன் பின் எனக்கு சக்தி அதிகமாகும்'' அவர் நம்பிக்கையுடன் பதிலளித்தார். ''எனக்குப் புகழும் மரியாதையும் கிடைக்கும்.''

உடல் படும் அவதியில் அவர் பைத்தியம் ஆகி வந்தார். நம் உடலின் தாங்கும் திறன் மிகவும் குறைவானதே. உடல் ஒன்றுமே இல்லை என்று எப்படிக் கூற முடியும்? நான் முடிவில்லாமல் உட்கார்ந்து கொண்டே இருப்பதுபோல இருந்தது அவரைப் பார்க்கும்போது. செயலின்மை என்று ஆனந்த பாபாவும் சீடர்களும் பயிற்சி செய்வது இவரை விட தீவிரத்தில் குறைவானதே அல்ல. அதில் துறப்பதே இருந்தது; இந்த நாடகத்தன்மை இல்லை. தினசரி வாழ்க்கைக்கு ஒத்துவரக்கூடியதாகவும்.

62 வயதான சார்வான் கிரி வங்காளத்தைச் சேர்ந்தவர். சிறிய மீசை, தாடி மற்றும் மாறு கண் உள்ள அவர் தமது குடும்பம் கவிஞர் தாகூருக்கு தூரத்து உறவு என்று சொல்லிக்கொள்வதில் பெருமை கொள்பவர். அவருக்கு ஹரியானாவில் ஏற்கெனவே ஒரு அரசு நிதி உதவி செய்யும் பாபா ஆசிரமம் இருந்தது; அவர் டெல்லியின் புறநகர்ப் பகுதியில் ஒரு ஆசிரமம் கட்டிக் கொண்டிருந்தார். அதை மேற்பார்வையிடும்போது பாங் ஹந்தி மந்திருக்கும் வந்தார். அவருக்கு மருத்துவரிடம் ஒரு பரிசோதனையும் இருந்தது. நேர்மையான மனிதர் அவர். மிகவும் சுயமரியாதையும், தாராளமான குணமும் உள்ளவர்; வயதில் இளைய பாபா அவரை கண்டித்துப் பேசினாலும் பாதிப்படையவே மாட்டார். நாள் முழுவதும் ஒரு வெள்ளை விரிப்பில் தம் பை மீது முதுகை வைத்தபடி அமர்ந்திருப்பார்.

படாடோபமான துறவி வினய் பாபா. கையில் ரோலேக்ஸ் கடிகாரம், இரண்டு வைர மோதிரங்கள், முத்து மாலை, 'ஐ பாட்' சகிதம் வளமாக வலம் வரும் அவருக்கு பல பணக்கார சிஷ்யர்கள் உண்டு என்றே கேள்விப்பட்டேன்.

பொருட்களை வெறுப்போர் அவற்றை விரும்புவோரை வெறுப்பதில்லை.

''நீங்கள் எதைக் கேட்டுக் கொண்டிருக்கிறீர்கள் குருஜி?''

''குருஜி என யாருமில்லை'' அவர் எதிர்ப்புத் தெரிவித்தார். ''நாம் எல்லோரும் சமமே. எல்லா ஆன்மாக்களும் ஒன்றே. உங்கள் செய்கைகள் அனைத்தும் பிறரையும் முழு மெய் நிலையையும் பாதிக்கக் கூடியவையே. இதைத் தவிர வேறு கர்மா ஒன்றும் இல்லை.''

அவர் என்னிடம் இணைப்பில்லா ஒலிவாங்கியைத் தம் தலையில் இருந்து கழற்றிக் கொடுத்தார். அவர் சமீபத்திய பாலிவுட் சினிமாப் பாடல்களைக் கேட்டுக் கொண்டிருந்தார்.

'மிஸ்டர் பிரீச்சர்' என்று ஒருவருக்கு நான் பட்டப் பெயர் வைத்திருந்தேன். அவர் ஒரு வித்தியாசமான வகை பாபா. மிகவும்

பயங்கரமான ஒரு அபிப்ராயத்தை அவர் வாழ்க்கை பற்றி வைத்திருந்தார்: ''வாழ்க்கை ஒரு தண்டனை. நீங்கள் நூறு வருடம் வாழ்ந்தால் அது இன்னும் பெரிய தண்டனை. ஒருவர் குழந்தைப் பருவத்தில் இறந்துவிடுவதே சிறந்தது. நீங்கள் கடவுளை நேசிக்க வேண்டுமென்றால் வாழ்க்கையை வெறுக்க வேண்டும். நீங்கள் கடவுளைப் பிரார்த்தித்தால் மீட்சி உண்டு. கடவுளே என்றுமிருப்பவர்; சைவ உணவையே சாப்பிடுங்கள், மந்திரங்களை ஜபியுங்கள், மனதைக் கட்டுப்படுத்துங்கள்; இச்சைகளை விட்டொழியுங்கள்... இதுவே நீங்கள் செய்யவேண்டியது.''

மொட்டை மாடியில் இரும்புத் தகட்டுக் கூரை வேய்ந்த கொட்டகையில் நாங்கள் பதினைந்து பாபாக்கள் இருந்தோம். அரச மரம் மற்றும் ஆல மரக்கிளைகள் அந்தக் கூரை மீது படர்ந்திருந்ததால் அவ்வளவு சூடு இறங்கவில்லை. தலைக்கு மேலே மூன்று மின் விசிறிகள் சற்றே உஷ்ணமான காற்றை வீசிக் கொண்டிருந்தன. மின்சாரம் தடைப்பட்டால் மிகவும் சிரமம். இங்கும் அங்கும் செருப்புகள் இரைந்து கிடந்தன.

உம்மணாம் மூஞ்சியாக ஒரு பாபா, முற்றத்தின் ஒரு ஓரத்தில் ஒரு மரத்தடியில் அமர்ந்திருப்பார். அவருக்கு வயது 30 இருக்கும். அவரது வேட்டியின் ஆரஞ்சு நிறம் மங்கி அழுக்கும் கறைகளும் ஆன ஒன்றாயிருந்தது. அவர் யாருடனும் பேச விரும்பாத மன நோயாளியின் தீவிரத்துடன் தனது தபஸைச் செய்து வந்தார். அவரது முடி சுருட்டை சுருட்டையாய் பரட்டையாய் நீண்டிருந்தது. அவர் பாங் ஹந்தி மந்திரை விட்டு 25 வருடமாக வெளியே போகவில்லை என்று கேள்விப்பட்டேன்.

பம் பம் போலே போலே நாத்! சில்லும்கள் இங்கும் அங்கும் கை மாறிக் கொண்டிருந்தன.

கூட்டத்தின் ஒரு மூலையில் தமது விரிப்பை விரித்து அமரும் ஆனந்த பாபா அதன் பிறகு நகர மாட்டார். எல்லோரையும் ஆனந்தத்துடன் பார்க்கும் இயல்புடையவர். வாழ்க்கையின் முக்கியமான அம்சமான குணம் அது; நிறைய சவால்களைத் தாண்டிப் பேண வேண்டியது. சிலசமயம் அவர் உரையாடல்களில் பங்கேற்கும்போது அவரது ஞானம் வெளிப்படும். தானாகவே புரவலர்கள் அவரைப் பார்க்க வருவார்கள். அவரது எளிய தோற்றமும், நகைச்சுவையான பேச்சும் அனைவரையும் கவர்ந்தன. அவருக்கு அவர்கள் நிறையவே காணிக்கை கொடுத்தார்கள். அவற்றை அவர் உடனே பிரித்தளிப்பது சமகால சாதுக்கள் இடையே அவருக்குப் பெரிய மரியாதையைத் தேடித் தந்தது.

எனது விரிப்பை அவரை ஒட்டிப் போட்டாலும் அவருடன் நான் அதிக நேரம் செலவிட முடியவில்லை. பாங் ஹந்தி மந்திரில் காலை தியானத்துக்குப் பின்னர் எப்படியும் பலமுறை பத்துப் பன்னிரண்டு சாதுக்கள் அமர்ந்து விவாதிக்கும் கூட்டங்கள் இருக்கத்தான் செய்தன. ஓரிரு புரவலர்கள் முனைக் கடையில் இருந்து தேநீர் வரவழைத்து அவர்களும் பேச்சில் கலந்து கொள்வார்கள். யாத்திரிகர்கள் மற்றும் வந்து போவோரும் அமர்வார்கள்.

நகரம் பெரும் சந்தடியுடன் சுறுசுறுப்பாக இருந்தது. பக்தர்கள் பல கோயில்களுக்குச் சென்று வழிபட்டு, மணியை அடித்துக் காணிக்கையும் செலுத்தினார்கள். அதனால் நாங்கள் செயலற்றிருக்கும் பயிற்சி செய்ய இயன்றது. அவர்கள் உடலுறவையோ அல்லது பணத்தாசையையோ விட்டுவிடவில்லை. அவர்களுக்கு விடுதலை தேவைப்படவுமில்லை; அவர்களுக்கு மகன் பிறக்கவேண்டும் என்று எங்கள் ஆசீர்வாதம் கேட்டு, காணிக்கை போட்டுவிட்டுப் போனார்கள்.

★★★

''ஒரு வெளிநாட்டுக்காரர் நேற்று வந்தார்'' என்றார் மகோபாத் பாபா.

''லொடலொடவென்று பேசுபவர்'' என்றார் ஐபாட் பாபா.

''நான் நேற்றிரவு வெளியே சென்றுவிட்டேன். அவரைப் பார்க்கவில்லை'' என்றார் கினேஷ் கிரி.

''அவர் ஜெர்மனிக்காரர்.''

''நான் நாளை அனா படித்துறைக்குப் போகிறேன்'' என்று ஐபாட் பாபா அறிவித்தார்.

''நாம் சில்லும் தயார் செய்வோம்'' என பரிந்துரைத்தார் பிரமோத் கிரி.

''இருங்கள். தேநீர் வருகிறது'' என்றார் சார்வான் கிரி.

''நான் உலகைக் காக்க ஒரு சாதுவாக இருக்கிறேன். உலகை அழகானதாய் மாற்றவும்'' என்றார் மொஹபத் கிரி பாபா. ''நான் சொர்க்கத்துக்கு வழி காட்டுகிறேன். கடவுளைத் தொழுவது உங்களை மகிழ்ச்சியுறச் செய்யும். கடவுள் உங்களை மகிழ்ச்சியுறச் செய்வார்.''

அவர் சடங்கு முறையாகப் பிரார்த்தனை செய்பவரில்லை. கடவுள் அவரை மகிழ்ச்சியாகவே வைத்திருந்தார்.

கம்பிகளால் செய்த தேநீர்க் குப்பி வைக்கும் தாங்கியில் தேநீர்களுடன் ஒரு சிறுவன் வந்தான்.

அவர்கள் நிறையவே பேசினார்கள்; எதுவுமே பேசவில்லை. நன்கு பராமரிக்கப்படுவதாகவும், நிர்வாகி இவர்களது நண்பராகவும் உள்ள தர்மசாலைகளின் முகவரிகளைப் பரிமாறிக் கொண்டார்கள். வெங்காயத்தின் விலை பற்றிய பிரதம மந்திரியின் கவலையையும் சேர்த்து பல வம்புகளை அளந்தார்கள். மின்சாரக் கட்டண உயர்வு, மகாபாரதம் என எல்லாமே பேசினார்கள்.

கருத்து வேறுபாடுகள் அடிக்கடி எழுவதே. அவர்கள் ஒருவரை ஒருவர் ஏசிக்கொள்வதும் சகஜம். தனது சால்வையை ஒரு கயிற்றின் மீது ஒரு சாது போட்டது பெரிய சண்டையாகிவிட்டது.

''வானமே தெரியவில்லை.''

''இருட்டிப் போய்விட்டது.''

ராம் ராம் சண்டை. தானே தனக்குள்ளே ஒருவர் போடும் சண்டை.

''இங்கே ஏன் உட்கார்ந்தீர்கள்?''

''இங்கே ஏன் உட்காரக் கூடாது?''

''மிகவும் அருகிலே அமராதீர்கள். இரண்டு அடி தள்ளி அமருங்கள்.''

கண்டதும் காதலும் அடிக்கடி நடப்பதே. ''எங்கே நல்ல நடத்தைகள் உள்ளனவோ அங்கே அன்பு சகஜமாக வந்து இருக்கும்'' என்றார் ஆனந்த பாபா.

முனி பாபாபோல ஒருவர் யாரோடும் பேசாமல் தனது ஆசனத்திலேயே அமர்ந்தபடி இருக்க முடியாது. பிரக்ஞையின் சாட்சிகளின் நீரோட்டத்தின் ஊடே நீந்திப் போக வேண்டும்.

29 வயதான நாக கிரி பாபா உள்ளே வந்து தமது முதுகுச்சுமையை இறக்கும்போது கடுமையான வெய்யில். வெள்ளைப் பற்கள், கரு விழிகள், கம்பீரமான பார்வை என அவர் மிகவும் அழகானவர். தமக்கு அருகே இருப்பவருக்கும் தமக்கும் இடையே இரண்டு மூங்கில் தடுக்குகளை வைத்துவிட்டே அவர் அமர்ந்தார். அவரது அப்பா ராணுவ அதிகாரி, ஆனால் சூதாட்டத்தில் ஈடுபாடுள்ள அந்த ஆள் தமது குழுவின் மாதச் சம்பளப் பணம் முழுவதையும் சூதில் தொலைத்தார். விசாரணை, மூன்று மாத சிறைத் தண்டனை இவற்றுக்குப் பிறகு அவர் வேலையை விட்டு அனுப்பப்பட்டார்.

ஆனால் அவருக்கு வேறு எங்கும் வேலையும் கிடைக்கவில்லை. சுகுமார் கிரி பாபாவுக்கு சாதுவாகும் எண்ணம் வந்து அவர் வீட்டை விட்டு வெளியேறியபோது அவருக்கு வயது 10. அவர் இன்னும் உத்திரகாண்டில் வசிக்கிறார். பதினைந்து சிங்கங்கள், எட்டு புலிகள் மற்றும் மூன்று கரடிகள் சூழ அவர் கார்பெட் காட்டுப் பகுதியில் உள்ள ஒரு கோயிலில் வசிக்கிறார்.

பயணிகள் வன எழிலையும், விலங்குகளையும் பார்ப்பதற்கே அங்கு வந்தார்கள். விடுதலைக்காக அல்ல. சுகுமார் பாபா தமது இரு வெளிநாட்டுத் தோழிகள் பற்றித் தெரிவித்து, அவர்களின் புகைப் படங்களையும் காட்டினார். ஒருத்தி பின்லாண்ட் மற்றும் மற்றொருத்தி ஆஸ்திரேலியா. ''அவர்கள் என் சகிகள். அவர்களிடம் டாலர்கள் இருக்கின்றன'' என்றார் அவர் மகிழ்ச்சியாக. '' இந்தக் கலிகாலத்தில், பணமே அதிகாரம். ஆனால் நான் எதையும் கேட்க மாட்டேன். என் பிம்பம் பற்றி நான் எச்சரிக்கையாக இருக்கிறேன்.'' தமது கமண்டலத்தின் மூடியான கடோகி மேல் அவர் ஒரு சிறிய கிண்ணத்தில் எடுத்துச் செல்லக்கூடிய ஒரு சிறிய பீடம் ஒன்றை வைத்திருந்தார். யோகராஜின் சிறிய சிலை வடிவம் ஒன்றை அந்தக் கிண்ணத்துக்குள் வைத்து, சில பூக்கள் மற்றும் நகைக் கற்களைப் போட்டு வைத்திருந்தார்.

நாங்கள் இருந்த மொட்டை மாடியில் மகாந்த் கௌஷல் கிரி இருந்தார். அவர் பாங் ஹந்தி கோயிலில் பல வாரங்கள் ஒவ்வொரு வருடமும் தங்குவார். தமது சிறிய மெத்தையின் மீது மேலும் சில விரிப்புகளைப் போட்டு மையத்தில் அமருவார்.

''சின்னஞ்சிறு குழந்தையாய் இருக்கும்போதே எனக்கு கடவுள் பற்றிய சிந்தனைகள் உண்டு'' என்றார் அவர். ''நான் ஆறு வயதில் பாபாக்களுடன் தங்கினேன். ஏழு வயதில் என் பாபாஜியை நான் சந்தித்தேன். வீட்டை விட்டு வெளியேறினேன்.''

அவர் ஹரியானா, ராஜஸ்தான் மற்றும் ரிஷிகேஷில் பல இடங்களில் பாபா ஆசிரமங்களைக் கட்டியிருந்தார். மகாந்த் ஆகிவிட்டதால் அவர் சாதுக்களின் அதி உயர்ந்த பதவிக்கு ஒரு படியே பாக்கி என்னும் நிலைக்கு முன்னேறி இருந்தார். அவர் மிகவும் வசதியானவர். கையில் விலை உயர்ந்த கடிகாரம் மற்றும் கைபேசி. அவரது உடல் மொழியே ஒரு அதிகாரத்தையே குறித்தது. அவர் ஒரு அரசியல் பாபா. அவர் மிகவும் லட்சியமுள்ளவராய் ஒரு தொழிலை முன்னெடுத்தார்.

நாகா பாபாவான பார்திப் கிரி இளைஞர். இருபத்தைந்து வயது. சுமாராக இருக்கும் அவர் பல மாலைகளைக் கழுத்தில் அணிந்திருப்பார். எந்த வேலையையும் அசைவுகளை அளவெடுத்தது போல படிப்படியாகச் செய்வார். குறிப்பறிந்து குருவுக்கு பிஸ்கட் தேநீர் எடுத்துச் செல்வார். ஒரு விருந்தாளி வந்தால் அவர் அமைதியாக குருவின் அருகில் அமர்ந்து, குருவின் அட்டகாசமான பேச்சை ரசிக்கவும் செய்வார். மௌனமாக இருக்க வேண்டிய நேரத்தில் அமைதியாயிருப்பார். சில்லும் தயார் செய்து கொடுப்பார். தினமும் தனது விரிப்பின் மேல் விழுந்து தனது குரு இருக்கும் திசையில் வணங்கி, பத்து நிமிடம் வரை சிஷ்யனின் உறுதி மொழிகளை அவர் கூறிய பின் குரு கௌஷல் கிரி ஆசி வழங்குவார்.

நான் இந்த மாதிரி சடங்கை எல்லாம் ஆனந்த பாபாவுக்குச் செய்யவில்லை. நான் அந்த மாதிரியான சீடன் அல்லேன். நான் பணிவின் வழியாக அல்லாமல் பாராட்டின் வழியாகவே என் மரியாதையைத் தெரியப்படுத்துவேன்.

''நீங்கள் சாதுவாக ஒரு வாழ்க்கை முறைக்காக இருக்கிறீர்களா? இல்லை மோட்சத்துக்காகவா?'' என நான் பிரதீப் கிரியைக் கேட்டேன்.

''நான் ஒரு ஜீவன் முக்தன். விடுதலையான ஆன்மா'' என்றார் அவர் பெருமையாக.

''உங்களுக்கு திடீரென பல லட்சம் ரூபாய் கிடைத்தால் நீங்கள் துறவைக் கைவிடுவீர்களா?''

''உலகம் சிருஷ்டிக்கப் பட்டபோது'' அவர் பதிலளித்தார், ''அசுரனான கலி பரிட்சித்து மகாராஜாவை வந்து பார்த்து தான் பூமியில் எங்கே இருக்க வேண்டும் என்று கேட்டார். அவர் விலைமாந்தர் இருக்கும் இடம், மதுக்கடைகள், சூதாடும் இடம் மற்றும் கசாப்புக் கடைகளில் அவனை இருக்கச் சொன்னார். வேறு இடங்கள் என்னென்ன என்று அவன் கேட்க பொய்கள், கர்வம், ஆசை, அறியாமை மற்றும் வெறுப்பு இவற்றில் சென்று இருக்கச் சொன்னார். அவையும் போதாது இன்னும் பெருமையான இடம் வேண்டும் என்றான் கலி. அவர் அவனைத் தங்கத்தில் சென்று இருக்கச் சொன்னார்.''

நான் வணங்கினேன்.

தேநீர் மற்றும் இரண்டு பொது மக்கள் வந்தார்கள். அவர்கள் கௌஷல் கிரியின் புரவலர்கள். பிறகு அவர்கள் குருவின்

அறிவுரையைப் பெற்றுக் கிளம்பினார்கள். அதன் பின் ஒரு தலித் வந்தார். அவர் அருகில் வரலாமா என தயங்கித் தயங்கித் தள்ளியே நின்றார். கௌஷல் கிரி அவரை சைகையிலேயே என்ன வேண்டும் என்று கேட்டார். எனக்கு அதிர்ச்சியான வியப்பளிப்பதாய் பாபா அவரைத் தள்ளியே இருக்கச் சொல்லி சைகை செய்தார். அந்த மனிதர் பாவம் வெறுத்துப் போய் திரும்பிப் போய்விட்டார். என்னுள் இருந்த ஜனநாயகவாதியும் மனித உரிமை ஆர்வலரும் கொதித்தெழுந்தார்கள்.

''குருஜி, உங்களுக்கு மனிதர்கள் சமமற்றவர்களா?''

''ஒரே அப்பா. பல குழந்தைகள். ஒரே ஆன்மா. பல சேவைகள். ஒரு கை ஐந்து விரல்கள்'' என்னும் பிராமணர்களின் சேமிப்பில் இருக்கும் ஐந்தாறு வார்த்தைகளை எடுத்து விட்டார். ''சென்ற பிறவியில் அவர் நல்ல கர்மா செய்ததால் மனிதப் பிறவி எடுத்தார்'' என்றார்.

''முதலில் நான் நல்ல நாய், பின்னர் நல்ல குரங்கு, அதற்கும் பின்னர் நல்ல பசுமாடு. இல்லயா?'' என்றேன் நான் அங்கதமாகவும் அதை விட அவநம்பிக்கையாகவும்.

''ஆமாம். சிங்கங்கள், மாடுகள் மற்றும் குரங்குகள் அடுத்த ஜென்மத்தில் மனிதராய்ப் பிறக்கும்'' என்று என் கூற்றை ஏற்றார். ''நீங்கள் ஒரு தவறைச் செய்யும்போது மறுமுறை நீங்கள் அதைத் திருத்திக் கொள்கிறீர்கள். அதே போலதான் மறு பிறவியும்.''

மௌனமாகவே பிரதீவ் பாபா தன் குருவிடம் நான் செய்யும் அதிகப்பிரசங்கித்தனத்தை மறுதலித்து, முகபாவத்தில் எதிர்ப்பைக் காட்ட, கௌஷல் கிரி அவரைச் சைகையில் சாந்தப்படுத்தினார்.

''ஜாதி பெருமையை நியாயப்படுத்துமோ இல்லை வெறுப்பையோ அது கலியே'' என்றேன் நான் சீடனைப் பார்த்து.

இந்த உரையாடலில் குறுக்கிடவென்றோ என்னவோ குஷால் கிரி தொலைபேசியில் பேசினார். ஜெர்மன் சீடருக்குக் கைபேசியில் பேசி என்னிடம் அதைக் கொடுத்தார். கல்பேஷ்வர் கிரி ரிஷிகேஷில் இருக்கிறார். அவர் டெல்லிக்கு ஓரிரு வாரங்களில் வருவார்... அவர் மூப்படைந்து விட்ட மாடுகளுக்கு ஒரு ஆசிரமம் அமைக்க விரும்பினார். ''பசுக்கள் புனிதமானவை. ஆனால் விவசாயிகளுக்கு பணம் வேண்டும்!'' அவர் தொகுத்துக் கூறினார். பஞ்சாபில் உள்ள ஒரு கிராமம் அவருக்கு ஒரு சிறிய குடிலை நிலத்துடன் தர முன் வந்தது.

''ஆனால் அது ஒரு ஏழு கிராம் பை மட்டுமே - அதற்கு போய் நூறு ரூபாயா!'' என வெடித்தார் கினேஷ் கிரி. ஒரு சுற்றுலாப் பயணிக்கு ஒரு கஞ்சாப் பொட்டலத்தைப் பத்து மடங்கு விலைக்கு விற்றதற்காக. மற்ற பாபாக்களுக்கு அது தெரிந்திருந்தது. ''அவர்கள் மற்ற எல்லா பாபாக்களையுமே உன்னைப்போல் பேராசைக்காரர்கள் என்று நினைப்பார்கள்.'' அனைவரும் அவரிடம் ஒரே சமயத்தில் கூற முயன்றார்கள், 'நீ செய்தது எங்கள் அனைவரையுமே பாதிக்கிறது'. அவருக்கு எதிராக அனைவரும் ஒன்று திரள அவர் அழுத்தத்தில் அந்த இடத்தை விட்டு வெளியேறினார்.

★★★

''ஹரி ஓம். குரு பாய். இங்கே அமருங்கள்.''

மஹொபத் பாபாவின் அமரும் விரிப்பைத் தாண்டி நான் என் இடத்துக்கு நகர்ந்து கொண்டிருந்தபோது அவர் என்னை நிறுத்தினார். ''ரஜுலா பாபா'' என தொடங்கினார். முற்றத்தில் சிறிய அடைப்பில் இருக்கும் பெரியவரான பாபா மரணத்தை எதிர் நோக்கி இருக்கிறார். ''அவர் மூன்று மாதம் முன்பு பறந்தே போய் மரத்தின் மீது அமர்ந்தார்'' என்றார்.

அச்சா! அவர் நிறையவே புகைத்திருந்தார். அந்த நேரத்தில் அவரைத் தவிர எல்லோருடைய கால்களும் தரையில்தான் இருந்தன. அதிகப் புகையில் அவர் சுயநினைவு குறைந்திருக்கலாம்.

நான் ரஜுலா பாபாவுக்கு என் மரியாதையைத் தெரிவிக்கப் போனேன்.

''ஹரி ஓம். நீங்கள் எப்படி இருக்கிறீர்கள் பாபாஜி?''

''மனோனஷா'' என்றார் பதிலுக்கு.

நா என்றால் இல்லை. ஷா - அவன், மனு - மனிதன்; மன் - சிந்தித்தல். மனோ என்றால்? நான் ஆனந்த பாபாவிடம் ஓடினேன். 'மனோ - அகம்'. அகம் - அவன் இல்லை என்றே என்னிடம் ரஜுலா பாபா கூறியிருக்கிறார்.

''நீங்கள் எங்கள் இருவருக்குள்ளும் என்ன வேறுபாட்டைக் காண்கிறீர்கள்?''

''எந்த வேறுபாடும் இல்லை.''

திடீரென, அவரது பார்வையில் எந்த வித்தியாசமும் இல்லாத மனிதன் என் மீது விழுந்தது. அது எனக்கு அளித்த சரணாகதியில்,

நான் எனது பிரக்ஞை அளவுக்கு, அவரது பிரக்ஞைக்கும் சொந்தமாகிறேன் என உணர்ந்தேன். அவரது புன்னகை, மற்றும் சூழும் நகரின் இரைச்சல் மற்றும் எனக்கும், அந்தப் புராதனமான ஆல மரம், சிதறிக் கிடக்கும் செங்கற்கள், மற்றும் என் இருப்பைப் பகிரும் எல்லா உயிர்களுக்கும் நான் சொந்தமாகிறேன். திடீரென, ஒரு விடுதலை சுற்றி இருக்கும் எல்லாவற்றிற்கும் சொந்த மாயிருப்பதில் உணரப்பட்டது. மெலி-பான்டி கூறியதுபோல என் பார்வையின் காணப்படும் பொருளுக்குச் சொந்தமாயிருத்தல்.

வட்டவடிவமான பார்வையாளர் அறையில் இருந்த தொலைக்காட்சிப் பெட்டியில் சாதுக்கள் அமர்ந்து உலகக் கோப்பை கிரிக்கெட் போட்டியைப் பார்த்துக் கொண்டிருந்தபோது, மின்சாரம் தடை பட்டது. அதனால் சமையலறை வேலை, துணி துவைக்கும் வேலை என ஒவ்வொருவராகக் கலைந்து சென்றனர்.

வெளியிலிருந்து இரண்டு சாதுக்கள் அன்பை வெளிப்படுத்து வோராக உள்ளே வந்தனர். ஒருவர் மற்றவரைக் காட்டி ''கடவுள், என் குரு'' என்றார். அவரோ அதை ஏற்ற முகபாவம் காட்டவில்லை.

மேலே ஆலமர நிழல் மொட்டை மாடியில் யோக முத்திரையுடன் மூச்சுப் பயிற்சியை ஒரு குரு ஒரு இளம் சீடருக்குக் கற்றுத் தந்து கொண்டிருந்தார். விரல்களை எப்படி வைத்துக் கொள்ள வேண்டும் என்று ஓரிரு முறை குரு சரி செய்ய, சீடர் அதைக் கற்றுக் கொண்டு விட்டார். அதன் பின் இருவரும் இரு காதலர்கள்போல பார்த்துக் கொண்டனர், நீண்ட நேரத்துக்கு.

சாதம், பூரி மற்றும் தால் இவற்றுடன் இரண்டு வேலைக்காரர்கள் வந்தனர்; அதை ஒரு புரவலர் தந்தார் என அறிவித்தனர். நாங்கள் பெரும்பான்மையினர் வேண்டாம் என்று கூற, லால் கிரியோ சாப்பிட விரும்பினார். மஹூவா இலைகளால் செய்யப்பட்ட தட்டில், பரிசகர்கள் உணவைப் பரிமாறினர். வானத்தை நோக்கிக் கண்களை உயர்த்தி கடவுளை வேண்டினார் அவர், உணவை உற்று நோக்கிய பின். பிறகு பணியாளர்கள் மற்றும் புரவலர்கள் அனைவரையுமே வாழ்த்தினார்.

வயதான ஒரு பாபா சூரிய அஸ்தமனத்துக்குப்பின் வந்தார்.

''இங்கே இல்லை பாபாஜி. அங்கே...'' என்றார் சார்வான் கிரி.

ஆனால் அவர் இறுதியில் வலது பக்கம் அமர்ந்து கொண்டார்.

இடது பக்கம் அவருக்கு நிழல் கிடைத்திருக்கும். வலது பக்கம் மின் விளக்கு ஒளியில் அவரை நன்றாகப் பார்க்க முடியும்.

''உங்களிடம் சிகரெட் இருக்கிறதா? இங்கே ஒன்று இருந்தது. இப்போது காணவில்லை.''

''என் சோப்! அதை நீங்கள் மறந்து விட்டீர்கள்'' என்றார் மஹோபத் பாபா, பால பாபாவைக் கேட்டார்.

''கோபால் கிரி மிகவும் அமைதியானவர். அவர் எதனாலும் பாதிக்கப்படாதவர்'' என்றார் சார்வன் பாபா.

★★★

ஒரு அதிகாரம் மிக்க பாபாவின் பிறந்த நாள், கடைதிறப்பு, நினைவுக் கூட்டம், திருமணம் என எந்த சமூக விழாவுக்கும் எங்களுக்கு அழைப்பு உண்டு. ஒரு வெற்றிகரமான விழாவுக்கு நிறைய பேரின் ஆசி வேண்டும். அதனால் ஒரு பாபாக்களின் கூட்டமே தேவைப் பட்டது. ஏற்பாடு செய்வோர் எங்களை வந்து அழைப்பார்கள். இல்லையேல் அது நடப்பது பற்றிய வதந்திகள் வரும்.

நாங்கள் நார்த் தடுக்குகள் மீது அமர்ந்திருந்தோம். வாளி வாளியாக சப்பாத்தி, தால், பூரி, சாதம் அனைத்தும் வந்தன. ராம்ஜி, என அழைத்துக் கேட்டுக் கேட்டு உபசரித்தார்கள் புரவலர்கள். பரிமாறுபவனும் ராமனே. சாப்பிடுபவனும் ராமனே. இந்த அக்கறையின்மையில் ஒரு இருமையின்மை.

எங்களுக்குப் பரிசுகள், பணம் மற்றும் சரஸ் தரப்பட்டன.

''அவர்கள் வேட்டியும் கொடுக்கப் போகிறார்கள்'' பரிதோஷ் பாபா செய்தியைப் பரப்பினார்.

''என்னிடம் நிறையவே வேட்டி உள்ளது'' என்றார் சுபாஷ் கிரி.

''எனக்கு ஒன்று வேண்டும், ஆனால் என்னால் போக முடியாது'' என்றார் நிரஞ்சன் பாபா. அவருக்குக் காலையில் இருந்து மாலை வரை எதாவது ஒரு பூஜை, மந்திரம், மணி அடிப்பது இதற்கே நேரம் சரியாக இருந்தது.

சுபாஷ் கிரி ''உங்களுக்காக நான் போய் என்ன கொடுக்கிறார்களோ வாங்கி வருகிறேன்'' என்றார்.

ஒருவர் கொடுக்கிறார்; மற்றவர் வாங்கிக் கொள்கிறார். பணமும் பொருட்களும் சுழற்சியாய்க் கை மாறின. அரங்கில் பல சாதுக்கள் தொலைக்காட்சியில் கிருஷ்ண லீலா பார்த்துக் கொண்டிருந்தார்கள். பல வண்ண ஆடைகளும் நகைகளுமாக நடிகர்கள் நடமாடிக் கொண்டிருந்தார்கள். சில பாபாக்கள் ஹனுமான் கோயிலுக்குப்

போய்விட்டார்கள். நான் என் விரிப்பில் ஆனந்த பாபாவுக்குப் பின்புறம் அமர்ந்திருந்தேன். ஒரு கொழுக்கு மொழுக்கான இளைஞன் நுழைந்தான். அவன் எல்லா பாபாக்களுக்கும் பணிவாக வணக்கம் கூறி ஆனந்த பாபா பற்றி விசாரித்தான். இதுதான் அவர் என்று தெரிந்த பிறகு அவன் அவர் எதிரில் அமர்ந்தான். தனக்குக் கடவுள் மீது நம்பிக்கையில்லை என்றான். மதம் ஒரு விஷம் என்றான்.

நேர்மையும் உண்மையுமான அந்தப் பையன், ''இந்தப் பிரச்சனையை ஒரு குருவிடம் மோதி விளங்கிக் கொள்ள விரும்புகிறேன்'' என்றான்.

ஆனந்த பாபா அவனை மனம் விட்டுப் பேசும்படி கூறினார். மன்சுக் கூறினான்: ''மதங்களும் அவற்றின் கடவுள்களும் குழந்தைகளுக்கும் படிப்பறிவில்லாதவர்களுக்கும் கதைகள் கூற மட்டுமே பொருத்தமானது. விஞ்ஞானம் ஒன்றேதான் பறைசாற்றிக் கொள்வதை உற்பத்தி செய்வது.''

''அது தான் உருவாக்கும் பேரிடர்களை பறைசாற்றிக் கொள்வதே இல்லை'' ஆனந்த பாபா நட்பு முறையாகத் திருத்தினார். ''ஆனால் நீ ஏன் கடவுளையும் மதத்தையும் தேடுகிறாய்? உயிரினுள் தேடு! அது உனக்கு பிரச்சனையின் மையம் எது என்று விஷம் என்னும் ஆபத்தில்லாமல் காட்டும். அலையும் மனதை, இருமை என்ற எதுவுமே இல்லாமல், ஒன்றன் மீதே தியானிக்கச் செய்வாயாக. நீயே உனது மந்திரம் மற்றும் மதத்தை உருவாக்கலாம். கற்பனை செய்யும் உரிமை உனக்குக் கட்டாயம் உண்டு.''

''என்ன யோசனை? உதாரணத்துக்கு ஒன்று சொல்லுங்களேன்.''

''உங்களால் கண்ணாடியில் காணும் ஒரு பிம்பத்தைக் கையால் பிடித்துவிட முடியாது என்பதை நீ அறிவாய். அதேபோல் உனது மனம் இந்த உலகத்தை மனதில் இருந்து கலைந்து மறைய விட்டு விடு. உதாரணத்துக்கு இந்த உலகம் ஒரு பிம்பம் போன்றது; அல்லது நானே உலகின் கண்ணாடி. அல்லது நான் கண்ணாடியும் இல்லை; காணப்படுவதும் இல்லை.''

''மற்றொரு உதாரணம் தரலாமே பாபாஜி'' நான் பரிந்துரைத்தேன்.

''காணப்படும் பொருட்களின் இருப்பு (சத்தா) அந்த பொருட்களைக் காணும் அகம் என்னும் புலன் (அகங்காரம், நான்) இவை சுய பிரக்ஞையின் (ஆத்மன் - பிரம்மன்) பிரதிபலிப்புகளே. வடிவங்களில், வெவ்வேறு வடிவங்களில் வெவ்வேறு நிகழ்வுகளைக்

காண்பவராக இரு'' எடுத்துரைத்தார் ஆனந்த பாபா. ''இது எதை உண்டாக்குகிறது என்பதை கவனி.''

''அச்சா'' என்று அன்குஷ் ஆர்கிமிடிஸின் யுரேகாபோல குதூகலித்தான்.

அவன் எதையோ கண்டுகொண்டிருந்தான். அதற்கு மேல் அவன் ஒரு வார்த்தை பேசவில்லை. அவனது ரம்மியமான, ஒளி மிகுந்த ஆழ் சிந்தனையில் விட்டோம். அவன் மனிதர்களிலேயே மிகவும் மகிழ்ச்சியானவனாகக் கிளம்பிச் சென்றான்.

ஒரு ஏழை வந்து முனி பாபாவின் முகத்தைச் சுற்றி ஒரு ஊதுபத்தியைச் சுழற்றி வணங்கினார். அவர் எதிரில் அமர்ந்தார்.

''ஓ பகவான்! என் கழுத்தைச் சுற்றி உள்ள வீக்கத்தைப் பாருங்கள்'' ஒரு குழந்தையைப்போல அவர் கூறினார். ''இது புற்று நோய். நான் முப்பத்து நான்கு வயதே ஆனவன். எனக்கு ஆறு குழந்தைகள். ஓ பைரவரே. ஓ மாதா காளி, ஓ புருஷோத்தமன்...''

அவர் தரையில் விழுந்து வணங்கிக் கிளம்பிச் சென்றார்.

சாதாரணப் பார்வையாளர்கள் வந்ததும் ஒரு வலியைத் தாண்டும் விருப்பத்தைக் கூறுவார்கள்; ஒரு கவலையை விவரிப்பார்கள்; தங்கள் நம்பிக்கைகளை முன் வைப்பார்கள். ஒரு மலடான பெண் தனது வளர்ப்புத் தாய் செய்யும் கொடுமைகளைக் கூறினாள்; ஒரு மாமியார் தனது சோம்பேறி மருமகள் கொண்டுவந்த துரதிர்ஷ்டம் பற்றியும், ஒரு அப்பா தனது மகன் வெற்றியடைய வேண்டுமென்றும். அவர்கள் உடல் நலம், செல்வம், வெற்றிகரமான ஒரு முடிவு, கதவுகளைத் திறக்கும் ஒரு பட்டயம் இவற்றையே தேடினார்கள். வாழ விரும்பிய முப்பது வயதான ஒரு பெண்ணுக்குக் கணவன் தேவை. ''ஒரு பையன்... ஒரு மகன் வேண்டும் பகவான்'' என விழைந்தார் நடுவயதான ஒரு அம்மாள். ''மகன் கொடுங்கள்'' என்று தனது அவமானத்தின் வாக்குமூலம்போல ''எனக்கு ஆறு மகள்கள் இருக்கிறார்கள்'' என்றார் கண்களைத் தாழ்த்தியபடி.

''ஆறு பெண் குழந்தைகள் போதுமே'' என்றார் ஆனந்த பாபா நாசூக்காக.

அவர்கள் ஒரு உத்வேகத்தைத் தேடினார்கள் அல்லது ஒரு அற்புதம் நடக்கும் என நம்பினார்கள். ''என் கணவருக்குக் கனிவு மீண்டும் ஏற்படட்டும்'' அவர் பதில் எதையும் எதிர்பார்க்கவில்லை.

''பிறரது துரதிர்ஷ்டம் உங்களது என்றால் உங்கள் சாந்தமும் அவ்வாறானதே'' என்றார் ஆனந்த பாபா.

★★★

முற்றத்தில் 'திருவாளர் பிரசாரகர்' ஆலமரத்துக்குக் கீழே இருந்த மேடையில் அமர்ந்து பேசத் தொடங்கினார், ''எனக்கு இருபத்தேழு வயதாயிருக்கும்போது நான் உலகை வெறுத்தேன்; நான் இப்போது விழிப்பு பெற்றவன், பயிற்சியை நிறைவு செய்தவன், கடவுளை அறிந்தவன்.''

அவர் அலுப்போடும் அதே சமயம் காரணத் தருக்கமிக்கதாகவும் பேசினார். அடக்கமாகவும். மிகவும் அவநம்பிக்கையும், வருத்தமும் தொனித்தது;

''எனக்கு ஐம்பத்து எட்டு வயதாகிறது; நான் மும்பையில் ஒரு அரசு ஊழியனாக இருந்தவன், இப்போது பிரசாரம் செய்கிறேன்'' அவராகவே கூறினார்.

''என்ன பிரசாரம் செய்கிறீர்கள்?''

''கடவுளே கட்டளைகள் கொடுத்தார். எல்லா மதங்களும் உண்மையையே கூறுகின்றன. பைபிள், குரான், பகவத் கீதை... அந்தப் புனித நூல்கள் இருக்கின்றன. ஒரு வேளை பல லட்சம் ஆண்டுகளாய் இருக்கலாம். தொன்மையானவை; கோடிக் கணக்கான மக்களை இவ்வளவு காலம் ஏமாற்றி இருக்க முடியாது.''

நான் இதை எதிர்ப்பதாக இருந்தேன்; அதற்குள் பாலா பாபா வந்து அவரது கழுத்து, தோள், கைகள் எல்லாவற்றையும் நீவி விடத் துவங்கினார்.

''உலகம் முக்கியமானது அல்ல என்று நீங்கள் எப்படிக் கருதுகிறீர்கள்? உலகம் என்பது சிறை. அதிலிருந்து நாம் தப்பிக்க முயல வேண்டும்.''

''நாம் நேசிக்கும் சிறை அது'' நான் பேச்சுக்குள் நுழைந்தேன். ''யாருமே அதை விட்டு நீங்க விரும்புவதில்லை.''

''ஆனால் நீங்கள் இந்த வாழ்க்கையை விட்டுத்தான் தீர வேண்டும்; ஏனெனில் இது நிரந்தரமானது அல்ல.''

''இருக்கட்டும்'' நான் எனது அனுபவத்தின் மீது நம்பிக்கை வைத்துத் தொடர்ந்தேன். ''நீங்கள் இன்னும் ஒரு நிமிடம் வாழவேண்டும் என்று விரும்புவீர்களா? கண்டிப்பாக ஆமாம் என்றே சொல்வீர்கள் என நினைக்கிறேன். ஆம் என்றால் நீங்களும் தற்காலிகமானவற்றின் மீது இன்ப அனுபவம் அடைபவரே.''

''நூறு வருடங்களா! பெரிய தண்டனை! சிரிக்கவே கூடாது. வருத்தமாய் இருக்க வேண்டும். சரியாக சாப்பிடக் கூடாது. நாம்

கடவுளை நேசிப்போம். நாம் சோகமாய் இருக்கச் சொல்லி கடவுளை ஆசீர்வதிப்போம்.''

''இன்பம் ஏன் கடவுளாய் இருக்கக் கூடாது?''

''இன்பம் உங்களைக் கெடுத்துவிடும். நீங்கள் கடவுளை மறந்து விடுவீர்கள்.''

''நீங்கள் உலகத்தைப் படைத்த கடவுளை நேசிக்கச் சொல்கிறீர்கள். கடவுள் படைத்த உலகத்தை வெறுக்கச் சொல்கிறீர்கள். எவ்வளவு போலியானவர் நீங்கள்.''

''அது கடவுளின் விளையாட்டு.''

''இல்லை. உங்களின் விளையாட்டு.''

''ஓ... ஹூம் போதும் போதும்'' என்று பாலா பாபாவின் கைகளை விலக்கிவிட்டு, கொட்டாவி விட்டபடி கழுத்தைக் குலுக்கிக் கொண்டார். பின்னர் ''நீங்கள் கடவுளைக் கொண்டாடினால் உங்களுக்கு அழிவின்மை கிடைக்கும்'' என்று விவாதத்தைத் தொடர்ந்தார்.

''எதன் அழிவின்மை?'' நான் விடாப்பிடியாகக் கேட்டேன்.

''விரும்பத்தக்கதின் அழிவின்மை.''

''பாபாஜி, நீங்கள் புலனின்பத்தை ஏற்பவர். நீங்கள் கூறும் நிலைப்பில் அதற்கு இடமே கிடையாது. அல்லது அந்த அழிவின்மை புலனின்பத்தைத் தொடர்ந்து வருமா?''

''அதைப் பற்றியெல்லாம் நகைச்சுவை கூடாது.''

''பாருங்கள் மகாராஜ்ஜி. விதிகளும் கட்டுப்பாடுகளும் உண்டென்றால் அதற்குப் பெயர் அடிமைத்தனம். விடுதலையில்லை.''

''அச்சா...'' என்றார் பாலா பாபா அதன் பின் விவாதம் தொடரவில்லை.

அவதூத கீதை என்ன சொல்கிறது?

உலகை எவ்வாறேனும் துறந்து விடுங்கள்

துறவையும் துறந்து விடுங்கள்

அழிவின்மைக்குப் பற்றும் அதைத் துறப்பதும் விஷமாகும்

முடக்க முடியாத நம் இயல்பு ஒன்றே எதனாலும் பாதிக்கப் படாததாகும்.

நான் ஆனந்த பாபா அருகில் மறுபடியும் போனபோது அவர் ஜீன்ஸ், குர்த்தா அணிந்த ஒரு முப்பது வயது இளைஞனுடன் பேசிக் கொண்டிருந்தார்.

வந்தவர் ''சுயத்தை எப்படி உணர்வது?'' என்று கேட்டார்.

''ஆனந்த் உனக்கான வரைபடத்தை வரைவான். அதிலிருந்து நீ விலகாமலிருந்தாலே போதும்.'' நான் ஆனந்த பாபா அருகே அமர்ந்துகொண்டேன்.

''மாயை என்பது எதெல்லாம் இல்லையோ அதெல்லாமானது. மாயை தவிர்த்த எல்லாமே இருப்பவை ஆகும். இவற்றின் பொருள்: இல்லாதது இல்லாததே. எனவே இருப்பது எது என்பதில் கவனம் வைப்போம். உண்மையில் இருப்பது யார்? இருப்பு என்பது உங்கள் உடலோடு நின்றுவிடுகிறதா? இல்லை உடலைத் தாண்டி வெளியிலும் அது விரிகிறதா?''

''அந்த இருப்பின் ஒரு பகுதியை 'நான்' என்னும் மனதுடன் காண முடியாது. நேதி. நேதி. இந்த ஆத்மன் இது இல்லை. இது இல்லை என்கிறது பிரம்மதாரன்யக உபநிடதம். ஆத்மனை எது அறியுமோ, அதுவே ஆத்மன் (தான்) என்கிறது முண்டக உபநிடதம். அதைக் கைகள் என்று கூறிவிடலாமா? முடியாது. ஒரே ஒரு கை இருப்ப வருக்குள்ளும் நான் என்று ஒன்று இருக்கிறது. ஆடைகள் என்றோ அல்லது கோயில் என்றோ எது என்று கூறினாலும் அது நிராகரிக்கவே படும். நானேதான் அது என்று கூறிவிடலாமா? முடியாது. நான் என்ற ஒன்று மாறிவிடுகிறது. குழந்தையாய் இருந்தவன் பெரிய ஆளாக மாறி விடுகிறான்.

இருப்பு என்பது எல்லா உயிர்கள், பிரம்மன், கடவுள்கள், மனிதர்கள், பொருட்கள் ஆகிய இவர் யாவர்க்கும் எல்லாக் காலத்திலும், எல்லாப் பரிமாணங்களிலும் பொதுவானது.

உலகை ஊடுருவும்போது பிரம்மன் ஆத்மனாகத் (சுயம்) தெரிகிறது. ஆத்மன் ஜீவா (ஒரு மனிதன்) ஆகத் தெரிகிறது. அழிக்க முடியாத சாட்சியானது சுயமே (ஆத்மன்). அது நான் என்பது அல்லாத ஒரு உயிராகும். இந்த மூன்று நிலைகளுமே ஒன்றே. ஒரே உயிர் ஆனவையே. இதை நீ உணர்ந்தால் தன்னை உணர்ந்தவன்.

அவன் இல்லை என்று யாரும் நம்ப முடியாது. நம்புவதும் நம்பாததும் ஆனதே இருப்பு. தனது இருப்பை நம்பாத ஒருவர் இருப்பின் நிரூபணமாகிறார். நாம் இருப்பு இருக்கிறது என்னும் தரப்பை ஏற்கத்தான் வேண்டும்.

இயற்கை (காணப்படும் உலகம்) மற்றும் உடல் இவை ஒன்றாய் இயங்கும்போது பிரக்ஞை ஒன்றைக் காண்கிறது. காணப்படும் புற உலகப் பொருட்கள் மனதில் மாற்றத்தை மாற்றங்களுக்கு உருக் கொடுக்கின்றன. அவையே மனதின் உலகத்தை விழிப்பு நிலையில் உருவாக்குகின்றன. மெய் நிலையின் ஒரு தடம் இது.

நீ கனவு காணும்போது காணும் பொருட்கள் மனம் மட்டுமே காண்பவை. மெய் நிலையின் மற்றொரு தடம் இது.

காணப்படும் உலகம் கனவில் வேறொன்றாகத் தோன்றுகிறது, ஆழ் உறக்கத்தில், மயக்க நிலையில் மற்றும் சமாதி நிலையில் முற்றிலும் மறைந்துவிடுகிறது. எனவே அது தொடர்ச்சியாக இல்லாத ஒன்றே. எனவே இந்தத் தொடர்ச்சியின்மை மற்றும் அது மறைந்துவிடுவது இவற்றை நாம் அறிந்திருக்கிறோம். விழித்து எழுந்த பின்னர், தூங்கிக் கொண்டிருந்ததோ அல்லது மயக்கத்தில் இருந்ததோ உங்களுக்குத் தெரிய வருகிறது. பிரக்ஞைகளில் வந்த மாற்றங்களின் சாட்சி இருக்கிறது; மற்றும் அது நிரந்தரமானது. இது எல்லையென்றால் எப்படி ஒருவருக்குத் தெரிய வந்திருக்கும்? நீ அதை உணர்வதே தன்னைத் தானே உணர்வதாகும்.''

★★★

ஒரு ஜெர்மன் ஜோடி ஒரு நாள் மதிய நேரத்தை ஆனந்த பாபாவுடன் செலவிட்டார்கள். அவர்கள் இருவரில் பெண் பொன்னிறக் கூந்தல், சாயத்தால் பொன்னிறமாக்கப்பட்ட கூந்தலுடன் இருந்தார். இருவரும் மிகவும் பண்பானவர்கள். இந்தியாவை மதிப்பவர்கள். பழகும்போது நாசூக்குகளை வெளிப்படுத்துபவர்கள். அவளின் ஆண் தமக்கு மட்டுமே என்று வைத்திருந்த சில்லும் குழாயைப் பயன்படுத்தினார். சிறிது நேரமே ஆனந்த பாபாவுடன் பேசலாம் என்று அவர்கள் வந்திருந்தார்கள்.

''இந்துக்கள் எல்லாமே பிரமை என்கிறார்கள் பாபாஜி'' மூன்றாவது சில்லும் புகைத்தபின் அவர் தொடங்கினார். ''ஆனால் நாம் நிறைய பிச்சைக்காரர்களைப் பார்க்கிறோம். எல்லாமே பிரமை என்றால், நான் விமானத்தில் வந்தேனே. உங்களுடன் இப்போது பேசுகிறேனே. இவை நிஜம்தானே...''

ஆனந்த பாபா பதிலேதும் கூறவில்லை. ஜெர்மன் வாடை வீசும் அழகிய ஆங்கிலத்தில் ''இந்த அழகிய பிரமையின் நான் உங்களுடன் உரையாடிக் கொண்டிருக்கிறேன்'' என்ற அந்த ஆண் தொடர்ந்து, ''நான் சில்லும் புகைக்கும்போது எல்லாமே பிரமை என்பதை ஏற்கிறேன். ஆனால் நான் மியூனிச்சில் இருக்கும்போது நான்

செய்வது எல்லாமே நிஜமானவை, என் முயற்சிகளும் முடிவுகளும் லாபம் ஈட்ட வேண்டும் என்றே நினைக்கிறேன். நாங்கள் தொழிலைத் தொடர்ந்து நடத்த வேண்டும். இல்லையென்றால் அந்த பிரமை கெட்ட கனவாகிவிடும்...'' என்றவர் சற்றே இடைவெளி விட்டு, ''பாபாக்கள் அமைதியான வாழ்க்கையில் எதுவும் செய்யாமல், கவலையில்லாமல் இருக்கிறார்கள். ஆனால் மற்றவர்கள் கடுமையாக உழைக்கிறார்களே...''

''நீங்கள் பணியில் இருக்கும்போது அதுவேவாக இருங்கள். வேலையை விட்டுவிட வேண்டும் என்ற எண்ணமே எல்லா இடர்களையும் தருவதாகத் தோன்றுகிறது'' இறுதியாக குரு பதிலளித்தார்.

''ஜா செஹ்ர் குட், நீங்கள் பிரச்சனை என்ன என்பதை எடுத்துக் கூறுங்கள் பாபாஜி.''

''தன்னைச் சுற்றிய எண்ணங்களைக் கைவிடுங்கள். உங்களால் எதைப் புரிந்துகொள்ள வேண்டுமோ அதைப் புரிந்துகொள்ள இயலும். மற்றும் அது யாருக்கு நிகழ்கிறதோ அதையும்.''

''காணப்படுபவற்றைப் பிரக்ஞைக்கு வெளிப்படுத்தும் ஆற்றல் பிரக்ஞையிடமே உள்ளது. காணப்படுபவற்றில் அல்ல. அதேபோல் நீர்க்குமிழிகளுக்கும் பெருங்கடலுக்குமோ அல்லது காணப்படுப வற்றுக்கும் அவற்றைக் காணச் செய்யும் ஒளிக்குமோ எந்த வித்தியாசமும் கிடையாது; பிரக்ஞைக்கு வெளிப்படும் காணப்படு பொருட்களுக்கும் பிரக்ஞைக்கும் எந்த வித்தியாசமும் கிடையாது; எனவே பிரக்ஞையை மறுக்க முடியாது. யாரால் அது இருக்க முடியும்? அறியக் கூடியது எதுவும் பிரக்ஞைக்கு வெளியே கிடையாது.''

''புகைப்படக்காரர் நிழற்படத்துக்குள்ளே இருக்கிறார். அவரைப் பிரிக்காதீர்கள்.''

''இந்தப் பானையை உருவாக்கும் ஆற்றல் ஒரு பானையின் வடிவமோ அல்லது அதன் தன்மைகளோ அற்றது. அதனாலேயே நம்மால் மாயையை விளக்க இயலாது.''

''மாயை மெய்யான ஒன்றில்லை. மெய்யானதல்லாத ஒன்றுமில்லை. அது விளக்கிக் கூற இயலாத ஒன்றாம். எண்ணங்களும் உணர்வுகளும் மாறலாம்; பிரக்ஞைக்கு எந்தப் பாதிப்பும் இல்லை. நாம் அனுபவிக்கிறோம். அதனால் மாயை மெய்யல்லாத ஒன்றல்ல. அது மாறிக்கொண்டே இருப்பதாலும், ஆழ் நிலை உறக்கத்தில் அதைக் கடந்து செல்கிறோம் என்பதாலும் அது உண்மையிலேயே மெய்யானதுமல்ல.''

''பிரக்ஞையின் மீது எந்த ஒன்றின் இருப்பு தோற்றமாய் வெளிப்படுகிறதோ, அந்தத் தோற்றம் போன பிறகும் அந்தப் பொருள் இருக்கிறது. மாயை ஏதோ ஒன்றை முடக்கமுடியாத ஒன்றிடம் வெளிப்படுத்தியது. அறிபவன் - அறியப்படுவது என்னும் இருமை மறையும்போது, நிர்ணயிக்க முடியாத பிரக்ஞை என்னும் சுயமே எஞ்சுகிறது.''

ஜெர்மானியர் சற்று நேரம் சிந்தனையில் ஆழ்ந்தார் பின் பரவசமாய் ''சிசேர்! செர் குட்! டங்கே பாபாஜி! நீங்கள் மன யோகா கற்பிக்கிறீர்கள்.''

★★★

இரும்பு வேலிக்கு அந்தப் பக்கம் வண்டிகளின் ஒலிப்பான்கள் ஒலிக்கின்றன. ஆல மரத்தின் மீது டிரான்ஸிஸ்டர்கள் ஒலி எழுப்புகின்றன. ஜெனரேட்டர்களின் சத்தம். நூறு பறவைகள் ஒன்று கூடி எழுப்பும் ஒலி பகல் முடிந்து மாலை கவியப் போகிறது என்பதை உணர்த்துகிறது. இருந்தும் எல்லாமே அமைதியாய்தான் இருந்தன. ஒரு சாது தமது பேனாவின் 'ரீஃபில்' குழாய்க்குள் ஊதி, அதன் மையைத் தள்ளிவிட முயன்று கொண்டிருந்தார். ஒருவர் தமது கைக்கடிகாரத்தின் பயனை விளக்கிக் கொண்டிருந்தார் '40 ரூபாயேதான். அது தேதியையும் ஒவ்வொரு நாளும் மாற்றிவிடும்.' மொட்டை மாடிகளில் சாதுக்கள் இங்கும் அங்கும் குழுக்களாக அமர்ந்து பேசிக் கொண்டிருந்தனர்.

''போய் சில்லறை மாற்றி முதலில் தென்படும் பத்து சாதுக்களுக்கு ஒவ்வொருவருக்கும் தலைக்கு இருபது ரூபாய் கொடு'' என கட்டளையிட்டார் ஆனந்த பாபா. எனக்கு பத்து ஆசீர்வாதங்கள் கிடைத்தன.

'கோல்' என்னும் மிருதங்கத்தின் மீது கண்ணாய் இருந்த ஒரு சிறுவனை ஆசீர்வதிக்கும்படி, பழைய டெல்லி ரயில் நிலையம் எதிரில் அவனுடைய தந்தை வேண்டினார். நானும் ஆசீர்வதித்தேன். ஒருவருக்கு ஆகச்சிறந்தது நடக்கட்டும் என்று வாழ்த்துவதை விட உயர்ந்தது வேறு உண்டா?

அத்தியாயம் 16

திருவாளர் பிவெல்

பிவெல் ஒரு ஃப்ரெஞ்ச் குடிமகன்; ஐம்பது வயது இருக்கும் அவருக்கு. அவருக்கு மக்களின் மனதை எப்படி வெல்லவேண்டும் என்று தெரிந்திருந்தது. நிறைய தேநீர் மற்றும் சில்லும்கள் அவரால் வரவழைக்கப்பட்டன. அவர் தன்னை எழுத்தாளர் என்று கூறி இரண்டு மொழிபெயர்ப்பாளர்களையும் அழைத்து வந்திருந்தார். அவர் எழுத்தாளர் என்றதும் பல பாபாக்கள் தமது பெயர் புத்தகத்தில் வருமா என்று அவருடன் பேச ஆவலாயிருந்தார்கள். நானும் அவருக்கு மொழிபெயர்ப்பில் உதவினேன்.

''நீங்கள் எதற்காக இந்தியா வந்தீர்கள்?''

''ஞானத்தைத் தேடி.''

''உங்கள் மதமென்ன?''

''மனித இனத்துக்குச் சொந்தமான எதுவும் எனக்குச் சொந்தமானது.''

பிறப்பால் அவர் யூதர். அது பாபாக்களுக்கு முக்கியமாகப் படவில்லை. அவர் ஒரு நாத்திகர். 'ஏசு யூதராய் இருந்தவர்தான். புத்தர் ஹிந்துவாயிருந்ததுபோல' என அவர் விளக்கினார். அவரால் மதத்தின் பெயரால் திணிக்கப்படும் கட்டுப்பாடுகள், நம்பிக்கைகள் எதையுமே ஏற்க முடியவில்லை. அவருடன் என்னை நானே ஓரளவு அடையாளம் கண்டேன். சாதுக்களிடம் ஒரு மேற்கத்தியரைக் கண்டாலே குருபீடத்தில் ஏறிவிடும் பரபரப்பு வந்துவிடும். பிவெல்

அவர்களை லாகவமாகச் சமாளித்தார். அவர்கள் 'எங்கள் பாரம்பரியத்தில்' என்று துவங்கினால் அவர், ''எங்கள் பாரம்பரியத்தில் கேள்விகள் வாயிலாகவே ஒன்றை அறிகிறோம். கடவுள் இருப்பது எப்படிப் புலனாகிறது? ஏனென்றால் நான் அவரைப் பற்றிக் கேள்வி கேட்கிறேன் இல்லையா? நமது கேள்விகளே உலகின் அஸ்திவாரங்கள். கடவுள் தம்மை நமது கேள்விகளால்தானே அறிகிறார்.''

நான் அவரது இந்த யுக்தியைப் பயன்படுத்தத் துவங்கினேன். 'எனது பாரம்பரியத்தில்' என்று துவங்கி, மனிதர்கள் 'கண்ணியத்திலும் உரிமையிலும் சமமாகவே பிறக்கிறார்கள்' என்று மதப் பிரசாரகர் தொனியில் பேசுவேன்.

சுகுமார் கிரி, நாங்கள் பாகிஸ்தானில் வந்த நிலநடுக்கத்தில் பல ஆயிரக்கணக்கானவர்கள் கொல்லப்பட்டது பற்றி பேசியபோது மனிதன் இயற்கையை அழித்ததால் அது அவனை அழித்து விட்டது என்ற தொனியில் பேசினார்.

பிவெல் மறுப்புத் தெரிவித்தார் ''மனித இனம் தோன்றும் முன்பும் சுனாமி, புயல், நில நடுக்கங்கள் இவை வந்து கொண்டுதானே இருந்தன.''

சுகுமார் கிரி தற்காலிகமாக இயற்கைப் பாதுகாப்பைக் கைவிட்டார். ''நாம் கடவுளிடம் சரணடைந்தால் கடவுள் நம்மைக் காப்பார்.''

'ஏரியல் போட்டு சலவை செய்தால் வெளுக்கும், பெப்சி குடித்தால் உங்களுக்குள் இருக்கும் கலை வெளிப்படும், அரசாங்கம் ஊழலை ஒழிக்கும், கடவுள் உங்களைக் காப்பார்...' இவை விளம்பர கோஷங்கள் போன்றவை.

''நீங்கள் கடவுளை நம்புகிறீர்களா?'' நான் சுகுமார் கிரியைக் கேட்டேன்.

''கடவுள் கடவுளை நம்புகிறாரா?'' எழுத்தாளர் எதிர்வினை புரிந்தார்.

இந்தக் கேள்வி சுகுமார் கிரியை சிந்தனையில் ஆழ்த்தியது. சார்வன் கிரி உரையாடலில் புகுந்தார் ''இந்தக் கேள்விக்கு விடை உங்களுக்குத் தெரியும். நீங்களே கடவுள் என்பதால், நீங்கள் தன் மீதே நம்பிக்கை கொள்ளவில்லையா?''

ஆனால் சுகுமார் கிரி பிவெலிடம் ''நீங்கள் ஹிந்து மதத்தில் நம்பிக்கை உள்ளவரா?'' என்று கேட்டார்.

''எங்கள் பாரம்பரியத்தில்'' மறக்காமல் பிவெல் துவங்கினார், ''நாங்கள் ஒரு மேஜையைச் சுற்றி அமர குரு 'யாரிடமாவது இன்று புதிய கேள்வி எதுவும் இருக்கிறதா?' என்பார். எங்கள் பாரம்பரியத்தில், நாங்கள் கேள்விகள் கேட்போம். புதிய கேள்விகளைக் கண்டுபிடிப் போம். எங்களுக்கு, எப்படியோ ஒரு விடை கிடைத்தாலும், நாங்கள் அந்த விடையைக் கேள்விக்குள்ளாக்குவோம். ஏனெனில் நமது விடைகள் நம்மை அறிந்தவற்றுடன் கட்டிப் போட்டு விடுகின்றன. ஆனால் கேள்விகளோ நம்மை முடிவின்மைக்கு இட்டுச் செல்லும். நான் எதிலும் நம்பிக்கை உள்ளவன் அல்லேன். நான் எல்லாவற்றையும் கேள்விக்கு உட்படுத்துவேன்.''

''காவி உடை உடுத்தியவர் மட்டுமே சாது அல்லர்'' என்றார் சார்வன் கிரி. ''நீங்கள் உங்கள் வழியில் ஒரு துறவி.''

★★★

மேலே மொட்டைமாடியில் இருந்த கொட்டகையில் ஒரு 'டிரங்க்' பெட்டியை மேலே இருக்கும் இரும்புத் தகட்டுக் கூரையுடன் சணல் போட்டு கட்டி வைத்திருந்தார்கள். ஆலமரத்து வேர்கள் விரிவடைந்து சிமெண்ட் தரையை ஊடுருவிய இடம் சிறிய மேடையாய் ஆகி இருந்தது. அதன் மீது கடவுள்களின் புகைப்படங்களும், சுதை பொம்மைகளும் இருந்தன.

மகாந்த் டார்மெண்டோல் புரி இந்தக் கோயிலுக்கு அருகே தமது ஆசனமான விரிப்பின் மீது அமர்ந்திருந்தார். மெலிதான அவர் ஜூனா அகாராவின் வழக்கப்படி தமது தலை முடிக் கற்றையை இடது பக்கமாக முடிந்து விட்டிருந்தார். அவர் வினாயகருக்கு ஊதுபத்தி ஏற்றி வழிபாடு செய்து கொண்டிருந்தார். மகாந்த் என்னும் பெரிய நிலையை அவர் அரசியல் செய்யாமல் தகுதியால் பெற்றவர்.

ஒரு நாள் மதிய வேளையில் பிவெல் டார்மெண்டோல் புரியிடம் தாம் பேச விரும்புவதாகவும் என்னை மொழிபெயர்ப்பாளராக இருக்கும்படியும் வேண்டினார். பல கோப்பைகள் தேநீர், கஞ்சாத் துண்டு ஒன்று மற்றும் சில்லும்களை அவர் வரவழைத்த பின்பே டார்மெண்டோல் புரி பாபாவிடம் அவரது பூர்விகம் பற்றிக் கேட்டார். பாபா ஒரு ஜமீந்தாரின் மகன். அவரது அப்பாவுக்கு வெகு நாளாகக் குழந்தைகளே இல்லாததால் அவர் ஒரு பாபாவிடம் அருள் வேண்ட, அவரும் ''உனக்கு ஐந்து குழந்தைகள் பிறப்பார்கள். நால்வர் உனக்கு. ஒரு குழந்தை எனக்கு'' என்றார். அதேபோல் ஐந்து குழந்தைகள் பிறந்தன. பாபா கடைசிக் குழந்தையாவார்.

‘‘குழந்தைப் பருவத்திலிருந்தே எனக்கு சாதுக்களின் உடன் இருப்பது மிகவும் பிடித்திருந்தது’’ என்றார் டார்மெண்டோல் புரி. ‘‘அக்கம்பக்கத்தவரும் என் பெற்றோரிடம் என் நடவடிக்கைகள் அவர்கள் போலவே இருந்தது என்றார்கள். ஒன்பது வயதுக்குள் ஒருவர் துறவு பூண்டால் அது முன் ஜென்மத்தின் தொடர்ச்சியே என நம்புகிறார்கள். நான் ஏழு வயதில் துறவு பூண்டேன்.’’

‘‘உங்களுக்கு பயமாயிருந்ததா?’’ வினவினார் பிவெல்.

‘‘இல்லை. கடவுள் என்னுடன் துணையிருக்கிறார் என்னும் நம்பிக்கை எனக்கு இருந்தது.’’

‘‘நீங்கள் மறுபடி வீட்டுக்குத் திரும்பினீர்களா?’’

‘‘இல்லை. ஒரு சாது அனைத்து மனிதர்களிலும் தன் குடும்பத்தைக் காண்கிறார். புலால் மறுக்கும் அவர் செடி கொடிகள், உயிரினங்கள் எல்லாவற்றிலும் தன்னை உணர்கிறார்.’’

பிவெல் குறிப்புகள் எடுத்துக் கொண்டார்.

‘‘எல்லாமே ஒரு தெய்வ சக்தியின் மூலமாகவே நடக்கின்றன. பிரபஞ்சமே அதனால் ஆட்டி வைக்கப்படுகிறது’’ என்றார் டார்மெண்டோல் புரி.

‘‘ஏற்க முடியாது. கோடிக்கணக்கில் மக்கள் பணம் அல்லது வேறு ஒன்று வேண்டும் என வழிபடுகிறார்கள். ஆனால் எதுவுமே நடப்பதில்லை. எனவே தெய்வ சக்தி எதுவும் இல்லை’’ எழுத்தாளர் மறுத்தார்.

‘‘கடவுளுக்கு ஏழை பணக்காரர் என்ற பேதமெல்லாம் தெரியாது. சூரியன் எல்லார் மீதுமே ஒளி பொழிகிறது. நீங்கள் துன்பத்தைத் தேடினால் துன்பத்தை, அழகைத் தேடினால் அழகை, மகிழ்ச்சியைத் தேடினால் மகிழ்ச்சியைக் காண்பீர்கள். நல்லது கெட்டது என்னும் பேதம் மனிதனால் உருவாக்கப் பட்டது.’’

‘‘நீங்கள் கடவுளுக்கு துன்பங்களை நீக்கக் கற்றுக் கொடுக்க வேண்டும்’’ என்றார் பிவெல் புன்னகையுடன்.

‘‘சைவ உணவு உண்பவர், மாமிசம் சாப்பிடுபவர், மாமிசமாக மாறும் எல்லாருமே கடவுளால் படைக்கப்பட்ட உயிரினங்களே. எல்லா உயிரினங்களும் ஒன்றே.’’

‘‘சாப்பிடப்படுவது அல்லது படாமற்போவது ஒரு உயிருக்கு ஒன்றேயானதல்ல.’’

''உங்களுக்கு எப்படித் தெரியும்?''

''உங்கள் பதில் துக்கமும், துக்கத்தின் காரணமும் இரண்டுமே இருக்கவே இல்லை என்பதுபோல இருக்கிறது.''

''துக்கம் என்பது கர்மாவாலும் புலன்களாலுமே நிகழ்கிறது. மேலும் 'நான்', 'எனது', 'என்னுடைமையானது' என்னும் உடைமைப் பற்றாலும் பேராசையாலும்... வலி என்பது ஒன்று கிடைக்கவில்லையே என்பதன் அடிப்படையில் வருகிறது.''

பிவெல் குறிப்பெடுத்துக் கொண்டிருக்கும்போது, நான் அவருக்கு தனிப்பட்ட முறையில் ஃப்ரெஞ்ச் மொழியில் ஒரு சிறு எச்சரிக்கை தர நினைத்தேன். ''அவர் கூற்றில் உங்களால் அப்பழுக்கற்ற தருக்கத்தைக் காண இயலாது; அவர் ஒரு விவாதத்தை முன்னெடுக்க முயலவில்லை; ஒரு விழிப்பை உங்களுக்குள் ஏற்படுத்தவே முயல்கிறார்; நீங்கள் உங்களுக்குள் அந்தச் சொற்கள் ஏற்படுத்தும் தாக்கத்தை மட்டுமே காண வேண்டும். அதன் சம்பந்தமான நம்பகத் தன்மையையோ அல்லது உண்மையையோ அல்ல.'' பலகாலம் நான் செய்த தவறை பிவெல் செய்துவிடக் கூடாது என்னும் அக்கறையில் கூறினேன். ''எவ்வாறாயினும் நீங்கள் உங்களை திருப்திப்படுத்தும் ஒரு உண்மையின் உருவாக்கத்தைக் காண முடியாது.''

இருப்பினும் அவர் எதிர்க்கவே செய்தார். ஆசிய நடைமுறைத் தத்துவப் பள்ளி குறிப்பிடும் அறிவுபூர்வ தேடலில் அவர் இருந்தார். ஹிந்து ஞானத்தில் குறிப்பிடும் ஒன்றுபட்ட மெய்நிலைக்கு உள்ளார்ந்து நாம் உணரும் ஒரு அணுக்கத்தை அவர் புறந்தள்ளினார். சொற்களின் மூலம் என்று ஆனந்த பாபா குறிப்பிடுவாரே அதை பிவெல் தருக்கரீதியான, சிக்கலான மற்றும் அறிவால் உள் நுழைந்து நிறுவப் படக்கூடியதான ஒன்றாகவே பிவெல் தேடினார்.

''துன்பத்துக்கு பேராசையைத் தவிர்த்தும் பல காரணங்களுண்டு'' அவர் எதிர்ப்புத் தெரிவித்தார்.

''விதைத்ததே அறுவடையாகும். நீங்கள் நல்லது செய்தால் உங்களுக்கு நல்லதே நடக்கும்'' என்றார் மகாந்த்.

''இல்லை'' மறுத்தார் பிவெல், ''நல்ல செயல்கள் தீயவிளைவு களையும், தீய செயல்கள் நற்பயன்களையும் தருவதை நாம் காண்கிறோம். பசித்தவருக்கு அன்னதானம் செய்வது நல்ல செயல்தான். ஆனால் ஒரு பகுதியின் பொருளாதாரமே அதனால் அழிந்துவிடும். நான் கோதுமையை விதைக்கிறேன். புயல்

அடித்தால் அது அழிந்து போகும். எனவே எது நல்ல செயல் என்றெல்லாம் அறுதியிடவே முடியாது.''

''நீங்கள் எல்லாவற்றிலும் கடவுளின் லீலையையே காண வேண்டும். இல்லையேல் அந்த நாடகத்தில் நீங்கள் ஒரு பாத்திரம். அந்தப் பாத்திரமாக நீங்கள் துன்பத்தையும் அனுபவிக்கிறீர்கள். தவிர நீங்கள் ஒரு சாட்சியாக இருக்க முடியும். உங்களால் எல்லாவற்றை யும் செய்ய முடியாது. ஆனால் அவதானிக்க முடியும். எல்லா வற்றையும் ஒன்றே என காணுங்கள். கடவுள் ஒருவருக்கு உள்ளே இருக்கிறார்.''

''நீங்கள் என்ன கண்டுபிடித்தீர்கள்?''

''வார்த்தைகளால் கூற முடியாது. நீங்கள் மகா-ஆத்மனில் என்ன கண்டீர்கள்?''

''ஒருவரது சுயத்தின் பிரம்மாண்டமான சுயம். தன்னிச்சையின்றி இயங்கும் சுயத்தின் அறுதிப் பெருநிலை'' என்றேன் நான் குற்றமில்லாத மொழிபெயர்ப்பாளனாய்.

பிவெல் மறுதலித்தார். ''எங்கள் பாரம்பரியத்தில், நாங்கள் விளக்குவதில்லை. நேரில் காட்டுவோம். பூரணத்தின் ஒரு சின்னஞ்சிறு பகுதியும் பூரணமானதே என்று கூறப்படுகிறது. நான் ஏற்கெனவே ஒரு முடிவில்லாதவனாகவே இருக்கிறேன். வார்த்தை களால் சொல்லுக்கு அப்பாற்பட்டதன் விளிம்பு வரையே இட்டுச் செல்ல முடியும். ஆதியில் ஒலி மட்டுமே இருந்தது. ஓம்! அதிலிருந்து சொற்களும், சொற்களில் இருந்து உலகமும் உண்டாயின...''

''ஆனால் மௌனம் அந்த உலகை அழித்தது'' என்றார் டார்மெண்டோல் புரி. ''ஒருவரால் விடுதலையை விளக்க முடியாது. ஒருவர் தம் குருவிடமிருந்தே அதைப் படிப்படியாகக் கற்க வேண்டும்.''

''ஒவ்வொரு பாபாவுக்கும் பல சீடர்கள். ஒவ்வொரு பாபாவுக்கு ஒருவரோ பலரோ குருமார்கள். அவர்கள் எல்லோருமே விடுதலை அடைந்ததாகக் கூறிக் கொண்டாலும் நான் வெகு சிலரிடம் மட்டுமே தனக்குள் உள்ள உலகத்தை அழித்த நிலையைக் காண்கிறேன்.''

''உங்களால் அறிய முடியாது. பார்க்க வேண்டிய எல்லாவற்றையும் நீங்கள் பார்க்காமல் இருக்கலாம். முயற்சி செய்வதே ஒரே வழி. மனம் எல்லையற்றது, எல்லா ஆற்றல்களும் உள்ளது. இதை நீங்கள் உணரும்போது, வாழ்க்கை மற்றும் மரணம் பற்றிய உண்மையை உணர்வீர்கள்.''

''இந்த நொடியில் உங்களை நீங்களே கேட்டுக்கொள்ளும் கேள்விகள் என்ன?'' என்றார் பிவெல்.

''சாதாரண வாழ்க்கையில் கேள்விகள் உண்டு. ஆனால் தியானத்தில் ஒலியே கிடையாது. ஒளியே உண்டு. யோகிகள் கடவுளைக் கண்டாலும் மரணத்துக்குப் பயப்படுவார்கள். ஆனால் சாதுக்களோ மரணத்துக்கு பயப்படாதவர்கள். கடவுளைக் கடந்து சென்று ஒளியைக் காண்பவர்கள். உங்களை என்னால் கடவுள் வரை அழைத்துச் செல்ல முடியும். மரணத்துக்கு நீங்கள் அஞ்சவில்லை என்றால் ஒளியைக் காணலாம்.''

ஒரு வாக்குறுதி மற்றும் ஒரு சவால் இரண்டுமே இதில் இருந்தன. பிவெல் சிந்தனையில் ஆழ்ந்தார். அவர் ஒரு அறிவுஜீவி. அவர் எந்த ஒன்றையும் துறப்பதாக இல்லை. அவர் ஒரு குருவிடம் சரணடைந்து, பல வருடங்கள் கடுமையாய்த் துறவு வாழ்க்கை வாழ்ந்து, இறுதியில் கடவுளுக்கும் அப்பாற்பட்ட ஒளியைக் காணலாம். அவருக்கு அந்தச் சவால் மிகவும் நிச்சயமற்றதாகத் தோன்றியது. அவர் தமது நேரம் வீணாகும் என்றே கருதினார்.

''நான் அஞ்ச மாட்டேன் என்பது எனக்கு நிச்சயமாகத் தெரியாது'' என்றார் பிவெல்.

''நாம் நிர்வாணமாகவே பிறந்தோம்; நிர்வாணமாகவே மடிவோம்'' என்றார் டார்மெண்டோல் புரி.

''நீங்கள்தான் கடவுளைப் பார்த்திருக்கிறீர்களே? எவ்வாறிருக்கிறார்?'' என்றார் பிவெல்.

''மக்களின் மனதில் உறைபவர் பற்றி என்ன கூறுவது? அவரை ஒருவர் நான்கு கையுள்ள வாசுதேவராகக் காணலாம். சந்நியாசிகள் அவரை சிவனாகவே காண்கிறார்கள். வாசுதேவனின் சாராம்சமான, காலத்தின் வடிவனான சிவன். பின்னர் சிவனையும் தாண்டி ஒளி வடிவமாகக் காண்கிறார்கள். அந்த நிலையில்தான் அவர்கள் வடிவமும் காலமும் அறுபட்டவர்களாய்த் தன்னைத் தானே சிவன் என்று உணர்கிறார்கள்.''

ஒருவரது பேச்சு மற்றவருக்குக் கோர்வையாயில்லை என்பதே மொழிபெயர்ப்பாளரது பிரச்சினை. ஏன் அப்படி ஆனது? இருவரது சிந்தனைத் தடமும் முற்றிலும் மாறுபட்டவையாய் இருந்தன. பிவெல் தமது வாதங்களைக் கருத்தாக்கங்கள் வழி ஆணித்தரமாக நிறுவ முயன்று கொண்டிருந்தார். ஆனால் டார்மெண்டோல் பிரக்ஞை வழி நாம் உணர்வதையும் அதன் வழி ஒரு தரிசனத்தை அடைவதையும் பற்றிப் பேசிக் கொண்டிருந்தார்.

''நீங்கள் ஆசீர்வதிக்கும்போது என்ன செய்கிறீர்கள்?''

''நான் ஒரு பாபாவின் நல்லாசியால்தான் பிறந்தவன். எனது சில வார்த்தைகளே ஆசிகள். பல வருடங்களான தியானம் மற்றும் தவத்தால் பாபாக்களுக்கு நிறைய ஆன்மிக ஆற்றல் உண்டாகி விடுகிறது. எனவே அவர்களின் வார்த்தைகளுக்கு மிகவும் பலம் உண்டு.''

''அப்படியென்றால் நீங்கள் எல்லா மக்களுக்கும் ஆசி வழங்கி அவர்களின் இன்னல்களைத் தீர்க்கலாமே?''

''ஒவ்வொருவருக்கும் ஆசியை ஏற்பது சாத்தியமான ஒன்றல்ல. நீங்கள் வணங்கவேண்டும். நீங்கள் பணிவானவராக இருக்க வேண்டும். துன்புறுதல் பிரக்ஞைக்குப் பயனளிப்பதாம்.''

★★★

மகாந்த் பரோல் புரி மகாராஜ் அவர்களின் இருப்பிடம் முற்றத்தில் கோயிலுக்கு அருகே இரண்டு மாடிக் கட்டடமாக இருந்தது. அதில் முதல் மாடியில் இருந்த பெரிய கூடத்தில் மலைபோல் குவிந்திருந்த உண்டியல் பணமான நாணயங்கள் மற்றும் நோட்டுக்களை நானும் டார்மெண்டோல் புரி, மஹோபத் கிரி மற்றும் பிரதிப் கிரி ஆகியோர் அமர்ந்து பிரித்து எடுத்துக் கொண்டிருந்தோம்.

பரோல் புரி தமது அறையின் மத்தியில் ஒரு தகத் எனப்படும் சிறிய மேடை மீது இருந்த இரும்புச் சுருள் வைத்த மெத்தை மீது அமர்ந்திருந்தார். அவர் தம்மைக் காண வருவோர்களை அங்கேதான் சந்திப்பார். கடந்த நாற்பது வருடங்களாக அவர் வேறு எங்கும் போகாமல் அந்த அறையில்தான் இருக்கிறார். அவரைச் சுற்றி வேட்டிகள், உலர்பழப் பெட்டிகள், பாத்திரங்கள், செருப்புகள், போர்வைகள் மற்றும் கம்பளிகள் எல்லாமே குவியல் குவியலாக இருந்தன. அவற்றைப் பலருக்கும் பகிர்ந்து கொடுக்க நேரமில்லாமல் அவர் பார்வையாளர்களைச் சந்தித்துக் கொண்டிருந்தார். அவருக்கு ஒரு மேற்கத்திய எழுத்தாளர் அங்கே வந்த விவரம் தெரிந்தே இருந்தது. பிவெல் அவரைக் காண வந்தபோது அவரை அன்புடன் வரவேற்றார்.

''உங்கள் உபதேசம் என்ன குருஜி?'' என்று கேட்டார் பிவெல் வருகை புரிவோருக்கான விரிப்பின் மீது அமர்ந்த பின்னர்.

நான் இரண்டு ரூபாய் நாணயங்களை அடுக்கியபடியே அவர்களின் உரையாடலைக் கேட்டுக் கொண்டிருந்தேன்.

''ஒன்றுமில்லை.''

''செய்தி ஒன்றுமில்லை என்பதும் செய்தியே.''

பரோல் புரி பதிலேதும் பேசவில்லை.

''ஒரு நாள் முழுவதும் நீங்கள் என்ன செய்கிறீர்கள்?''

''நான் எதுவுமே செய்வதில்லை. நான் அவதானிக்கிறேன்'' என்று ஒப்புக்கொண்டார் மகான்.

அவர் தமது தொண்டையைச் செருமி, தனக்கும் வந்திருப்பவருக்கும் இடையே வைக்கப்பட்டிருக்கும் துப்பும் பாத்திரத்தில் சளியைத் துப்பினார். அனாவசியப் பேச்சில் இருந்து விலகியவர்போல தமது படுக்கையில் சரிந்துகொண்டார்.

''நீங்கள் தேடும் கடவுள் என்பவர் நிஜத்தில் இல்லை. அது ஒரு யோசனை மட்டுமே. இப்படி இருக்கும்போது தேடும் பாதை என்பது எப்படி இருக்க முடியும்?''

''அதன் பிறகு என்னதான் மீதி?'' பிவெல் தொடர்ந்து கேட்டார்.

''நான் உங்களுக்கு ஒரு பதில் சொன்னால் ஒரு வழி இருக்கலாம். ஆனால் பதில் எதுவும் இல்லை.''

''ஒரு கோயிலுக்குள் இருக்கும் ஒரு துறவி, கடவுள் பற்றி எந்தக் கவலையுமே இல்லாமல் இருப்பது எனக்கு மிகவும் ஆச்சரியமாக இருக்கிறது'' என்றார் பிவெல், ''நானும் அவ்வாறானவனே.''

''நீங்கள் கடவுளை நம்பாததால் ஏதேனும் விடையைக் கண்டுபிடித்து விட்டதாக நம்புகிறீர்களா? மூவாயிரம் ஆண்டுகளாக மனித குலம் குழப்பத்திலேயே இருக்கிறது. மனமே பெரிய தடைக்கல். அதனால் தெரிந்தவற்றைக் கடந்துபோக இயலவில்லை. உருவாக்கிக் கொண்டுள்ள கருத்தாக்கங்களைத் தாண்டும்போதே மனதைத் தாண்டி உள்ளே நுழைய முடியும்.''

''எதனுள்ளே?''

''வெளிப்புறத்தின் உள்ளே அல்லது உட்புறத்தின் வெளிப் புறத்துள்ளே; நீங்கள் எப்படி வேண்டுமானாலும் எடுத்துக் கொள்ளலாம்'' என்றார் பரோல் புரி அங்கதமாக. ''உள்ளே அவதானியுங்கள்; வெளியே அவதானியுங்கள். உங்கள் மனம் தெளிவாயில்லை என்றால் உங்கள் ஆழ்ந்த கவனிப்பும் தெளிவற்றதே. தேட இடம் எதுவுமில்லை. உள்ளே அவதானியுங்கள். வெளியே அவதானியுங்கள். அவதானிக்க மட்டும் செய்யுங்கள்''

என்றவர், ''இது போதும்'' என்று பிவெலுடனான பேச்சை முடித்தார்.

★★★

தீட்சண்யமான பேசும் கண்களுடன் தனது ஆசனமான விரிப்பின் மீது அமர்ந்திருந்த ஆனந்த பாபாவை வணங்கி பிவெல் அவர் எதிரில் அமர்ந்தார். பாபா அவரிடம் சம்பிரதாயமான கேள்விகளைக் கேட்டபின் ''தாங்கள் கேள்விகளை விரும்புபவர் என கேள்விப் பட்டேன். நீங்கள் எதைத் தேடுகிறீர்கள், சார்?''

''தேட என்ன இருக்கிறது?''

''ஒன்றுமில்லை அனேகமாக. நீங்கள் அதைத்தான் தேடுகிறீர்களா?''

''ஆம்'' என்றார் பிவெல்.

''அவ்வாறெனில் தாங்கள் ஒரு தீவிரத் தேடலில் இருப்பவர்.''

''நான் என்னை கோரிக்கையில் தீவிரமான என்று குறிப்பிட்டிருப்பேன்.''

''நிச்சயமாகவா?''

பிவெல் தயங்கினார்.

''நீங்கள் பிறரிடம் கோருகிறீர்களா அல்லது தன்னிடமேவா?''

''நிச்சயமற்ற கோரிக்கையோ அது...'' என் குரு அதை விண்டார்.

''நான் ஞானத்தைத் தேடுகிறேன் என்பேன்.''

''ஞானமா? என்ன அது?''

சற்றே யோசித்த பின் பிவெல் ''அது ஒரு புதிரான அறிவுத்திறன்.''

''புதிரில் எல்லாமே அடங்கியவையே.''

''ஞானம் பெற வெவ்வேறு வழிகள் இருப்பதாகத் தாங்கள் கருதுகிறீர்களா?''

''நிச்சயமாக.''

''நீங்கள் அவற்றை எப்படி அடையாளம் காணுகிறீர்கள்? நீங்கள் ஒரு ஞானமுள்ள மனிதனை எப்படிக் காண்கிறீர்கள்? அவர் ஒரு அமைதியான, புத்திசாலியான, முன் யோசனையுள்ள ஆளா? இல்லை உயரமான மலைகளில் தனிமைத் தியானம் செய்பவரா?''

''இவை யாவுமே குணமாயுள்ள ஒருவரே அனேகமாய்.''

''மறுபக்கம் ஒருவர் அமைதியாய் - குறுகிய மனமுள்ளவராய், புத்திசாலியாய் - நேர்மையில்லாதவராய், முன்யோசனையுள்ளவராய்

- அதீத ஜாக்கிரதையானவராய், அறிவாளியாய் - அன்பும் பரிவுமற்றவராய்... இருக்க முடியுமே... நீங்கள் இதைத்தான் ஞானம் என்கிறீர்களா?''

''ஒருவேளை இது ஒரு சந்தேகம் கொள்ளும் ஆளாகவே இருக்க முடியும்'' என பிவெல் உரக்க முணுமுணுத்தார்.

''சந்தேகம் எப்படி ஞானத்தைத் தர முடியும்?'' வினவினார் ஆனந்த பாபா. ''அது உங்களை முடப்படுத்தி விடுகிறது. அல்லது ஒளிரும் உண்மையை மறைத்து விடுகிறது. நீங்கள் நடக்கும்போது உங்கள் கால்களை சந்தேகப்படுவதில்லை. அப்படி நீங்கள் சந்தேகப் பட்டால் விழுந்து விடுவீர்கள்.''

''என் பார்வையில் ஒரு ஞானமுள்ள மனிதன் உணர்வுபூர்வமாய் அல்லது உணர்ச்சிபூர்வமாய் எதையும் அணுகாமல் பொறுமையும் நெகிழ்வுமுள்ள அணுகுமுறையையே கொள்வான்.''

''அது போதுமா? ஞானமில்லாத பலருக்கும் இந்த குணங்கள் உண்டு'' கருத்துக் கூறினார் ஆனந்த பாபா. ''நெகிழ்வு அன்புடன் சேர்ந்து இருக்க வேண்டுமில்லையா? கூர்மை தொலை நோக்குடன் மற்றும் இப்படி நீங்கள் பேசியதால் ஞானம் அதிகமானவர் ஆவீர்களா?''

''குருஜி, தாங்கள் ஒருவேளை எனக்கு ஞானம் மற்றும் ஞானியைப் பிரித்துக் காணும் விதத்தைக் கற்பிக்கலாம்'' என்று இறங்கி வந்தார் பிவெல்.

''ஞானத்தைப் பிரித்தரிய உங்களுக்கு ஞானமே வேண்டும். ஞானத்தை உண்டாக்குவோர் மட்டுமல்ல ஞானத்தை அடையாளம் காணும் யாருமே ஞானியரே.''

என் குருவின் முறைகளுக்கு இது நல்ல உதாரணம். முதலில் எதிர்ப்பாளரை சண்டைக்கு அழைத்தார். அவரைப் போக விட்டார். அதன் பின் அவரை அறிவின் கூர்முனையில்லல்லாமல், பிரக்ஞை வழி ஞானத்தைக் காண வைத்தார்.

ஆனந்த பாபா தொடர்ந்தார், ''ஞானம் அல்லது அஞானம் அவை எல்லாமே உங்களுக்கு உள்ளேயே இருக்கின்றன. பிரக்ஞையின் இந்த விளையாட்டில் நீங்கள் காண்பது உங்களின் ஒரு பிம்பமே. உங்களை நீங்கள் அந்த பிம்பத்துக்குள் பொருத்திக்கொண்டால் நீங்கள் எதைக் காண்கிறீர்கள்?''

''அதையேதான் சற்றே வித்தியாசமாக.''

''என்ன வித்தியாசம்?''

''சமதளத்தில் இருந்து பார்ப்பது போலல்லாமல் மேலே இருந்து கீழ் நோக்கிப் பார்ப்பதுபோல.''

''அதில் காணும் 'நான்' ஒன்றேயாக இருக்கிறதா?''

''நீங்கள் என்னை எங்கே அழைத்துச் செல்ல விரும்புகிறீர்கள் என்று தெரியவில்லை. ஆனால் நான் அதை முயற்சிக்க சித்தமாயிருக்கிறேன்'' என்றார் பிவெல் உற்சாகமாக.

''இந்த இரண்டு 'நான்'களையுமே பாருங்கள். ஒன்று ஒருவரிடம் அல்லது ஒன்றிடம் நெருக்கமுள்ளதாயும் மற்றொன்று பார்வை யாளராகவும் இருக்கும்.''

மேலும் தொடர்ந்தார் ஆனந்த பாபா ,''நீங்கள் இந்த இரண்டு 'நான்'களுக்கும் இடையே வித்தியாசத்தைப் பார்த்தாலும் அல்லது பார்க்காவிட்டாலும் நீங்கள் எதையுமே காணவில்லை என்றே பொருள். எல்லாவற்றையுமே நிச்சயமின்மை என்னும் கத்தியின் கூர் முனையில் வைத்துப் பாருங்கள். அது உங்களை அந்த நொடியில் பிரக்ஞைக்கு என்ன நிகழ்கிறதோ அங்கே கொண்டுவந்து சேர்க்கும். அதுவே ஞானமாகும். அதை உணர்ந்தால் நீங்கள் ஞானி.''

''சந்தேகத்துக்கும் நிச்சயமின்மைக்கும் உள்ள வித்தியாசம் என்ன?'' நான் குறுக்கே நுழைந்தேன்.

''நிச்சயமின்மை அந்த நொடிக்கு - உடனடியான காலத்துக்கான ஒன்றாகும்'' என்றார் குரு.

''நம சிவாய'' நான் என் குருவை வாழ்த்தி வணங்கினேன்.

பிவெல் அங்கேயே அசையாமல் இருந்தார். வணங்கிப் பின் மௌனமானார்.

★★★

பிரமோத் கிரியும் சுகுமார் கிரியும் டெல்லியில் கிடைக்கும் சரஸின் தரம் பற்றி விவாதித்துக் கொண்டிருந்தார்கள். சுகுமார் பாபா எல்லோரிடமும் கொஞ்சம் பணம் சேகரித்துக் கொண்டார்.

''எந்தக் கடைக்குப் போகிறீர்கள்? நவதுர்கா கோயிலுக்கு அருகில் உள்ள கடையிலா?''

''இல்லை. மசூதிக்கு அருகில்.''

சார்வான் கிரி சுகுமார் கிரி வந்த பின்பே தன் பேச்சை மிகவும் குறைத்துக்கொண்டார். ''சுகுமார் மிகவும் பேசுகிறார். நான் நான் என்று அடிக்கடி தன்னை முன்னாடி கொண்டுவருகிறார். அந்த எழுத்தாளர் தன்னை ஏன் பேட்டி எடுக்கவில்லை என்று கேட்கிறார். சுகுமார் மிகவும் இளையவர்.''

வெளிறிய முகத்துடன் லால் கிரி ''இன்று காலை நான் குளித்து விட்டு வந்ததும் என் பை காணாமற் போயிருப்பதைப் பார்த்தேன். என்னிடம் இப்போது எதுவுமே பாக்கியில்லை'' என்று அறிவித்தார்.

கோபால் கிரி தமது பையில் இருந்து ஒரு கப்பரையை எடுத்தார். அதற்குள் ஒரு தீக்குச்சிப் பெட்டியையும் போட்டுத் துவக்கி வைத்தார். பிவெல் ஒரு நூறு ரூபாய் நோட்டை எடுத்து அதில் போட்டார். சார்வான் கிரி, லால் கிரி மற்றவர்களிடமும் தனது பரிதாபத்தை விளக்குவதற்காக நகர்ந்ததும் ''லால் கிரிக்கு இந்த மொட்டை மாடியில் அனுமதியில்லை. அவர் மிகவும் பொய் சொல்கிறார். ஹெராயினுக்கு அடிமை ஆகிவிட்டார்'' என்றார் பிவெலை எச்சரிக்கும் விதமாக.

மூன்று நாய்க்குட்டிகள் முற்றத்தை நுகர்ந்து பார்த்துக் கொண்டிருந்தன. பெரிய நாய் வந்து அவற்றை அழைத்துக்கொண்டு போனது. ஒரு கழுகு, நீர்த்தொட்டி மீது வந்து அமர்ந்தது.

★★★

நாகா பாபா சுபாஷ் கிரி சிவப்பு முண்டாசை ராஜஸ்தான் பாணியில் அணிபவர். அவர் தமது குழுவின் சகாவான நாகா பாபா பிரமோத் கிரியுடன்தான் பயணிப்பார். பிரமோத் கிரி 22 வயதான இளைஞர். அவர் எங்கே சில்லும் கை மாறினாலும் தானும் சேர்ந்துகொள்வார்.

இரவு கவிந்ததும், சில நேரம் அவர்கள் இருவரும் பஜன் பாட்டுக்கள் பாடுவார்கள்:

'ஷஹீத், என்னைப் பொருத்த அளவில் நான் ஓடிப் போய்
விட்டேன்
உங்களிடம் ஒன்றே ஒன்று சொல்ல எண்ணி
கடவுள் என் தோள்கள் மீது சாய்ந்து அழுதார்.'

பிவெலைப் பார்த்து சுபாஷ் கிரி சொன்னார்''சுபாஷ் என்பது மிகப் பெரிய தலைவரின் பெயராகும். பிரிட்டிஷாருக்கு எதிராக ஒரு பெரும் படையை உருவாக்கியவர் அவர். 'உங்கள் ரத்தத்தை எனக்குக் கொடுங்கள். நான் உங்களுக்கு சுதந்திரம் தருகிறேன்' என்றார் அவர்.''

அவர் நேராக நிமிர்ந்து உட்கார்ந்து அலுவல் தொனியில் பேசினார். தமது பழைய புகைப்படங்களைக் காட்டினார். பல வருடம் முன்பு அவர் ஜுனா அகாராவின் முன்பு ஆடையில்லாமல் அமர்ந்திருக்கும் தோற்றம். அவரது ஆண்குறி அதை நசுக்கும் குச்சியுடன் இறுக்கிக் கட்டப்பட்டிருந்தது.

''ஏன் நீங்கள் துறவு பூண்டீர்கள்?'' என்னும் பிவெலின் கேள்வியை நான் மொழிபெயர்த்தேன்.

சுபாஷ் ஒரு கவிஞர். அவர் நேரடியாக பதில் கூறாமல் ஒரு கஸல் வழியாக பதில் கூறினார்.

'நான் தனிமையில் பொழுதைக் கழித்தேன்

என்னைக் கட்டியிருக்கும் சங்கிலிகளோடு நான் தொழுதேன்.'

இருமுறை அதை அவர் மெல்லிய குரலில் தனக்குத் தானே சொல்லிக் கொள்வதுபோல பாடினார். முதல் முறை சங்கிலிகளின் வலி தெளிவாய்த் தெரிந்தது. இரண்டாம் முறை ஒரு யோகியாய் அவர் சங்கிலிகளைக் கேலி செய்வதுபோல இருந்தது. அதனால் அவை லேசாகிவிட்டன.

ஒரு நீண்ட கதை அவருடையது. அந்தப் பின்னணியே அவரது பெயரை ஒரு புத்தகத்தில் இடம் பெறச் செய்யக்கூடும்.

''பிறந்து ஆறாம் நாள் அதிர்ஷ்டக் கடவுள் வந்து

ஒவ்வொருவருக்கும் அவரது எதிர்கால ஆருடம் கூறுகிறார்

அவர் கூறுவதே கச்சிதமாக நடக்கிறது'' என்று இசையாய்க் கூறினார் சுபாஷ்.

தொடர்ந்து, ''அரசன் பல்தாரிபோல ஒவ்வொருவரும் அதை மறந்துவிடுகிறார்கள்...

''ஆங்கிலத்தில் நாம் முன்பொரு காலத்தில்... என்று கூறுவதற்கு இணையாக ஹிந்தியில் 'இப்போது' என்று கூறுவோம். மன்னர் பல்தாரி தமது ராஜகுருவிடம் கேட்கிறார்: 'என் முன்பிறவிப் பெற்றோர் யார்? நான் எப்படி அரசனாயிருக்கிறேன்? என் கேள்விகளுக்கு பதிலை நாளை தருவீர்களாக' என்று உத்தர விட்டவர் 'அப்படி நீங்கள் பதில் சொல்லாவிட்டால் நாளை நான் உங்களையும் உங்கள் குடும்பத்தையும் கொன்றுவிடுவேன்' என்றார்.

''ஆனால் ஒரே நாளில் ராஜகுருவால் பதில் கண்டுபிடிக்க முடியவில்லை. ராஜகுருவின் மகள் தன் தோழி வீட்டிலேயே தனது நூல் நூற்கும் சக்கரம் ஒன்றை வைத்திருந்தாள். அவள் அன்றே தோழியிடம் 'நாளை நான் வரமாட்டேன். எனவே என் சக்கரத்தை எடுத்துச் சென்றுவிடுகிறேன். ஏனெனில் மன்னர் நாளை என்னைக் கொல்லப் போகிறார்' என்றாள்.

வீட்டுக்குள் நுழைந்த அவளிடம் ராஜகுரு 'ஏனம்மா உன் நூல் சக்கரத்தைக் கொண்டுவந்துவிட்டாய்?' என்று கேட்க அவளும் 'நாளை எப்படியும் ராஜா கொன்றுவிடுவாரே அப்பா' என்றாள்.

'நான் அவருக்கு என்னம்மா பதில் கூறட்டும்?'

'அவரைக் காட்டுக்கு உள்ளே போகச் சொல்லுங்கள். அங்கே கூரை வேய்ந்த மண் குடிசையில் ஒரு தொண்டுக் கிழவி நாற்றமடித்த வராக வாழ்கிறார். வீட்டுக்கு வெளியே நாய் இருக்கும். அது குலைக்கும். அஞ்ச வேண்டாம். கடிக்காது. குடிசைக்கு உள்ளே போய் அந்தப் பாட்டியிடம் ராஜா கேள்விகளைக் கேட்டால் சரியான பதில் கிடைக்கும்.'

மறு நாள் அப்படியே அதை மன்னரிடம் ராஜகுரு கூற, அதற்கும் அடுத்த நாள் மன்னர் அவ்வண்ணமே காட்டுக்குள் போனார். நாய் குலைத்தது. ஆனால் கடிக்கவில்லை. உள்ளே இருந்தபடியே பாட்டியம்மாள் 'பல்தாரி மகாராஜா... உள்ளே வா' என்ற குரல் மன்னனுக்குக் கேட்டது.

குடிசைக்குள் இருந்த துர்நாற்றத்தின் வீச்சம் வெளியே வரை அடித்தது. மன்னனால் உள்ளே போவதைப் பற்றி நினைத்துக்கூட பார்க்க முடியவில்லை. எனவே அவன் வெளியே இருந்தபடியே கேள்விகளைக் கேட்டான்.

பாட்டி பதிலுக்கு 'நீ காட்டுக்கு உள்ளே இன்னும் சற்று தூரம் போ. அங்கே ஒரு வட்டிக்குப் பணம் கொடுக்கும் ஆள் இருப்பான். அவன் மனைவி பிரசவ நேரம் நெருங்கிய நிலையில் இருப்பவள். அவர்களுக்கு ஒரு மகன் பிறப்பான். அவன் ஒரு மாட்டிடம் பால் கறக்க ஆகும் நேரம் மட்டுமே உயிரோடு இருப்பான். அதன் பின் செத்து விடுவான். நீ சென்று அவனைப் பார்க்க வேண்டும் என்று கேள். நீ அவனைப் பார்த்த உடன் அவனுக்கு உயிர் திரும்பிவிடும். அப்போது நீ அவனிடம் உன் கேள்விகளைக் கேள். அவன் பதில் கொடுப்பான்' என்றார்.

'பச்சைக் குழந்தை எப்படி என்னிடம் பேசி பதிலெல்லாம் கூறுவான்?' என்று மனதுக்குள்ளேயே வியந்த மன்னன் எப்படி யிருந்தாலும் அதை முயற்சிப்போம் என்று எண்ணி மேலே சென்றான்.

போகும் வழியில் ஒரு சாதுவின் குடிலைப் பார்த்த மன்னன் தனது சேவகர்களை நிற்கச் சொல்லி பல்லக்கை விட்டு இறங்கினான். 'உள்ளே வா பல்தாரி மகாராஜா' என்று அழைத்தார் சாது.

தான் எல்லா இடங்களிலும் அடையாளம் காணப்படுவது மன்னனுக்கு மிகவும் வியப்பான ஒன்றாக இருந்தது. அவன் அந்தக் குடிலுக்குள் நுழைந்த பின் அதன் கூரையெங்கும் ஓட்டையாய் இருப்பது தெரிந்தது. நிறைய மரப்பலகைகள் உடைந்து கிடந்தன. ஒரு சணல் சாக்குப் பை மீது நின்றிருந்த சாது மிகவும் வயதானவர். ஆனால் அவரது தோற்றம் நிமிர்ந்து நிற்கும் கம்பீரத்துடன் இருந்தது. பெரிய கொண்டையாக இருந்தது அவரது ஜடாமுடி. ஒரு தனி அறைபோல ஒன்று தென்பட்டது. அந்தக் குடிசையின் எளிமையும் தெய்வீகமும், நாற்றம் அடித்த பாட்டியின் குடிசையில் இருந்த அன்பும் அர்ப்பணிப்பும் நினைவுக்கு வந்தன.

சாது மன்னனின் முதுகில் தட்டி 'பார்த்தாயா?' என வினவினார்.

'ஆம்' என பதிலளித்தான் மன்னன்.

பின்னர் தனது பயணத்தைத் தொடர்ந்த அவன், வட்டிக்குப் பணம் கொடுப்பவர் இருக்கும் வீட்டை அடைந்தான். அப்போதுதான் அந்தப் பச்சிளம் குழந்தை மரணமடைந்து அதன் பெற்றோர் துக்கமாயிருந்தனர். ராஜா அந்தக் குழந்தையைப் பார்த்ததும் அது உயிர் பெற்றது. ராஜா அவனிடம் 'போன ஜென்மத்தில் என் பெற்றோர் யார்? நான் யாராய் இருந்தேன்? இப்போது ஏன் ராஜாவாக இருக்கிறேன்' என்னும் கேள்விகளைக் கேட்டான். அந்தக் குழந்தை 'ராஜகுருவின் மகளிடம் இந்தக் கேள்விகளைக் கேளுங்கள்' என்று கூறியதும், 'அவள்தானே இங்கே அனுப்பினாள். அவள் மட்டும் பதில் கொடுத்தால் நான் அவளையே மணந்து கொள்வேன்' என்று கூறிவிட்டுக் கிளம்பினான்.''

சுபாஷ் கிரி பாடினார்:

> 'என் கண்களை யார் திறப்பார்?
> என் இதயம் எனக்கு எதைக் காட்டும்?'

பிறகு கதையைத் தொடர்ந்து கூறினார்:

''திரும்பிச் செல்லும்போது அதே சாதுவின் குடிலுக்குச் சென்றார். சாதுவும் அவர் முதுகில் தட்டினார். அரசனுக்கு சாதுவின் குடில் சொர்க்கமாகவும், தனது பொய்முகமுள்ள ஊழியர்களின் பயங்கரமான கூடாகவே, அதாவது நரகமாகவே தெரிந்தது. எமகிங்கரர்கள் ஒரு பெரிய பானையில் தண்ணீரைக் கொதிக்க வைத்துக் கொண்டிருந்தார்கள். 'யாருக்கு இது?' என்று மன்னன் கேட்க, 'ராஜா

பல்தாரிக்காகத்தான்! ஒரு நாள் அவனை இதில் போடுவோம்.' இதைக் கண்ட மன்னன் சாதுவிடம் 'நீங்கள் ஒரு மந்திரவாதி' என்று கூறி அவன் தன் நாட்டை அடைந்தான். அங்கே போனதும் ராஜகுருவின் மகளைச் சந்தித்தான். அவள் அவனிடம் அவன் கண்டவற்றின் முழு விவரங்களை எடுத்துக் கூறினாள்:

'முன் பிறவியில் நீங்கள் ஏழையாக இருந்தீர்கள். அந்த வயதான அம்மாளே உங்கள் தாயாயிருந்தவர். அந்த நாயே உங்கள் தந்தை. அந்தக் குடிசை வீடு உங்களுடையதே. அந்த வட்டிக்காரன் உங்கள் சகோதரன். நான் முன் ஜென்மத்தில் உங்கள் சகோதரியாக இருந்தவள். உங்களுக்கு சொர்க்கத்தையும் நரகத்தையும் காட்டிய சாது, ஒரு முறை நம் வீட்டுக்கு வந்தபோது ஐந்து சப்பாத்திகளே இருந்தன. அவர் பிச்சை கேட்டார். நாங்கள் அனைவரும் எங்கள் பங்கை உண்டிருந்தாலும் உங்களது பங்கு இருந்தது. அதை நீங்கள் அந்த சாதுவுக்கு வழங்கிவிட்டீர்கள். அதனால்தான் நீங்கள் இந்த ஜென்மத்தில் ராஜாவாக ஆனீர்கள்.'

''இதுவே மன்னர் பல்தாரியின் கதை'' என்றார் சுபாஷ் புரி. அவன் யாரையும் கொல்லவில்லை. ராஜகுருவின் மகளை சொந்த சகோதரி யாகவே நினைத்து, அவளது திருமணத்தில் பரிசுகளை வழங்கினான். குடிசையில் இருந்த தனது அம்மாவை அரண்மனைக்குக் கொண்டுவந்தான்.''

''சாதுக்களின் ஆசி அந்த அளவு சக்தி வாய்ந்தது. நமக்கு நமது செயல்கள் எப்போது, எவ்வாறு பலனளிக்கும் என்று தெரியாது. நல்ல நாட்களோ வேகமாக நகர்ந்து விடுகின்றன; சோதனையான நாட்களோ வெகு மெதுவாகவே. நான் உங்களுக்கு எல்லா நன்மையும் கிடைக்கவே இறைவனை வேண்டுகிறேன்'' என்று முடித்த சுபாஷ் புரி பாட்டுப் பாடினார்:

> 'என் கண்களை யார் திறப்பார்?
> இதயம் எனக்கு எதைக் காட்டும்?
>
> என் கண்களைக் காண்பதற்கு யார் சொல்லித் தருவார்?
> என் இதயம், என் இதயமே என் கண்களைத் திறக்கும்.'

★★★

பிவெல் என்னையுமே பேட்டி எடுக்கவே விரும்பினார். ஆனால் நான் மறுத்துவிட்டேன். ''நான் சாது வாழ்க்கை முறையை விரும்பி ஏற்றவன். அறிவுபூர்வமாக இருமையின்மையை நான் அலசி அறிய முடியாது. அதை அறியும் நிலைக்கு மூளையைப் பக்குவப்படுத்துவது வேறு.''

''நீங்கள் என்ன பார்த்தீர்கள் அல்லது புரிந்து கொண்டீர்கள்?''

''முதலில் வெறும் குறியீடுகள் மட்டுமே தென்பட்டன. வார்த்தைகளும்தான். ஆனால் ஒரு துவக்கம் தென்படும் முன் மௌனமே இருந்தது. ஹிந்துக்கள் படைப்பவனுக்கும் முன்பாயிருந்த மௌனத்தைத் தேடுகிறார்கள். அல்லது பேசும் ஒருவரைத் தேடுகிறார்கள்.''

தொடர்ந்து கூறினேன் ''பிரதிபலிப்பிலிருந்தே இருமை என்னும் தத்துவம் வருகிறது. பிரதிபலிப்பு தன்னிலிருந்தும் பிரிதான ஒன்றே அல்ல. பார்வைகள், கடவுள், வாழ்க்கை, மனிதர்கள், பெயர்கள் எல்லாமே அந்தப் பிரதிபலிப்பில் உருவானவையே. பிம்பமாகத் தன்னைக் காணாமல் கண்ணாடியாகவும், ஞானத்துடன் தன்னைக் காணாமல் பிரக்ஞையுடன் காண்பதும் தனியாகப் பிரித்துக் கண்டு முடக்கமுடியாததாகக் காணாமல் அலைப்புறுவதும் அவ்வாறானவையே.''

ஒரு நாள் பிவெல் விடைபெற்றார். அவர் எல்லோருடைய விரிப்பின் கீழும் காணிக்கையை வைத்தார். ''எனக்கு ஒரு கதவு திறந்தது. சாதுக்கள் தாகம் தீர்க்கும் ஏரி தாங்கள். நீங்கள் அன்பைப் பரப்பும் கடவுள். உங்களை அனைவரும் நேசிக்கிறார்கள்'' என்றெல்லாம் அவர் ஆனந்த பாபாவைப் பார்த்துக் கூறி எல்லா சாதுக்களின் பாதம் பணிந்தார். என்னை வணங்கவிடாமல் நான் தடுத்துவிட்டேன்.

★★★

நாங்கள் அனைவரும் மொட்டை மாடியில் குழுவாக அமர்ந்து உரையாடிக் கொண்டிருந்தோம். ஒரு பாபா எனக்கு பிரகலாதனின் கதை தெரியுமா என்று கேட்டார். எனக்குத் தெரியாததால் அவர் எடுத்துக் கூறினார்.

பிரகலாதன் ஆயிரம் வருடத் தவத்தில் அமர்ந்து அதில் ஆழ்ந்து விட்டார். அவரது தவ வலிமையால் எல்லா அசுரர்களும் செயலிழந்தனர். கர்மா திருப்தி அடைந்தது. புதிய பிறப்புக்கள் இல்லை. உலகம் செயற்படாமல் நின்றது. இதைக் கண்ட விஷ்ணு 'கடவுள்கள் என்ன செய்கிறார்கள்? ஏன் உலகம் ஸ்தம்பிக்க வேண்டும்?' என்று வியந்து, காரணமான பிரகலாதனின் தவத்தைக் கலைத்து அவனை எழுப்பிவிட்டார்.

இந்தக் கதையை எல்லா சாதுக்களும் விவாதித்தனர். விஷ்ணுவின் கனவுகளே வெவ்வேறு உலகங்கள். பிரகலாதனும் அவரது கனவில்

இருந்து வந்தவனே. ஆனால் அவனே அவரது கனவை நிறுத்தும் அளவு வந்த பின் அவனை எழுப்பி, உறங்கிக் கொண்டிருந்த தனது கனவையும் விழிப்புறச் செய்தார் விஷ்ணு என்றார் ஆனந்த பாபா நிறைவாக.

தீவிர சிவ பக்தரான ஒரு பாபா 'சிவனே எல்லாக் கடவுள்களிலும் ஆற்றல் மிகுந்தவர் என்பதை அறிவீர்களா? ஒரு முறை பிரம்மா தான் சிருஷ்டித்த பிரபஞ்சத்தை இருவரில் யார் முதலில் சுற்றி வர இயலும் என சிவனுக்கும் விஷ்ணுவுக்கும் ஒரு போட்டி வைத்தார். விஷ்ணு உடனே ஒரு திசையில் விரைந்தார். சிவனோ ஒரு சுற்று தன்னைத் தானே திருப்பி மறுபடி பழையபடி அமர்ந்தார்.'

பிரம்மாசுரனின் கதையைக் கூறத் தொடங்கினார் ஒரு பாபா. ''சிவ பக்தனான பிரம்மாசுரன் சிவனை நோக்கித் தவம் இருந்தான். அவன் மிகவும் கடுமையாகப் பல ஆண்டுகள் தவம் இருந்ததால் அதைக் கண்டு மகிழ்ந்த சிவன் 'உனக்கு என்ன வரம் வேண்டும்?' என்று கேட்டார். 'நான் யார் தலை மீது கை வைத்தாலும் அவர் அழிந்து விட வேண்டும்' என்று அவன் வரம் கேட்டான். அதை சிவனும் வழங்கினார். ஆனால் பிரம்மாசுரனோ அவர் தலையில் கையை வைக்க அவரைத் துரத்தி வந்தான். அவர்கள் இருவரும் வேகமாக ஓடிக் கொண்டிருந்ததைப் பார்த்த விஷ்ணு, மோகினி என்னும் அழகிய பெண்ணாக ஒரு அவதாரம் எடுத்தார். அந்தப் பெண்ணின் அழகில் மயங்கிய பிரம்மாசுரன் சிவனைத் துரத்துவதை விட்டு விட்டு மோகினியின் ஆட்டத்தில் லயித்தான். தன் உடலசைவு களைப் போலவே அவனும் செய்ய வேண்டும் என மோகினி கேட்டாள். அவனும் அவள் காலை அசைத்தால் தானும் அப்படியே செய்தான். அவள் அமர்ந்தால் அமர்ந்தான். நின்றால் நின்றான். இறுதியாக அவள் தன் தலையில் தனது கைகளை வைத்தாள். அவனும் அப்படியே செய்ய உடனே அழிந்தான். எனவே சிவன் எவ்வளவு உயர்ந்தவராக இருந்தாலும் விஷ்ணுவே அவரைக் காப்பாற்றியவர்'' என்று முடித்தார் அந்த பாபா.

இந்தக் கதையைப் பற்றிய விவாதங்கள் நடந்தன. முடிவாக ஆனந்த பாபா கூறினார் ''பிரம்மாசுரன், மோகினி இவை யாவுமே சிவனின் லீலைகளே. இந்த லீலைகள் வழியாக அவர் கடவுள்கள் கூட மாயை மற்றும் உலகின் பிரமைகளுக்கு அப்பாற்பட்டவர்கள் அல்லர் என்னும் படிப்பினையைக் கொடுத்தார். மனிதர்களுக்கு அது ஒரு போதனையாகும்.''

★★★

சுபாஷ் கிரி மகாவதார் பாபாஜி என்பவரைப் பற்றிக் கூறினார். அவர் ஒரே சமயத்தில் இமாலய மலைகளிலும், நர்மதையின் பள்ளத்தாக்குகளிலும் தென்பட்டவர் என பலரும் கூறி இருக்கிறார்கள். ஒரு நாள் ஒரு மேற்கத்தியச் சுற்றுலாப் பயணி பாபாவை தரிசிக்க வந்து அவரிடம் பேசிக் கொண்டிருக்கும்போது அவரிடம் 'ஹிரோஷிமா' என்னும் நூலைக் கொடுத்தார். அதை வேகமாகப் புரட்டியபடி படித்த பாபா, 'ஒரு புரட்சி தேவைப் படுகிறது. ஒவ்வொரு தனி நபரும் எல்லாவற்றிற்கும் பொறுப்பாவார்; ஒவ்வொருவரும் தமது இயல்புக்குப் பொறுப்பாக வேண்டும்' என்று கூறிவிட்டு மௌனமானார். சில நிமிடங்களிலேயே அவர் மரணமடைந்தார். ஆனாலும் அவர் அதற்குப் பின்பும் தென்பட்டார்.

''அவர் நிச்சயமாக உயிர் நீத்தாரா?'' என்று நான் கேட்டேன்.

''நாங்கள் அவரை எரித்தோம்'' என்றார் அவர்.

★★★

சாதுக்களின் குழுவிலிருந்து ஒரு நாள் விடைபெற்று, வீதிக்கு வரத்தான் வேண்டும். அவர் அங்கே இருக்கிறாரா என்று தேடி. நாளை என்பது பெரிய சாகச தினமோ இல்லையோ மனதை உடைக்கும் ஒன்றும் அல்ல.

''நான் உங்களை சந்தித்ததில் என்னை நானே அதிர்ஷ்டமானவனாக உணர்ந்தேன்.''

''நான் உங்களை என் வாழ்நாளின் ஒவ்வொரு நாளும் கனவில் காண்பேன்.''

''நீங்களே பிரபஞ்சத்தின் முத்தாவீர்கள்.''

ஒருவர் 'போய் வருகிறேன்' என்பார். மறுபக்கம் திரும்பிப் போய்விடுவார். மறுபடியும் நாம் அவரை சந்திப்போமா என்பது நமக்கே தெரியாது.

இன்று அஷ்ட வக்கிரம் எனக்கு என்ன சொல்லும்?

> நான் மட்டுமே இந்த உடலை வெளிப்படுத்துவதால்
> அதேபோல் நான் இந்த பிரபஞ்சத்தையும்
> வெளிப்படுத்துகிறேன்
> எனவே எனது எல்லாமே இந்தப் பிரபஞ்சமே
> நிச்சயமாக எதுவுமே என்னுடையதல்ல.

அத்தியாயம் 17

கனார்

நாங்கள் ஜான்புரைத் தாண்டிச் சென்று கொண்டிருக்கும்போது நான் ஒரு மேற்கத்திய இளைஞன் சுற்றிலும் உள்ள சந்தடிகளால் சற்றும் பாதிக்கப்படாதவனாய்த் தனியே அமர்ந்திருப்பதைப் பார்த்தேன். ஆனந்த பாபாவை முன்னே போக விட்டுவிட்டேன். நான் அவன் அருகே சென்று ''தம்பி, என்ன ஆனது?'' என்று வினவினேன்.

''எல்லாவற்றையும் நான் தொலைத்துவிட்டேன்'' என்றான். கனார் ஆஸ்திரேலியன். தனது பட்ட மேற்படிப்பின் கடைசி வருடத்தில் இருக்கும் அவன் நிறைய சுற்றுலா செய்ய எண்ணியே இந்தியா வந்தான். இரவு ரயிலில் வண்டி நின்ற இடத்தில் நடைமேடையில் ஆசுவாசமாக அவன் இருந்தபோது திடீரென ரயில் கிளம்பிப் போய்விட்டது. அதில் அவனுடைய எல்லா சுமைகளும் போய்விட்டன. அவன் இருந்த பணத்தை வைத்து இரண்டு மூன்று நாட்களாக அலைந்து திரிந்து பேருந்துப் பயணத்தில் இங்கே வந்து சேர்ந்திருக்கிறான். நான் அவனை என்னுடன் சேர்த்துக் கொண்டேன். நாங்கள் இருந்த கோமதி நதியின் படித்துறையில் ஆனந்த பாபாவைப் பார்த்தேன். அவனிடம் ஒரு வேட்டியைக் கொடுத்து, ஜீன்ஸை விட்டு அதை அணியும்படி கூறினேன். மென்மையான உயரமான பையன் அவன். தர்மசத்திரத்தில் சாப்பிட்டோம். இரவு என்னுடன் அவன் சிவலிங்கம் இருந்த கோயிலில் தங்கினான்.

தனது மேற்சட்டை மற்றும் முதுகுச் சுமையை அவன் திரும்பப் பெற முயன்றான். ரயில் நிலையத்தில் அவன் நிரப்பிய படிவங்கள் எந்தப் பயனையும் தரவில்லை. நான் அவனுக்கு தொலைபேசி மற்றும் மின்னஞ்சல் வழி அவன் உறவினர்களைத் தொடர்புகொள்ளப் பரிந்துரைத்தேன். தனது தூதரகத்துக்குச் சென்று நாடு திரும்ப அவனுக்கு டெல்லி வரை பயணத்துக்குப் பணம் கொடுக்கவும் முன் வந்தேன். அவன் மின்னஞ்சலை அவன் தேர்ந்தெடுக்கவே அவனுக்கு இணைய மையச் செலவுக்கு ரூபாய் இருபது கொடுத்தேன். அவனோ படித்துறையில் சுற்றித் திரிந்துவிட்டுத் திரும்பி வந்தான். அவனும் நானும் சலவைத் தொழிலாளிகளின் சீரான துணி துவைக்கும் ஓசையை கவனித்தோம். அவர்கள் மூச்சில் இருந்து செரினா வில்லியம்ஸ் டென்னிஸ் விளையாட்டில் வெளிப்படுத்தும் கீச்சான ஓசை வெளிப்பட்டது. அந்த ஒலியுடன் பக்க வாத்தியம் போல 'ராம் நாம் சத்ய ஹை' என பிண ஊர்வலத்தில் வெளிப்படும் கோஷம் சேர்ந்துகொண்டது.

அவனுக்கு இந்தியா மிகவும் பிடித்திருந்தது. அவனின் மெத்தனம், செயலின்மை, ஏன்? பேரிரைச்சல் கூட. காக்கைகள் எப்படி என் உணவைத் திருடின என்னும் கதையை அவனுடன் நான் பகிர்ந்தேன். சுற்றுச் சூழல் மாசு பற்றிப் பேச்சு திரும்பியது. 20 கோடி மக்கள் எரிக்கும் பிளாஸ்டிக், மரம் மற்றும் வரட்டியின் மாசு. புது டெல்லியிலோ இயற்கை வாயுவில் பொதுப் போக்குவரத்து வண்டிகள். மக்கட் தொகைப் பெருக்கம் பற்றியும் பேசினோம். நூறு ஆண்களுக்கு எண்பத்து ஒன்பது பெண்களே உள்ளனர். பயங்கரவாதம் மற்றும் உலகமயமாக்கத்தின் உள்ளார்ந்த வன்முறை. பகுதி தாராளமயமாக்கம் மற்றும் சுதந்திர விற்பனை என்பது நீதி இல்லாத சட்டம் போன்றவை. பொருள் முதல் வாதம் இந்த பூமியை அழிக்கிறது. செயலின்மைத் தத்துவம் அதைக் காக்க முடியும். ஜமைக்காவின் பாடகர் பாப் மார்லியின் 'ஹ்யூமன் ரேஸ் ஈஸ் நாட் ராட் ரேஸ்' என்னும் பாடல் பற்றியும். கருணை மற்றும் அன்பு என்னும் காரணங்களினால் அல்லாமல் பசுமை விழிப்புணர்வினால் மட்டுமே அவன் ஒரு சைவ உணவுக்காரனாக இருந்தான். கால்நடைகளின் பண்ணைகள் பச்சைவீட்டு வாயுக்களைப் பெரிய அளவில் உற்பத்தி செய்கின்றன. ஆனால் எண்ணெய்ப் பண்டங்களைக் கைவிடுவதே மாமிசத்தைக் கைவிடுவதை விடவும் கடினமானதாகும்.

இருவருமே அரசியல்வாதிகள் மேலுள்ள வெறுப்பில் ஒரே குரலிலேயே இருந்தோம்.

''அலட்டிக்கொள்ளும் பேராசை பிடித்த கோமாளிகள்.''

''அவர்கள் ஒரு வேலையைத் தேடவில்லை; தமது பங்களிப்பு பற்றிய ஒரு பிம்பமே அவர்களின் தேடல்.''

''உலகமே முன்னெடுப்போரால் குப்பைக்காடாகி விட்டது. ஆஸ்திரேலியா அமெரிக்காவின் தூய்மையாளர்களால் கெட்டுக் கொண்டிருக்கிறது.''

''ஃப்ரான்ஸில் அது மதச்சார்பின்மையில் நிகழ்ந்து கொண்டிருக்கிறது; இந்தியா எப்போதுமே முன்யோசனையுள்ளதாக இருந்துள்ளது.''

ஆனால் அந்த இளைஞன் தன் மதத்துக்கு விசுவாசியாயிருப்பது ஒரு கடமை என்றே கருதினான்; ''நான் ஐரிஷ் குடியேறி ஒருவரின் பேரன். 'ஒற்றை மதம் ஒரே கடவுள் கிறிஸ்து' என்னும் நம்பிக்கையில் வளர்க்கப்பட்டவன். முழுதாய் செய்யாவிட்டாலும் அரைகுறையாக அதன் வழிமுறைகளைப் பின்பற்றுபவன்.''

''அதுவே அதீதமானதாகும்'' நான் அவனது பேச்சில் இடைமறித்துக் கூறினேன்.

''ஏனெனில் என் பெற்றோர் அவ்வாறானவர்கள்; அவர்கள் கடவுள் நம்பிக்கை உள்ளவர்கள்.''

''நீங்கள் நம்பும் கடவுள் ஒரே வெள்ளப் பெருக்கில், ஒரு சிலர் தவிர, மானுடத்தையும் எல்லா உயிரினங்களையும் மூழ்கடித்தவர். இதைக் கண்டு நீங்கள் கொதிப்படையவில்லையா? யூதர்களின் கடவுள் தமது பக்தர்களில் பாதிப் பேர் விஷவாயுச் சூளைகளில் செத்து மடிவதைப் பார்த்துக் கொண்டிருந்தார். இன்னும் நீங்கள் அவருக்கு வாய்ப்பு கொடுக்கிறீர்கள். கிரேக்க குரு எபிகுரோஸ் கூறினார்:

> 'தீமையைக் கடவுள் அழிக்க விரும்பி, அவரால் முடியாமற்
> போனால் அவர் சக்தியற்றவர்.
> அவரால் முடியும் ஆனால் செய்ய மாட்டாரென்றால் அவர்
> வக்கிர புத்தியுள்ளவர்.
> அவரால் ஆகவும் ஆகாது மற்றும் செய்ய மாட்டார் என்றால்
> அவர் லாயக்கற்றவரும் வக்கிரபுத்தியுள்ளவருமாவார்.
> அவரால் இயலும் மற்றும் விரும்புகிறார் என்றால் ஏன் அவர்
> அதைச் செய்ய மாட்டேன் என்கிறார்?

இந்த சமரசமற்ற தருக்கத்தையே நாம் வணங்க வேண்டும்.'

ஆனால் கனாருக்கோ இஸ்ரேல் மற்றும் கிறித்தவ மதத் தத்துவங்கள் கேள்விக்கும் விவாதத்துக்கும் அப்பாற்பட்டவையாக இருந்தன.

''இதற்கு முன் என்ன செய்து கொண்டிருந்தீர்கள்?''

''ஒரு சாது தனது இறந்த காலம் பற்றி பேசக் கூடாது. எவ்வாறிருந்தாய் என சொல்லாமலிருப்பது உன்னை அதை மீண்டும் நிகழ்த்திக் காட்டுவதிலிருந்து விதி விலக்காக்கி விடுகிறது.''

சாதுக்களுடன் சுற்றுவது அவனுக்குப் பிடித்திருந்தது. அவன் அற்புதங்கள் செய்யும் சாதுக்களால் ஈர்க்கப் பட்டான். அவர்கள் பெரிய விற்பன்னர்களாய்த் தமது மனோவலிமையில் அற்புதங்களை நிகழ்த்தி விடுவதாக அவன் நம்பினான்.

''சிலருக்கு வேலை செய்வதிலிருந்து விதி விலக்கு அளித்திருக் கிறார்களே'' என்றான் கனார். ''வியக்கத்தக்க சமூகம் இது.''

எனக்கும் அது வியப்பே. ஆனால் அது முட்டாள்தனமானது என நான் எண்ணவில்லை. ஹிந்துக்கள் உலகை ஒரு சிறை என்றே கருதுகிறார்கள். அதிலிருந்து வெளியேறும் வழியைத் தேடுவோரே சாதுக்கள். அவர்கள் கண்டறிந்தால் அதன் பாதைகளைப் பிறருக்குக் கூறுகிறார்கள்; சில சமயம் குறுக்கு வழியையும்.

''நீங்கள் மதம் மாறினீர்களா?''

''எனக்குப் பாதையின் மீதே ஆர்வம்.''

எங்கள் காலுக்குக் கீழே நதி தெளிவாகப் பாய்ந்து கொண்டிருந்தது, வெளிச்சம் அதன் மீது விழுந்து மின்னி பல வடிவங்கள் காட்டியது.

''மதம் மாறுதல் மற்றும் மத நம்பிக்கை பற்றி கவலைப்படாதே. உன் மூதாதையரில் யாரோ ஒருவர் கிறித்தவராக மாறினார். அதன் பின்னானவர்களே ஒற்றை மதம் மற்றும் ஏசு மட்டுமே கடவுள் என்று ஒரு நம்பிக்கையைக் கொண்டுவந்தார்கள். இவர்களில் எந்தப் பெரியவரின் வழியில் நீ செல்ல வேண்டும்? நீ என்ன புதுமையை இந்தப் பாரம்பரியத்துக்குக் கொண்டுவந்தாய்? 'உலகுக்கு உரித்தானவை யாவும் எனக்கு உரித்தானவை' என்றே சாதுக்களைப் பற்றிப் புத்தகம் எழுதும் ஒரு ஃப்ரெஞ்ச் எழுத்தாளர் கூறுகிறார். நீ பாரம்பரியமாக உனக்கு வந்து சேர்ந்த நம்பிக்கைகள் மீது உன் வாழ்க்கையைக் கட்டமைக்க முடியாது'' என அவனுக்கு ஒரு உரையாற்றினேன்.

''இளம் பெண்கள் பற்றி?''

''யெஹ் தோ மானோகே கி சாரே லோக் ஆபஸ் மெய்ன் பாயீ பஹன் யா மாஹ்ன் பாப் ஹைன். (நீ எல்லா மக்களையும் உன் சகோதர சகோதரிகள் அல்லது தாய் தந்தையர் என்றே ஏற்பாயாக.)''

''நீங்கள் அதற்கு ஒப்புக் கொண்டீர்களா?''

''தெரியவில்லை... கொஞ்சம்... ஆனால் அது நடப்பதில்லை.''

''இது கடினமான வாழ்க்கையா?''

''ஒரு நாள் முழுவதும் ஏதும் செய்யாதிருப்பது... நிறைவு, நம்பிக்கை மற்றும் விட்டேற்றியாயிருப்பது இவை மூன்றுமே ஒரு சாதுவின் குணங்களாம். எதிர்வருவது எதனையும் ஏற்றுக்கொள்வது நலவாழ்வின் திறவுகோல் ஆகும்; மௌனமாயிருக்கக் கற்பது ஆனந்தத்தின் ரகசியமாகும். துறப்பது என்பதன் வடமொழிச் சொல் வைராக்கியம். அதன் பொருள் 'இச்சையின்மை' ஆகும். அது மகிழ்ச்சிக்கு எதிரான நிலை அல்ல. அது இச்சையுறுவதற்கு, உடமையாக்கிக் கொள்வதற்கு மற்றும் உடமைப் பற்றோடிருப் பதற்கு எதிரானது. எங்கேயுமே ஒன்றை மறுப்பதற்கு அணுக்கமான ஒன்றல்ல அது. நான் எதையும் விழையவில்லை. அவ்வளவே. நாம் எதையும் தேர்வு செய்யவில்லை. உடமையாக்கிக் கொள்ளுதல் என்பது ருசிகரமானதும் அடக்குமுறையானதும் இரண்டுமான ஒன்று. அது மறைந்து விடுகிறது. அது மகிழ்ச்சிகரமான ஒன்றாயும் இருக்கிறது.''

தொடர்ந்து கூறினேன் ''அடிப்படைவாத அணுகுமுறையுடன் ஒருவர் துறவை அணுகினால், அது பற்றின் இன்னொரு வடிவமாகவே இருக்கும்: கோட்பாடுகள், சட்டதிட்டங்கள் மற்றும் கடமைகள் என்பவற்றால் ஆன வடிவமாக இருக்கும். மிகவும் கண்டிப்பாக இருப்பவர்களிடம் நான் கூறுவேன்: 'நீங்கள் இன்னும் சட்டதிட்டங் களைக் கடைப்பிடித்தால் பாபாஜி, தாங்கள் விடுதலை பெற்றவராக இல்லை.' வெகு சிலர் எந்த அளவு துறந்து விட்டார்கள் என்றால், அவர்கள் துறப்பதையே துறந்து விட்டார்கள். பிரமை எங்கும் இருப்பதே. அதை மீறிச் செல்ல எல்லாவற்றையும் பற்றிய ஒரு ஏளனமான கண்ணோட்டம் தேவை. இவற்றுள் பிரமைகளை எதிர்க்கும் கோட்பாடுகளும் அடக்கம்.''

ராம் நாம் சத்ய ஹை! கோஷம் என் உரைக்கு காற்புள்ளி இட்டுக் கொண்டிருந்தது.

சலவைத் தொழிலாளர்கள் உலர்ந்தவற்றை மடித்தனர்; பின்னர் கட்டுக்களாகக் கட்டி கழுதைகளின் மீது சுமைகளாக ஏற்றினர்.

★★★

ஒரு நாள் கனார் தன் தலையை மொட்டையடித்துக் கொண்டான். வெய்யில் படாமல் இருக்க அதன் மீது ஒரு கொம்சாவைச்

சுற்றிவிட்டோம். மேலும் இரு நாட்கள் கடந்த நிலையில் ஒரு நாள் ஆனந்த பாபா, இரவு கோயிலில் பூஜை முடியும் நேரத்தில் நாங்கள் ஒன்றாக இருந்தபோது ''கனார் பாபு, நீ என்ன செய்வதாக இருக்கிறாய்?'' என்று கேட்டார்.

''நான் உங்களுடனேயே இருந்துவிட விரும்புகிறேன்'' என்று பதிலளித்தான்.

''ஆனால் நீ சாது இல்லையே?'' என்றார் சற்றே கடுமையாக.

''என்னிடம் எதுவுமே இல்லை.''

''அது உன்னைப் பிச்சைக்காரனாக்கும். சாதுவாக அல்ல'' என்றார் குறிப்பாக.

''ஒன்றுமே இல்லாததால் நான் துறவேற்கத் துணிந்தேன்'' என்றான் என்னை நட்புமுறையாகப் பார்த்தபடி.

கனார் இயல்பாகவே அமைதியானவன். அதிகம் பேச மாட்டான். அவனால் தொல்லையில்லை. எனக்கு நல்ல நண்பனாகவே தோன்றினான். ஆனால் அவன் எங்கள் குழுவுடன் தொடர்வது என்பதெல்லாம் ஆனந்த பாபா மட்டுமே தீர்க்கக்கூடிய ஒன்று.

''எல்லாவற்றையும் இழந்த பின்பு உடனே உங்களை நான் சந்தித்தது, கடவுள் காட்டிய வழிபோல இருக்கிறது'' என்றான் கனார்.

''ஆனால் நீ துறவி இல்லை.''

''இல்லை நான் துறக்க விரும்புகிறேன்.''

''நன்றாக உனக்குள் நீயே ஆழ்ந்து பார். நீ எதையும் துறக்க விரும்புவதில்லை. உண்மையில் நீ என்னதான் விரும்புகிறாய்?''

''நான் உங்களைப்போல ஆக ஆசைப்படுகிறேன். உங்களை என் ஆசிரியராக ஏற்க விரும்புகிறேன்.''

''ஆசிரியர்...'' சத்தமாகக் கூறினார் ஆனந்த பாபா.

''ஆமாம் பாபாஜி. ஒரு பேராசிரியர் - பல்கலைக் கழகத்தில் இருப்பதுபோல.''

''பேராசிரியரா?'' ஏற்காத குரலில் கேட்டார் ஆனந்த பாபா. '' எதன் பேராசிரியர்? நீ உலகின் மனோவசியத்திலிருந்து விடுபட விரும்புகிறாயா? 'நான்' என்னும் யோசனையைக் கைவிட

விரும்புகிறாயா? உன்னால் கடவுளை அவனுள் கரைவது என்னும் நிலைக்கு நேசிக்க முடியுமா?''

கனார் பதில் கூறவில்லை. பிரச்சினையை அவனால் அந்த வழியில் காண இயலவில்லை.

''உனக்கு என்று ஒரு மதம் உண்டா?''

''ஆம். நான் ப்ரெஸ்பிடெரியன் என அழைக்கப்படும் தீவிர கிறிஸ்துமத வழியைச் சார்ந்தவன். ஆனால் எனக்குக் கடவுள் பல வடிவங்களும் பெயர்களும் உள்ளவர் என்று தெரியும்'' என்று காயை நகர்த்துவது போல அவன் கூறினான்.

''நீ என்ன கற்க விரும்புகிறாய்?''

கனார் தயங்கினான்; என்னிடம் திரும்பி ''நீங்கள் என்ன பதில் கூறினீர்கள்?'' என்று கேட்டான்.

''நீ உன் இயல்பாய் பதில் கூறு. இதில் மற்றவரை நகலெடுக்க எதுவுமில்லை. பாபாவுக்கு எல்லாமே தெரியும். நீ உன்னையே அவரது காலடியில் சமர்ப்பிப்பாயாக'' என்றேன் நான்.

''நான் உங்களைத் தெரிந்துகொள்ளவும், புரிந்துகொள்ளவும், கையில் ஒன்றுமற்றவனாய் பயணித்து, அது எவ்வாறு நிகழ்கிறது என்பதைக் காண விரும்புகிறேன். இவ்வழியில் கடவுளைத் தேட விரும்புகிறேன்.''

''அச்சா... நீ கடவுளைக் காண்பதற்காக ஏழையாய் இருந்துவிட முடிவு செய்தாயா?'' என்று ஆனந்த பாபா தொகுத்தார். ''எத்தனை கடவுள்களைக் காண விரும்புகிறாய்?''

''எவ்வளவு கடவுள்களைக் காண்பது சாத்தியமோ... அவ்வளவு'' என்றான் கனார். அது ஒரு விதமான உடன்பாட்டுக்கு வழி வகுத்தது.

ஆனந்த பாபா அதன் பிறகு, கனார் திருமணமானவனா இல்லையா, என்ன வேலை செய்து வந்தான், என்னென்ன அவன் பொறுப்பு என்று இருக்கின்றன, கடன்கள் உண்டா எல்லாவற்றையும் கேட்டறிந்தார், கனார் அவை எதுவுமில்லாமல் சுதந்திரமாகவே இருந்தான். நல்ல இங்கிதங்கள் தெரிந்தவன்; "ஆன்கிலோ சாக்சன் விதமான குழப்பங்கள் உண்டு; ஆனால் அவை நல்லெண்ணம் மிகுந்தவையே.

தனது பீடியைப் பற்ற வைத்தபடியே ''பாபாஜிக்கு நீ சேவை செய்து, அவரது கட்டளைக்கு நீ கீழ்ப்படிய வேண்டும். நீ அதற்குச் சம்மதிக்கிறாயா?'' என்று கேட்டார்.

''நிச்சயமாக. நான் அதைச் செய்வேன்'' என்றான் கனார் வெற்றிக் களிப்புடன்.

''ஆனந்த் உன்னை வெற்றிடத்தில் குதிக்கச் சொன்னால் குதிப்பாயா? வெகு நேரம் ஒரே இடத்தில் அமர்ந்திருப்பாயா? பட்டினி கிடக்கச் சொன்னால் கிடப்பாயா?''

உண்மையில் பாபாஜி அது போன்றவரே கிடையாது. கடுமையாக எதுவும் செய்ய வேண்டியிருக்காது. ஆனால் பட்டினி கிடப்பது அடிக்கடி நிகழ்ந்து கொண்டுதான் இருந்தது. வெகு நேரம் ஒரே இடத்தில் அமர்ந்திருப்பது மிகவும் சலிப்பளிக்கும் சித்திரவதையே. ஆனால் செயலின்மை என்பது மாற்றப்பட்ட உலகமயமாக்கத்தின், தாராளமயமாக்கத்தின் ஒரு அம்சம் இல்லை. இரண்டுமே இல்லை அந்த மேலான தன்மை.

''நீங்கள் என்னால் முடியாதது எதையும் செய்யச் சொல்லி என்னிடம் கூற மாட்டீர்கள் என்று எனக்கு நம்பிக்கை இருக்கிறது'' கனார் சாமர்த்தியமாக பதிலளித்தான்.

''சந்நியாசம் என்பது ஒரு விளையாட்டல்ல'' கவலை தோய்ந்த குரலுடன் ஆனந்த பாபா பதிலளித்தார்.

''ஆனால் உலகம் ஒன்றேதானே பாபாஜி'' என்று நான் குறுக்கிட்டேன்.

''முதலில் பிரசாத் அவனுடன் தன்னைப் பற்றிக் கொண்டான். இப்போது மற்றும் ஒருவன்'' முணுமுணுத்தார் குரு. பின்னர் கடகடவென சிரித்தார்.

அவர் நிகழ்பவற்றை வரவேற்பவர்.

கனார் பிரம்மச்சரிய சபதங்களை ஏற்றுக்கொண்டான்.

பின்னாட்களில் வந்த தட்சிணைகள் மற்றும் காணிக்கைகளில் இருந்து நாங்கள் அவனுக்கு மாணவர்களின் தூய்மையான சின்னமான வெள்ளை வேட்டிகள் வாங்கினோம். அவன் தன் 'ஜீன்ஸ்' கால்சராயை விற்று ஒரு போர்வை வாங்கிக் கொண்டான். ஒரு கடைக்காரர் அவனுக்குக் கமண்டலத்தையும் இன்னொருவர் ஒரு பையையும் காணிக்கையாகத் தந்தனர். ஓம் நம சிவாய.

மறுபடி நாங்கள் சாலையில் நடக்க ஆரம்பித்தோம்.

வைக்கோல் பெரிய சுமையாக ஏற்றப்பட்ட மாட்டுவண்டி ஒன்று எங்களருகே வந்தது. ''ஏறிக் கொள்கிறீர்களா சாதுஜீக்களே!'' என்று குரல் கொடுத்தார் அதை ஓட்டுபவர். வைக்கோற்போரே பயண

மெத்தைபோல மிக உயரத்தில் எங்கள் மதிய நேரம் முடிந்தது. பின்னர் ஒரு கடை வீதியை நாங்கள் கால்களாலேயே கடந்தோம்; பாம்பாட்டிகள், நாட்டு மருந்து விற்பவர்கள், பரிசுச் சீட்டு விற்பவர்கள், நடமாடும் செருப்புத் தைப்பவர்கள்...

ஹிந்துஸ்தான் பத்திரிகையில் தலைப்புச் செய்தி:

> *அக்கினி IV ஏவுகணை; வெற்றிகரமாகப் பரிசோதிக்கப்பட்டது. 2000 மைல்கள் கடந்து தாக்க வல்லது.*

★★★

ஆனந்த பாபா, நான் கனாருக்கு, அடிப்படை ஹிந்தி மற்றும் ஜடாமுடிச் சாமியார்களுடன் இருக்கும்போது பின்பற்ற வேண்டிய சில பாரம்பரியங்களைச் சொல்லிக் கொடுக்கச் சொல்லி பரிந்துரை செய்தார். ''எதை வேண்டுமானாலும் தூனிக்குள் எரிந்துவிடாதே. அது ரசனைக்குறைவான ஒன்று. குண்டமே அக்கினியின் இருப்பிடம். அக்கினி கடவுள்களின் தூதுவர்... அது குப்பைத் தொட்டி அல்ல... அதை நோக்கி உன் காலை நீட்டாதே...''

''சில்லும் அணைந்து போன பிறகு புதிதாய் நிரப்பிப் புகைக்கும் சில்லும் அது வரை புகைக்காதவருக்கே தரப்படும். தீக்குச்சிகள் இல்லையென்றால், 'தூனி'யில் இருக்கும் நெருப்புக் கரித்துண்டு பயன்படும். பிற சாதுக்களின் ஆசனமான விரிப்பின் மீது அவர்களே வரவேற்றாலும் நாம் அமரக் கூடாது.''

''நாம் தானம் வாங்கிக் கொள்ளும்போது கை ஏந்திதான் வாங்க வேண்டும். வேண்டாம் என்றால் மட்டுமே புறங்கையைக் காட்ட வேண்டும். யாருக்கும் எதுவும் கொடுப்பதென்றால் அவரிடம் நீட்டக் கூடாது. அவர் முன்னே கீழே வைக்க வேண்டும். எப்போதும் படர்க்கை ஒருமையில் அவன் என குறிப்பிடுவது ஆன்மிக ஒருமைப் பாட்டுக்கான ஒரு அழைப்பே. ஆனால் அது எந்த விதத்திலும் சட்ட திட்டங்களை மாற்றிவிடாது. நான் எவ்வளவோ முயன்றும் சட்டதிட்டங்கள் எனக்கு விளங்கவில்லை. அகத்தை விட்டொழித்தவர்களின் அகம் என்பது, பணிவாகச் சாதாரணமாக இருக்கும் எதையும் துறக்காதவர்களைப் பன்மடங்காயிருக்கும்.''

''ஆனால் அவர்கள் அனைத்தையும் துறக்கும் தைரியம் இல்லாதவர் களாக இருந்திருந்தால் எப்படி இருந்திருக்கும் என்பதையும் எண்ணிப் பாருங்கள்'' என்றான் கனார்.

''நீ ஏற்கெனவே ஞானமுள்ளவனாய் இருக்கிறாய்'' என்றேன் நான் மகிழ்ச்சியுடன்.

★★★

‘‘நாம் ஏன் கோயில் கோயிலாகப் போய்க் கொண்டிருக்கிறோம்?’’ என்று கேட்டான் கனார். அவனுக்கு ஊர் விட்டு ஊர் போய், பாதயாத்திரை அல்லது பேருந்துப் பயணத்தில் இந்தியாவைப் பார்ப்பது பிடித்தே இருந்தது. பெண்களைப் பார்க்காததுபோல் நடந்துகொள்வான். ஹாரி பாட்டர் படிக்கும் தலைமுறையைச் சேர்ந்தவனான இவன் எல்லாக் கோயில்களிலும் எல்லாக் கடவுள் களையும் கும்பிட்டான். அவனுக்கு சாமியார்களின் மாயமந்திர சக்திகள் மீது மிகுந்த ஈர்ப்பு இருந்தது. ‘‘ஆனந்த பாபா காற்றில் மேலெழுவாரா?’’ என்று கேட்டான்.

ஆனந்த பாபா சித்திகள் பற்றிப் பேசுவதில்லை. ஞானம் மற்றும் பிரக்ஞை இரண்டுக்கும் இடைப்பட்ட உலகிலேயே அவர் வாழ்ந்து வந்தார். கனார் அவரிடம் வித்தியாசமான கேள்விகளைக் கேட்டபடி இருப்பான். ‘நம் கனவுகளில் வரும் கதாபாத்திரங்கள் தூங்குவதே இல்லையே, ஏன்? ஒரு சொட்டத்தலையருக்கும் கொம்பு முளைத்து அவர் மகிழ்ச்சியாக இருக்க முடியுமா? தனது தாயின் மகளாய் இருப்பது என்பது முடியும் வரை ஒரு மலட்டுப் பெண்ணால் எத்தனை குழந்தைகளைப் பெற்றுக்கொள்ள முடியும்? சதுரமான ஒரு வட்டத்தில் நிறைய ஓட்டைகள் இருந்தால் அதன் தன்மைகள் என்ன?’

பாபா அவனை ஓம் என்ற மந்திரத்தை உச்சரிக்கச் சொன்னார். மனதில் இடைவிடாமல் எழும் ஏகப்பட்ட குழப்பங்கள் அவனிட மிருந்து நீங்கும் என்றார். ‘‘இந்த மந்திரத்தை உச்சரிப்பதால் என்ன பயன்?’’ என்று கேட்டான் கனார். ‘‘ஓம் மட்டுமே பிரம்மனுக்கும் மிகவும் அணுக்கமான மந்திரம். அது வேறு எதையும் நினைக்காமல் இருக்கும் ஆற்றலை உனக்குக் கொடுக்கும்.’’

ஆனால் கேள்விகள் என்னவோ தொடர்ந்துகொண்டே இருந்தன; கடவுள் இந்த சிலைக்குள் இருக்கிறாரா? நாம் அவரை கோயில்களுக்கு வெளியே பார்க்க முடியாதா? ஒன்றேயான கடவுள் என்னும் சித்தாந்தம் பற்றி அவனுக்குள் கேள்விகள் இருந்தன. கேட்டு யாரையும் அவன் புண்படுத்த விரும்பவில்லை.

மாலைகளில் ஆனந்த பாபா சீடர்களிடையே உரையாற்றுவார். கடவுள் என்பது ஒரு சன்மானம் அல்ல. நீயே அவரைத் தேடுவதால் அவரது தலங்களைப் புனிதமாக்குகிறாய். கேள்விகள் கேட்பவர்கள் தான் ஞானத்தை அடைய உதவுவார்கள்.

முடவர்கள் எழுந்து நடந்தார்கள், குருடர்கள் பார்த்தார்கள் என கிறித்தவ மதத்தில் வரும் அற்புதங்களோடு ஒப்பிடக் கூடியவற்றை கனார் இங்கே தேடினான். ஆனந்த பாபா பலவாய் பிரியாத ஒன்றே

என்னும் தத்துவத்தை உணரும் வழி பற்றி மட்டுமே பேசினார். ஒரு சாகசப் பயணம்போல அவன் அற்புதங்களைத் தேடி அலைந்தான்.

''ஒரு உண்மையுணர்ந்தவர் என்பவர் பற்றிய வர்ணனை என்ன?''

''பிறரைப் போலவே அவர் பன்மைகள் நடுவேதான் வாழ்கிறார். ஆனால் அவர் ஒருமையில் மற்ற நிகழ்ச்சிகளின் ஓடை அவரில்லாமல் இயங்குவதை அறிந்தவராய்.''

உலகில் ஆத்திகர், நாத்திகர் என இரு பிரிவினர் மட்டுமே இருப்பதாக கனார் நம்பிக் கொண்டிருந்தான். ஆனால் ஆனந்த பாபாவின் கருத்துகளைக் கேட்ட பிறகு அவன் ஆழ்ந்து அவதானித்து மூன்றாவதாக ஒரு பிரிவினர் இருப்பதாகக் கண்டான். கடவுள் களிடம் சரணடைய விரும்புபவன் சரணடைகிறான். ஆனால் இச்சை இன்றி சடங்குகள் செய்பவன் கடவுள்களை சிருஷ்டிக்கிறான்.

ஆனந்த பாபா கூறினார், ''பிரம்மனே இந்த உலகைப் படைத்துக் காக்கும் ஈஸ்வரனாவார். அவரே மாயையின் ஆற்றலை அதைக் காணப்படும் பொருட்களுக்குத் தருபவர். அவரே உலகை வழி நடத்துபவர். உலகமே கடவுள்.''

★★★

பேருந்து நகர்ந்து கொண்டிருந்தது. குரு வண்டி ஓட்டுநர் அருகே அமர்ந்திருந்தார். நாங்கள் பின் பக்கம்.

''பாபாவின் போதனை என்ன?'' என கேட்டான் கனார். ஒரு மேற்கத்தியனின் எதிர்பார்ப்பான தருக்கம் மற்றும் பகுத்தறிவின் அடிப்படையில் அவன் எதிர்பார்ப்பு இருந்தது.

''கிரேக்க சிந்தனையாளரான ஸ்டாயிக்ஸ் 'உலகம் என்பது நம் மனம் தனது விருப்பு, வெறுப்பு மற்றும் இனிப்பு, கரிப்பு என்னும் உணர்வுகளின் அடிப்படையில் எண்ணங்கள் உருவாகி அவற்றால் ஆன ஒன்றே' என்று கூறுவார். ஆனந்த பாபாவின் உபதேசங்களில் அவற்றின் பொறிகளை நாம் ஆங்காங்கே காண இயலும்.''

தொடர்ந்து கூறினேன் ''கடலின் அலைகளைக் கடலின் தரப்பிலிருந்தும், நீரின் கண்ணோட்டத்திலும் மற்றும் எந்தக் கண்ணோட்டமுமே இல்லாமலும் காண முடியுமா? அதே போன்றதே கனவுகள். அவை மனதால் பிரம்மன் மீது ஏற்றப்படு கின்றன. அல்லது அவையும் பிரம்மனின் படைப்பே.''

தொடர்ந்தேன், ''பிரக்ஞைக்கு உலகம் எப்படித் தோற்றமளிக்கிறது என்பதையே அவர் மையப்படுத்துகிறார். உலகமே ஒரு தோற்றமாக

இருக்கலாம். மனம் உலகைத் தனது மற்றும் பிறரது என இரண்டாகப் பிரித்துள்ளது. எனது பிறரது என்னும் இந்த இருமை பிரமையானது; பொய்யானது. வெளியுலகம் என்று ஒன்று இல்லை. நீயும் நானும் இல்லை. ஒருவன் தன்னோடேயே கனவில் பேசிக் கொண்டிருக்கிறான். எது அனைத்தின் மாறும் நிலையைக் காண நமக்கு உதவுமோ அது நிச்சயிக்கப்பட்ட ஒன்றாக இருக்க முடியாது. ஆனால் நிலையான ஒன்றாக இருக்கும். இந்தப் பிரக்ஞை பற்றியே நாம் பேசுகிறோம்.

கேன உபநிடதம் கூறுகிறது:

எது சிந்தனைக்கு அப்பாற்பட்டதோ, அதுவே மனதின் சிந்தனையை இயக்குவிக்கிறது.

கண்ணால் பார்க்க முடியாதது கண்ணைப் பார்க்க வைக்கிறது.
காதால் கேட்க முடியாததே காதைக் கேட்க வைக்கிறது.
அதுவே பிரம்மனாம்; இங்கே மக்கள் வணங்கிக்
கொண்டிருப்பது பிரம்மன் அல்லர்.
(கேன உபநிடதம் 5-7)

இவை அனைத்திலும் கடவுள் இருக்கிறாரா?

கனாருக்கு நான் பதிலளித்தேன். ''பாபாஜிக்கு என் மீதோ கடவுள்கள் மீதோ எந்த ஆர்வமும் இல்லை. ஆனால் அவர் திறந்த மனதுடன் எல்லாக் கடவுள்கள் மீதும் ஆணையிட்டு அவர்கள் இருக்கிறார்கள் என்று சொல்லத் தயார். ஏனெனில் இந்த விஷயங்களில் எதுவுமே மற்றதை விடவும் உண்மைக்கு அணுக்கமானது என்று அவர் கருதவில்லை. அவருக்கு முழுமையானது, பூரணமாகவும் - துண்டுகளாகவும், தெய்வீகமாகவே இருக்கிறது; மற்றும் மெய்யற்றதாகவும். சூரிய ஒளியில் யாவும் பளிச்சிடுவது போலவே அவருக்கு உள்ளார்ந்த உள்ளொருமையும் சாந்தமும் இருக்கின்றன.''

தொடர்ந்து கூறினேன் ''நீயும் தனிப்பட்ட ஒன்றாக இல்லாமல், பொதுப்படையான ஒரு கண்ணோட்டத்தைக் கொள்ளலாம். பிரம்மனை உணர்வதில் அவ்வாறாகவோ அல்லது யோகிராஜ் போன்ற தியான வழியிலோ, கடவுளின் பித்து வடிவு என்னும் சிந்தனைப் பயிற்சியிலோ அல்லது மனிதன் பார்வதி - இயற்கை சிவன் என்னும் ஐக்கிய பாவத்திலோ முயற்சி செய்யலாம்.''

''இவை பயனளிக்குமா?''

''நீ என்ன அற்புதங்களை எதிர்பார்க்கிறாயா? ஒன்று அது இப்போதே நிகழலாம். இல்லையேல் இல்லை.''

ஆனால் கனாருக்கோ கேள்விகள் இருக்கவே செய்தன.

''பாபாஜி, ஒருவர் நினைப்பதாகவே அவர் ஆகிறார் என்றீர்கள். ஆனால் பல மக்கள் இங்கே ஏழ்மையில்தானே இருக்கிறார்கள்?''

''நான் கூறியதில் எந்த மாற்றமுமில்லை. பணத்தையே நினைப்பவர் பணக்காரராக வேண்டுமென்பதில்லையே. பேராசைக்காரராகலாமே. பிரம்மத்தையே சிந்திப்பவன் - மனதையே அதில் செலுத்துபவன் அதன் அம்சத்தைக் கண்டிப்பாகப் பெறுவான்.''

''மனதையே அதில் செலுத்துவது என்றால் என்ன?''

''பிரக்ஞை என்பது 'நான்' என்பதற்குள் அடைபடலாம். அது என்ற யாவற்றுக்குள்ளும் விரியலாம்'' என்றார் ஆனந்த பாபா புன்னகையுடன்.

தியானத்தைப் பயிற்சி செய்து, ஒண்டிக்கு ஒண்டியாய்த் தன்னைத் தானே எதிர்கொள்வதில் உள்ள சவால்களை எதிர்கொண்டான். ஆனால் அவை தவிர்க்க இயலாதவை.

''கொட்டாவிதான் வருகிறது'' என்றான்.

''அது பாவக்கடனைத் தீர்ப்பதுபோல நீண்ட நாள் எடுக்கும். ஒரு சாது என்னிடம் தினமும் 12 மணி நேரம் தியானம் செய்தது பற்றிக் குறிப்பிட்டு பொறுமையே ஒரே வழி என்றார்.''

''ஏன் சிலர் சாதனாஸ் என்னும் ஆன்மிகப் பயிற்சிகளில் ஈடுபடுகிறார்கள்? சிலர் அவற்றை முற்றிலும் தவிர்த்து விடுகிறார் கள். சிலர் பல இடங்கள் போகிறார்கள். சிலரோ அசையாமல் ஒரே இடத்தில் இருக்கிறார்கள். ஏன் இவ்வாறெல்லாம் இருக்கிறது?''

குரு பதிலளித்தார்: ''சிலர் எல்லாவிதமான கடினமான தபஸ்யாக் களைச் செய்தே 'உற்பத்தி செய்ய எந்த முயற்சியும் இல்லை' என்னும் நிலைபற்றிப் புரிந்து கொள்கிறார்கள். ஆனந்தின் உபதேசம் நேரடியானது. அவதானிப்பாய். அவதானிப்பாய். ஆனால் 'நான்' என்பதன் வழி காண்பதை வடி கட்டாமல் அவதானிப்பாய்.''

''கடவுள் பாபாஜி. அவர் எங்கே இருக்கிறார்?''

சுருக்கமாக, ''இங்கேதானிருக்கிறார்'' என்றபடி அவர் சிரிக்கத் துவங்கினார்.

''அகம் இல்லாமல் வாழ்வது என்பது அகத்தைப் பிடிவாதமாக நிலைநாட்டுவதன் ஏற்ற இறக்கங்களை விட கடினமானதாய் இருக்கிறதா?'' ஆனந்த பாபா என்னைக் கேட்டார்.

''அவ்வாறு அகத்தை வேரோடு பிடுங்குவதற்கான முயற்சி ஆனது, அகத்தைப் பிடிவாதமாக நிலைநாட்டுவதன் ஏற்ற இறக்கங்களை விட கடினமானதாய் இருக்கிறதா?'' நான் எதிர்க் கேள்வி போட்டேன்.

நான் எதிர்பார்த்தது போலவே அவர் சிரித்தார்.

''வார்த்தை விளையாட்டில் ஆர்வம் கொள்ளாதே! அசைவின்றி இருக்க எந்த முயற்சியும் தேவையில்லை. உண்மையில் முயற்சிகளைக் குறைப்பது வலியற்ற ஒன்றேயாகும். அகம் மறையும்போது, உள்ளார்ந்த ஆனந்தம் வெளிப்படும்'' என்றவர்,

''சத், சித் மற்றும் ஆனந்தம் என்னும் மூன்று வழிகளிலும் பிரம்மனை உணர்வது சாத்தியமே'' என கனாருக்கு நிறைவாய்க் கூறினார்.

மேலும் விளக்கினார்: ''ஒரு பானை உடையும்போது களிமண் எஞ்சித்தான் இருக்கிறது. மரித்த உடலை எரித்தால், சாம்பல் மிஞ்சுகிறது. பெயர்களும் வடிவங்களும் மறையும்போதோ எதுவுமே எஞ்சி இருப்பதில்லை. ஆனால் அந்த 'ஒன்றுமின்மை' என்பது பெயர்களும் உருவங்களும் அழிந்தன என உணரும் ஒரு பிரக்ஞை. இதுவே பிரம்மனின் இயல்பை அறியும் பாதையான 'சித்'.

வெளிப்புறப் பிரக்ஞை என்று ஒன்று கிடையாது. பிரபஞ்சத்தின் ஆற்றலின் வழி அது அறியப்படுகிறது. அதன் ஒளி வழியாக அது அறிவுசார் முயற்சிகள் அனைத்திலும் வெளிப்படுகிறது. அறிவின்றி 'எனக்குத் தெரியாது' என்று கூட உன்னால் கூற இயலாது. பிரக்ஞை என்பது அறியப்பட்டது, அறியப்படாதது இரண்டுமே இல்லை. அது அறியப்படவேண்டியது அனைத்தையும் அறிவதாம் - காண்பவனோ அல்லது காணப்படுவதோ.''

அவரது உபதேசங்களின் இலக்கு பிரக்ஞையாகவே இருந்தது. 'எதனால் எல்லாமே அறியப்படுமோ அதை இன்னொன்றால் அறிவது எவ்வாறு சாத்தியம்? உள்ளடக்கம் அது அடங்கும் பாத்திரத்தையும் சேர்த்த ஒன்றாக ஆக முடியாது. காணப்படுவது மறைந்த பின்பு பிரக்ஞை மட்டுமே எஞ்சுகிறது. எதையும் காணாத கவனம் யாருக்கும் தென்படாது. இதை விட நேரடியான பிரம்மனின் அனுபவம் எதுவும் கிடையாது.'

நான் பாதையே தன்னைத் தானே கண்டறிந்துகொள்ளும் மற்றும் உலகின் அஸ்திவாரமாக பிரக்ஞை தன்னைத் தானே அறியும் என்னும் வழியில் அதுவே ஆனந்தம் என்று அறிந்தேன்.

★★★

கனார் மிகவும் உற்சாகமாய் இருந்தான். அவனுக்கு இது ஒரு சாகசப் பயணம். நான் ஒரு முறை அவனைக் காப்பாற்றினேன், ஒவ்வொரு முறையும் காப்பாற்றுவேன் என நம்பினான்.

'சிக்ஸ் பாக்' எனப்படும் படியான கட்டுமஸ்தான உடலில் மேற்சட்டையில்லாமல், கனார் பிச்சையெடுத்துச் செல்லும்போது இளம் பெண்கள் அவனால் கவரப்பட்டார்கள். புரவலர்களோ, இந்த அழகு உடல் இன்பம் அனுபவிக்க அல்லவோ ஏற்பட்டது என்றே நினைத்தார்கள்.

சில சாதுக்கள் சாதாரண மனிதர்கள்போல உடலாசை உள்ளவர்களே. இரவில் அவனை இன்பத்துக்கு அழைக்கும் சாமியார்களும் இருந்தார்கள்.

தூய்மையான சூழ்நிலையில் வாழ்ந்து பழகிய கனாருக்கு, இரவு படுக்கும் முன் ஒரு ஈரத்துணியால் முகத்தைத் துடைத்துக் கொள்வது ஒன்றே சாத்தியமானது. நல்ல கட்டில் மெத்தை, சுத்தமான சூழல் மற்றும் அந்தரங்கமான கழிப்பறை இவற்றையெல்லாம் அவன் கனவில்தான் பயன்படுத்தி வந்தான்.

எனக்கு எப்போதுமே அதி தீவிரமான தூய்மைப் பித்து கிடையாது. ஆனாலும் நான் பணமில்லாமல், நோயில் படுப்பது பற்றி பயந்தவண்ணமே இருந்தேன். ஒரே ஒரு ஆறுதல், நல்ல படித்த மருத்துவர் இலவசமாக எங்கு வேண்டுமானாலும் இலவசமாகவே ஒரு சாதுவுக்குக் கிடைப்பார். அவரும் இல்லையேல் தூனியின் சாம்பல் எதையும் குணமாக்கும் என்பார்கள்.

மரத்தின் அருகிலோ அல்லது எருமையின் அருகிலோ படுத்துத் தூங்குவதையே நான் விரும்பினேன். என் போர்வையை, பிணத்துக்குத் துணி சுற்றுவதுபோல இறுக்கச் சுற்றி நான் தூங்கிவிடுவேன்.

''ஆனந்தம் பற்றிக் கூறுங்கள் பாபாஜி.''

''எதைப் பற்றியும் குதூகலித்தல்.''

''அச்சா.''

அத்தியாயம் 18

புஷ்கர் நகரம், கங்கை தீரத்தில்

கடவுள்களை மரியாதை செய்யவென்று மிகமிக நீண்ட நெடுங்காலத்துக்கு முன்பாக பிரம்மா ஒரு யாகம் நடத்த எண்ணி ஒரு தாமரையை வானுலகிலிருந்து அனுப்பினார். அந்தப் பூவிலிருந்து நீரூற்று பெருக்கெடுத்து ஒரு ஏரி உருவானது. அதுவே புஷ்கர் ஏரி. கங்கையின் தீரத்தில் இருந்த அந்தச் சிறிய நகரத்தில் நாங்கள் மூன்று வாரங்கள் தங்கினோம். வானமும் மற்றும் சுற்றியுள்ள ஐம்பது வெண்மை நிறக் கோயில்களும் பிரதிபலிக்கும் அழகிய காட்சி அந்த ஏரியினுடையது.

சுற்றுலா நிறுவனங்கள் அதை ஒரு நின்று மேலே செல்லும் இடமாக வைத்திருந்தார்கள். சாதுக்கள் எப்போதும் அந்நகருக்கு நல்லாசி தந்தார்கள். முதுகுச்சுமைக்காரச் சுற்றுலாப் பயணிகளில் இரு ரகம் உண்டு. சிலர் சில்லும் புகைத்துவிட்டுப் போய்விடுவார்கள். வேறு சிலர் எங்களோடேயே இருந்து உரையாடுவார்கள். புராதன, புனித, பெருமை வாய்ந்த, பரிதாபத்துக்குரிய இந்தியாவை நிறைய பயணிகள் புகைப்படம் எடுத்தனர். சிலர் எங்களைப் புகைப்படம் எடுத்ததற்காக எங்கள் விரிப்பின் கீழே பணம் போட்டுவிட்டுச் சென்றார்கள். நாங்கள் தானமாகப் பணம் பெறுவதுண்டு. கட்டணமாக அல்ல. நிறைய முதுகுச்சுமைப் பயணிகள் எங்களோடு அளவளாவ படிக்கட்டுகளில் அமர்ந்தனர். அதுவே ஒரு வட்டமான குழாமாய் மேகங்களில் மறையும் படிக்கட்டுகளில் நிறைந்தது.

நாங்கள் அந்திரேஸ்வரர் படித்துறையில் இருந்தபோது, புஷ்கர் நகரில் ஒரு நாள் புழுதிப் புயல் பெரிதாய்ச் சுழற்றிச் சுழற்றி அடித்தது. அதன் பின்னர் மேகம் திரண்டு மழை பெய்தது. நாங்கள் மழைக்காக ஒதுங்கிய கோயிலின் மேற்கூரையின் வெப்பத்தைத் தாங்கி மழை நீர் எங்கள் மேல் விழ எங்களுக்கு அது ஒரு நீராவிக் குளியல் ஆனது.

★★★

ஹன்ஸ் கார்ஃபெல்ட் முப்பது வயதிருக்கும் ஜெர்மன் நாட்டவர், புகைப்படக்காரர். பகல் முழுவதும் எடுத்த புகைப்படங்களை அவர் மாலையில் தேர்வு செய்து தமது வலைத் தளத்தில் தரவேற்றுவார். அந்திரேஸ்வரர் படித்துறையில் அவரை நான் சந்தித்தபோது அவர் பாபாக்களைப் பணிந்த விதத்தை நான் பாராட்டினேன். சில்லும் புகைப்பதை அவர் புகைப்படம் எடுக்கும்போது ஜவஹர் பாபா அவரிடம் 'இதை எத்தனை பேர் பார்ப்பார்கள்?' என்று வினவினார். இரண்டு பேரில் இருந்து இருபதாயிரம் பேர் வரையில் என்றார் ஹன்ஸ்.

மனவேந்திர பாபாவுக்கு நாற்பது வயதிருக்கும். அவர் தினமும் இரண்டு அல்லது மூன்று மணி நேரமே அந்திரேஸ்வரர் படித்துறையில் செலவிடுவார். அவரிடம் ஹன்ஸ் பேட்டி எடுத்தார். அப்போது நான் அவர் கூறியவற்றிற்கு திரையில் உபதலைப்புகள் இட்டு வர, பாபா கூறினார்: ''ஏசுபிரானுக்கோ தமது உயிரைக் காத்துக்கொள்ளும் ஆற்றல் இல்லை. ஆனால் ஒரு சாது சூழ்நிலைகளுக்கு ஏற்ப மாறுவான். எல்லாமே அமைதியா யிருந்தால் அவன் இனியவன். ஆனால் ஒரு பிரச்சனை என்று வந்து விட்டால் அதை அவன் மந்திரம், மாயாஜாலம் மற்றும் அரூபமாய் வருவது, அணுவிலும் சிறியதாய் அல்லது வானிலும் பெரியதாய் வருவது இவை யாவும் அவனுக்கு சாத்தியம். பொருட்களின் வடிவை மாற்ற முடியும். தானே இன்னொருவர் அல்லது உயிரினத்தின் உடலுக்குள் நுழைவது என எதுவும் முடியும் அவனுக்கு. சண்டை யிட, காயப்படுத்த, கொல்லக்கூட அவனுக்கு அதிகாரம் உண்டு.''

தனது பிரசார உரையை முடித்த பின் அவர் தமது கையிலிருந்த, ஒரு சுருக்குப் பையைப் பிரித்து, விபூதியை எடுத்து ஹன்ஸின் நெற்றியில் இட்டார். ஹன்ஸ் தன்னுடன் மரணமின்மையைச் சுமந்தார்.

''உங்களால் மறைந்து போக முடியுமா சாதுஜி?'' கனார் அவரைக் கேட்டான்.

''முடியுமே'' என்று அவர் பதிலளித்து எழுந்து போய்விட்டார்.

ஆனந்த பாபாவைப் பார்த்து, ''பாபாஜி, தாங்கள் இணையத்தின் பார்வையாளர்களுக்கு எதாவது கூற இயலுமா? அவர்கள் நன்றியுடன் இருப்பார்கள்'' என்றார் ஹன்ஸ்.

''ஒன்று நிச்சயம் என நீங்கள் நம்பினால், நீங்கள் நினைப்பது நிச்சயம் சரிதான்; ஆனால் நீங்கள் சரியாய் இருக்கும் நம்பிக்கை மட்டுமே வைத்திருக்கிறீர்கள். எனவே எதையும் நிச்சயமென்று கூற முடியாது; நம்பலாம்.''

ஹன்ஸ் கேமராவைப் பார்த்துக் கூறினார் ''முரண்பாடுகளும், வேறுபட்டவைகளின் ஒருமையும் பாபாக்களுக்கு விடுதலை தரும் பாதைகள்.''

''ஏனெனில் அவை மனதை குறுக்குச் சுற்றாக்குகின்றன'' என்றேன் நான்.

''அவை இருமையின்மையை வெளிபோல திறந்துவிடுகின்றன'' என்றார் ஆனந்த பாபா.

''நிச்சயம் எதுவும் கிடையாது... அது உறுதிதானே?'' என்றார் ஜவஹர் பாபா சிரித்தபடி.

''நிச்சயம் எதுவும் கிடையாது என்பதும் உறுதியானதில்லை'' என்று திருத்தினான் கனார்.

''காணப்படும் முழுமை, கண்ணுக்குத் தெரியாத முழுமையிலிருந்து வெளியே வந்த பின்பும், அந்தக் கண்ணுக்குத் தெரியாத முழுமை மாற்றமில்லா முழுமையாகவே இருக்கும் - இது ஹிந்து இலக்கியத்தின் மிகவும் பெருமைமிக்க முரண்பாடு'' என்றேன் நான்.

''முழுமைக்கு எதிர்ப்பதம் ஒன்றுமில்லை என்பதல்ல. முழுமையிலிருந்தும் ஒன்று குறைவானது என்பதே சரியானது'' என்றான் கனார்.

''நன்று'' என பாராட்டிய ஆனந்த பாபா, ''முழுமையுடன் ஒன்று சேர்ந்தாலும் அது முழுமையானது தானா?'' என வினவினார்.

''அது மணல் மேடு முரண்பாடு பற்றியதாம். எத்தனை மணற்துகள் இருந்தால் அது மேடாகும்? எத்தனை மணற்துகள்களை எடுத்தால் அது மேடற்றதாகும் என்னும் முரண்பாடு.''

''ஒன்றுமில்லை'' என்றார் இந்திரலோக் பாபா அந்த முரண்பாட்டை அவருக்கு விளக்கியதும், ''நமது ஆத்மன் ஒரு கடுகை விடச் சிறியது,

ஆனாலும் அது இந்த பூமியையும் மற்றும் எல்லா உலகங்களையும் உள்ளடக்கியது.''

''நாம் முழுமையிலிருந்து எல்லாவற்றையும் எடுத்த பின்பு என்ன எஞ்சும்?'' என வியந்து கேட்டார் ஜவஹர் பாபா.

''எந்தப் பனி மூட்டமும் இல்லை என்னும் தவறான நம்பிக்கையை விட்டொழி'' என்று கூறினார் சந்தோஷ் யோகி.

''ஒன்று இருக்கிறது என்பதையும்தான்'' என்றார் ஜவஹர் பாபா.

நாங்கள் அனைவரும் கேமரா இருப்பதையே மறந்துவிட்டோம்.

ஹனுமான் லாங்கூர் என அழைக்கப்படும் குரங்கு ஒரு வயதான மனிதனின் முகத் தோற்றமும், சப்பையான மூக்கும், கறுப்பான தலையும், நீண்ட வாலும் உடையது. அது தூரத்திலிருந்தே எங்களை நோட்டம் விட்டது. இவ்வாறான நேரெதிர் தருணங்களுக்காகத் தமது பையில் வைத்திருக்கும் சப்பாத்திகளில் ஒன்றை எடுத்து நீட்டி, வேறு எங்கோ பார்ப்பதுபோல் அது அருகே வர அனுமதித்தார் ஆனந்த பாபா. அது எடுத்துக் கொண்டதும் மற்றொன்றை நீட்டிய படியே அதைப் பார்த்தார். அதன் விழிகளும் அவரது விழிகளும் சந்தித்தது வெவ்வேறு பிரக்ஞைகள் சங்கமித்து ஒன்றாகும் தரிசனம் போல இருந்தது.

ஒரு நாள் நான் நான்கு வருடம் முன்பு பார்த்த சீதாராம் பாபாவைச் சந்தித்தேன். இருவருமே பரஸ்பரம் ஒருவரை ஒருவர் அதிக மாற்றமில்லாதவராகக் கண்டோம். அவர் இந்தியாவின் பல மாநிலங்களுக்குப் பயணம் செய்து திரும்பி இருந்தார். ஒரு பெரிய பெண் எருமை அவர் அருகில் வந்தது. கையில் இருந்த இனிப்பை அவர் அதனிடம் கொடுத்தார். இது போன்றவற்றையும் பல விலங்குகளுடன் நாங்கள் பகிர்ந்து கொள்வதையும் 'எனது எனது' என பேசும் முஜே பாபா ரசித்தார். எல்லாவற்றிலும் ஒரு முழுமையைக் காண்பவர் அவர்.

★★★

''நான் கடந்த மூன்று நாட்களாக எதுவுமே புகைக்கவில்லை'' என்றபடி வந்தார் ஒரு நாகா பாபா. ''கஞ்சா புகைக்கக் கிடைக்குமா?''

''எங்களிடம் இல்லை. ஏற்பாடு செய்கிறோம்'' என்றார் ஆனந்த பாபா.

விபூதியும் குங்குமமுமாக முகமெங்கும் சின்னங்கள் இருந்த நாகா பாபா திடீரென உக்கிரமாகிக் காளியை சபித்தார் ''பாவி... காளி...

என்ன தாய் நீ... கருணையில்லாதவளே... மகன் மீது அன்பே இல்லாத சண்டாளி'' என ஏசினார்.

ஒரு மேற்கத்தியர் அவ்வழி போவதைப் பார்த்து ''கொஞ்சம் கஞ்சா இருக்குமா? கடவுள் அனுப்பியவரா நீங்கள்?'' என்றார் நாகா பாபா. அவரும் புன்னகையுடன் ஒரு துண்டு கஞ்சாவை எடுத்துக் கொடுத்ததும் நாகா பாபாவின் முகம் மலர்ந்தது. ''தாயே. உன் கருணையே கருணை. மகனுக்காக இவரை அனுப்பி வைத்தாயே'' என்றபடி காட்டமான ஒரு சில்லும்மைத் தயார் செய்தார். புகைத்ததும் அவர் முகத்தில் இருந்த கொந்தளிப்பு மறைந்தது.

அந்த மேற்கத்தியர் பெயர் பெரார்டோ. இத்தாலியர். அவர் ஆனந்த பாபாவைப் பார்த்து, மிகவும் பணிவுடன் வணங்கி ''பாபாஜி எனக்கு எதாவது சொல்ல முடியுமா?'' என்று கேட்டார்.

''இந்த உடல் மற்றும் புலன்கள் பல உணர்ச்சிகள், எழுச்சிகள், ஏற்ற இறக்கமான மாறுபட்ட மன நிலைகளை வெளிப்படுத்துகின்றன. இவற்றை மையமாக இருப்பதை விடுத்து அவதானிப்பதை மையமாக்கப் பாருங்கள். உங்கள் உடல் மனநிலைகளைத் தனிப்பட்டதாகக் காணாமல் தள்ளி இருந்து ஒரு சாட்சியாகக் காணப் பழகுங்கள். அப்போது இவை அனைத்தின் ஆக்கியோன் நீங்களே என்பதை உணர்வீர்கள். தனித்தன்மை என்பது சுயத்தில் இல்லாத ஒன்று.''

அவர் வணங்கி இரண்டு நூறு ரூபாய் நோட்டுக்களை பாபாவின் விரிப்பின் கீழே வைத்துவிட்டு நகர்ந்தார். அதை என்னிடம் கொடுத்த ஆனந்த பாபா ''கஞ்சா வாங்கி வந்து காளி பக்தனிடம் கொடுங்கள். அவன் தாயை சபிக்காமல் இருப்பான்'' என்றார்.

★★★

பல மேற்கத்தியர்களை நான் கவர்ந்தது இயல்பானதே. ஆனால் அவர்களிடம் 'ஒரு துறவிக்கு இறந்த காலமே கிடையாது' என்பதையே எடுத்துக் கூறி வந்தேன். நான் மதம் எதுவும் மாறவில்லை என்றும் சாதுக்களின் வாழ்க்கை முறையை ஏற்றிருக்கிறேன் என்றும் கூறினேன். முந்தைய பிறவிகள், கர்மா என்பவற்றின் பின் சென்றாலும் அவை இங்கேதான் கொண்டுவந்து விடும் என்றேன் ஒரு கனடா நாட்டுப் பெண்மணியிடம். ஒரு முடிவுக்குப் பின்னான எதிர்காலம் அல்ல விடுதலை என்பது. இன்றைய வாழ்க்கையோடு இணைந்ததே விடுதலை.

★★★

25 வயது இருக்கும் கனயா தாஸ் பாபா அனேகமாகத் தூங்கிக் கொண்டே இருப்பார். பழங்கள், தின்பண்டங்கள் என்னும் காணிக்கைகள் அவரது விரிப்பில் நிறைந்திருக்கும். அனேகமாக ஏதேனும் ஒரு குரங்கு அதைக் கொண்டுபோய்விடும். ஆனால் அதை அவர் பொருட்படுத்துவதே கிடையாது.

மன நிலையில் அடிக்கடி மாற்றம் இருக்கும் அவர் சில சமயம் கடுங்கோபத்துக்குப் போய்விடுவார். அப்போதெல்லாம், சீதாராம் பாபா அவரது தலையைத் தமது இரு கைகளாலும் பிடித்துக் கொண்டு அவரது கண்களை உற்று நோக்குவார். அதன் பின் இவர் சாந்தமாவார். ராஜஸ்தானின் பல்வேறு தலங்களுக்கும் சுற்றியலைந்த அவர் இப்போது வாரணாசிக்கு வந்துள்ளார். அவரிடம் ஒரு டிரான்ஸிஸ்டர் ரேடியோ உண்டு. அதில் மிகவும் மெதுவாகதான் பாடல் ஒலி வரும். அபூர்வமாக அவர் மிகவும் சத்தமாக பாலிவுட் பாடல்களை வைத்துத் தானும் அதனுடன் சேர்ந்து பாடுவார். ஒரு முறை கங்கா தாஸ் பாபா கனயா தாஸ் பாபாவை, தான் கடனாகக் கொடுத்த நூற்று ஐம்பது ரூபாயைத் திருப்பிக் கேட்டார். அதை வைத்தே கனயா டிரான்ஸிஸ்டர் வாங்கி இருந்தார். உடனே அதிகக் கோபம் வந்து கனயா தாஸ் அந்த டிரான்ஸிஸ்டரை விட்டெறிந்தார். அது உடைந்து போனது. சில சமயம் அவரிடம் சிவனின் கோபம் தாண்டவமாடுவதாய்க் கருதுவோம்.

★★★

பிரம்மாவின் கோயிலின் எதிரில் நாங்கள் உட்கார்ந்திருந்தபோது ஆனந்த மார்க்கம் என்னும் ஆனந்தத்துக்கான பாதையை ஆனந்த பாபா விளக்கினார்.

''ஆழ் நிலை உறக்கத்தில் மற்றும் சமாதி நிலையில் ஆனந்தத்தின் நேரடி அறிவு நமக்குக் கிடைக்கிறது. ஆழ் நிலை உறக்கத்தின் நினைவு அதன் அனுபவத்தை விடவும் அழுத்தமாய் மனதில் நிற்கிறது. அதை நம்மால் நினைவு கூர முடிகிறது. துக்கமும் சந்தோஷமும் அறிவாகும்போது, அவை அற்றுப் போன நிலையும் அறிவேயாகும். ஆழ் நிலை உறக்கத்தில், பார்வையற்ற ஒருவர் பார்க்கிறார்; காயம் பட்ட ஒருவரோ அந்தக் காயத்தை உணர்வதில்லை. அதாவது துக்கம் உணரப்படுவதில்லை. துக்கம் என்பது ஆனந்தத்திற்கு எதிரான ஒன்றாகும். எனவே துக்கம் இன்மை என்பது ஆனந்தமே.''

''இன்ப துன்பம் இரண்டுமே இல்லாத நிலைதான் ஆனந்தமென்றால் இந்தக் கல் கூட ஆனந்தமாகதான் இருக்கிறது'' என்றான் கனார்.

''காணப்படுபவைக்கு இன்ப துன்பம் எதுவும் தெரியாது. ஆனால் அதை அறிபவன் மறையும்போது ஆனந்தம் வெளிப்படும்.''

''ஆனந்தம் பற்றி மேலும் கூறுங்கள்.''

''ஒரு பெரிய ராஜா புகழுடனிருந்தாலும் மன நிம்மதியற்று இருக்கலாம்; ஏதுமற்ற ஏழையோ மகிழ்ச்சியாக இருக்கலாம். ஞானத்தை அடைந்தவருக்கு ஆனந்தத்தில் நிலைப்பது வசப்படுகிறது.''

அதன் பின் நாங்கள் புஷ்கர் நகரை விட்டுக் கிளம்பினோம்.

★★★

தெய்வம் மனித வடிவில் வருவதுபோல, மனிதனும் தெய்வமாவது உண்டு. குல்லுவில் உள்ள ஒரு ஆசிரமத்தில் நாங்கள் சாந்த புரி யோகியை அவ்வாறுதான் கண்டோம். அவருடைய விதவையான மனைவிதான் இப்போது ஆசிரமத்தை நடத்துகிறார். அவர் பிரிட்டீஷ் பூர்வீகமுள்ளவர். அவர்களுக்கு இரு மகள்கள் மற்றும் ஒரு மகன். அவர் கும்ப மேளா போகிறேன் என்று சென்றவர் மனம் மாறித் திரும்பி வந்து இங்கே மரணம் அடைந்தார். அவரைப் புதைத்த இடத்தின் மீது ஒரு சமாதி எழுப்பப்பட்டுள்ளது. அந்த இடம் ஒரு புனிதத் தலமாக பக்தர்கள் தேடி வரும் இடமாக இருக்கிறது. ஒரு தூனி, சமையலறை மற்றும் பசுமடம் அங்கே உள்ளன.

கனார் அவருடைய மகனுடன் நட்பானான். யோகி அம்மாவை அடிப்பவர் என்பதும் முன் கோபி என்பதும் தெரிய வந்தன. புரி சம்பிரதாயப்படி திருமணம் செய்துகொண்டவர் குருவாக இருக்க முடியாது. துறவி என்னும் அந்தஸ்தும் கிடையாது. ஆனால் நிறையவே சொத்துள்ள ஒரு ஆசிரமம் இவரிடம் இருந்ததால் இவருக்காக ஒரு புதிய சம்பிரதாயமே வந்தது. போகும் வழியெல்லாம் நாங்கள் பல சாதுக்களின் ஆசிரமங்களைப் பார்க்கிறோம். ஆனால் அவற்றின் மறுபக்கம் இப்போதுதான் தெரிய வருகிறது.

ஆனந்த பாபாவிடம் அதைப் பற்றிக் கூறியபோது அவர் சீர்தூக்கி யார் பற்றியும் முடிவுகள் கூறவில்லை. அவர் இயல்பு அப்படிப்பட்டது. நாங்கள் ஒரு நாள் அங்கே தங்கிவிட்டுக் கிளம்பினோம்.

★★★

சுவாமி தர்மேஷின் கதை சற்றே வித்தியாசமானது. அப்பா படி படி என அடித்துத் துன்புறுத்த இவர் வெறுப்பாகி ஊரை விட்டு ஓடக் கையில் காசில்லாமல் ஒரு பேருந்தில் ஏறிவிட்டார். நடத்துநரோ இவரை வழியிலேயே இறக்கி விட்டுவிட்டார். அந்த இடம்

ஒரிஸ்ஸாவில் ஒரு வனப் பகுதி. அங்கே இருந்த ஆதிவாசிகள் மழையில்லை என்று இவரைப் பிடித்து நரபலி கொடுக்க முடிவு செய்தார்கள். இவர் அவர்கள் முன் ஒரு வேண்டுகோளை வைத்தார். ஒரே நாளில் அவர் தமது பூஜைகள் மூலம் மழையை வரவழைப்பார். அப்படி இல்லையேல் நரபலி கொடுக்கலாம். அடுத்த நாள் இவர் யாகத்துக்கான ஒரு குண்டத்தைத் தயார் செய்துவிட்டார். ஆனால் இவருக்கு மந்திரமோ அல்லது பூஜை விதிகளோ தெரியாது. ஒரு உபாயம் செய்து இவர் கிராமத்தினர் எல்லோரது பெயரையும் எழுதினார். ஒவ்வொரு பெயராகப் படித்து யாகத்துக்கு நெய் விட்டார். இவரது நல்ல நேரம் அன்று லேசாக மழை பெய்தது. பழங்குடியினர் இவரையே அங்கே நிரந்தரப் பூசாரியாக இருக்க வேண்டினர். இவர் திரும்ப ஊருக்கு வந்து பிராமணர்கள் படிக்கும் வேதப் பள்ளியில் பூஜை முறைகளைப் பயின்று அந்தப் பழங்குடி கிராமத்தில் பூசாரியாகி நிறைய பணம் சேர்த்தார்.

இப்போது அவர் ஒரு ஆசிரமம் நடத்துகிறார். ‘அவர் வேறு விதமாக நீண்ட காலம் அவர்களிடம் சிறைப்பட்டார்’ என்றார் ஆனந்த பாபா. அந்த ஆசிரமத்தில் ஒரு நிலைக்கண்ணாடி இருந்தது. அதில் என் முகத்தைப் பார்த்தேன். நான் யாராக இருந்தேன்? எதுவாக ஆக முயன்றேன்? எதுவாக ஆகி இருக்கிறேன்? என்னை நானே நேசிப்பவனாக, அதில் ஆனந்தம் காண்பவனாக மாறி இருக்கிறேன் என்று உணர்ந்தேன்.

அத்தியாயம் 19

பணியில் ஒரு சாது

ஒரு குரு என்பவர் யார்? அவரது தனித் தன்மைகள் என்னென்ன? துறவு பூண்டவர், எல்லாவற்றையும் கடந்தவர், எல்லாவற்றையும் அறிந்தவர், புலன்களை வென்றவர், ஞானம் பெற்றவர் என எவ்வளவோ நூல்களில் கூறப்பட்டாலும் நிஜத்தில் பலர் இந்தத் தகுதிகள் ஏதும் இல்லாதோரே. ஆனால் ஆனந்த பாபாவின் புன்னகை, சிரிப்பு, பழகும் விதம் எல்லாமே ஞானம் என்பது ஒரு கலை என்பதான ஒரு வாழும் உதாரணமாக இருந்தன.

ஒரு நாள் ஒரு இளம் பெண்ணைப் பல பெரிய ஆண்கள் துரத்திக் கொண்டிருந்தார்கள். அவளும் அச்சத்துடன் ஓடிக் கொண்டிருந்தாள். ஆனந்த பாபா அவர்கள் அனைவரையும் நிறுத்தினார். என்ன விஷயம் என்று விசாரித்தார். பெற்றோரை இழந்த அந்தப் பெண்ணை அண்ணன் முறையான தூரத்து உறவினர் பராமரித்தார். இப்போது அவள் வேறு ஜாதிப் பையன் ஒருவனைக் காதலித்து மணக்க நினைக்கிறாள். அதனால் அவளைத் தடுக்க முயலும்போது அவள் வீட்டை விட்டு வெளியேறி விட்டாள். அவள் அப்படிச் செய்துவிட்டால் அது ஜாதிக்கே தலைக்குனிவு. பாபா அந்த அண்ணனுடன் ஒரு அறையில் இரவு முழுவதும் தனியே பேசினார். என்னையும் கனாரையும் கூட வெளியே அனுப்பி விட்டார். நாங்கள் ஜன்னல் அருகே நின்று கேட்க முயன்றோம். சரியாகக் கேட்க முடியவில்லை. காலையில் அவர் அண்ணனையும் தங்கையையும் ஒன்றாகவே அனுப்பி வைத்தார்.

என்ன சொல்லி அண்ணனை சமாதானப்படுத்தினார் என்று நான் கேட்டேன். அவர் கர்மாபடி அவளே தான் காதலிப்பவனை மணக்க வேண்டும். ஏனெனில் அவர்கள் இருவருக்கும் பிறக்கும் குழந்தை பெரிய சாதனைகள் புரிய இருக்கிறான். ஆனந்த பாபா தன்னைத் தானே விஷயங்களில் மக்களுடன் ஈடுபடுத்திக் கொள்ளும் அளவுக்கு அவர்களை நேசிப்பவர்.

> எதுவுமே செய்யப்பட முடியாது; இதை ஒருவர் ஆழ்ந்து உணரும்போது
> செய்யப்பட வேண்டியதாகத் தன்னைக் காட்டிக் கொள்ளும் ஒன்றுடன் ஒருவர் சாந்தம் காண்கிறார்.
> *(அஷ்டவக்ர சம்ஹிதை 13.3)*

★★★

ஆனந்த பாபா தமது பூர்வீக வாழ்க்கையைப் பற்றி மட்டுமல்ல, தமது சொந்த சாதாரண விவரங்களைக் கூட கூற மாட்டார். இதை நான் ஏற்கெனவே கனாரிடம் குறிப்பிட்டிருந்தேன். ஆனாலும் கனாரால் கேட்காமல் இருக்க முடியவில்லை.

''உங்கள் வயது என்ன பாபாஜி?''

''ஆனந்தின் வயது உங்களை விட குறைவானது. ஏனென்றால் அவன் பிறந்தபோது இருந்த உலகம், நீங்கள் பிறந்தபோது இருந்த உலகை விட இளையதாயிருந்தது.''

ஆனால் கனார் விடுவதாயில்லை. ''அப்போது உலகின் வயது என்ன?''

''மேம்பட்டதாகவே இருந்தது. ஆனால் நீ இருப்பு பற்றி யோசி. நீ எப்போதுமே பிறக்கவில்லை என்று யோசி'' என்றார் ஆனந்த பாபா. ''இருப்பு (சத்) என்பதன் வழியாக பிரம்மனின் இயல்பை அறிய ஒரு வழி இருக்கிறது. புற வெளியிலும் முதலில் தோன்றுவது சத், அதாவது இருப்பின் தோற்றம். அந்த இருப்பைப் புறவெளியிலிருந்து எடுத்துவிட்டால், அந்தப் புறவெளியே இருக்காது. ஆனால் புறவெளியை எடுத்துவிட்டாலும் இருப்பு எப்போதும் இருக்கும்.

கானல் நீர் தாகம் தீர்ப்பது இல்லை. அதேபோல தோற்றங்களாலான உலகம் மெய் நிலையின் ஒருமையை மாற்றி விடுவதில்லை. எனவே இருப்பு என்பது ஒன்றே என்பது புரியும்போது தோற்றம் இருப்பு என இரண்டு இருக்கும் இருமை அழியும்.

இருப்பு ஒன்றே எல்லாப் பொருட்களின் வழியாகவும் வெளிப்படுவதாம். இருப்பில்லாமல் தனியே பொருட்களுக்கு என ஒரு இருப்பு

இல்லை. அதனாலேயே இருப்பு மட்டுமே இரண்டாவது என்று ஒன்று இல்லை என்னும் ஒன்றே ஒன்றாகும்.''

★★★

பனை ஓலை வீடுகள், கரும்பு வயல்கள், மரங்கள், குரங்குகள், எங்களிடம் சில்லும் வாங்கிப் புகைத்த ஓட்டுநர், ஆடுகள், துர்க்கைக் கோயில், எதையோ தொலைத்துவிட்டுத் தேடும் இரண்டு பெண்கள் இவர்கள் எல்லோரையும் கடந்து நாங்கள் போய்க் கொண்டிருந்தோம்.

ஒரு ஏரிக்கரையில், பல்வேறு வண்ணப் புடவைகளில் பெண்கள் நடந்து கொண்டிருந்தார்கள். அப்போது திடீரென ஏரியில் இருந்து ஓர் ஆள் படிகளின் மீது ஏறி சொட்டச் சொட்டத் தானும் நனைந்தவராய், நன்றாக நனைந்த ஒரு சிறுவனின் உடலைச் சுமந்து வந்தார். அதைக் கண்டதும் பெண்கள் கூக்குரலிட்டார்கள். நாய்கள் குரைத்தன. பலரும் வந்து கும்பலாகச் சூழ்ந்து கொண்டார்கள். நான் என் பை மற்றும் போர்வையை வைத்துவிட்டு ''எவ்வளவு நேரமாக இந்தப் பையன் தண்ணீருக்குள் இருந்தான்?' என்று கேட்டபடி அனைவரையும் நகரச் சொன்னேன். பின்னர் அந்தப் பையனின் தலையைப் பின்பக்கம் தூக்கினேன். அவனது மூக்கில் லேசாகக் கிள்ளினேன். பின் அவன் வாயைத் திறந்து பலமாக அதற்குள் இரண்டு முறை ஊதினேன். கனார் எதிரே வந்தான். ''நான் முப்பது முறை அவன் மார்பை அழுத்துகிறேன். நீ பலமாக ஒரே ஒரு முறை செய். அப்போது அவன் மூக்கை லேசாகக் கிள்ளி விடு' என்றேன். 30, 29, 28 என நான் ஒவ்வொரு நொடியும் எண்ணியபடியே அவன் மார்புப் பகுதியில் என் விரல்களை வைத்து அழுத்தி விட்டுக் கொண்டே இருந்தேன்.

''அவன் அசைகிறான்'' என்றார் ஆனந்த பாபா. நுரையீரலில் நிறைய தண்ணீர் சேர்ந்திருந்தது. அது முழுவதும் அவன் வாய் வழியே வெளியே வந்தது. அவன் இருமினான். பிழைத்துக்கொண்டான். ஓம் நமச் சிவாய.

பால், இளநீர், இனிப்புகள் என கிராம மக்கள் எங்களுக்கு காணிக்கை தந்தார்கள். உயிர் காக்கும் அவதாரம் ஒன்றைக் கண்டதாகக் கூறி எங்கள் பாதங்களைப் பணிந்தார்கள். மாலையில் எங்களுக்கு மரியாதை செய்யும் விதமாக ஒரு பஜனை நடத்தினார்கள்.

''உங்கள் நாட்டுப் பள்ளிக்கூடங்களில் இவற்றைக் கற்பிக்கிறார்களா?'' என்று கேட்டார் ஆனந்த பாபா.

''இல்லை. இவற்றை நாமாகவே எளிதாய்க் கற்றுக் கொள்ளலாம்'' என்றேன்.

மறுநாள் நான் ஏரிக்கரையில் அமர்ந்து தியானத்தில் இருக்கும் போது, கனார் நீந்திக் கொண்டிருந்தான். அப்போது படேல் என்னும் அந்த முழுகிப் பிழைத்த சிறுவன் வந்து என் பாதம் பணிந்தான். ''என் வாழ்க்கையே உங்களுடையது; நீங்களே என்னை உயிர்ப்பித்த கடவுள்'' என்றான் அந்தச் சிறுவன்.

ஏற்கெனவே கனார் அங்கே நீந்துவதற்குக் கோயிலின் பூசாரி எதிர்ப்புத் தெரிவித்து வந்தார். ஆனந்த பாபா அவரிடம் கனார் கண்டுபிடித்தவற்றைக் கூறி அவரை சமாதானம் செய்தார். அந்த ஊரில் அனேகமாக யாருக்குமே நீச்சல் தெரிந்து இருக்கவில்லை. எனவே கனார் அது பலரையும் காப்பாற்ற மிகவும் அவசியம் என்று விளக்கினான். அவன் ஆனந்த பாபாவின் ஆசியுடன் ஒரு திட்டம் கொண்டுவந்தான். அதன்படி காலையில் அவன் நீச்சல் தெரியாதவர்களுக்கு மார்பு நீச்சல் கற்றுத் தருவான். மதிய வேளையில் ஏற்கெனவே நீச்சல் தெரிந்தவர்களுக்கு எப்படி நீச்சல் கற்றுத் தர வேண்டுமென்னும் பயிற்சியை அளிப்பான். இது பல இளைஞர், சிறுவர்கள் நீச்சல் பயில வழி வகுத்தது.

என்னளவில் நான் மூச்சு நின்ற ஒருவரின் இதயத் துடிப்பை மீட்கும் முதலுதவியாக எப்படி வாயோடு வாய் வைத்து ஊதிப் பிறகு, மார்புப் பகுதியில் தட்டிக் கொடுத்து முதலுதவி செய்ய வேண்டும் என்பதைச் சொல்லிக் கொடுத்தேன். ஆனால் பெண்கள் வாயோடு வாய் வைத்து ஊத முன்வரவில்லை. அதற்கு ஒரு மாற்று உபாயம் ஆனந்த பாபா சொல்லிக் கொடுத்தார். 'மிருத்-சஞ்சிவரி' என்னும் தந்திரிக யோகக் கலை இது. அதன் மூலமே நாம் இறந்தவரைப் பிழைக்க வைக்க முடியும் என்று அவர் அதை மாற்றி அறிமுகப் படுத்தும்படி கூற அதுவும் வேலை செய்தது.

மாயா என்றால் என்ன? (மா-இல்லை. யா- என்றால் நான் அல்லது இருக்கும் ஒன்று). இல்லாதது என்பதே மாயையின் பொருள். மாயை இருப்பதும் இல்லாததும் இரண்டும் ஆனது. எவ்வாறு? விழிப்பு நிலையில் மற்றும் கனவு என இரு நிலைகளில் மட்டும் இருக்கும் மாயை ஆழ் உறக்க நிலையில் மற்றும் மயக்கத்திலும், சமாதியிலும் மறைந்துவிடுகிறது. பெயர்களும் வடிவங்களுமான உலகம் மாயையிலிருந்து வருவதே. ஆனால் பெயர்களுக்கும் வடிவங்களுக்கும் முன்னால் எது இருந்ததோ, பெயர்களும் வடிவங்களும் உருவாவதற்கான மூல சக்தி எதுவோ அதற்குப் பெயரோ வடிவமோ இல்லை. எனவே அது இல்லாத ஒன்றே. இருந்தும் அதற்கு ஒரு பெயர் உண்டு. அதனால்தான் மாயை இருப்பதும் இல்லாததும் ஆகும். மாயையே எது முடக்க முடியாததோ அதைக் கற்பனை செய்யும் ஆற்றலுள்ளதாக ஆக்குகிறது.

நாங்கள் கிளம்பும் முதல் நாள் பாபா கிராமத்தவர் எல்லோரையும் ஒன்று திரட்டினார். அவர்களிடம் கனாரும் நானும் கற்றுக் கொடுத்தவற்றைப் பிறருக்குக் கற்றுக் கொடுப்பதற்கும் மற்றும் 'மிருத்-சஞ்சிவரி' என்னும் தந்திரிக யோகக் கலை மூலம் ஆபத்தான நிலையில் உள்ளோரைப் பிழைக்க வைக்க முயல்வதற்கும் ஒரு உறுதிமொழி எடுக்கக் கூறினார். அனைவரும் அவ்வாறே செய்ய, ஒரு பெரிய கல்லை எடுத்து ஏரிக்குள் வீசி எறிந்தார். இதுவே உங்கள் உறுதிமொழியின் அடையாளம் என்றார். ஒவ்வொரு வருடமும் கோடையில் தண்ணீர் வற்றும்போது அந்தக் கல் தென்படும். அப்போது தமது உறுதிமொழி எல்லோருக்கும் நினைவுக்கு வரும்.

எங்களுக்குத் தாரை தப்பட்டை வாத்திய முழக்கத்துடன் விடை கொடுத்தார்கள் கிராம மக்கள்.

★★★

''மகாராஜ் சாது...'' என்று நடந்து போய்க் கொண்டிருந்த எங்களை ஒரு கரகரப்பான குரல் நிறுத்தியது. ''வாய் பேச வராத ஒரு பெண் குழந்தையை வைத்துக்கொண்டு நான் என்ன செய்வேன்? எப்படி அவளுக்கு மணம் முடிப்பேன்?''

கரகரத்த குரல் மட்டுமல்ல, இறுக்கமும் புன்னகையே இல்லாதது மான முகத்துடன் அந்த ஆள், எங்களை அழைத்தார். ஆனந்த பாபா முன் செல்ல நாங்கள் அனைவரும் அவர் பின்னேயே உள்ளே நுழைந்தோம். கோரைப் பாய் விரிக்கப்பட்டிருந்த அந்த வரவேற் பறையில் ஒரே ஒரு நாற்காலி மட்டுமே இருந்தது. அதில் ஆனந்த பாபா அமர நாங்கள் தரையில் அமர்ந்தோம். ''கமலா... கமலா...'' பெரிய கூப்பாடு போட்டார் அந்த ஆள். குமார் சந்த் அவர் பெயர். ''அவள் தேவையில்லை. அவளது அம்மா இருக்கிறாரா?'' என்று கேட்டார் ஆனந்த பாபா. அம்மா மூன்று வருடம் முன்னரே இறந்துவிட்டார் என அந்த ஆள் தெரிவித்தார். கமலா என்னும் அந்தப் பன்னிரண்டு வயதுக் குழந்தை அங்கே வந்தாள். கூன் விழும் முதுகும், எலும்பும் தோலுமான உடலும் நடுங்கும் பாவமும் அவளைப் பரிதாபமாகவே காட்டின. ''நீ தேநீர் போடு.'' அந்த ஆளுக்கு ஆனந்த பாபா கட்டளையிட, அதற்கு முன் மகளிடம் தேநீர் போடச் சொல்லி கூப்பாடு போட்ட அந்த ஆள் வியந்தபடியே சமையலறைக்குச் சென்றார். ஆனந்த பாபா கனாரை அழைத்து அந்தக் குழந்தைக்கு நீச்சல் கற்றுத் தரச் சொன்னார். இருவரும் நகர்ந்தார்கள். அந்த ஆள் தேநீர் கொண்டுவந்ததும் ஆனந்த பாபா அவரிடம் ''உங்கள் குழந்தைக்கு உடல் நலம் சரியில்லை. அது தீர முதலில் நீங்கள் உங்கள் கோபத்தைக் கைவிட வேண்டும். மூன்று துர்குணங்களில் முதலானது அதுவே'' என்றார். ''நான் எங்கே

கோபப்படுகிறேன்?'' என்று அந்த ஆள் உரக்கக் கத்தினார்.

ஆனந்த பாபாவின் பார்வையில் அவர் அடங்க ஆனந்த பாபா மேலும் ''நீ உன் மகளிடம் கோபமாகப் பேசக் கூடாது. ஒரு லட்சுமி உருவத்தை உங்கள் பூஜையறையில் வைத்து உன் மகள் உங்கள் வீட்டு லட்சுமி என்பதை உணர்ந்து நீ நடக்க வேண்டும்'' என்றார். பின்னர் ''நான் கூறும் இந்த உறுதி மொழியை தினமும் மூன்று முறை லட்சுமி விக்கிரகம் முன்பும் ஒரு முறை உன் மகள் முன்பும் நீ சொல்லவேண்டும்'' என்றவர், ''இதைத் திரும்பக் கூறு - 'தனது பெருமைக்காகக் கவலை கொள்ளாமல் இனிமேல் அவன் இது 'எனது' அது 'எனதல்ல' என்னும் வேறுபாடு காட்ட மாட்டான். எல்லாவற்றையும் ஒன்று சேர்த்து அவன் ஒவ்வொன்றையும் அதுவே கடவுள் என்பதுபோல வணங்குகிறான்.''' இதைப் பலமுறை திரும்பச் சொல்ல வைத்த பாபா பிறகு அவரை சில்லும் புகைக்க வைத்து சிரிக்க வைத்தார். ''மூன்று நாட்கள் ஆனந்த இங்கே தங்குவான். அதற்குள் உனக்கு செல்வம் வரச் செய்யும் அந்த உறுதி மொழியை நீ கைக்கொள்வாயாக'' என்ற பாபா அங்கேயே தங்கினார். அவர் ஒரு மெத்தை மீது அமர்ந்து இரவெல்லாம் தியானம் செய்வார். நாங்கள் தூங்கிவிடுவோம். மூன்று நாளும் அந்த ஆளை அந்த உறுதி மொழியை உச்சரிக்கச் செயதார் பாபா. பின்னர் கிளம்பினோம்.

திரும்ப நடக்கும்போது கனார் கேட்டான் ''நீங்கள் ஒவ்வொரு இரவும் என்ன செய்தீர்கள் பாபா?''

''ஆனந்த் கமலாவின் கூன் முதுகை நேராக்கிக் கொண்டிருந்தான்.''

''அச்சா'' என்றான் கனார்.

''எப்படி அவளது முதுகைச் சரி செய்தீர்கள்?'' என்றேன் நான்.

''அந்தக் குழந்தையை அன்பு மழையில் நனையச் செய்தேன்'' என்றார் பாபா.

★★★

ஒரு நாள் முஸ்லிம்கள் நிறைய பேர் சேர்ந்த ஒரு புரவலர் குழு எங்களைச் சந்திக்க வந்தது.

அதில் ஒரு முஸ்லிம் பெரியவர் வெறுப்பான குரலில் ''உங்கள் விக்கிரகங்களை நாங்கள் உடைத்து எறியலாம். அவை கடவுள்கள் அல்ல'' என்றார். ''அப்படிச் செய்யாதீர்கள்'' என்றார் ஆனந்த பாபா கெஞ்சுவது போன்ற குரலில்.

தொடர்ந்தார், ''அல்லா தனித்துவம் மிக்க கடவுள். சிவனும்தான். விஷ்ணு மற்றும் கிருஷ்ணர். ஒரே கடவுளான சிவனே விஷ்ணுவாகவும் கிருஷ்ணராகவும் இருக்கிறார். வழிபாடு எல்லாமே ஒரே கடவுளையே போய்ச் சேரும்.'' இந்த பதில் அனைவரும் ஏற்கக்கூடியதாக இருந்தது.

''மனித குலம் ஒன்றே'' அதே வெறுப்புடன் பேசினார் அந்த முஸ்லிம். ''ஆனால் ஜாதிகளால் நீங்கள் பிளவு பட்டு தலித்துக்களை இழிவு செய்கிறீர்கள்.''

''அனைவரும் சமமே. இஸ்லாத்துக்கு மாறிய தலித்துகள் ஜாதி பேதத்தை அவ்வழியாக நிராகரித்தார்கள். இஸ்லாம் வழிமுறையில் காஃபிர் எனப்படும் நாத்திகர்கள் தீண்டத் தகாதோர். ஆனந்துக்கு எந்தக் கரத்திலிருந்தும் உணவு ஏற்கத் தடையில்லை. அந்தண, க்ஷத்திரிய, வைசிய, சூத்திர பேதங்கள் கிடையாது, அனைவரும் ஒன்றே என்கிறான் அவன். உங்கள் இஸ்லாமிய சகோதரருடன் ஒரு மசூதியில் தனது நம்பிக்கை பற்றிப் பேச அவன் தயார்'' என்றார் ஆனந்த பாபா.

அன்று மாலையே நாங்கள் அனைவரும் ஒரு மசூதிக்குச் சென்றோம்.

''இஸ்லாமின் பாதை அமைதிவழியாகும்'' என்றார் ஆனந்த பாபா. ''அந்த அமைதி சகோதரத்துவத்தில் தன்னை வெளிப்படுத்துகிறது. எல்லா உயிர்களும் சமமே; பசுவோ ஆடோ ஒன்றாகவே காணப்படுகின்றன. சகோதரத்துவ மார்க்கம் தன்னை நடப்பவற்றுக்கு சமர்ப்பிப்பதில் வெளிப்படும். அந்த சமர்ப்பணமானது 'இது இப்படித்தான்' அல்லது 'நான் விழைகிறேன்' என்பவற்றைத் துறப்பதே ஆகும். கடவுள் பற்றிய அறிவு அவரை உங்களிலும் ஒவ்வொன்றிலும் ஒரே நேரத்தில் காண்பதுவே ஆகும். ஏனெனில் கடவுள் உள்ளேயும் இருக்கிறார் மற்றும் வெளியேயும் இருக்கிறார். நம்புபவனுக்குள்ளும் நம்பிக்கையற்றவனுக்குள்ளும் இருப்பது கடவுளே. முதலும் அவரே முடிவும் அவரே. கடவுள் யாரையும் தண்டிப்பதில்லை. ஏனெனில் யாவும் அவரே.''

ஹாஜி மொவலவி எங்களைத் தம் வீட்டுக்குள் அழைத்துச் சென்றார். வரவேற்பறையில் அறைகலன்கள் இல்லாமல் விரிப்பே இருந்தது. சில மேற்கத்தியர்களும் இருந்தார்கள். ஹாஜி இந்தியாவை பிரிட்டிஷார் மூன்றாகப் பிரித்து நிரந்தரப் பகையை அவர்களிடையே விதைத்தார்கள் என்றார். ''அதை உறுதி செய்வது போலவே நீங்கள் சண்டையிட்டீர்கள் மற்றும் போர்த் தடவாளங் களை வாங்கினீர்கள்'' என்றேன் நான்.

''பாரதம் மூன்று நாடுகளானது'' என்றார் ஆனந்த பாபா. ''அதனாலென்ன? அதற்கு முன்பும் அது பல ராஜ்ஜியங்களாகவே இருந்ததுதான். நாம் எப்படி அந்த எல்லைகளைத் தாண்டி ஒரே நாடானோம். சகோதரத்துவத்தைப் பரப்ப வேண்டும். அதுவே அதன் ஒன்றுபடும் பிரக்ஞையே கடவுளர்களின் மற்றும் இறைதூதர்களின் பெயர்களை விட மேலானதாம்.''

★★★

பந்தாராவுக்கு அருகிலுள்ள ஹருணி என்னும் கிராமத்துக்கு நாங்கள் போய்ச் சேர்ந்தபோது அங்கே மயான அமைதி நிலவியது. வீடுகள், கடைகள் எல்லாமே மூடிக் கிடந்தன. வெளியே நடமாடுவோர் யாருமில்லை. ''பெரிய விபரீதம் ஏதோ இங்கே நடந்திருக்கிறது'' என்றார் ஆனந்த பாபா.

ஒருக்களித்துத் திறந்திருந்த ஒரு கடைக்குள் அரிசி மூட்டைகளுக்கு நடுவே தனியாக இருந்தார் ஒரு அரிசிக் கடைக்காரர். ''உங்களுக்கு என்னால் ஒரு கோப்பை தேநீர் கூட வழங்க இயலவில்லை பாபா'' என்றார் அவர் வருத்தம் தோய்ந்த குரலில். ''தேநீர்கடைக்காரன் மூடிவிட்டான்.'' 'என்ன நடந்தது?' என ஆனந்த பாபா வினவியதும் கடைக்காரர் முழு விவரத்தையும் கூறினார்.

அலோபா என்னும் ஒன்பது வயதுப் பெண் குழந்தை தன் தாத்தா பாட்டியுடன் அந்த கிராமத்தில் இருந்தவள். அவளை ஷிவ் பால் என்னும் இதே கிராமத்து ஆள் குமாரி என்னும் அம்மன் தன் மனைவியின் கனவில் வந்து கூறிய ஒன்றுக்காகப் பலி கொடுத்து விட்டான். அவன் மனைவி அவனிடம் குமாரி தன் கனவில் வந்து 'தாந்திரிக வழிமுறைப்படி ஒரு பெண் குழந்தையை பலி கொடுத்து, பின்னர் அதன் கைகளிரண்டையும் தனது தோட்டத்தில் புதைத்தால் அதனால் பெரிய புதையல் கிடைக்கும்' என்று கூறியதாய்த் தெரிவித்தாள். அவளது சொல் கேட்டு அவன் கொலை செய்தான். எனக்கு இதைக் கேட்கும்போது வெட்டப்பட்ட கைகள் மற்றும் உயிர் பிரியும்போது அந்தக் குழந்தைக்கு எவ்வளவு வலித்திருக்கும் என்று மனம் பதறியது. தொடர்ந்து கடைக்காரர் தாங்கள் அனைவரும் குமாரி தெய்வத்தின் கோபத்துக்கு ஆளானதாகக் கூறினார்.

''குமாரி என்னும் கடவுள் உங்களைத் தவறாக நினைக்கவில்லை. பேராசை என்னும் கலி, ஷிவ் பால் மனதில் கலி என்னும் அசுரன் பேராசை வடிவெடுத்துப் புகுந்துவிட்டான்'' என்றார் ஆனந்த பாபா.

அவர் தாமே பஞ்சாயத்தாரிடம் சென்று ஒரு யாகம் செய்து அந்த கிராமத்தைத் தூய்மை செய்வதாகக் கூறினார். இரவு கிராமமே

பொது மைதானத்தில் கூடியது. நான் ஒரு தூனி அமைத்தேன். பார்லி, சோளம், நெல் மற்றும் கோதுமை என கிராம மக்கள் படையல்களைக் கொண்டுவந்து அடுக்கினார்கள். நான் தூனியில் நெய்யும் சுள்ளிகளும் இட்டேன். நெருப்பை வளர்த்த பாபா அதில் ஒவ்வொரு தானியமாக இட்டபடியே கூறினார், ''அக்கினியே! கடவுள்களில் உம்மையே நாங்கள் எம் தூதுவராகத் தேர்ந்தோம். இருளில் ஒளி நிரப்பி கடவுள்களின் உலகை நெருங்கும் அக்கினியே! இந்தப் படையலைக் குமாரிக்கு சேர்ப்பிப்பீராக...'' என்றபடி கைகளால் தானியங்களை அள்ளி அள்ளி அக்கினியில் இட்டார். நானும் கனாரும் திரும்பக் கூறினோம். ''அறியாமையும் சுயநலமும் இந்தப் படையலில் அழியட்டும். வலியின் விதைகள் இந்த அக்கினியில் கருகி மறையட்டும்.'' கொழுந்து விட்டு எரிந்த தீ அணைந்தது.

கிராமத்துத் தலைவர் எங்களை அங்கேயே தங்கிவிட வேண்டினார். ''ஆனந்த் ஒரு இடத்தில் தங்காமல் நகர்ந்தபடியே இருப்பான்'' என்று பதிலளித்த பாபா கிராமத்துக் கோயிலில் ஒரு கல்வெட்டில் அலோபாவின் கதையை எழுதி அதன் கீழே இந்த மந்திரத்தை எழுதச் சொன்னார், 'எந்த உயிரின் வாழ்க்கையும் கடவுளே ஆகும்.'

சாதுவின் பணி இது.

★★★

நாங்கள் ஒரு அகாராவிலிருந்து மற்றொன்றுக்கு மற்றும் ஒரு கோயிலிலிருந்து வேறு ஒன்றுக்கு என மாறிக்கொண்டே இருந்தோம். உணவு கிடைக்கவில்லையென்றால் பட்டினி இருந்தோம். தனிமையான வசதியான இடங்களை ஆனந்த பாபா கண்டுபிடிப்பார். அகம் தன்னைத்தானே கட்டுப்படுத்தும் வல்லமையற்றது. ஆனால் இந்த சக்தியின்மையாகத் தோன்றும் அமைதியின் பக்கம் சாயும் நிலை ஆனந்தத்தின் அண்மைக்கே இட்டுச் செல்வது.

ஒரு கிராமத்தில் தன் வீட்டு வாயிலில் இருந்த பெரிய அம்மாள் ஒருவர் எங்களை வரவேற்றார். ''இந்தப் பிள்ளைகள் சில நாட்களாகவே சரியாகச் சாப்பிடவில்லை'' என்றார் ஆனந்த பாபா. உணவைத் தயார் செய்தபடியே அந்த அம்மையார் ''ஆனந்தம் என்றால் என்ன பாபாஜி?'' என்று கேட்டார். பாபா பதிலளித்தார்:

''ஆனந்தம் பல வகைப்பட்டது அம்மா. புறவுலகத்தில் காணப்படுப வற்றுடன் ஏற்படும் தொடர்பால் வரும் மகிழ்ச்சி. உண்டால் வரும் ஆனந்தம். விருத்தி எனப்படும் மன எழுச்சியை மாற்றி விடுவதில் வரும் மகிழ்ச்சி. சாதிக்க வேண்டியது எல்லாவற்றையும் சாதித்தால் வரும் மகிழ்ச்சி. கவரப்பட்ட மனதில் வரும் மகிழ்ச்சி. அறிவால் வரும் மகிழ்ச்சி. ஆழ்ந்த உறக்கம் தரும் ஆனந்தம். வழிபடுதலில்

வரும் ஆனந்தம். சுயத்தின் இயல்பான ஆனந்தம். ஒரு யோகிக்கு சமாதியில் மட்டுமே ஆனந்தம் என்று தெரியும். யாவும் ஒன்றே என்னும் பிரக்ஞையில் ஒரு ஞானி மகிழ்ச்சி காண்கிறான்.''

★★★

''இங்கே நாம் தங்குவோம்'' என்றார் ஆனந்த பாபா. அது நதியின் கரையில் பாறைகளுக்கு இடைப்பட்டு வண்டலான மணலுடன் இருந்த காலி செய்யப்பட்ட இரண்டு மூன்று குடிசைகளின் இடம் கூரையற்று இருந்தது. 'உணவு நம்மைத் தேடி வரும்' என்ற பாபா அந்த இடத்தில் இருந்த கிளிஞ்சல் மற்றும் மணல் வண்டல்களைத் தூய்மை செய்ய நாங்களும் சேர்ந்துகொண்டோம். அவர் கூறியது போலவே பக்கத்தில் ஒரு ஆசிரமத்தில் வழிபட வந்த பெண்கள் அங்கே இருந்து உணவு கொண்டுவந்து கொடுத்தார்கள்.

''நீயும் கனாரும் மௌனமாய் தியானம் செய்வீர்கள்'' என ஒரு குடிலில் எங்கள் இருவரையும் அமர்த்தினார். பல வாரங்களுக்கு நான் எழுந்து எதையாவது செய்யும் உந்துதல் எல்லாவற்றையும் அடக்கி அங்கேயே தியானம் புரிந்தேன். எதுவும் செய்ய வேண்டியதில்லை என அந்த மன எழுச்சியை விரட்டுவேன். எனது மற்றும் எனதல்லாதது என்னும் இருமையைத் துறந்தேன். இரவில் எங்கள் போர்வைக்குள் பாடம் செய்த பிணங்கள்போல உறங்கினோம் நாங்கள் இருவரும். இறுதியில் மௌனம் கலைக்கும் நாளன்று, ''விழித்து எழுவது பூமித்தாயின் கருவிலிருந்து உதிப்பது போல இருக்கிறது'' என்றான் கனார்.

நாங்கள் இருவரும் நதிக்கு எதிர் திசையில் மேலே போய் தனியாக ஒரு தீவில் தவமிருக்கும் ஒரு முனியாய் மௌனமாய்த் தவமிருக்கும் நாகா பாபாவை தரிசித்தோம். அவர் விசித்திரமாக ஒரு குகையில் இருந்து வெளிவந்த கண்களின் பார்வையுடன் இருந்தார். ஒரு தாவரம்போல இயல்பாக இருந்தார். அவர் மணலிலேயே தூங்கினார். ஏதோ ரகசிய குற்றம் செய்தவர்போல் வெளிறிய முகம் அவரது.

நான்கு விதமானவர்கள் நிர்வாணமாக இருப்பார்கள் என்றார் ஆனந்த பாபா. ''பிறந்த குழந்தை, இறுதி மூச்சு விட்ட மனிதன், தன்னுள் குழந்தையைக் கண்ட மனிதன் மற்றும் சாதுக்கள் முற்றிலும் துறந்தவராய்.''

அத்தியாயம் 20

அற்புதங்கள் செய்யும் சாதுக்கள், மந்திரவாதிகள் மற்றும் பிற மாயங்கள்

சில நம்பிக்கைகளைப் பார்ப்போம். அந்தரேஸ்வரர் படித்துறையில், புஷ்கர் கிராமத்தில் உள்ள மரத்தில் ஒரு கம்பளி நூலைக் கட்டினால் நினைத்தது நடக்கும்; லுனி நதியில் குளித்தால் பாம்பு கடிக்காது; குருவாயூரப்பன் கோயிலில் கும்பிட்டால் குஷ்ட ரோகம் சரியாகும். பகவத் புராணம் படித்தால் ஞானம் சித்திக்கும்; குழந்தை வேண்டுமென்றால் பிரஜாபதி சுதாபா கதையைப் படிக்க வேண்டும்; திருப்பதிக்கு லாபத்தில் பங்கு கொடுத்தால் வியாபாரம் செழிக்கும்; வாரணாசியில் மரித்தால் கைலாயத்தில் இடமுண்டு; கங்கையில் குளித்தால் கர்மா தொலையும்.

மாணவர்களுக்கு அதிக மதிப்பெண் பெற்றுத் தர வாக்களிக்கும் பாபாக்கள் உண்டு; குழந்தை வரம் தரும் பாபாக்கள், ஆண் குழந்தை அருளும் பாபாக்கள், பறக்கும் மற்றும் உருவம் மறையும் பாபாக்கள், பாம்பு வணங்கிய பாபாக்கள் என கதைகளுக்குக் குறைவில்லை. அப்படிக் கூறப்பட்டவர்களை நான் நேரில் பார்த்தபோது அவர் காற்றில் மேலே எழும்பவே இல்லை. என்னைப் பொருத்த அளவில் பிரம்மனின் தத்துவமும் அத்வைதமும் எனக்கு இவை நம்பத் தகுந்தவை அல்ல என தெளிவுபடுத்தியே இருந்தன.

★★★

மறுபக்கம் தனிப்பட்ட முறையில் எனக்கு ஒரு அற்புதம் நிகழத்தான் செய்தது. நான் ஆனந்த பாபாவின் சீடராகிய தொடக்க நாட்கள் அவை. ஒரு நாள் கடைவீதியில் நானும் அவரும் பிரிந்துவிட்டோம். அவர் எந்தப் பக்கம் போயிருப்பார் என்பது யூகிக்கவே இயலாத ஒன்று. என் மனதில் நான் அவரால் கடைத்தேறுவேன் என்னும் ஆழ்ந்த நம்பிக்கை தவிடுபொடியாகி மிகவும் மனம் உடைந்து போனேன்.

ஒரு வயதான பாபா என் நிலையைப் பார்த்து என்ன ஆனது என்று வினவ நான் ஆனந்த பாபாவைக் காணாமல் தவிப்பதை விளக்கிக் கூறினேன். 'அவரை வேண்டி அவர் நாமத்தை உச்சரிப்பாய்' என்று அறிவுரை கூறினார். அந்த மூட நம்பிக்கை எனக்கு ஏற்புடையதா யில்லை. ஆனால் நேரம் கடக்கக் கடக்க என் மன நிலை மிகவும் தவிப்புக்குள்ளாகவே முயற்சிப்போமே என்று நான் ஆனந்த பாபாவின் பெயரைக் கூறி பத்து நிமிடங்கள் வேண்டிக் கொண்டேன். வேறு எந்தச் சிந்தனையும் இல்லை. கண் விழித்ததும் என் பித்துக்குளித்தனம் எனக்கு வெட்கமாக இருந்தது. ஆனால் சில நிமிடங்களில் என் குரு என் எதிரே இருந்தார். பெரியவர் பாபா தான் கூறியது பலித்த மகிழ்ச்சியில் ஆழ்ந்தார். அந்தப் பெரியவர் மருந்து வாங்க நூறு ரூபாய் கேட்டார். என்னிடமும் ஆனந்த பாபாவிடமும் பைசா இல்லை. ஆனால் முப்பது நாற்பது தப்படிகள் சென்ற பாபா திடீரென தரையில் இருந்து நூறு ரூபாயை எடுத்து அந்தப் பெரியவரிடம் கொடுத்தார். இவை யாவும் அற்புதங்கள்தாமே.

தற்செயலாய் நடப்பது நம் வாழ்க்கையில் புதிதானவை அல்ல. அவற்றை நாம் ஏற்கலாம். ஆனால் எதிர்பார்க்கக் கூடாது. ஆனால் கனாருக்கோ அற்புதங்கள் மீது அத்தனை நம்பிக்கை.

பல முறை அவனிடம் நான் தண்ணீரின் மீது யாரும் நடக்க முடியாது. பாம்பு வந்து மீண்டும் விஷத்தை உறிஞ்சுவது சாத்தியமே இல்லை. காற்றில் அமர்வது அல்லது தண்ணீருக்குள் உயிருடன் இருப்பது என பலவற்றை எடுத்துக் கூறியிருக்கிறேன். பரிட்சையில் ஜெயித்த மாணவனது உழைப்பைப் பற்றி யாரும் பேசுவதில்லை. என் பேச்சு பலருக்கும் கர்வம் மிக்கதாகவே தோன்றும். கடவுளாய்க் கொண்டாடப்பட்ட ஒரு பாபா இறந்தார். நான் ''கடவுள் மரித்துவிட்டார்'' என்று கூறினேன். ''இல்லையே. நீதான் உயிருடன் இருக்கிறாயே'' என்றார் ஒரு இளம் பாபா. இப்படிப் பல சுவையான கிண்டல்கள் எங்களுக்குள் நடைபெறும்.

இருந்தாலும் ஒரு நாள் சில்லும்கள் கைமாறிக் கொண்டிருந்தபோது நிறைய மாலைகள், வளையல்கள், கயிறுகள், ருத்திராட்சங்கள் எல்லாம் அணிந்த ஒரு இளம் பாபா ஒரு வெறியுடன் தன் குரு

மரிக்கவே இல்லை என்றும் மறைந்து, அதாவது உருவம் மறைந்து போனார் என்றும் கத்தினான். என்னையுமறியாமல் நான் அவனுடன் ஒரு பெரிய வாய்ச்சண்டை போட வேண்டியதாகிவிட்டது.

''உங்களால் ஒரு ஷாம்பயின் போத்தலை உருவாக்க முடியுமா? இல்லை நீங்கள் அதைக் கற்றுக் கொள்ளவில்லையா?'' என்று நான் அவனைக் கேட்டேன். சற்று அதிகமான கிண்டலே. அவன் கண்களை நான் நேரடியாக உற்று நோக்கினேன். என் உடலில் ஒரு அதிர்வும், கண்களை யாரோ விரல் வைத்துக் குத்தியதுபோல கண்களில் எரிச்சலும் ஏற்பட்டிருந்தன.

''அவர் இந்த ஆத்மன் என்ன செய்ய முடியும் என்று கேட்கவில்லை'' என்றான் அவன்.

''அவரால் என்ன செய்ய இயலும் மகாராஜ் பாபா?'' என்று நான் கேட்டேன்.

''உன்னை அவர் தம் பார்வையால் எரித்துவிடுவார். பார்க்கிறாயா?'' என்றான். ஏகவசனத்துக்கு அவன் மாறிவிட்டிருந்தான்.

''என்னால் என்ன செய்ய முடியும் என மகாராஜ்ஜி கேட்க வில்லையே?'' என்றேன் நான்.

''உன்னால் என்ன செய்ய முடியும்?'' அவன் கேட்டான்.

''என்னால் நீந்த முடியும். அவரால் முடியுமா?''

அவன் பதில் கூறவில்லை.

''ஆனால் என்னால் நீரின் மேல் நடக்க முடியாது.''

''தண்ணீரின் மீது நடப்பதைப் பற்றி யாரும் பேசவில்லை.''

''மிகவும் மோசமானது'' நான் பதிலளித்தேன்.

''பார்க்க விரும்புகிறாயா?'' அவன் கண்களைப் பார்த்துக் கேட்டான்.

''என்னால் ஒரு 'பை குவாட்ராட்டிக் ' சமனை'த் தீர்த்து விடை சொல்ல முடியும். பிளெமிங்கோ போல நடனமாட முடியும். இணையத்தில் தகவல் அறிய இயலும். கார் ஓட்ட முடியும், ஒரு கனப் பொருளின் எடையைத் துல்லியமாகக் கணிக்க முடியும்'' என்று பட்டியலிட்டேன். ''செயற்கை சுவாசம் கொடுத்து ஒரு சிறுவனின் உயிரைக் காப்பாற்றினேன்.''

இந்த வெறி பிடித்தவனை மேலும் உசுப்ப விரும்பாமல், ''குரு ஆக்ரோஷமில்லாத இனிய அனுபவத்தையே தேர்வு செய்கிறார்'' என்றேன் தணிக்கும் விதமாக.

''நீ எந்த ஆபத்தையும் எடுத்துக்கொள்ள விரும்பவில்லையா?'' என்றான் அவன்.

''நீ அழிக்க மட்டுமே கற்றுக் கொண்டாயா?'' நான் எதிர்க் கேள்வி தொடுத்தேன்.

''குரங்குகள் எப்போதிலிருந்து நெருப்பு நிற ஆடைகள் அணியத் துவங்கின?'' என்றான் அவன் ஏளனமாக.

''பால பாபா புலிப்பால் குடித்தவர்'' என்றார் என் குரு ஆனந்த பாபா. அவர் என்னைச் சின்ன பாபா என அழைத்தது எனக்கு ஒரு விதப் பாதுகாப்பையும் கொடுத்தது. ''ஒரு மின்மினிப் பூச்சிபோல இருக்கும் இந்த நானை ஒரு பேரனுபவத்துடன் ஒப்பிடுவது ஒரு மின்மினிப் பூச்சியை சூரியனுடன் ஒப்பிடுவது போல ஆகும்'' என்றார் ஆனந்த பாபா. ''அவன் அவனை சிரிக்க வைத்து விடுகிறான்'' என்று சிரித்தார்.

''ஒரு கைவினைஞர் தம் கலையின் நுட்பங்களைத் தம்மிடம் பயிலும் மாணவருக்கு மட்டுமே கற்றுக் கொடுப்பார். அதேபோல பகவான் தன்னை தன்னிடம் மிகவும் நம்பிக்கை வைத்துள்ள பக்தனுக்கு மட்டுமே வெளிப்படுத்துவார்'' என்றார் ஒரு சாது.

''சில மேற்கத்தியர்கள் வித்தியாசமானவர்கள்'' என்றார் ஆனந்த பாபா எல்லோரையும் பார்த்து. ''அவர்களது கண்ணோட்டத்தில் உள்ள சான்றுகளை மட்டுமே வைத்து அவர்கள் உலகை அறிபவர்கள். சின்ன பாபா அப்படி இருக்கிறார். இன்று அவர் சந்தேகங்களை சந்தேகிக்கச் சொல்லும் குருவை சந்தித்தார். இன்று அவர் துணிச்சலின் விளிம்புகளைத் தொட்டுவிட்டார். அவரது சவால் அப்படிப்பட்டது. தெய்வீகமான குரு அவருக்கு பொருத்தமான பாடம் கற்பித்தார்'' என்றார் ஆனந்த பாபா.

''சிங்கம் உருமும்போது ஓநாய்கள் மௌனிக்கும்'' என்றான் அவன்.

''தேடப்படுபவர் தன்னைத் தேடுபவரை அங்கீகரிப்பார்'' என்றார் ஆனந்த பாபா. அத்துடன் அந்த விவாதம் முடிவடைந்தது. உலகின் மாயைகளுக்கு அப்பாற்பட்டவர்கள், உலகின் விதிகளுக்கும் அப்பாற்பட்டவரே என்பதே குருவின் கருத்தாக, மாய மந்திரங்களைப் பொருத்த அளவில் இருந்தது.

★★★

அடுத்ததாக, இரண்டு மாடிக் கட்டடமும் பல அறைகளுமாக இருந்த பணக்கார ஆசிரமமான ஜகத் குரு ஸ்ரீ கிருபால்ஜி மகாராஜ் மற்றும்

அவரது மனைவியின் நினைவு ஆசிரமத்துக்குச் சென்றோம். முக்கிய கூடத்தில் அவருடைய மற்றும் அவரது மனைவியுடைய உருவப் படங்களும் உருவ பொம்மைகளும் இருந்தன. அவர் சிம்மாசனத்தில் அமர்ந்து ஆசீர்வதித்தது, தேரின் மீது வந்து ஆசீர்வதித்தது எல்லாமே புகைப்படங்களாக இருந்தன. கிருபால்ஜி கிருஷ்ண பக்தியின் மூலம் இருமை அகலும் என்று போதித்தவர்.

ஒரு நாள் குடிலில் ''பிரசாத்ஜி, உங்களுக்கு நிறைய தங்கம் வேண்டுமா?'' என ஆனந்த பாபா கேட்டார்.

''இல்லை. எனக்கு வேண்டாம் பாபாஜி'' என்றேன் நான்.

''நான் பணம் தங்கம் எதையும் ஏற்பேன்'' என்று குறுக்கிட்டான் கனார்.

''ஆனந்த் உன்னைக் கேட்கவில்லை'' என்று அவனைத் தவிர்த்தார் குரு.

''நீரின் மீது நடக்கவோ அல்லது காற்றில் பறக்கவோ பிரசாத் ஜி விரும்புவாரா?''

நான் யோசித்துப் பார்த்தேன். இருமை அற்ற ஒருமை. மாயையை உணரும் பிரக்ஞை. இவற்றைத் தாண்டி எனக்கு எதுவுமே தேவைப் படவில்லை. குருவின் வழிகாட்டுதலில் இவற்றைத்தான் தேடுகிறேன். அந்தப் பாதை இன்னும் வெகு தூரம் இருக்கலாம். ஆனால் தங்கம் மற்றும் அற்புதம் என்னும் பாதை கட்டாயமாக என்னுடையதல்ல.

''சாந்தா கிளவுஸ் என்னும் கிறிஸ்மஸ் தாத்தாவாகவும் என்னை நினைக்கவில்லையா குருஜி?'' என்று கேட்டேன். அவர் சிரித்தார்.

''எனக்கு தண்ணீரில் நடக்க கற்றுக் கொடுங்கள் குருஜி'' என்று கனார் உள்ளே நுழைந்தான்.

''உன் எடைக்கு அது ஒத்து வராதப்பா'' என்றார் ஆனந்த பாபா.

''என் எடையின் காரணமாக நான் எடையில்லாமல் தண்ணீரில் நடப்பதை விட நினைத்ததும் நினைத்த இடத்துக்கு நொடியில் பறந்து செல்லும் ஆற்றலை வேண்டுவேன். நான் ஒரு கணம் என் நண்பர்களுடன் சிட்னியில் இருப்பேன். மறுகணம் பாரிஸுக்குப் போய் பிரசாத்ஜிக்கு ஷாம்பயின் வாங்கி வருவேன். உங்களுக்கு ஒரு வோட்கா வாங்கி வரவா?'' என்றான்.

ஆன்மிகத்தை மாய சக்திக்கு ஒரு வழியாகக் காண்பதில் கனாருக்கு இயல்பாகவே ஆர்வம் இருந்தது.

''இந்த நொடியின் ஒளியே உன் எதிர்காலம் ஆகும்'' என்று பதிலளித்தார் குரு.

★★★

நாங்கள் ஹரியானாவில் ஒரு குடிலில் தங்கி இருந்தபோது, ஒரு நாள் இரவு அருகே இருந்த குடிலில் இருந்து வந்த ஒரு இளம் சாது, ''நாளை காலை எங்கள் குரு பத்து மணிக்கு தன் உடலைத் துறக்க இருக்கிறார்'' என்றார்.

அந்தக் குடிலுக்குப் போய்ப் பார்த்தால் அவர் நன்றாகவே இருந்தார். சீடர்களுடன் தேநீர் அருந்தியபடி பேசிக் கொண்டிருந்தார். உங்கள் கடைசி உபதேசம் என்ன என்று ஒரு சீடர் கேட்டார்.

''ஏழை பத்து ரூபாய்களை எண்ணுகிறான்; சற்றே வசதியானவர் ஆயிரங்களில் எண்ணுகிறார்; ஆனால் அவர்கள் இறுதி நாள் வரும்போது இன்னும் ஒரு நாள் உயிருடன் இருக்க வேண்டும் என்று இறைஞ்சுவார்கள். பானை உடைந்தால் அதன் உள்ளே இருக்கும் காற்று உலகின் மொத்தக் காற்றுடன் கலந்துவிடும். உயிர் துறப்பதும் அவ்வாறே, ஒரே உண்மையே எங்கும் இருக்கிறது சமமாக.''

மறு நாள் காலை அவர் எழுந்து காலைக் கடன்களை முடித்தார். தனது இறுதிக் குளியலுக்குப் பின் அவர் தூனியின் அருகே அமர்ந்து பிராணாயாமத்தைத் துவங்கினார். உள்ளே மூச்சிழுப்பதைப் படிப்படியாக நீண்ட இடைவெளிகளுக்குக் கொண்டுவந்தார். மூன்று மணி நேரத்துக்குப் பின் அவர் மூச்சு நின்றது.

நாங்கள் அவரது உடல் விரைப்பாகும் வரை காத்திருந்தோம். அதன் பின் அவரை ஒரு நாற்காலியில் உட்கார வைத்தோம். ''ராம் நாம் சத்ய ஹை... ராம் நாம் சத்ய ஹை... ஓம் நமச் சிவாய... ஓம் நமச் சிவாய...''அவரது வெற்றி அது. ஒரு துறவியின் புவி முடிச்சுக்கள் அற்றுப் போனதை நாங்கள் கொண்டாடினோம்.

கனாருக்கு அது ஏற்புடையதாக இல்லை. அவன் முகம் கறுத்திருந்தது. ''நீ என்ன பார்த்தாய்?'' என்று ஆனந்த பாபா அவனை வினவினார்.

''இந்தத் தற்கொலை உங்களுக்கு ஏற்புடையதா?'' வினவினான் கனார்.

''இது தற்கொலை அல்ல. பூரணமான தியானத்தின் ஒரு நொடியில் உயிர் நீத்து அவர் மரணத்தைக் கொன்று விட்டார்.''

''அவ்வாறெனில் இது கொலை'' முணுமுணுத்தான் கனார்.

''உன் ஒவ்வாமைகளை நீக்கு. அவர் இப்போது மகாசமாதியில் இருக்கிறார்.''

''சமாதி என்றால் என்ன?'' கனார் கேட்டான்.

''காண்பதும் காணப்படுவதுமான இரண்டையும் கடந்து செல்லும் நிலை. விட்டேற்றியாய். ஆனந்தத்தின் உலகம்.''

''இருந்தாலும் ஏன் சாகவேண்டும் பாபாஜி? உயிர் வாழாமல் ஒரு ஞானம் உண்டா?'' நான் குறுக்கிட்டேன்.

''ஞானம் எப்போதுமே இல்லை. மரணமடைந்தது ஒரு பிழை.''

அன்று அவதூத கீதை என்ன சொன்னது?

காட்சி தரும் உலகம் உண்மையானதோ அல்லது
பொய்யானதோ
அது பற்றி எனக்கு ஒரு எண்ணமும் இல்லை
என் இயல்பு ஆனந்தம். நான் சுதந்திரமானவன்.

உயிர் நீத்தவரின் சீடர்கள் கோதுமை,நெய் மற்றும் சர்க்கரையால் செய்த பிரசாதத்தை எல்லோருக்கும் வழங்கினார்கள். ஒரு ராமாத்ரின் சாது எங்களைக் கடந்து போகும்போது கபீரின் குறளைப் பாடியபடி போனார்:

'எங்கே இயக்கம்? எங்கே ஓய்வு?
எந்தக் கரைக்கு நீ போவாய் என் மனமே
அந்தக் கரையில் சாலை ஏதும் இல்லை
ஒரு படகோ படகோட்டியோ இல்லை
பூமியோ வானமோ அல்லது காலமோ இல்லை
நீ இந்த ஒன்றுமின்மையில் எதையும் காண மாட்டாய்.'

★★★

புரியாவில் மற்றும் ஒரு சாது தமது உயிரை நீத்துவிட முடிவெடுத்தார். பொதுமக்களும் சாதுக்களும் பெருமளவில் அவரை வழியனுப்பத் திரண்டிருந்தார்கள். ஒல்லியான ஒரு சாது நதியின் விளிம்பில் நின்றார். பின் அதில் குதித்தார். அடித்துச் செல்லப்பட்டார்.

''நீ என்ன பார்த்தாய் கனார்?'' ஆனந்த பாபா கேட்டார்.

''ஒன்றுமில்லை. நான் அவரைப் பார்ப்பதை அவரும் பார்த்தார் அவ்வளவே.''

''அவர் இந்த உலகத்தைத் தியாகம் செய்துவிட்டார். இனி அவருக்கு மறுபிறவி இல்லை என்னும் உத்திரவாதம் உண்டு.''

''நாம் இந்த உடலில் இல்லை என்றீர்களே பாபாஜி...'' நான் கேட்டேன், ''நாம் பிறக்கவே இல்லையே! அப்படிப் பார்த்தாலும் அவருக்கு மறுபிறவி இல்லையே.''

''நீங்கள் பாபாஜியை சிரிக்க வைக்கிறீர்கள்'' என்ற ஆனந்த பாபா, ''நீங்கள் என்ன பார்த்தீர்கள்?'' என்று கேட்டார்.

''அவர் கண்கள் விடைபெறும்போது 'நீ ஒரு பிரமை' என்று என்னிடம் கூறுவதுபோல இருந்தது. ஆனால் தத்துவத்தை வாழ்க்கை மீது வெறுப்பாகும் தொலைவுக்கு எடுத்துப் போகும் தீவிரமில்லையா இது?''

''ஆனால் வாழ்க்கையை மிகவும் தீவிரமாய் எடுத்து வாழாமற் போவது நிகழ்கிறதில்லையா?'' என சிரித்தார் ஆனந்த பாபா.

அன்று இரவு ஆனந்த பாபா கனாரிடம், ''நான் என்பது மனமே. அதுவே எண்ணங்கள் மற்றும் ஞாபகம் வழியாக எனது என்று பொருட்களையும், இந்த உடலே நான் என்று தன்னையும் உருவகம் செய்து கொள்கிறது'' என்றார்.

''இரண்டு வயதாகும் வரை பிரபஞ்சத்துடன் ஒன்றி இருந்த குழந்தை பின்னர் அவதானிப்பால் உடலே தான் என கண்டறிகிறது'' என்று கனார் பதிலளித்தான்.

''குளிர் அல்லது வெப்பம் அல்லது பசி என்று குழந்தை அழுதபோது அவன் எந்த ஒன்றுதலில் இருந்தான்? மனமே; உடலைத் தான் என அடையாளம் கண்டு பிரமையால் பிரித்துப் பார்க்கிறது'' தொடர்ந்தார் ஆனந்த பாபா, ''நான் இந்த உடல் என்னும் யோசனையே இல்லா விட்டால் நீ எப்படி இருப்பாய்?''

''நான் அந்த நினைப்பிலிருந்து விடுபட விரும்புகிறேனா என்று நிச்சயமாகக் கூற முடியாது பாபாஜி'' கனார் பதிலளித்தான்.

''இருந்தாலும் ஆழ் உறக்கத்தில் நீ இந்த உடல் நான் என்னும் உணர்விலிருந்து விடுபடுகிறாய். காலையில் அது ஆனந்த அனுபவ மாக உடலுக்கு வெளியே நிகழ்ந்த ஒன்றாக நினைவில் நிற்கிறது. உடலுக்கு வெளியே எந்த இருப்பு இருக்கிறதோ அதுவே சுயம்.''

மேலும் கூறினார், ''காலையில் உனக்கு உன் உடல் நினைவுக்கு வருகிறது. நீ கண்டுபிடிக்கிறாய். மறந்தது யார்? கண்டுபிடித்தது யார்? திரும்ப அதற்கு யார் போகிறார்? உறக்கத்தின் கறுப்பு ஓட்டையில் எந்த சுயம் இருந்ததோ அதே சுயம்தான் அது. ஆழ் நிலை உறக்கம் அல்லாத எந்த நிலையில் இருமை இல்லாத அனுபவம் நிகழுமோ அதுவே பிரம்மன்.''

அத்தியாயம் 21

பாபாஜி பாபா மற்றும் பாலயோகி

இமய மலையில் உத்தர் காசிக்கும் மேலே கங்கைக் கரையில் ஒரு வெண்மை நிறக் கட்டடம் ஏழு ரிஷிகளுக்கு சமர்ப்பிக்கப்பட்டுக் கட்டப்பட்டிருந்தது. பெரிய அறை மட்டுமே இருந்தது. ஒரு தூணி இருந்தது. பாபாஜி பாபாவின் ஒரு அவதாரமானவர் அல்லது அமரத்துவம் மிக்க மஹாவதார் பாபா அங்கே இருந்தார்.

இருபது வயது மிக்க ஒரு துறவியே பாபாஜி பாபா. ஒரு பாறையின் மீது பத்துப் பதினைந்து சீடர்களை அமர வைத்து அவர் உபதேசம் செய்து கொண்டிருந்தார். அவரை ஆனந்த பாபா வணங்கி ''பகலில் ஆந்தையைப்போல குருடாகவும் இரவின் காரிருள்போல இருண்டும் இருக்கிறது இம்மனம்'' என்றார்.

''ஆத்மன் ஏகம்'' என்று பதிலளித்தார் பாபாஜி பாபா. ராமாத்ரின் பாரம்பரிய சீடர் ஒருவர் ஒரு புல்புல்தாராவைக் கையில் வைத்திருந்தார். சீடர்களுள் ஒரு திகம்பரரும் இருந்தார்.

ஒரு பணக்கார கிருஹஸ்தர் அவரை வணங்கி இரண்டு விலையுயர்ந்த கற்கள் பதிக்கப்பட்ட தங்க மோதிரங்களை அவர் முன் காணிக்கை யாக வைத்தார்.

''இதை வைத்துக்கொண்டு நான் என்ன செய்யவேண்டும் என விரும்புகிறீர்கள்?'' என்ற பாபாஜி பாபாவின் பதில் கேட்டு அதுவரை பிரகாசித்த பணக்காரரின் முகம் இருண்டது. தயக்கத்துடன் ''நீங்கள்

அழகுக்காக அணியுங்கள். ஆசிரமத்தை விரிவு படுத்துங்கள். இதன் நல் அதிர்ஷ்டத்தால் பணத்தில் யாரையும் சாராத நல்ல நிலை அடைவீர்கள்'' என்றார். அவர் பேசிக்கொண்டே போனார். ஆனால் பாபாஜி பாபா அந்தப் பேச்சை கவனிக்கவே இல்லை. அவர் மோதிரங்களை மறந்தே விட்டார். நாங்களும்தான். ஆனால் சற்று நேரம் கழித்து அவர் எழுந்தபோது ஒரு மோதிரம் காலில் பட்டு கங்கைக்குள் விழுந்தது. பதறிவிட்டார் அந்தப் பணக்காரர். ''எங்கே பாபாஜி விழுந்தது? பார்த்தீர்களா?'' என்று நதியோரமுள்ள வண்டலை அள்ளி அள்ளித் துழாவிப் பார்த்தார். ''இங்கேதான் விழுந்தது'' என்று அடுத்த மோதிரத்தையும் நதிக்குள் எறிந்தார் பாபாஜி பாபா.

ஆனந்த பாபா அங்கே இரண்டு மூன்று நாட்கள் தங்கி இருக்க சம்மதித்தார். பாபாஜி பாபாவின் சீடர்களில் ஒருவர் இரண்டு மூன்று நாட்களுக்கு ஒரு முறைதான் சாப்பிடுவார். குருதாஸ் பாபா அவரின் வேலைக்கார சீடர். துணி துவைத்து, தேநீர் கொண்டுவந்து, சில்லும் தயார் செய்து, தூனியை சுத்தம் செய்து மற்றும் முடிவில்லாமல் காலை அழுத்திவிடுவது வரை எல்லாம் செய்வார். மற்றொரு சீடரான திகம்பர பாபா தீவிர ஜெயின். அவர் ஆடையே அணிய மாட்டார். எந்த உயிரினத்துக்கும் தீங்கு விளைவிக்கக் கூடாது என்று தீவிரமாக நம்புபவர்.

இந்த மகாத்மாக்களை ஒருவர் பித்துப் பிடித்தவர்கள் என எண்ணலாம். ஆனால் அது தபஸ்யாவைக் கிறுக்குத்தனம் என புரிந்துகொள்வதேயாகும். முனி பாபா இருமையில்லா ஒருமையை மௌனத்தில் கண்டு வந்தார். புல்புல்தாரா பாபா எதிலும் விஷ்ணுவையே கண்டார். குருதாஸ் பாபா அன்புக்குத் தன்னை அர்ப்பணித்தவர். ஒவ்வொருவரும் ஒவ்வொரு ஆன்மிகப்பாதையின் உருவகம் ஆனவர்கள்.

யோக சாதனை புரியும் ஒரு சாதக் ஒரு நாள் மாலை வந்து உருகும் குரலில் ராமர் மீது பாடல்கள் பாடினார்:

'போற்றுதற்குரிய என் நெஞ்சின் நாயகனே
என் முன்னே நிஜமாகவே வா
ராமா ஓ ராமா என் நண்பனே
என் மனதின் தாகத்துக்கு மட்டுமே
என் கண்ணீரின் ருசி தெரியும்
நான் உன் பெயரையே திரும்பத் திரும்பச் சொல்வேன் ராமா ஓ ராமா
என் ஒவ்வொரு மூச்சிலும்

ராமா, எல்லாக் காலத்திலும்
ராமா என் எல்லா நம்பிக்கையிலும்
நீ கேட்பாயாக, என் நெஞ்சின் நாயகனே
அதுவே உண்மையின் ஆற்றலாகும்
அது என் இதயம் என்னும் கோயிலில் துடிக்கிறது
இருப்பவை எல்லாவற்றிலும் கூட.'

★★★

பாபாஜி பாபா தான் மிகவும் நேசிக்கும் ஒரு யோகி பாபா உடல் நலமில்லாமலிருக்கிறார் என நினைத்து அவரைச் சந்திக்க திகம்பர பாபாவை அனுப்பினார். எங்கள் குழுவும் அவருடன் செல்லலாம் என ஆனந்த பாபா முடிவெடுத்தார்.

திகம்பர பாபாவுக்கு இருபத்தைந்து வயதே இருக்கும். அவரை ஆனந்த பாபா மிகவும் மதித்தார். அவரைக் காண்பதே மிகவும் ஆனந்தம் தருவதால் அவருக்கு தர்ஷன் பாபா என்று பெயரிட்டார். தர்ஷன் பாபா மிகவும் அழகானவர். கமண்டலமும் ஒரு சவரக் கத்தி மட்டுமே அவர் வைத்திருந்தவை. அவர் ஆடையே அணிவதில்லை. விபூதி பூசியிருப்பார். அவ்வளவே. அவருடன் பயணம் செய்யும் போது வானின் அழகை அவர் வியந்ததுபோல் வேறு யாரும் ரசித்து நான் பார்த்ததில்லை. குழந்தைபோல ஒரு எருமையின் சத்தத்தைத் தானும் செய்து காட்டுவார். ஒரு எருமைக்குக் காயம் பட்டிருந்தது. கமண்டலத்தால் அதைக் கழுவி களி மண்ணை மருந்தாக இட்டார்.

ஒரு சிறிய நகரத்தில் ஒரு கடைக்காரர் அவருக்குப் புதிய துணி கொடுத்து, ''பெண்கள் மனம் கெடாமலிருக்க இதை அணியுங்கள்'' என்றார். அவர் எதிரில் தர்ஷன் பாபா அதை அணிந்தாலும் பிறகு முண்டாசாகக் கட்டிக் கொண்டுவிட்டார். வழியில் ஒருவர் மாட்டை அடித்துக் கொண்டிருப்பதைப் பார்த்தார். 'அதற்கு பதில் என்னை அடியுங்கள்' என்றதும் அந்த ஆள் அடிப்பதை நிறுத்தினார். ஒரு மரத்தின் அடியில் நூற்றுக்கணக்கான எறும்புகளை நாங்கள் பார்த்தோம். மறு நாள் காலை அவை மடிந்து கிடந்தன. அன்று முழுவதும் ஆனந்த பாபாவும் தர்ஷன் பாபாவும் இயன்ற அளவு எறும்புகளைக் காப்பாற்றினார்கள். கனார் இன்னும் இன அழிப்பு செய்வதை மனித இனம் நிறுத்தவில்லை என்று கூறினான். நானும் அவனும் அந்தக் கோணத்தில் விவாதித்தபோது ஆனந்த பாபா ''அழிவு என்பது சுயத்துக்கு அல்ல. உடலுக்கே. அனைத்தும் பிரம்மம் என்று உணருங்கள்'' என்றார்.

★★★

நாங்கள் சகரன்புர் வந்தபோது ஒரு ஆசிரமத்தில் வாழையிலை போட்டு உணவு அளித்தார்கள். ஆனால் உணவு குறைவாகவே இருந்தது. நாங்கள் அதைப் புரிந்துகொண்டோம். ஏற்கெனவே சாப்பிட்டவர்கள் அந்த இலையை முற்றத்துக்கு அருகே ஒரு மூலையில் போட்டிருந்தார்கள். நாய்கள் அதில் இருந்த மீத உணவை உண்டன. எருமைகள் தம் வாய்ப்புக்காகக் காத்திருந்தன. எங்களை விடவும் தாமதமாக ஒரு பாபா வந்தார். அப்போது உணவு தீர்ந்தே போயிருந்தது. அவர் அந்த நாய்களுள் ஒன்றை அணைத்து அதனுடன் இணைந்து இலையில் இருந்த உணவை நக்கிச் சாப்பிட்டார். அதைக் கண்ட நான் என் இலையில் நான் இன்னும் சாப்பிடாமல் மீதமிருந்த உணவை எடுத்துக் கொண்டுபோய் அவர் முன்னே வைத்தேன். அவர் பதில் கூறினார்:

''எவனுக்குத் தன் உணவும் நாயின் உணவும் ஒன்றாகவே தோன்றுமோ, கங்கையின் நீரும் குளத்தின் நீரும் ஒரே போலவே இருக்குமோ, எவனுக்கு நான், நீங்கள், நாய் மற்றும் நாயைத் தின்பவன் யாவரும் ஒன்றோ அவனது ஆன்மா விடுதலையானது.'' இவ்வாறு கூறி அவர் மறுபடியும் இலைகளையே நக்கிக் கொண்டிருந்தார். பின்னர் தர்ஷன் பாபா தமது உணவு முழுவதையும் அவரிடம் கொடுக்க, இவரது வற்புறுத்தலுக்குப் பிறகே அவர் அந்த உணவையும் நாயுடன் பகிர்ந்து ஒரே இலையில் உண்டார்.

★★★

கங்கை நதிக் கரையில் அமர்ந்து நான் தியானம் செய்தபோது கழுகுகளையும் அவதானித்தேன். பிணங்கள் மீது மரியாதைக்கென எது எதையோ வைக்கிறார்கள் உறவினர்கள். ஆனால் கழுகுக்கோ பிணம் மட்டுமே வேண்டும். கழுகு லாகவமாக மீனைக் கொத்திக்கொண்டும் போகும். எல்லாமே பிரம்மன்; பிரம்மனே வழங்குபவர்; பிரம்மனே உண்பவரும்.

நம்பிக்கைக்குரிய அஷ்டவக்கிர கீதை சொல்கிறது:

எல்லாவற்றையும் கடந்தவனுக்கு இன்பமும் இல்லை
துன்பமும் இல்லை
எதையும் துறக்கும் இச்சையும் இல்லை
இன்பமும் இல்லை துன்பமும் இல்லை *(18, 22-23)*

நாங்கள் டெஹ்ராடூன் கிளம்பியபோது, எங்கள் தேவதையாயிருந்த நிர்வாண தர்ஷன் பாபா உடல் நலமில்லாத பாபாஜி பாபாவின் சீடரைக் காணப் போய்விட்டார். உங்கள் நினைவுகள் என்றுமிருக்கும் என

பொய்யான புன்னகையுடன் அவரைப் பிரியும் வருத்தத்துடன் கூறினேன்.

★★★

ஒரு நாள் தி டெக்கான் என்னும் செய்தித்தாளில் பாலயோகி பற்றிப் படித்தேன். பிகாரில் ஒரு கடைக்காரர் ''கண்டிப்பாக பாலயோகியை தரிசியுங்கள். உங்கள் வாழ்க்கையின் மிகப்பெரிய நோக்கம் நிறைவேறும்'' என்றார்.

பலரும் அவரைப் பற்றிப் பேசியிருக்கிறார்கள். அவர் ஆசிரமத்தில் இல்லை. ஒரு கோயிலின் இரண்டாம் தளத்தில் ஒரு கர்ப்பகிருஹத்தில் கடவுள் சிலையின் பின் பக்கம் அமர்ந்து தியானம் புரிகிறார். அந்த அறை பூட்டியிருக்கிறது. அவரை யாரும் தொந்தரவு செய்யக் கூடாது என்பதற்காக. தினமும் ஒரு மணி நேரம் மட்டுமே அவரை தரிசிக்க வருவோருக்காக அந்த அறை திறக்கப்படுகிறது. அவரின் உபதேசம் என்ன என்று கேட்டபோது பலரால் பதில் கூற இயலவில்லை. அவர் ஒரு மாடு மேய்ப்பவராக இருந்த சிறுவயதில் துறவு மேற்கொண்டவர். பன்னிரண்டு மணி நேரத்தில் சமாதி நிலையை தியானத்தில் எட்டியவர். யோகிகள் வழியில் இது ஒரு பெரிய சாதனையாகும். முதலில் ஒரு குடிசையில்தான் அவர் தியானம் செய்தார். பிறகு வயதான ஒரு அம்மாள் தமது பங்களாத் தோட்டத்தில் அவருக்கு இடம் அளித்தார். பலரும் தரிசனம் செய்ய வரவே, நிறைய நன்கொடைகளும் வரவே அவரது பெற்றோர் அவருக்கு ஒரு கோயில் எழுப்பினார்கள். அதில்தான் இன்னமும் இருக்கிறார்.

நான் விசாகப்பட்டினத்தில் அவரது உபதேசம் அடங்கிய ஒரு நூலைப் பார்த்தேன். ஓய்வு பெற்ற நீதிபதி ஒருவர் எழுதிய நூல் அது. பலரும் அவர் போலியானவர் என நினைக்க ஆந்திர மாநில அரசு பூட்டுக்களின் சாவிகளைக் காவல் அதிகாரிகளிடம் கொடுத்து அவரைக் கண்காணிக்கச் சொன்னார்கள். அவர் எங்கும் வெளியே போகவே இல்லை. உணவு உண்ணவும் இல்லை. எப்போதும் தியானத்தில் இருந்தார் என்றது அந்தப் புத்தகம்.

நாங்கள் தரிசனம் செய்தபோது மெலிந்த உடலும் பெரிய தொப்பையும் பல அங்குலம் நீளம் வளர்ந்திருந்த நகங்களுமாகவே பாலயோகி தியானத்தில் இருந்தார். இப்படி ஒரு அசிங்கமான உடலுக்குள் ஒரு பெரிய மகாத்மா இருக்கிறார் என்பது எனக்கு வியப்பாகவே இருந்தது. அவர் மெல்லத் தம் தலையை நிமிர்த்தினார். ஆனால் கண்களைத் திறக்கவில்லை. முப்பதுக்கும்

மேற்பட்ட அவருடைய புகைப்படங்கள் அந்தக் கோயிலில் இருந்தன. பதினேழு வயதில் இருந்து தற்போதைய ஐம்பது வயது வரையான புகைப்படங்கள். பல வருடங்கள் ஒருவர் ஒன்றும் செய்யாமல் ஆடாமல் அசையாமல் தவம் புரிகிறார். அது ஒரு பெரிய சாதனைதான். அது பிறரை மாற்றக்கூடிய வல்லமை உள்ளது. அவர் ஒரு ஜீவன் முக்தர்.

நான் ஆனந்த பாபாவுடன் அந்த 38 புகைப்படங்களையும் மறுபடியும் பார்த்தேன். எங்களுக்கு உணவும், நான் மிகவும் தேடிக் கொண்டிருந்த 'தி டீசிங்ஸ் ஆஃப் பாலயோகி' என்ற நூலும் வழங்கப்பட்டன.

''நீங்கள் என்ன பார்த்தீர்கள் பாபாஜி?'' என நான் கேட்டேன்.

''யோகிராஜ் சிவன் ஆயிரம் வருடமாக கைலாயத்தில் தவம் இருப்பதுபோல தவம் இருக்கும் யோகி இவர்.''

''அவர் என்ன செய்து கொண்டிருக்கிறார்?''

''அனுபவிப்பவருக்கும் அனுபவிக்கப் படுவதற்கும் அப்பாற்பட்ட ஒருவராய்... உபநிடதங்கள் கூறுவது போல.''

''எனவே அது இருக்கிறது'' என்றேன் நான்.

எனது பல கேள்விகளுக்கான விடை அவரது உபதேச நூலில் இருந்து கிடைத்தது. பதினேழு வயதில் தான் அவர் தமக்கு ஞானம் கிடைத்துவிட்டதாக ஒரு கிருஷ்ண விக்கிரகத்தை வணங்கிவிட்டு அறிவித்தார். அதற்கு முன் அவரைப் பெற்றோரும் மற்றும் கிராமத்தினரும் சோம்பேறி என்றே நினைத்தனர். ஆரம்பத்தில் ஒரு நாள் பொழுதுக்கு அவர் ஒரு கோப்பைப் பால் மட்டும் குடித்து வந்தார். விரைவில் அதுவும் நின்றது. அதனுடன் மலஜலம் கழிப்பதும் நின்று போனது. அவர் அருகே இருக்கும் கோப்பையில் உள்ள தண்ணீர் சற்றே குறையும் என்பதைத் தவிர அவர் உயிருடனிருப் பதற்கான எந்த அத்தாட்சியும் இல்லை. அவர் எப்போதும் தியானத்திலேயே இருந்தார். பார்வையாளர்கள் அதிகரிக்கவே சில கட்டுப்பாடுகளை அவர் கொண்டுவந்தார். அதன்படி சத்தம் போடக் கூடாது, அவர் அருகில் செல்லவோ அல்லது தொடவோ கூடாது. சுற்றுப் பக்கம் யாரும் பூக்களைப் பறிக்க வேண்டாம் மற்றும் விலங்குகளை அடிக்க வேண்டாம் என்ற கட்டுப்பாடுகள் வந்தன. ஒரு ஆலயம் எழுப்புவதை அவர் தடுக்கவில்லையே ஒழிய, தமக்கு என எதுவுமே வேண்டாம் என்று கூறிவிட்டார். பக்தர்களின்

வற்புறுத்தலுக்கு இணங்கி, அவர் தமது தினமாக மகாசிவராத்திரிக்கு மறு நாளைக் கொண்டாட அனுமதி அளித்தார்.

ஒரு நாள் தியானத்தில் இருந்தபோது எனக்கு பிரகலாதனின் பெருந்தவம் பற்றிய புராணக் கதை நினைவுக்கு வந்தது. உலகமே நின்று போனதால் விஷ்ணு அதைக் கலைத்தார். விஷ்ணுவின் கனவும் தொடர்ந்தது. விஷ்ணுவின் கனவில் பாலயோகியும் பிரகலாதனும் ஒரு அம்சமே.

நீ தெரிந்து வைத்திருக்கும் எதுவுமே நிலையில்லா மெய் நிலையே. நீ அறிந்ததையெல்லாம் துறப்பதால் மட்டுமே நிலையில்லா மெய் நிலையைத் துறக்க இயலும். அதன் பின் ஒரே உயிர் ஒரு ஆற்றலின் வடிவில் எஞ்சி இருக்கும்.

அத்தியாயம் 22

சாந்தி குகை

ரூர்க்கியில் கங்கைக் கரையில் ஒரு இளம் பெண் கிழிந்த புடவையுடன் தன்னை மறந்தவளாய் நதியையே பார்த்தபடி இருந்தாள். ஐந்து வருடம் முன்னால் அவளது கணவன் நதியுடன் சென்றுவிட்டான். அதன் பின் அவள் அங்கேயே உட்கார்ந்திருக் கிறாள். பரிதாபப்பட்டோம். பின் அங்கேயிருந்து கிளம்பிவிட்டோம். சிவனிடம் அவனைத் திரும்பத் தரும்படி அவள் வேண்டிக் கொண்டிருந்தாள். ''அவள் ஒரு தொன்மை மிக்க மகான் வந்து உதவுவார் என்று காத்திருக்கிறாள்'' என்று கூறிய கனார், ''நான் ஒரு தொன்மைப் பெரியவர்தான். நான் கடவுளும்தான். நான் போய் அவளுக்குக் காட்சி அளிக்கிறேன்'' என்று மதிய நேரத்தில் திரும்ப அங்கேயே போக முடிவெடுத்தான். என்னிடம் மூன்று ஹிந்திச் சொற்றொடர்களைக் கேட்டு மனப்பாடம் செய்துகொண்டான். 1. உனது கணவன் மீன்பிடிக்கும்போது மூழ்கினான். 2. அவன் பின்னர் ஒரு மீனாகிவிட்டான். 3. நீ ஒரு பெண் துறவியாய் ஆகிவிட்டாய், அவனுக்காக அனைத்தையும் துறந்து காத்திருப்பதால்.

''நீ ராம்புரில் பாபாஜியைக் காண்பாய்'' என ஆனந்த பாபா அவனுக்கு ஆசி கூறி வழியனுப்பினார்.

★★★

மலையேற்றமான ஒரு நீண்ட பாதையின் முடிவில், காட்டுக்கு நடுவே, ஒரு குறுகிய ஆழமான பள்ளத்தாக்கின் கூரைபோல இருந்த

ஒரு குகையைச் சென்று அடைந்தோம். ஒரு ஆள் உயரத்துக்கு உட்பக்கம் குழிந்த இரண்டு கற்களின் பின்னால் தட்டையான பாறை ஒன்று நீண்டது. அதன் மேல் ஒரு குகைப்பாதைபோல ஒரு வழி தென்பட்டது. வாயிலில் இருந்த கற்கள் அதன் விளிம்பாய் இருந்தன.

ஆனந்த பாபா ஒரு குச்சியால் நுழைவிலேயே தரையில் தட்டி, பாம்பு உள்ளிட்ட உயிரினங்கள் மற்றும் பூச்சிகள் எங்கள் வருகையை அறிந்துகொள்ளச் செய்தார். குகைப் பாதையின் ஒரு இடத்தில் மலையில் மேலிருந்து கீழாக ஒரு லிங்கம் போன்ற கல் நீட்டிக் கொண்டிருந்தது. கவனம் மிக்க பயிற்சி அல்லது திடீர் விழிப்பு இங்கே உத்திரவாதமாய் உண்டு.

முதல் குகைப் பாதையைக் கடந்ததும் சரிவாக மற்றொரு பள்ளத்தாக்குக்குப் போகும் வழியாக, அடுத்த குகை தென்பட்டது. அதைக் கடந்ததும் நாங்கள் தங்கி இருந்த கிராமம் மற்றும் வயல்கள் தென்பட்டன. குகையின் மேற்பகுதியில் ஒரு லிங்கமும் தூனியும் மீண்டும் ஆராதிக்கப்படுவற்காகக் காத்திருந்தன. ஒரு மரப்பெட்டியில் சில அலுமினியப் பாத்திரங்கள், நசுங்கிய பாத்திரம், தகர வாளி, மூன்று பிளாஸ்டிக் பைகளில் அரிசி மற்றும் ஒரு பையில் தேயிலை ஆகியவை முன் வந்த விருந்தாளி விட்டுப்போனதாய் எஞ்சியிருந்தன.

''சுள்ளிகளைச் சேகரியுங்கள்; ஒரு துடைப்பம் தயார் செய்யுங்கள்; பாம்புகள் பற்றி எச்சரிக்கையாயிருங்கள்'' என்றார் ஆனந்த பாபா. மிகவும் தள்ளி இருந்த அதைத் தாண்டி வேறு எங்கும் போக முடியாது. செங்குத்தான மலையில் ஏறியே நாங்கள் இங்கே வந்திருந்தோம். இரண்டாவது குகையில் ஆனந்த பாபா அமர நான் முதல் குகையில் அமர்ந்தேன். அதிகம் யாரும் தரிசிக்க வரவில்லை. எப்போதோ வந்த பக்கத்து கிராமவாசிகள் தானியங்களைக் காணிக்கையாகக் கொடுத்தார்கள்.

ஒரு நாள் காலை ஆனந்த பாபா ''பிரசாத்ஜி இங்கேயே தங்குவார். ஆனந்த் மீண்டும் வந்து சந்திப்பான்'' என்றார்.

''தனியாக நான் இங்கே என்ன செய்வேன் குருஜி?''

''ஆழ்ந்து சிந்திப்பாய். ஒரே உயிரே எல்லா வடிவிலும் இருக்கிறது. அதைக் காண்பாய்.''

''எந்த உயிர்?'' அவரை நிறுத்துவதற்காகக் கேட்டேன்.

''முற்றிலும் தூய உள்ளுணர்வுடன், மாறும் உலகிற்கும் பின்னால், பிம்பங்களில்லாமல், நிபந்தனைகளில்லாமல் தோற்றங்களையும் மறைந்து விட்டவைகளையும் தாண்டிக் காண்பாய், உயிரை.''

அவர் தமது போர்வையை மடித்து எடுத்துக்கொண்டார். கமண்டலத்தையும் பையையும் எடுத்துக்கொண்டு கீழே இறங்கிப் போனார். அவர் சென்ற திசையை நான் விழுந்து வணங்கினேன்.

'எத்தனை காலம் வரை?' மனதுக்குள் பதறினேன். 'எதுவரை, எப்போது மற்றும் ஏன் என்பவையே இல்லாமலாகும் வரை' என்று அவர் பதிலளிப்பதுபோல இருந்தது.

தூனியில் இருக்கும் நெருப்பே துணையாக நான் ஆழ்ந்த சிந்தனையில் இருந்தேன்.

★★★

பின் வந்த நாட்களில், நான் முதன் முதலில் சந்தித்த சாதுக்களை நினைத்துப் பார்த்தேன். ராம் திலக் பாபா, மாயா பாபா மற்றும் ஜேன், லாவ்ரி இவர்களுடன் நடந்த விவாதங்கள். 'மாயை, மாயை - பிரக்ஞை யாவும் பிரம்மனே; எதுவும் செய்யத் தேவையில்லை' என்னும் பல புரிதல்கள் என் மனதுள் வந்தன.

நாட்கள் வேகமாக நகர்ந்தன. சோறு, பருப்பு, பால் மற்றும் காய்கறிகளை யாராவது கொண்டுவந்தால் அவற்றை உண்பேன். ஆனால் நான் உண்ணும் அளவு குறைந்து கொண்டேதான் வந்தது. விடியும் முன்னரே நான் கூரை போலிருந்த குகையின் மேற்பகுதியில் சென்று அமர்ந்து விடிவெள்ளியை மற்றும் பொன்னிறமாக மாறும் பள்ளத்தாக்கு இவை மெல்ல மெல்ல கதிரவனின் முழு ஒளியில் ஒளிர்வதை அவர்களுள் ஒன்றாகி ரசிப்பேன். பகல் முழுதும் பறவைகளும் பூச்சிகளும் சில விலங்குகளுமே என் துணையா யிருந்தார்கள். ஒரு நாள் மாலை குகைக்கு மேலே இருந்து ஒரு நாகம் என் மடியில் விழுந்து அப்படியே சுருண்டு கொண்டது. அசையாம லிருந்தேன். ஒரு சிறுத்தை குகைக்குள் எட்டிப் பார்த்துவிட்டுப் போனது. விடியற்காலை நாகராஜா கிளம்பிப் போயிருந்தார்.

முன்னோர்களில் நான்கு பேர் வித்தியாசமான உடைகள் - தோற்றங்களுடன் வந்து கொண்டிருந்தார்கள். ஒருவர் சாம்பல் பூசிக்கொண்டு திரிசூலத்தைக் கையில் வைத்திருந்தார். இரண்டாமவர் காவி வேட்டி கட்டி முண்டாசு கட்டியிருந்தார். மூன்றாமவர் கந்தலாடையிலிருந்தாலும் மயக்கும் விழிகளும் புன்னகையுமாய் இருந்தார். வெள்ளையுடை அணிந்த நான்காமவரோ தரையைத் தொடுவது போலவே இல்லை.

கனவா, இல்லை அச்சுறுத்தும் தோற்றங்களான மனப் பிரமையா? இல்லை அரூபங்கள் காட்சி தரத் துவங்கிவிட்டனவா?

நிர்வாண சாமியார் என்னிடம் ''எது சரியான செயலின் அடையாளம்?'' என்று கேட்டார்.

''எதுவும் செய்யாமலிருப்பது'' என்றேன்.

''வடிவங்களுக்கு அப்பாற்பட்டு நீ எதைக் காண்பாய்?'' என்று கேட்டார் மிதக்கும் சாமியார்.

''எதுவும் இல்லை; ஒன்றுமின்மையுமில்லை.''

''பிரக்ஞையே யாவுமென்றால் என்னதான் இருக்கிறது அங்கே?'' என்று கேட்டார் முண்டாசு.

''அமைதி.''

''ஆகச் சிறந்த மகிழ்ச்சி எது?'' கந்தல் பாபா கேட்டார்.

''ஒருவர் தன்னையே கோயிலாய்க் காண்பது'' நான்கு ஜோடிக் கண்களில் மெழுகுவர்த்தி தீபம் போன்ற ஒளி என்னைச் சோதித்தது.

திடீரென உலகம் மறைந்தது. தும்பிகள் மௌனித்தன. பறவைகள் விடியலின் வரவை அறிவித்தன.

நான் எங்கே இருக்கிறேன்? முணுமுணுத்தேன். என் பிரக்ஞையின் ஒரு மூலையில் இந்தக் கேள்வி சுவடில்லாமல் மறைந்தது.

எடையில்லாமலிருந்தேன். ஒரு கனவாயிருந்தேன்.

ஆனந்த பாபா என் எதிரில் அமர்ந்திருந்தார். நான் விழுந்து வணங்கினேன்.

★★★

பிரக்ஞையின் ஒரு மூலையிலிருந்து ஒரு கதை: பிரகலாதன் அசுரரையும் எல்லாப் படைப்புகளையும் தனது ஆயிரம் ஆண்டு தவத்தால் அடங்கச் செய்கிறான்.

ஒரு ஆயிரம் வருடங்கள்... நான் இப்போது பிரக்ஞையின் ஓரத்திலில்லாமல் வேறு இடத்தில் இருந்து உணர்ந்தேன்.

அதன் பின் விஷ்ணு பிரகலாதனை எழுப்பினார், அதனால் உலகம் மீண்டும் சகஜத்துக்கு வந்தது... நினைவு கூர்ந்தேன்.

அதனால் பயனில்லை... என் காரணத் தருக்கம் கூறியது.

விஷ்ணு என்னை எழுப்புகிறார். என் கண்களைத் திறந்தபடியே நினைத்தேன்.

விஷ்ணு பிரகலாதனை எப்படி எழுப்பினார்? என் தலைக்குள் விழிப்பைக் கண்டேன்.

என் கைபேசி அலறிது.

நான் கழிப்பறைக்குச் சென்று வாந்தி எடுத்தேன்.

ஆம்.

என் மேலாளரின் குரல் ''இப்போது மணி பதினொன்று லூடோ.''

''எனக்கு உடல் நிலை சரியில்லை. இன்று என்னால் வர முடியாது.''

நான் என் கைபேசியைப் படுக்கை மீது எறிந்தேன்.

கடவுள்களே! நான் இந்தியாவில் இருப்பதாகக் கனவு கண்டிருக்கிறேன்... நினைவுக்குக் கொண்டுவந்தேன்.

என் கண்களைத் திறந்தால் இரு பல்லிகள் என்னை முறைத்துக் கொண்டிருந்தன. ஓ! நான் பாரிஸில் இருப்பதாகக் கனவு கண்டிருக்கிறேன்.

''உங்களுக்குக் காய்ச்சல்'' என்றார் ஆனந்த பாபா என் மீது குனிந்த நிலையில்.

நான் எங்கே இருக்கிறேன்?

★★★

''அச்சா'' சுவாமி ஆனந்த பாபா கைகொட்டிக் குதூகலிப்புடன் கூறினார். தம் கை விரலை இந்தப் பக்கத்தின் மீது வைத்து ''இப்படித்தான் இந்தப் புத்தகம் முடிகிறது'' என்றார்.

''அந்த மாதிரி ஒன்றுமில்லை'' என பதிலளித்தேன்.

''வாசகர்கள் ஆனந்த பாபா என்று ஒருவர் உண்மையில் இல்லை என்று முடிவு கட்டுவார்கள்'' என்றார் பிரசாத் பாபா.

''இல்லை. இது எப்போதிலிருந்து கனவாயிருந்தது என்று தம்மைத் தாமே கேட்டுக் கொள்வார்கள்'' என்றேன் நான்.

''என்றைக்கும். காலத்தின் துவக்கம் முதலே. இந்நேரம் அவர்களுக்கு அது தெரிந்திருக்கும்'' என்றார் சுவாமி ஆனந்த பாபா.

★★★

பிரகலாதன் ஜீவன் முக்தன், வெற்றிகரமானவன். புராண தத்துவ வாதிகளுக்கு அவன் பிரக்ஞையின் அதி உச்ச நிலையை எட்டியவன்.

விஷ்ணு அவனை சமாதி நிலையில் இருந்து எழுப்பி, எப்படியோ அந்த லட்சியத்தை அழித்துவிட்டார் என்பது எப்போதுமே என்னைத் தொந்தரவு செய்கிறது. ''குருஜி, விஷ்ணு எப்படி பிரகலாதனை எழுப்பினார்?'' என வினவினார் பிரசாத் பாபா.

''புராணம் அதைக் கூறவில்லை'' என்று சிரித்தார் ஆனந்த பாபா. ''ஒருவேளை எழுத்தாளருக்குத் தெரிந்திருக்கலாம்.''

''வெகு நாள் முன்பு பாங் ஹந்தி கோயிலில் நீங்கள் 'விஷ்ணு அவர் உலகங்களை சிருஷ்டிப்பதாகக் கனவு காண்கிறார். ஒரு உலகில் அவர் பிரகலாதனை சிருஷ்டிக்கிறார். ஆனால் கனவில் பிரகலாதன் உலகங்களை ஸ்தம்பிக்கச் செய்கிறான். எனவே விஷ்ணு தன்னை விழிப்பு செய்துகொள்ளவே பிரகலாதனை எழுப்புகிறார். அப்போது தான் அவரால் கனவைத் தொடர முடியும்' என்று கூறினீர்கள். விஷ்ணு பிரகலாதனை சமாதியிலிருந்து ஒரு கதை சொல்லி எழுப்புகிறார். அதாவது விழிப்பிலிருந்து விழிப்படையச் செய்கிறார். இப்படியாக அவர் தமது கனவைத் தொடர்கிறார்.''

''மனிதர்கள் விழிப்புமில்லாத, கனவுமில்லாத ஒரு பிரக்ஞையை உருவாக்கி இருக்கிறார்கள். அந்தப் பிரக்ஞை விழிப்புக்கும் கனவுக்கும் இடைப்பட்டதாம். இரண்டுமானதாம். ஒருவர் கதைகள், புராணங்கள், நாவல்கள், நீதிக் கதைகள் ஆகியவற்றுள் இருக்கும் எல்லாமே பிரமையான உண்மை என்னும் நிலையில் நுழைகிறார். ஒரு கனவில் இருந்து வெளிவருவதுபோல அவற்றில் இருந்து வெளிவரவும் செய்கிறார்.''

''நான் எழுதும் நாவலில் முக்கிய கதாபாத்திரம்தான் கதையைச் சொல்லுபவனும். அவன் ஒரு தத்துவத்தை ஆராய்கிறான். அந்தத் தத்துவம் பிரக்ஞை தனக்கு நடப்பதையெல்லாம் நம்பும்போது பிரமையாகிறது என்கிறது. மறுபக்கம் அந்தத் தத்துவம் பிரக்ஞையால் பிரமையைக் கிழித்தெறிய முடியும் என்று சபதமும் செய்கிறது. அதன் கனம். பாத்திரம் வெற்றியடையப் போகிறது... எதுவும் நடக்காத கணமே நடப்பதாகும். அவன் அந்தக் கதையைக் கூறுவதிலிருந்து மறைந்து விடுகிறான். கதை கூறுபவனே இல்லையென்றால் கதையைக் கூறியவர் யார்?''

''ஒரு சாதுவுக்கு இறந்த காலமே கிடையாது. இதைப் பல முறை என்னிடம் சொல்லி இருக்கிறார்கள்'' என்று கனார் இடையே கூறினான்.

''உங்கள் கதை போலவே இருக்கும் பிரகலாதனின் கதையை நினைவு கூர்ந்தபடியே நீங்கள் சமாதியிலிருந்து வெளியே வந்தீர்கள்.

ஏனெனில் உங்கள் கதை தனது கதையிலிருந்தே சமாதி நிலையில் தன்னை விடுவித்துக்கொண்ட ஒரு கதாபாத்திரத்தை மையமாகக் கொண்டது. இவ்வாறாக நான் கூறும் கதையை நீங்கள் கூறுகிறீர்கள். அது கனவில் வந்த கனவின் கனவு போன்றது.''

''தான் கனவு காண்கிறேன் என்பதை அறிந்த ஒருவன் என்ன காண்கிறான்?'' கனார் கேட்டான்.

''அவன் தனக்குத் தானே ஒரு கனவின் கதையைக் கூறிக் கொள்கிறான்.''

''அதனாலேயே அவன் விழிப்படைகிறான்'' என்று குறுக்கிட்டார் ஆனந்த பாபா. ''ஏனெனில் ஒரு கனவின் கதையைச் சொல்ல அவன் விழித்திருக்கவும் வேண்டும். அந்தக் கனவில் இருந்தும் விழிப்படைந்திருக்க வேண்டும்.''

''பிரகலாதன் கதையில் தொடர்ச்சி எதுவும் உண்டா? விஷ்ணு அவனை ஓராயிரம் ஆண்டு தவத்திலிருந்து வெளியே இழுத்த பிறகு என்ன நிகழ்ந்தது?''

கடகடவென்று சிரித்தபடியே ஆனந்த பாபா கூறினார்:

''விஷ்ணு அவனுக்கு ஜீவன் முக்தன் என்னும் நிலையைக் கொடுத்து முடிவில்லா வாழ்வை அளித்தார். அவனே மூன்று உலகின் மன்னனாகவும் கடவுள்களின் குருவாகவும் ஆனான். உலகங்கள் தமது இயல்பிலேயே தொடர்ந்து இயங்கின.''

''அவன் ஏற்கெனவே விடுதலை பெற்ற ஆன்மா. அது பிரச்சனையல்ல'' பிரசாத் பாபா தெளிவு படுத்தினார். ''ஓராயிரம் வருடம் அசையாமல் இருந்தவருக்கு எதுவுமே தேவையில்லை.''

''உண்மைதான். முடிவில்லாத வாழ்க்கை என்பது புராணங்களாலேயே வழங்கப்படுகிறது. விஷ்ணு அவனை அரசனாகவும் குருவாகவும் ஆக்குகிறார். அவர் அவனுக்குக் கூறும் கதையை ரிஷிகள் நமக்கும் கூறுகிறார்கள். நாம் அதை மற்றவர்களுக்குச் சொல்கிறோம். அவனுக்கு உயிர் கொடுக்கிறோம். விஷ்ணு கனவு காணப் போய்விடுகிறார். அது பிரசாத் பாபா நீங்கள் என் கனவின் அங்கமாக இருப்பது போன்றது. அல்லது நான், உங்கள் கனவிலும் பங்கேற்கிறேன்.''

''நாம் கனவு காண்கிறோம் என்று தெரிந்தாலே நாமெல்லாம் விழிப்படைந்தவர்களே.''

''ராமனின் நாமம் ராமனை விடவும் ஆற்றல் மிகுந்தது.''

''யார் கூறுகிறார்?''

''இனி அது முக்கியமானதல்ல.''

★★★

இந்த சாது புராணத்தைப் படித்தவர் யாரானாலும் அவருக்கு துர்சொப்பனம் விலகும். இதை வாசிக்கக் கேட்டவர்கள் தமது தீய செய்கையிலிருந்து விடுபடுவார்கள். இதை வெளிநாட்டு மொழியில் பெயர்ப்பவர்களை விட்டு வறுமை நீங்கும். இதில் வரும் ஒரு பாபாவை நினைவில் வைத்திருப்பவர்கள் உலகையும் அதன் எல்லா உயிரினங்களையும் அன்பால் நிறைந்த மனதுடன் காண்பார்கள். அவர்களுக்கு ஞானத்தின் பலன்கள் கிடைக்கும் மற்றும் எல்லா உயிரினங்களுக்கும் முன் மாதிரி ஆவார்கள்.

ஏனெனில் ரிஷிகள் மற்றும் வாழும் சாதுக்களைப் புகழ்வோர் எல்லா நல்லாசிகளையும் பெறுகிறார்கள்.

ஸ்ரீராம் ஜெய் ராம் ஜெய் ஜெய் ராம்!

ஹரி கிருஷ்ணா!

ஓம் நாராயணா!

ஓம் நம சிவாய!

www.ingramcontent.com/pod-product-compliance
Lightning Source LLC
LaVergne TN
LVHW082335231026
850936LV00012B/208

* 9 7 8 8 1 8 4 9 3 8 3 0 2 *